ಜೀವನ ಸಂಧ್ಯ

ಸಾಯಿಸುತೆ

ಸುಧಾ ಎಂಟರ್‌ಪ್ರೈಸಸ್

ನಂ. 761, 8ನೇ ಮುಖ್ಯರಸ್ತೆ, 3ನೇ ಬ್ಲಾಕ್

ಕೋರಮಂಗಲ, ಬೆಂಗಳೂರು–560 034.

Jeevana Sandhya (Kannada): a social novel written by Smt. Saisuthe; published by Sudha Enterprises, # 761, 8th Main, 3rd Block, Koramangala, Bangalore - 560 034.

ಮೊದಲನೆಯ ಮುದ್ರಣ	:	1980
ಎರಡನೆಯ ಮುದ್ರಣ	:	1983
ಮೂರನೆಯ ಮುದ್ರಣ	:	1990
ನಾಲ್ಕನೆಯ ಮುದ್ರಣ	:	1994
ಐದನೆಯ ಮುದ್ರಣ	:	2010
ಆರನೆಯ ಮುದ್ರಣ	:	2020
ಪುಟಗಳು	:	136
ಬೆಲೆ	:	ರೂ. 120
ಉಪಯೋಗಿಸಿದ ಕಾಗದ	:	70 ಜಿ.ಎಸ್.ಎಂ. ಮ್ಯಾಪ್‌ಲಿಥೋ
ಮುಖಪುಟ ವಿನ್ಯಾಸ	:	ಪ.ಸ. ಕುಮಾರ್
ಹಕ್ಕುಗಳು	:	ಲೇಖಕಿಯವರದು

ಸಗಟು ಮಾರಾಟಗಾರರು
ವಸಂತ ಪ್ರಕಾಶನ
360, 10ನೇ 'ಬಿ' ಮುಖ್ಯರಸ್ತೆ, 3ನೇ ಬ್ಲಾಕ್,
ಜಯನಗರ, ಬೆಂಗಳೂರು – 560 011
ದೂರವಾಣಿ : 080–22443996/40917099
ಮೊ: 7892106719
email : vasantha_prakashana@yahoo.com
website: www.vasanthaprakashana.com

ಅಕ್ಷರ ಜೋಡಣೆ :
ಲೇಜರ್ ಲೈನ್ ಗ್ರಾಫಿಕ್ಸ್

ಮುದ್ರಣ :
ಸುಧಾ ಎಂಟರ್‌ಪ್ರೈಸಸ್

ಮುನ್ನುಡಿ

ಆತ್ಮೀಯ ಓದುಗರಲ್ಲಿ,

ನಾಲ್ಕು ಮುದ್ರಣಗಳನ್ನ ಕಂಡ ಈ ಕಾದಂಬರಿ ಮತ್ತೆ ಅಚ್ಚಾಗಿದೆ. ಈ ಎಲ್ಲಾ ಮುದ್ರಣಗಳ ಪ್ರತಿಗಳನ್ನು ಕೊಂಡು ಓದಿದ್ದೀರಿ.

ನಿಮಗೆ ಹೇಗೆ ಕೃತಜ್ಞತೆಗಳನ್ನು ತಿಳಿಸಲೀ? ಆತ್ಮೀಯ ನಮನಗಳು.

ಅತ್ಯಂತ ಸುಂದರವಾಗಿ, ಅಚ್ಚುಕಟ್ಟಾಗಿ ಈ ಕಾದಂಬರಿಯನ್ನು ಹೊರತಂದಿರುವ ಸುಧಾ ಎಂಟರ್‌ಪ್ರೈಸಸ್‌ನ ಶ್ರೀಯುತ ಕೆ.ಎಸ್. ಮುರಳಿಯವರಿಗೆ ಕೃತಜ್ಞತೆಗಳು.

– ಸಾಯಿಸುತೆ

"ಸಾಯಿಸದನ"

12, 2ನೇ ಮುಖ್ಯರಸ್ತೆ, 2ನೇ ಅಡ್ಡರಸ್ತೆ,

ಮಾರುತಿನಗರ, ಕೋಗಿಲೆ ಕ್ರಾಸ್, ಯಲಹಂಕ

ಓಲ್ಡ್ ಟೌನ್, ಬೆಂಗಳೂರು – 560064.

ದೂ: 080–28571361

Email: saisuthe1942@gmail.com

ಜೀವನ ಸಂಧ್ಯ

ನಾರಾಯಣಪ್ಪ ತೊಳೆದಿಟ್ಟ ದೇವತಾ ವಿಗ್ರಹಗಳನ್ನು ಮಂದಾಸನದಲ್ಲಿಟ್ಟು ಗಂಧ ತೇಯ್ದು ಹಚ್ಚಿ, ಮಂತ್ರಗಳನ್ನು ಹೇಳುತ್ತ ಹೂವೇರಿಸಿ ಮಂಗಳಾರತಿ ಎತ್ತಿ ದೀರ್ಘದಂಡ ನಮಸ್ಕಾರ ಹಾಕಿದರು.

ಮಂದಾಸನದಲ್ಲಿ ನಗುತ್ತ ನಿಂತ ದೇವಿ ಲಾವಣ್ಯಮಯಿ, ಶಾಂತಿ ಸುಖದಾಯಿ, ಮಂದಸ್ಮಿತ ವದನಾರವಿಂದೆ, ವಿಶಾಲನಯನೇ—ನಾರಾಯಣಪ್ಪ ದೇವಿಯ ಮೂರ್ತಿಯನ್ನು ತದೇಕಚಿತ್ತದಿಂದ ನೋಡಿದರು. ರಾಕ್ಷಸನ ಮರ್ಧನಕ್ಕಾಗಿ ಅಷ್ಟಭುಜಗಳನ್ನು ಧರಿಸಿ ಖಡ್ಗ ತ್ರಿಶೂಲ ಮದ್ಗರ ಗದಾದಿ ಆಯುಧಗಳನ್ನು ಧರಿಸಿ ಸಿಂಹವಾಹಿನಿಯಾಗಿ ಮೈಸೂರಿನ ಬೆಟ್ಟದ ಮೇಲೆ ಚಾಮುಂಡಿಯಾಗಿ ವಿರಾಜಿಸುತ್ತಿರುವ ಜಗನ್ಮಾತೆ ಇಲ್ಲಿ ಸೌಮ್ಯರೂಪದಲ್ಲಿ ನಿಂತಂತೆ ಇತ್ತು.

ಹೊರಗೆ ಬಂದಾಗ-ಬಾಳೆ ಎಲೆಯ ಮೇಲೆ ಹುಳಿಯವಲಕ್ಕಿ, ಮೊಸರವಲಕ್ಕಿ ಬಡಿಸಿ ನಿಂತಿದ್ದರು ಪಾರ್ವತಮ್ಮ, ಮಣೆಯ ಮೇಲೆ ಕೂತು 'ಅಚ್ಯುತ, ಮಾಧವ, ಕೇಶವ' ಎಂದು ದೇವರ ಸ್ಮರಣೆ ಮಾಡುತ್ತಲೇ ತಿಂದು ಮುಗಿಸಿ ಮೇಲೆದ್ದರು. ಹೆಂಡತಿ ದೊಡ್ಡ ಪಾವಳತೆಯ ಕಂಚಿನ ಲೋಟದ ತುಂಬ ಕಾಫೀ ತಂದಿತ್ತಾಗ ತೃಪ್ತಿಯಿಂದ ಕುಡಿಯುತ್ತ "ಮಾಧು, ಇವತ್ತು ಬರ್ತಾನಂತೆ ಅವ್ನು ಇಲ್ಲಿದ್ದುಬಿಟ್ರೆ ನಂಗೆಷ್ಟೋ ವಿಶ್ರಾಂತಿ ಸಿಕ್ಕುತ್ತೆ..."

"ನಮ್ಮ ಮಾಧು ವಿಚಿತ್ರದ ಹುಡ್ಗ! ಪಟ್ಟಣದ ಜೀವ್ನ ಕಂಡ್ಮೇಲೆ ಹಳ್ಳಿ ಅಂದ್ರೆ ಮೂಗು ಮುರೀತಾರೆ! ಆದರೆ ಮಾಧುಗೆ ಹಳ್ಳಿ ಅಂದ್ರೆ ಎಷ್ಟೊಂದು ಅಭಿಮಾನ...!"

ಹೆಂಡತಿ ಆಡಿದ ಮಾತಿನಲ್ಲಿದ್ದ ಸತ್ಯವನ್ನು ಅರಿತು ಮಗನ ಬಗ್ಗೆ ಅಭಿಮಾನಗೊಂಡರು. ಎಲ್ಲರ ಹಾಗೆ ಮಗ ಕೂಡ ಹೆಚ್ಚಿನ ವ್ಯಾಸಂಗ ಮಾಡಲಿ ಎಂಬುದೇ ಅವರ ಆಸೆಯಾಗಿತ್ತು. ಆದರಿಂದ ಪ್ರತಿಕೂಲ ಪರಿಣಾಮವಾಗುವುದು ಅವರಿಗಿಷ್ಟವಿಲ್ಲ. ಅವನಿಷ್ಟಕ್ಕೆ ತಲೆಬಾಗುವುದೇ ಸರಿಯೆಂದುಕೊಂಡುಬಿಟ್ಟಿದ್ದರು.

ಅಷ್ಟರಲ್ಲಿ ಹಾಲು ಉಕ್ಕಿದ ಕಮಟು ವಾಸನೆ ಬಂದಾಗ ಪಾರ್ವತಮ್ಮ ಒಳಗೋಡಿದರು.

'ಈ ಮಹಾರಾಯ್ತಿ ಹಾಲು ಉಕ್ಕಿಸದ ದಿನವೇ ಇಲ್ಲ' ಎಂದು ಮನಸ್ಸಿನಲ್ಲೇ

ನಗುತ್ತ "ಪಾತು, ತೋಟದ ಕಡೆ ಹೋಗ್ಬರ್ತೀನಿ" ಚಪ್ಪಲಿ ಮೆಟ್ಟಿ ಛತ್ರಿ ಹಿಡಿದು ಬಾಗಿಲು ದಾಟಿದರು.

ಪುಸ್ತಕದ ಚೀಲ ಹಿಡಿದು ಬಂದ ಮಗಳು ಸುಕನ್ಯ ತಂದೆಯ ಕಾಲಿಗೆ ಜೋತುಬಿದ್ದಳು. ಮಗಳನ್ನು ಮುದ್ದಿಸುತ್ತ ಪಂಚೆಗೆ ಅಂಟಿದ್ದ ಮಣ್ಣನ್ನು ಕೊಡವಿದರು.

ಸುಕನ್ಯ ತನ್ನ ಕೈಗಳನ್ನು ನೋಡಿಕೊಂಡು ತಂದೆಯ ಪಂಚೆಯ ಕಡೆ ನೋಡಿದಳು. ಅವಳ ಪುಟ್ಟ ಮನಸ್ಸಿಗೆ ತಪ್ಪಿನ ಅರಿವಾಯಿತು. ತುಂಟತನದಿಂದ ಚಿಮ್ಮುತ್ತಿದ್ದ ಮುಖ ಮಂಕಾಯಿತು.

"ಒಗೆದ್ರೆ ಹೋಗುತ್ತೆ ಮಣ್ಣು... ಅಮ್ಮ ಕಾಯ್ತಾ ಇದ್ದಾಳೆ ಹೋಗು" ಎಂದು ಹೇಳಿ ತೋಟದ ದಾರಿ ಹಿಡಿದರು.

ಹಳ್ಳಿಯ ಶ್ಯಾನುಭೋಗಿಕೆ ಜೊತೆಗೆ ಪಿತ್ರಾರ್ಜಿತವಾಗಿ ಆರು ಎಕರೆ ಗದ್ದೆ, ಎಂಟು ಎಕರೆ ಹೊಲ, ನಾನ್ನೂರು ತೆಂಗಿನ ಮರ, ದೊಡ್ಡ ಕಂಬ ಸಾಲೆಯ ಮನೆ, ಪಾತ್ರೆ ಪರಡಿ, ಬೆಳ್ಳಿ ಬಂಗಾರ ಬಂದಿತ್ತು. ಅಷ್ಟರ ಜೊತೆ ಹಿರಿಯರ ಒಳ್ಳೆಯ ಗುಣಗಳು ಅವರಲ್ಲಿ ಮನೆ ಮಾಡಿತ್ತು.

ನಾರಾಯಣಪ್ಪನವರಿಗೆ ತೋಟ ಎಂದರೆ ಪ್ರಾಣ. ಸುತ್ತಮುತ್ತಲ ಪ್ರದೇಶದಲ್ಲಿ ಅಂತಹ ತೋಟವಿಲ್ಲವೆಂದು ಆಸುಪಾಸಿನ ಜನರು ಹೇಳುತ್ತಿದ್ದರು. ಅದರಲ್ಲಿದ್ದ ಪ್ರತಿಯೊಂದು ಗಿಡಮರವನ್ನು ಮಗುವಿನಂತೆ ಆರೈಕೆ ಮಾಡಿ ಜೋಪಾನ ಮಾಡುತ್ತಿದ್ದರು.

ದೂರದಿಂದಲೇ ಒಡೆಯರನ್ನು ನೋಡಿದ ಕ್ಯಾತೇಗೌಡ ಓಡಿ ಬಂದು ಅಡ್ಡಬಿದ್ದು, "ಧಣಿರೇ, ಬಾಳೆಗೊನೆಗಳೆಲ್ಲ ಮಾಗಲಿಕ್ಕೆ ಹತ್ತದೆ. ನಾಳಿಕ್ಕು ಪೇಟೆಗೋ ಸಂತೆಗೋ ಸಾಗಿಸಿಬಿಡಬೇಕ್ರು."

"ನಾನು ರಂಗಣ್ಣಂಗೆ ಹೇಳಿದ್ದೀನಿ. ಅದ್ರ ವ್ಯವಸ್ಥೆ ಅವ್ರು ನೋಡ್ಕೋತಾರೆ. ಈಗ ಹದಕ್ಕೆ ಬಂದಿರೋ ತೆಂಗಿನ ಕಾಯಿಗಳ್ನ ಕೆಡಿವ್ಸಿಬಿಡ್ಬೇಕು. ಮೊನ್ನೆ ರಾಮೇಗೌಡನ ತೋಟದಲ್ಲಿ ಹತ್ತು ಹದಿನೈದು ಗೊನೆ ತೆಂಗಿನಕಾಯಿಗಳ್ನ ಕದ್ದು ಇಳ್ಸಿದ್ದಾರಂತೆ. ಏನು ಕಾಲನೋ...!"

ಕ್ಯಾತೇಗೌಡನ ಕಪ್ಪಾದ ಮುಖ ಮತ್ತಷ್ಟು ಕಪ್ಪಾಗಿ ಮಿಂಚಿತು. "ನಮ್ಮ ತೋಟದಾಗ ಕಾಲ್ನ ಮಡಗೊ ಧೈರ್ಯ ಯಾರಿಗೈತೆ ಬುದ್ಧಿ? ಅವರ ಚರ್ಮ ಸುಲ್ದು ತೋಟಕ್ಕೆ ಬಲಿ ಕೊಟ್ಟುಬಿಟ್ಟೇನು....!"

"ಲೇ ಮಹರಾಯ! ಹಾಗೆಲ್ಲಾದ್ರೂ ಮಾಡಿಬಿಟ್ಟೀಯಾ! ಏನೋ ಹೊಟ್ಟೆಪಾಡು-ಅವ್ರು ವಿಷ್ಯದಲ್ಲಿ ಕಟುಕರಾಗಿ ವರ್ತಿಸಬಾರ್ದು. ಅವ್ರು ಕಳ್ಳತನ ಮಾಡೋ ಕಾರ್ಯ ತಿಳಿದೂ ಒಳ್ಳೇ ದಾರಿಗೆ ಹಚ್ಚಿದ್ರೆ ಒಳ್ಳೆ ಮನುಷ್ಯರಾಗ್ತಾರೆ, ಮನುಷ್ಯ ಹುಟ್ಟೋವಾಗ್ಲೇ ಕೆಟ್ಟವನಾಗಿ ಹುಟ್ಟೋಲ್ಲ."

“ನೀವು ಧರ್ಮರಾಯರು.... ಬುಡಿ... ಬುದ್ಧಿ...” ಎಂದು ಸನಿಕೆ ಹಿಡಿದು ಹೊರಟ.

ನಾರಾಯಣಪ್ಪನವರಿಗೆ ಕ್ಯಾತೇಗೌಡನನ್ನು ಕಂಡರೇ ಬಹಳ ಪ್ರೀತಿ. ಅದಕ್ಕೆ ಅವನ ಪ್ರಾಮಾಣಿಕತೆಯೇ ಕಾರಣ. ಅವರೇ ನಿಂತು ಅವನ ಮದುವೆಯನ್ನು ಮಾಡಿದ್ದರು. ಏನೋ ಜ್ಞಾಪಿಸಿಕೊಂಡವರಂತೆ “ಕ್ಯಾತ, ಇಲ್ಲಿ ಬಾರೋ....” ಧ್ವನಿ ಎತ್ತರಿಸಿ ಕೂಗಿದರು. ಸನಿಕೆ ಹಿಡಿದೇ ಪ್ರತ್ಯಕ್ಷನಾದ ಕ್ಯಾತ.

“ಇವತ್ತು ಮಾದಣ್ಣನೋರು ಬರ್ತಾರೆ–ಅವ್ರು ಇನ್ನು ಪಟ್ಟಣಕ್ಕೆ ಹೋಗೋಲ್ಲ. ಇಲ್ಲೇ ಇರ್‍ತಾರೆ!” ಕ್ಯಾತನಿಗೆ ಕುಣಿದಾಡುವಷ್ಟು ಸಂತೋಷವಾಯಿತು. “ಬಹ್ಳ ಸಂತೋಸ ಬುದ್ಧಿ. ನಮ್ಮ ಚಿಕ್ಕ ಧಣಿಗಳು ದೇವರಂತೋರು....” ಅವನ ಮುಖದ ಮೇಲೆ ಅಭಿಮಾನ ಮಿನುಗಿತು.

“ಸರಿ, ನೀನು ಕೆಲ್ಸ ನೋಡ್ಕೋಗ್... ನಾನು ಹಂಗೇ ಗೌಡರನ್ನು ಮಾತಾಡಿಸ್ಕೊಂಡು ಹೋಗ್ತೀನಿ” ಚಪ್ಪಲಿಗಳನ್ನು ಸದ್ದು ಮಾಡುತ್ತ ಹೊರಟೇಬಿಟ್ಟರು.

ಧಣಿಗಳು ಮರೆಯಾಗುವವರೆಗೂ ಕ್ಯಾತೇಗೌಡ ನೋಡುತ್ತಲೇ ನಿಂತ. ಅವನು ನಿಜವಾದ ದೇವರನ್ನು ನೋಡಿರದಿದ್ದರೂ ಅವರೇ ಪ್ರತ್ಯಕ್ಷ ದೇವರಾಗಿದ್ದರು ಅವನ ಪಾಲಿಗೆ.

ನಾರಾಯಣಪ್ಪನವರು ಗೌಡರ ಮನೆಯ ಹತ್ತಿರ ಬಂದಾಗ ಬೀರಪ್ಪ ಗೌಡರು ತಾಂಬೂಲ ಮೆಲ್ಲುತ್ತ ಕೂತಿದ್ದರು. ಇವರ ಬರವನ್ನು ನೋಡಿ ಎದ್ದು ನಿಲ್ಲುತ್ತ “.... ಬರ್ಬೇಕು, ಬರ್ಬೇಕು... ಬಡವರ ಮನ್ಗೆ” ಎಂದಾಗ ನಾರಾಯಣಪ್ಪನವರು ನಸುನಗುತ್ತ “ಒಳ್ಳೆ ಗೌಡರು...! ನಿಮ್ಮ ಹಳೆ ಪಲ್ಲವಿ ಬಿಡೋ ಹಾಗೆ ಕಾಣೋಲ್ಲ. ಈ ಸುತ್ತಮುತ್ತಲು ನಿಮಗಿಂತ ಸಾವುಕಾರ್‍ರು ಯಾರಿದ್ದಾರೆ?” ಎನ್ನುತ್ತಲೇ ಜಗಲಿಯ ಮೇಲೆ ಕುಳಿತರು.

ಗೌಡರ ಹೆಂಡತಿ ದೊಡ್ಡ ಬೆಳ್ಳಿ ಲೋಟದ ತುಂಬ ಹಾಲು ತಂದು ಇರಿಸಿ “ತಗೋಬೇಕು ಬುದ್ಧಿ...” ಎಂದಾಗ ನಾರಾಯಣಪ್ಪನವರ ಮುಖದ ಮೇಲೆ ಆತ್ಮೀಯತೆ ತುಳುಕಿತು. “ಅಂತೂ ನಿಮ್ಮ ಮನ್ಗೆ ಬಂದ್ರೆ ಹಾಲು ಕೊಡ್ದೆ ಕಳ್ಸಿಕೊಡೋಲ್ಲ... ಯಾವ ಋಣಾನೋ ತಾಯಿ ಇದು...”

“ತಾವ್... ದೇವ್ರು ಸಮಾನ! ತಮ್ಮಂಥವರ ಆಶೀರ್ವಾದದಿಂದ ಈ ಮನೆ ಬೆಳೀಬೇಕು.” ಮನದುಂಬಿ ಆಡಿದಳು ಆಕೆ.

ನಾರಾಯಣಪ್ಪ, ಗೌಡರು ಅದೂ ಇದೂ ಮಾತಾಡಿ ಕೊನೆಗೆ ನಾರಾಯಣಪ್ಪ ತಮ್ಮ ಮಗ ಓದು ಸಾಕು ಮಾಡಿ ಇಲ್ಲೇ ಬಂದು ನೆಲೆಸುವ ವಿಷಯವನ್ನು ಕೂಲಂಕಷವಾಗಿ ತಿಳಿಸಿದರು-ಅವರ ಮಾತಿಗೆ ಗೌಡರು ಸಂತೋಷ ವ್ಯಕ್ತಪಡಿಸಿದರು.

ಅಷ್ಟರಲ್ಲಿ ಓಡಿ ಬಂದ ಶ್ಯಾಮ “ಲಲಿತತ್ತೆ, ಮಾವ ಬಂದಿದ್ದಾರೆ. ಅಮ್ಮ ನಿನ್ನ ಕರ್ಕೊಂಡ್ಬಾ ಅಂದ್ಲು” ಎಂದ ಏದುಸಿರುಬಿಡುತ್ತ.

ಮೇಲಕ್ಕೆದ್ದು "ಬರ್ತೀನಿ ಗೌಡ್ರೆ, ನಡಿಯೋ ಶ್ಯಾಮ" ಮಗನ ಜೊತೆಗೆ ಹೆಜ್ಜೆ ಹಾಕಿದರು ನಾರಾಯಣಪ್ಪ.

ಇವರು ಮನೆಗೆ ಬಂದಾಗ ಮನೆಯಲ್ಲಿ ಮಾತುಕತೆಗಳು ನಡೆದೇ ಇದ್ದವು. ಇವರನ್ನು ನೋಡಿ ಮೇಲಕ್ಕೆದ್ದ ರಂಗಸ್ವಾಮಿ ವಿನಯದಿಂದ "ಎಲ್ಲೋ ಹೊರಟುಬಿಟ್ಟಿದ್ರಲ್ಲ...." ನಾರಾಯಣಪ್ಪನವರು ದೇಶಾವರಿ ನಗೆ ಬೀರಿದರು.

ನಡುಮನೆಯಲ್ಲಿದ್ದ ಉಯ್ಯಾಲೆಯ ಮೇಲೆ ಕುಳಿತರು. ಅಲ್ಲೇ ಇದ್ದ ದೊಡ್ಡ ಸೈಜಿನ ಮರದ ಕುರ್ಚಿಯಲ್ಲಿ ಕುಳಿತ ರಂಗಸ್ವಾಮಿ. ಮಳೆಬೆಳೆಗಳ ಬಗ್ಗೆ ಮಾತುಕತೆ ನಡೆಯಿತು. ಅಡಿಗೆಯ ಮನೆಯಲ್ಲಿದ್ದ ಲಲಿತಮ್ಮ ಹೊರಗೆ ಬಂದು ಅಣ್ಣನನ್ನು ಮಾತಾಡಿಸಿದಳು.

"ನೋಡಿ ಭಾವ, ಇವಳು ಬಂದಾಗಿನಿಂದ ಅಡಿಗೆ ಮನೆಯಲ್ಲಿ ಸೇರ್ಕೊಂಡು ಅತ್ತಿಗೆ ಜೊತೇಲಿ ಮಾತಾಡಿದ್ದೂ, ಮಾತಾಡಿದ್ದೇ. ಈ ಹೆಂಗಸ್ರು ಸೇರಿದ್ರೆ ಅದೇನು ಮಾತಾಡುತ್ತಾರೋ?"

"ಅವ್ರು ಮಾತ್ಗೆ ಷುರು ಮಾಡಿದ್ರೆ ಮೆಂತ್ಯದ ಗೊಜ್ಜಿನಿಂದ ಹಿಡ್ದು ಪಾರ್ಲಿಮೆಂಟ್ ವಿಷ್ಯದವರ್ಗೂ ಚರ್ಚೆ ಮಾಡ್ತಾರೆ. ಏನಮ್ಮ... ಲಲಿತ!" ಎಂದು ತಂಗಿಯ ಕಡೆ ತಿರುಗಿದರು.

"ಹೋಗಣ್ಣ..." ಎಂದು ಮುಖ ತಿರುವಿದಾಗ ಬಹಳ ಹಿಂದಿನ ಪುಟ್ಟ ಲಲಿತಳೇ ನೆನಪಿನಲ್ಲಿ ನುಸುಳಿದಳು.

"ಮಾಧು ಎಷ್ಟೊತ್ತಿಗೆ ಬರ್ತಾನೆ? ಶ್ಯಾನಂತೂ ಪತ್ತೆ ಇಲ್ಲ..." ಮಾಧು ವಿಷಯ ಬಂದ ಕೂಡಲೇ ನಾರಾಯಣಪ್ಪನವರಲ್ಲಿ ಉತ್ಸಾಹ ನುಗ್ಗಿ ಬಂತು. "ಸಾಯಂಕಾಲ ಬರಬಹ್ದು... ಇನ್ನು ಎಲ್ಲಿ ಮನೆಯಲ್ಲಿರುತ್ತಾನೆ? ಹುಳಿ ಮಾವಿನಕಾಯಿ ಮುಗಿಯೋವರ್ಗೂ ತೋಪು ಬಿಟ್ಟು ಬರೋಲ್ಲ."

"ಒಳ್ಳೆ ಹುಡುಗ...! ಇಷ್ಟು ದೊಡ್ಡವನು ಆದ್ರೂ ಅವನ್ಗೆ ಮಾವಿನಕಾಯಿ ಗೀಳು ಹೋಗಿಲ್ಲ."

ಲಲಿತಮ್ಮ ಅಡಿಗೆಯ ಮನೆಗೆ ಹೋದ ಮೇಲೆ ನಾರಾಯಣಪ್ಪ, ರಂಗಸ್ವಾಮಿಯ ಕಡೆ ದೃಷ್ಟಿ ಹೊರಳಿಸಿ "ರಂಗಸ್ವಾಮಿ, ಹುಡುಗ್ರನ್ನು ಕರ್ಕೊಂಡು ಬರಲೇನು?"

ಸಂಕೋಚಿಸುತ್ತ ತುಸು ತಡೆದು ಹೇಳಿದರು. "ಸರೋಜ ಮಾತ್ರ ಹಠ ಮಾಡಿ ಬಂದಿದ್ದಾಳೆ-ಸುಕನ್ಯ ಜೊತೆ ಆಟವಾಡ್ತ ಇರಬಹ್ದು. ಕಮಲಾಗೆ ಒಂದು ಸಂಬಂಧ ಬಂದಿತ್ತು. ನಿಮ್ಗೆ ಹೇಗೋ ಸುತ್ತಮುತ್ತಲಿನ ವಿಷ್ಯವೆಲ್ಲ ತಿಳಿದಿರತ್ತೆ. ಅವ್ರ ಬಗ್ಗೆ ನಿಮ್ಮನ್ನು ವಿಚಾರ್ಸೋಣ ಅಂತ ಬಂದಿದ್ದು..."

"ಯಾರ ಪೈಕಿ...?"

"ವೆಂಕಟರಮಣ ಜೋಯಿಸರಿರಲಿಲ್ಲವೇ ಅವರ ಎರಡನೇ ಮಗನಿಗೆ. ಅವ್ರ ಮನೆತನದ ವಿಚಾರ ನಿಮ್ಗೆ ಗೊತ್ತಿರಬಹ್ದು!"

"ಯಾರಿಗೆ ಗೊತ್ತಿಲ್ಲ...! ಜೋಯಿಸರು ದೇವರಂಥ ಮನುಷ್ಯರು. ಆ ಮನೆಗೆ ಕಮಲ ಸೊಸೆಯಾಗಿ ಹೋಗಬೇಕಾದ್ರೆ ಪುಣ್ಯ ಮಾಡಿರ್ಬೇಕು. ಅವರ ಎರಡನೇ ಮಗ ಸುಬ್ರಮಣ್ಯನೂ ಗೊತ್ತು. ನಮ್ಮ ಮಧುಗಿಂತ ನಾಲ್ಕು ವರ್ಷ ದೊಡ್ಡೋನಿರಬೌದು... ಜಾತಕಾನುಕೂಲವಾದ್ರೆ ಸಂತೋಷ; ಕೊಟ್ಟು ಮಾಡಬಹುದು."

ರಂಗಸ್ವಾಮಿಗೆ ತಲೆಯ ಮೇಲಿದ್ದ ದೊಡ್ಡ ಭಾರ ಇಳಿಸಿದಂತಾಯಿತು. ನಾಲ್ಕು ಹೆಣ್ಣು ಮಕ್ಕಳ ತಂದೆಯಾದ ಅವರ ಧಾವಂತಕ್ಕಂತೂ ಮಿತಿ ಇರಲಿಲ್ಲ.

ಪಾರ್ವತಮ್ಮ ಎಲೆ ಹಾಕಿ ಊಟಕ್ಕೆ ಬನ್ನಿ ಬಂದಾಗ ರಂಗಸ್ವಾಮಿ, ನಾರಾಯಣಪ್ಪ ಕೈಕಾಲು ತೊಳೆದು ಊಟಕ್ಕೆ ಕುಳಿತರು. ಪಾರ್ವತಮ್ಮ ಹಪ್ಪಳ, ಸಂಡಿಗೆ, ಉಪ್ಪಿನಕಾಯಿ ಪಲ್ಯ, ತುಪ್ಪ ಒಂದೊಂದಾಗಿ ಬಡಿಸುತ್ತಿದ್ದುದ್ದನ್ನು ನೋಡಿ ಅವರ ಸ್ವಭಾವ ಅರಿತು ರಂಗಸ್ವಾಮಿ ಹಾಸ್ಯ ಮಾಡಿದ.

"ಅಕ್ಕ, ನಾವು ಇನ್ನು ಎರ್ಡುರ್ ದಿನ ಇದ್ದು ಹೋಗುವುದಕ್ಕೆ ಬಂದಿದ್ದೀವಿ. ನೀವ್ ಇಂದೇ ಔತಣ ಮಾಡಿಬಿಟ್ರೆ ನಮ್ಗೆ ಇರೋದಿಕ್ಕೆ ಸಂಕೋಚವಾಗುತ್ತೆ."

"ಇದೆಲ್ಲ ಮಾಮೂಲು ಅಡ್ಗೆ ತಾನೇ! ನಮ್ಮತ್ತಿಗೆ ಕೈ ಅಡಿಗೆ ರಸಕವಳ. ಒಂದು ಸಾರು ಹುಳಿ ಮಾಡೇ ಅವ್ರಿಗೆ ಅಭ್ಯಾಸವಿಲ್ಲ" ಲಲಿತಮ್ಮ ಅತ್ತಿಗೆಯನ್ನು ಬಾಯಿ ತುಂಬ ಹೊಗಳಿದರು.

ನಾರಾಯಣಪ್ಪ ತುಂಬು ನಗೆಯನ್ನು ನಕ್ಕರು. ಹೆಂಡತಿಯ ಮೇಲೆ ಅವರಿಗೆ ಅಪಾರ ಅಭಿಮಾನ. ಎಂದೂ ಅವರ ಮಾತಿಗೆ ಎದುರಾಡಿದವರೇ ಅಲ್ಲ. ಎಷ್ಟು ಹೊತ್ತಿನಲ್ಲಿ ಯಾರೇ ಬರಲಿ, ಗೊಣಗಾಡದೇ ಅಡಿಗೆಮಾಡಿ ಬಡಿಸುವ ಅವರ ಹಿರಿಯ ಗುಣಕ್ಕೆ ಸೋತುಹೋಗಿದ್ದರು. ಸುತ್ತಮುತ್ತಲಿನ ಜನವೆಲ್ಲ ಅವರ ಮನೆಯಲ್ಲಿ ಲಕ್ಷ್ಮಿ ಕಾಲು ಮುರಿದುಕೊಂಡು ಬಿದ್ದಿದ್ದಾಳೆ ಎಂದು ಆಡಿಕೊಳ್ಳುತ್ತಿದ್ದರು.

ಇವರುಗಳು ಊಟ ಮುಗಿಸಿ ಹೊರಗೆ ಬರುವ ವೇಳೆಗೆ ನಡುಮನೆಯಲ್ಲಿ ಎಲೆ, ಅಡಿಕೆಪುಡಿ, ಸುಣ್ಣ ತಂದಿಟ್ಟು ಹೋದರು ಪಾರ್ವತಮ್ಮ. ಇಬ್ಬರೂ ನಿಧಾನವಾಗಿ ಎಲೆಯಡಿಕೆ ಮೆಲ್ಲತೊಡಗಿದರು. ಅತ್ತಿಗೆ, ನಾದಿನಿ ಊಟ ಮುಗಿಸಿ ಹೊರಗೆ ಬಂದು ಕೂಡುವವರೆಗೂ ಹಳ್ಳಿಯ ರಾಜಕೀಯದ ವಿಷಯದ ಬಗ್ಗೆ ಮಾತಾಡುತ್ತಿದ್ದರು. ಆಮೇಲೆ ನಾರಾಯಣಪ್ಪನವರು ಹೆಂಡತಿಗೆ ವಿಷಯ ವಿವರಿಸಿದರು.

"ನೀವೇನು ಹೇಳ್ತೀರಿ... ಅತ್ತಿಗೆ...?" ಲಲಿತಮ್ಮ ಅತ್ತಿಗೆಯ ಸಲಹೆಯನ್ನು ಕೇಳಿದರು. ಅವರ ಮುಖ ಮೊರದಗಲವಾಯಿತು. ಜೋಯಿಸರ ಬಗ್ಗೆ ಚೆನ್ನಾಗಿ ತಿಳಿದವರೇ ಅವರು. ಅವರಿಗೆ ಯಾವ ವಿಧವಾದ ಅಭ್ಯಂತರವೂ ಇರಲಿಲ್ಲ.

"ಒಳ್ಳೇ ಸಂಬಂಧ... ಕಮಲಾನ ಸಂತೋಷವಾಗಿ ಕೊಡಬಹ್ದು. ಜೋಯಿಸರ ಎರಡನೇ ಮಗಳನ್ನೇ ನಮ್ಮ ಅತ್ತಿಗೆಯ ಬಲ ತಮ್ಮನಿಗೆ ಕೊಟ್ಟಿರುವುದು. ಜನ ಬಹಳ ಒಳ್ಳೆಯವರು. ಹುಡ್ಗ ಯೋಗ್ಯ. ಆದರೆ ಹುಡ್ಗ ಅಂಥ ಓದುಬರಹವೇನು ಕಲಿತಿಲ್ಲ, ಅಷ್ಟೆ."

"ಓದು.... ಬರಹ ಅಂದ್ರೆ ಕಾಲೇಜಿಗೆ ಹೋಗಿ ಡಿಗ್ರಿಪಡ್ದು ಬರೋದಲ್ಲ. ಅದೆಲ್ಲ ಹೊಟ್ಟೆಪಾಡಿಗೋಸ್ಕರ. ಸಂಸ್ಕೃತದಲ್ಲಿ ಅವನ್ಗೆ ಎಷ್ಟು ಒಳ್ಳೆ ಪಾಂಡಿತ್ಯವಿದೆ." ನಾರಾಯಣಪ್ಪ ಅವನ ವಿದ್ಯಾಭ್ಯಾಸದ ಬಗ್ಗೆ ಬಾಯಿ ತುಂಬ ಹೊಗಳಿದ್ದರು.

ಈಗ ಮನಸ್ಸಿನಲ್ಲಿದ್ದುದ್ದನ್ನು ಬಚ್ಚಿಡಲು ಲಲಿತಮ್ಮ ಹವಣಿಸಿದರು. "ಅವ್ರು ಹೆಣ್ಣನ್ನ ಕರ್ಕೊಂಡು ನಾಳಿದ್ದೇ ಬನ್ನೀಂತಾ ಹೇಳಿಕಳ್ಸಿದ್ದಾರೆ. ಅದಕ್ಕೆ ಇಷ್ಟು ತರಾತುರಿಯಾಗಿ ಬಂದಿದ್ದು. ನೀವು ಅತ್ತಿಗೆ ನಮ್ಮ ಜೊತೆ ಬಂದ್ರೆ... ಹಿರಿಯರು ನೀವಿದ್ರೆ ಎಷ್ಟೋ ಧೈರ್ಯ."

"ಲಲಿತ, ನಿನ್ಗೆ ಮನೆ ವಿಷ್ಯ ಗೊತ್ತಿಲ್ವಾ? ನಾವಿಬ್ರೂ ಬಂದ್ರೆ ಮನೆ ಗತಿಯೇನು? ಸೊಸೆಯಾದ್ರೂ ಬಂದಿದ್ದರೆ ಅವಳ್ಗೆ ಮನೆ ಜವಾಬ್ದಾರಿ ವಹಿಸಿ ಬರಬಹುದಾಗಿತ್ತು. ಅದಕ್ಕೆ ಇನ್ನು ಕಾಯ್ಬೇಕು." ಅತ್ತಿಗೆಯ ಮಾತು ಸರಿಯೆನ್ನಿಸಿದರೂ ಅವರನ್ನು ಬಿಟ್ಟು ಮುಂದುವರಿಯಲು ಲಲಿತಮ್ಮನಿಗೆ ಇಷ್ಟವಿರಲಿಲ್ಲ. ಅದಕ್ಕೆ ಅವರ ಆರ್ಥಿಕ ಪರಿಸ್ಥಿತಿಯೂ ಸ್ವಲ್ಪಮಟ್ಟಿಗೆ ಕಾರಣವಾಗಿತ್ತು.

ಅಷ್ಟರಲ್ಲಿ ಬಂದ ಶ್ಯಾಮ, ಅಣ್ಣ ಬಂದ ಸುದ್ದಿ ಮುಟ್ಟಿಸಿದ. ಮಗನನ್ನು ಸಂಭ್ರಮದಿಂದ ಎದುರುಗೊಳ್ಳಲು ಪಾರ್ವತಮ್ಮ ಬಾಗಿಲಿಗೆ ಬಂದರು. ಗೌಡರ ಮನೆ ಆಳು ಸೂಟ್‌ಕೇಸು, ಬ್ಯಾಗ್ ಹೊತ್ತುಕೊಂಡು ಬಂದು ನಡುಮನೆಯಲ್ಲಿಟ್ಟ. ಅವನ ಹಿಂದೇನೆ ಮಾಧು ಬಂದ. ಪ್ರತಿ ಸಲ ಮಾಧು ಬಂದಾಗಲೂ ಗಮನಿಸುತ್ತಿದ್ದರು ಪಾರ್ವತಮ್ಮ. ಪಟ್ಟಣದ ಗಾಳಿಯೇನಾದರೂ ಅವನ ಮೇಲೆ ಬೀಸಿದೆ ಏನೋ ಎಂದು. ಆದರೆ ಇಲ್ಲಿಂದ ಹೊರಟಾಗ ಮಾಧು ಹೇಗಿದ್ದನೋ ಈಗಲೂ ಹಾಗೇ ಇದ್ದ.

ಒಳಗೆ ಬಂದ ಮಾಧು ಅತ್ತೆ, ಮಾವನ ಕ್ಷೇಮ ಸಮಾಚಾರ ವಿಚಾರಿಸಿದ.

"ಭಾವ ಹೇಳಿದ್ದು ನಿಜವೇ? ಇಷ್ಟು ಬೇಗ ಓದು ಸಾಕ್ಮಾಡಿ ಇಲ್ಲೇ ಇದ್ದುಬಿಡ್ತೀಯಾ! ಮುಂದೆ ಓದ್‌ಬೌದಾಗಿತ್ತು!" ಮಾವನ ಮಾತಿಗೆ ಕೂಡಲೇ ಉತ್ತರಿಸಲು ಮಾಧುವಿನಿಂದ ಸಾಧ್ಯವಿಲ್ಲದೇ ಹೋಯಿತು. ಪಟ್ಟಣದ ತಳುಕಿನ ಜೀವನಕ್ಕೆ ಬೇಸತ್ತುಹೋಗಿದ್ದ. ಅಲ್ಲಿನ ಆಕರ್ಷಣೆಗಳಿಗೆಂದೂ ಅವನು ಮಾರುಹೋಗಿರಲಿಲ್ಲ. ಮುಗ್ಧ ಹಳ್ಳಿಯ ವಾತಾವರಣವನ್ನು ಅವನು ಮನಃಪೂರ್ವಕವಾಗಿ ಬಯಸುತ್ತಿದ್ದ. ಗೆಳೆಯರು ಇದನ್ನು ಪರಿಹಾಸ್ಯ ಮಾಡಿದ್ದುಂಟು.

"ಇಲ್ಲ ಮಾವ, ನಂಗೇ ಅಲ್ಲಿನ ಜೀವನವೇ ಸೇರ್ಲಿಲ್ಲ. ಇಲ್ಲಾದ್ರೂ ಇದ್ರೆ ಅಪ್ಪನಿಗೆ ಎಷ್ಟೋ ಸಹಾಯವಾಗುತ್ತೆ. ಶ್ಯಾಮ ಬೇಕಾದ್ರೆ ಎಷ್ಟಾದರೂ ಓದ್ಲಿ." ಅವನ ಮಾತಿಗೆ ಯಾರೂ ಬದಲು ಹೇಳಲಿಲ್ಲ. ಮಾಧು ಬಟ್ಟೆ ಬದಲಾಯಿಸಲು ಕೋಣೆಗ ಹೋದ, ಆಗಲೇ ಶ್ಯಾಮ್ ಸೂಟ್‌ಕೇಸ್ ತೆಗೆಯುವ ಪ್ರಯತ್ನದಲ್ಲಿದ್ದ. ಅಣ್ಣ ತನಗಾಗಿ ಪಟ್ಟಣದಿಂದ ಏನು ತಂದಿರುವನೋ ಎಂಬ ಕುತೂಹಲ ಅವನಲ್ಲಿತ್ತು. ಮಾಧು ನಕ್ಕು ತಾನೇ ಸೂಟ್‌ಕೇಸ್ ತೆಗೆದು ಅವನಿಗಾಗಿ ತಂದಿದ್ದ ಬಟ್ಟೆ, ಚೆಂಡು ಮುಂತಾದುವನ್ನು ಅವನಿಗೆ ಕೊಟ್ಟ. ಅವೆಲ್ಲ ತಾಯಿಗೆ ತೋರಿಸಲು ಓಡಿದ. ಇಷ್ಟೊತ್ತು ಕವಡೆಯಾಡುವುದರಲ್ಲಿ ಮಗ್ನಳಾಗಿದ್ದ ಸುಕನ್ಯ ಅಣ್ಣನ ಕೋಣೆಗೆ ಓಡಿ ಬಂದಳು.

ಅವಳಿಗಾಗಿ ತಂದಿದ್ದ ಫ್ರಾಕ್, ರಿಬ್ಬನ್ ಬಣ್ಣದ ಪುಸ್ತಕಗಳನ್ನು ಸರೋಜ. ಸುಕನ್ಯರಿಬ್ಬರಿಗೂ ಸಮನಾಗಿ ಹಂಚಿದ.

ಪಾರ್ವತಮ್ಮ ಕೋಣೆಯಲ್ಲಿ ಇಣಕಿ "ಬಾಪ್ಪ ಮಾಧು, ಕೈಕಾಲು ತೊಳ್ದು ಊಟ ಮಾಡುವಿಯಂತೆ. ನೀನು ಸಂಜೆ ಬಸ್ಸಿಗೆ ಬರ್ತಿಯಾಂತ ಊಟ ಮಾಡಿದ್ದಾಯ್ತು. ಉಂಡು ನಿನ್ಗೆ ಬಡಿಸಬೇಕಾಯ್ತು..." ತಾಯಿಯ ಬೇಸರವನ್ನು ಮಾಧು ಅರ್ಥಮಾಡಿಕೊಂಡು "ಪರ್ವಾಗಿಲ್ಲ" ಎಂದು ಟವಲನ್ನು ಹೆಗಲ ಮೇಲೆ ಹಾಕ್ಕೊಂಡು ಬಚ್ಚಲ ಮನೆ ಕಡೆಗೆ ನಡೆದ.

ಎಲೆ ಮುಂದೆ ಕೂತ ಮಗನಿಗೆ ಉಪಚಾರ ಮಾಡಿ ಬಡಿಸಿದರು. ತಾಯಿ ಹೃದಯದ ಮಮತೆಗೆ ಕಡಿವಾಣ ಹಾಕಲು ಯಾರಿಗೂ ಸಾಧ್ಯವಿಲ್ಲ.

ಹಾಸ್ಟೆಲ್ ಊಟ ಮಾಡಿ ಬೇಸತ್ತಿದ್ದ ಮಾಧು ತೃಪ್ತಿಯಿಂದ ಹೊಟ್ಟೆ ತುಂಬ ಊಟ ಮಾಡಿದ.

ಎಷ್ಟೇ ತೊಂದರೆಗಳಿದ್ದಾಗಲೂ ನಾರಾಯಣಪ್ಪ ಪಾರ್ವತಮ್ಮ ಹೋಗದಿರಲಾಗಲಿಲ್ಲ. ಹೋಗುವಾಗ ಪಾರ್ವತಮ್ಮ ದೂರದ ಸಂಬಂಧಿಯಾದ ವೆಂಕಜ್ಜಿಗೆ ಅಡುಗೆಯ ಮನೆಯ ಜವಾಬ್ದಾರಿ ವಹಿಸಿಹೋದರು.

* * * *

ಬೆಳಿಗ್ಗೆ ಎದ್ದಕೂಡಲೇ ಮಾಧುಗೆ ತೋಟದ ಜ್ಞಾಪಕವುಂಟಾಯಿತು. ದೇಹದಲ್ಲಿ ಲವಲವಿಕೆ ಇತ್ತು. ಯಾವುದೋ ಉತ್ಸಾಹ ತುಂಬಿ ಬಂದಿತ್ತು. ಬೇಗ ಬೇಗ ಬೆಳಗಿನ ಕೆಲಸಗಳನ್ನು ಮುಗಿಸಿಕೊಂಡು ವೆಂಕಜ್ಜಿ ಮಾಡಿಕೊಟ್ಟ ಅಕ್ಕಿರೊಟ್ಟಿ ಕಾಯಿಚಟ್ನಿ ತಿಂದು ತೋಟದ ಕಡೇ ಹೆಜ್ಜೆ ಹಾಕಿದ.

ಹಳ್ಳಿಯಲ್ಲಿ ಎಲ್ಲರೂ ಪರಿಚಿತರೇ. ನಾರಾಯಣಪ್ಪನವರ ಮಗ ಸೌಮ್ಯ ಸ್ವಭಾವದ ಮಾಧು ಬಗ್ಗೆ ಎಲ್ಲರಿಗೂ ಅಭಿಮಾನವೇ. ದಾರಿಯಲ್ಲಿ ಸಿಕ್ಕವರೊಡನೆಲ್ಲ ಮಾತಾಡಿ ತೋಟ ಸೇರುವ ವೇಳೆಗೆ ಬಹಳ ಹೊತ್ತೇ ಆಯಿತು.

ಬದನೆಕಾಯಿಗಳ ಮಡಿಗಳಿಗೆ ನೀರು ಹಾಯಿಸುತ್ತಿದ್ದ ಕ್ಯಾತೇಗೌಡ ಸಂಭ್ರಮದಿಂದ ಚಿಕ್ಕ ಧಣಿಗಳನ್ನು ಬರಮಾಡಿಕೊಂಡ. ಅವನ ಜೊತೆ ತೋಟವನ್ನೆಲ್ಲ ಸುತ್ತಾಡಿದ. ತೋಟ ಇನ್ನೂ ಸಮೃದ್ಧಿಯಾಗಿ, ಆಕರ್ಷಕವಾಗಿ ಮಾಡಬೇಕಾದರೆ ಏನೇನು ಮಾಡಬೇಕೆಂದು ಯೋಚಿಸಿದ. ಆಳು ಎಂದು ತಾತ್ಸಾರ ಮಾಡದೇ ಕ್ಯಾತೇಗೌಡನ ಕೂಡ ಸಮಾಲೋಚಿಸಿ ಒಂದು ನಿರ್ಧಾರಕ್ಕೆ ಬಂದ. ತಂದೆ ಬಂದ ಮೇಲೆ ವಿಚಾರಿಸಿ ಸಲಹೆ ಪಡೆದು ಮುಂದಿನ ಕೆಲಸ ಮಾಡಬೇಕೆಂದುಕೊಂಡ.

"ಇರೀ ಬುದ್ಧಿ...." ಎಂದು ಕ್ಯಾತೇಗೌಡ ಸರಸರನೇ ತೆಂಗಿನ ಮರ ಏರಿ ಒಂದೆರಡು ಎಳನೀರುಗಳನ್ನು ಕಿತ್ತು ಕೆತ್ತಿ ಧಣಿಗೆ ಕುಡಿಸಿ ಶಭಾಷ್‌ಗಿರಿ ಪಡೆದ.

ಸೂರ್ಯನ ಶಾಖ ಅಧಿಕವಾಗಿತ್ತು. ಮನೆಗೆ ಬರುವ ವೇಳೆಗೆ ಮೊದಲೇ ಕೆಂಪಗಿದ್ದ ಮಾಧುವಿನ ಮುಖ ಮತ್ತಷ್ಟು ಕೆಂಪಡರಿಸಿಹೋಗಿತ್ತು. ಮೈಯೆಲ್ಲ

ಬೆವೆತುಹೋಗಿತ್ತು. ವೆಂಕಜ್ಜಿ ಮುಂದುಗಡೆ ಕುಳಿತು ಬಿಸಿಲು ಕಾಯಿಸುತ್ತಿದ್ದರು. ಸುಕನ್ಯ ತಾಯಿ ತಂದೆಯವರೊಡನೆ ಊರಿಗೆ ಹೋಗಿದ್ದರಿಂದ ಅವಳ ಗಲಾಟೆ ಇರಲಿಲ್ಲ. ಶ್ಯಾಮ ಒಂದು ಹಳೇ ಮೆಷನರಿ ಪಾರ್ಟನ್ನು ಮುಂದೆ ಹಾಕಿಕೊಂಡು ರಿಪೇರಿ ಮಾಡುತ್ತಿದ್ದ. ಕೆಲವು ಕಬ್ಬಿಣದ ಸಲಕರಣೆಗಳು ಅವನ ಪಕ್ಕ ಬಿದ್ದಿದ್ದವು. ಮಾಧು ತಮ್ಮನ ಕೆಲಸ ನೋಡುತ್ತ ನಿಂತ. ಅವನು ಕೆಲಸದಲ್ಲಿ ಅಣ್ಣನನ್ನು ಗಮನಿಸಲಿಲ್ಲ. ತಮ್ಮನ ಕೈಚಳಕ, ಏಕಾಗ್ರತೆ, ಕುಶಲತೆಯನ್ನು ಮೆಚ್ಚಿಕೊಂಡ ಮಾಧು ಅವನ ಉತ್ಸಾಹ ಯಾವ ಕಡೆಗಿದೆಯೆಂದು ಊಹಿಸಿಕೊಂಡು ಅವನ ಮುಂದಿನ ವಿದ್ಯಾಭ್ಯಾಸದ ಬಗ್ಗೆ ನಿರ್ಧರಿಸಿಕೊಂಡ.

ಶ್ಯಾಮ ತನ್ನ ಕೆಲಸ ಮುಗಿಸೇ ಮೇಲೆದ್ದ. "ನೀನು ಯಾವಾಗ್ಬಂದೆ ಮಾಧಣ್ಣ? ನಾನು ನಿಂಗೋಸ್ಕರ ಊಟಕ್ಕೆ ಕಾಯ್ತಾ ಇದ್ದೆ. ಇನ್ನು ಸ್ಕೂಲು ಬಾಗಿಲು ತೆಗೆಯೋವರ್ಗೂ ಬೇಸರ." ಅವನ ಮುಖದ ಮೇಲೆ ಪೂರ್ಣ ಬೇಸರದ ಛಾಯೆ ಮೂಡಿತು. ಮಾಧು ಮಾತಾಡದೇ ತಮ್ಮನ ಭುಜದ ಮೇಲೆ ಕೈಹಾಕಿ ಒಳಗೆ ಕರೆದೊಯ್ದ.

ವೆಂಕಜ್ಜಿ ಎಲೆ ಹಾಕಿ ಕೂಗಿದರು. ಊಟಕ್ಕೆ ಬಂದು ಕುಳಿತರೂ ಮಾಧುವಿನ ಮನ ತಮ್ಮನ ಭವಿಷ್ಯತ್ತಿನ ಬಗ್ಗೆಯೇ ಯೋಚಿಸುತ್ತಿತ್ತು. ತಾನಂತು ಅರ್ಧಂಬರ್ಧ ವಿದ್ಯೆ ಕಲಿತು ಹಳ್ಳಿಯಲ್ಲಿ ನಿಂತಿದ್ದು ಆಯಿತು. ಶ್ಯಾಮನನ್ನು ವ್ಯವಸಾಯಕ್ಕೆ ಓದಿಸಿ ವಿದ್ಯಾವಂತನನ್ನಾಗಿ ಮಾಡಬೇಕು. ಅಪ್ಪ ಅಮ್ಮ ನನ್ನ ಮಾತಿಗೆ ಎಂದೂ ಇಲ್ಲವೆನ್ನುವುದಿಲ್ಲವೆಂದುಕೊಂಡು ನಿಧಾನವಾಗಿ ಊಟ ಮಾಡತೊಡಗಿದ. ಇವನ ಊಟ ಮುಗಿಯುವ ಮುನ್ನವೇ ಶ್ಯಾಮ ಊಟ ಮುಗಿಸಿ ಮೇಲೆದ್ದ. ವೆಂಕಜ್ಜಿ ಮಡಿಯೆಂದು ತಿಳಿದು ತಾನೇ ಎಲೆ ಎತ್ತಲು ಮುಂದಾದ. ಕೂಡಲೇ ವೆಂಕಜ್ಜಿ "ಬೇಡ ಮಾದಣ್ಣ, ಮಲ್ಲಿ ಇದ್ದಾಳೆ" ಎಂದು ತಡೆದರು.

ಮಾಧು ಉಗ್ರಾಣದಲ್ಲಿದ್ದ ಡಬ್ಬದಲ್ಲಿ ಹುರಿಗಾಳನ್ನು ಒಂದು ತಟ್ಟೆಗೆ ಹಾಕಿಕೊಂಡು ತಮ್ಮನನ್ನು ಹುಡುಕಿಕೊಂಡು ವರಾಂಡಕ್ಕೆ ಬಂದ. ಅಲ್ಲೇ ನಿಂತಿದ್ದ ಶ್ಯಾಮನಿಗೆ "ತಗೋ ಹುರಿಗಾಳು..." ಎಂದು ಒಂದು ಹಿಡಿಕೊಟ್ಟು ಅಲ್ಲೇ ಕುಳಿತ. ಇಲಿಗಳ ದಾಂಧಲೆಯಿಂದ ಮಣ್ಣು ಉದುರಿದಾಗ ಅಪ್ಪನಿಗೆ ಹೇಳಿ ಈ ಹಳೇ ಮನೆ ಕೆಡವಿಸಿ ಬೇರೆ ಕಟ್ಟಬೇಕು. ಇಲ್ಲ ತಕ್ಕಮಟ್ಟಿಗೆ ರಿಪೇರಿನಾದರೂ ಮಾಡಿಸಬೇಕು ಎಂದುಕೊಂಡ. ಅಷ್ಟರಲ್ಲಿ ರಂಗಣ್ಣ ಬಂದಿದ್ದನ್ನು ನೋಡಿ "ಬಾ ರಂಗಣ್ಣ, ಏನು ಸಮಾಚಾರ? ತೆಂಗಿನಕಾಯಿ ಧಾರಣೆ ಹೇಗಿದೆ?" ಪ್ರಶ್ನಿಸಿದ ಮೆಲುವಾಗಿ.

"ಅಂತ ಧಾರಣೆ ಏನೂ ಇಲ್ಲ. ಇನ್ನೊಂದು ಹದಿನೈದು ದಿನ ಸುಧಾರಿಸಿದ್ದರೆ ಲಗ್ನಗಳ ದೆಸೆಯಿಂದ ಕಾಯಿಯ ಬೆಲೆ ಏರುತ್ತಿತ್ತೇನೋ! ಆದ್ರೂ ನಮಗೇನು ನಷ್ಟವಿಲ್ಲ. ಮಾಮೂಲಿ ಮಂಡಿಯವ್ರು ಕೊಂಡುಕೊಂಡ್ರು." ನೋಟಿನ ಕಟ್ಟನ್ನು ಮಾಧುವಿನ ಮುಂದಿಟ್ಟ. ಅಷ್ಟೊಂದು ದುಡ್ಡನ್ನು ತೆಗೆದುಕೊಳ್ಳುವ ಪ್ರಸಂಗ ಅವನಿಗೆಂದೂ ಬಂದಿರಲಿಲ್ಲ. ತಂದೆ ಇಲ್ಲದಿದ್ದರಿಂದ ತನ್ನ ಬಳಿ ಕೊಡುತ್ತಿರಬಹುದು ಎಂದುಕೊಂಡು

ನೋಟಿನ ಕಟ್ಟುಗಳನ್ನು ಕೊಂಡೊಯ್ದು ಕಬ್ಬಿಣದ ಪೆಟ್ಟಿಗೆಯಲ್ಲಿ ಭದ್ರಪಡಿಸಿ ಮಾಮೂಲಿ ಸ್ಥಳದಲ್ಲಿ ಬೀಗದ ಕೈ ಇರಿಸಿ ಹೊರಬಂದ. ರಂಗಣ್ಣ ಅಲ್ಲೇ ನಿಂತಿದ್ದರು.

"ರಂಗಣ್ಣನವ್ರೇ, ಇಲ್ಲೇ ಊಟ ಮಾಡಿ" ಎಂದು ಬಲವಂತ ಮಾಡಿದ. ರಂಗಣ್ಣನವರು ಸಂಕೋಚಿಸುತ್ತ "ಮಾಧಣ್ಣ, ಧಣಿಗಳು ಏನಾದ್ರೂ ಹೇಳಿದರಾ?" ಮಾಧು ಜ್ಞಾಪಿಸಿಕೊಂಡು ಇಲ್ಲವೆಂದ.

"ಮರ್ತೇಬಿಟ್ಟರೇನೋ...! ಇನ್ನೂರು ರೂಪಾಯಿ ಬೇಕೂಂತ ಕೇಳಿದ್ದೇ. ನನ್ನ ಮಗಳ್ನ ನಾಳೆ ಊರಿಗೆ ಕಳ್ಸಿಕೊಡ್ಬೇಕು..." ಅವರು ಬಹಳ ಸಂಕೋಚದಿಂದಲೇ ಕೇಳಿದರು. ಇಷ್ಟು ದಿನಾನೂ ಅವನ ಮೇಲೆ ಜವಾಬ್ದಾರಿ ಬೀಳೋ ಅಂಥ ಪರಿಸ್ಥಿತಿ ಬಂದೇ ಇರಲಿಲ್ಲ. ಈಗ ಪೇಚಾಡಿಕೊಂಡರೂ ರಂಗಣ್ಣನವರಿಗೆ ದುಡ್ಡು ಕೊಡಲಾರದೆ ಇರಲಾಗಲಿಲ್ಲ.

ಅವನು ಸ್ವಭಾವತಃ ಬಹಳ ಮೃದು ಮನಸ್ಸಿನವನು. ಬೇರೆಯವರನ್ನೆಂದೂ ವ್ಯಥೆಗೀಡು ಮಾಡಲಾರೆ. ಬಹಳ ಒಳ್ಳೆಯತನ ಕೆಟ್ಟದ್ದು ಅನ್ನುವುದು ಅವನ ವಿಷಯದಲ್ಲಿ ಕೆಲ ಸಂದರ್ಭದಲ್ಲಿ ನಿಜವಾಗಿತ್ತು. ಅದನ್ನೆಲ್ಲ ಮನಸ್ಸಿಗೆ ಹಚ್ಚಿಕೊಳ್ಳುವಷ್ಟು ಸಣ್ಣ ಮನಸ್ಸಿನವನಲ್ಲ. ಇದರಿಂದ ಗೆಳೆಯರ ಗುಂಪಿನಲ್ಲಿ ಬಹಳಷ್ಟು ಅವಹೇಳನಕ್ಕೆ ಈಡಾಗಿದ್ದ. ಇವನ ಒಳ್ಳೆಯತನದ ದೌರ್ಬಲ್ಯವನ್ನು ಪ್ರಯೋಜನ ಪಡೆದವರೆಷ್ಟೋ!

ನಾರಾಯಣಪ್ಪನವರಿಗೆ ಎಷ್ಟು ಒಳ್ಳೆಯ ಹೆಸರಿದ್ದರೂ ಇವರ ಮೇಲೆ ಹಗೆ ಸಾಧಿಸುವವರೂ ಇಲ್ಲದಿರಲಿಲ್ಲ. ಧರ್ಮದ ಬೆಂಬಲದ ಜೊತೆ ಧನ ಮತ್ತು ಜನದ ಬೆಂಬಲವಿದ್ದುದರಿಂದ ಸೋಲ್ಲೆತ್ತಲಾಗುತ್ತಿರಲಿಲ್ಲ.

* * * *

ಜೋಯಿಸರು ತಾವು ಗಂಡಿನ ಕಡೆಯವರೆಂಬ ಅಹಂಕಾರವಿಟ್ಟುಕೊಳ್ಳದೇ ತಮ್ಮ ಒಪ್ಪಿಗೆ ಸೂಚಿಸಿಬಿಟ್ಟರು. ಜಾತಕಾನುಕೂಲ ಪ್ರಶಸ್ತವಾಗಿತ್ತು. ಜೋಯಿಸರೇ ನೋಡಿದ್ದರು.

ಕಮಲ ಚೆಂದುಳ್ಳ ಹೆಣ್ಣು ಅಲ್ಲದಿದ್ದರೂ ಮೂಗು, ಮುಖ ನೆಟ್ಟಗಿದ್ದು ಸಾಧಾರಣ ಹೆಣ್ಣುಗಳ ಗುಂಪಿಗೆ ಸೇರಿಸಬಹುದಾಗಿತ್ತು. ನಾಲ್ಕನೇ ತರಗತಿಯವರೆಗೂ ಕಲಿತು ಓದಿಗೆ ಸ್ವಸ್ತಿ ಹೇಳಿದ್ದಳು. ಇನ್ನು ಸುಬ್ರಮಣ್ಯನ ವಿಷಯ, ಅವನು ಸಂಪ್ರದಾಯಸ್ಥ ತಂದೆತಾಯಿಗಳ ನಡುವೆ ಬೆಳೆದಿದ್ದರಿಂದ ಮದುವೆಯ ವಿಷಯದಲ್ಲಿ ಸ್ವಂತ ಅಭಿಪ್ರಾಯವಿರಲಿಲ್ಲ.

ಒಂದೆರಡು ದಿನ ತಡವಾದರೂ ತಾವೇ ನಿಂತು ಲಗ್ನಪತ್ರಿಕೆಯ ಶಾಸ್ತ್ರವನ್ನು ಮುಗಿಸಿಬಿಟ್ಟರು ನಾರಾಯಣಪ್ಪ.

"ರಂಗಸ್ವಾಮಿ, ನಾವ್ ಇನ್ನ ಹೊರಟುಬಿಡ್ತೀವಿ...! ಹುಡುಗ್ರು ಏನು ಮಾಡ್ಕೊಂಡಿದ್ದಾರೋ ಏನೋ? ಹಾಗೂ ಲಗ್ನ ಅಲ್ಲಿಯೇ ನಡೆಯೋದ್ರಿಂದ ಲಲಿತನ,

ಹುಡುಗ್ರನ್ನ ಕಳ್ಸಿಬಿಡು.” ಭಾವನ ಧಾರಾಳ ಮನಸ್ಸಿಗೆ ರಂಗಸ್ವಾಮಿ ಬೆರಗಾದ, ಸಂಕೋಚದಿಂದ ಮುದುರಿದ.

“ಭಾವ, ನನ್ನ ಮಗನ ಮದ್ವೆ ಭಾರ ನಿಮ್ಮೇಲೆ ಹಾಕೋದು ಯಾವ ನ್ಯಾಯ? ದೇವ್ರು ಸಾಲಾಗಿ ನಾಲ್ಕುಗಿ ಹೆಣ್ಣು ಮಕ್ಕಳನ್ನ ಕೊಟ್ಟುಬಿಟ್ಟಿದ್ದಾನೆ” ಬೇಸರದಿಂದ ನುಡಿದವನೇ ಪೆಟ್ಟಿಗೆಯಲ್ಲಿಟ್ಟಿದ್ದ ನೋಟುಗಳ ಕಟ್ಟನ್ನು ತಂದು ನಾರಾಯಣಪ್ಪನವರ ಮುಂದಿಟ್ಟು“ಭಾವ, ನನ್ನ ಹತ್ರ ಇರೋದು ದುಡ್ಡು ಇಷ್ಟು...”

“ಯಾಕೆ ಸಂಕೋಚಪಟ್ಕೋತೀಯಾ...? ದೇವ್ರು ಹೇಗೋ ನಡುಸ್ತಾನೆ. ಇದರಲ್ಲಿ ಹುಡ್ಗಿಗೆ ಏನು ಕೊಡಬೇಕೋ ಅದಕ್ಕೆ ಇಟ್ಕೋ. ಮದ್ವೆ ಖರ್ಚು ನನಗಿರಲಿ.”

“ಭಾವ, ನೀವ್ ಮನುಷ್ಯರಲ್ಲ, ದೇವರು.” ನಕ್ಕು ಸುಮ್ಮನಾದರು ನಾರಾಯಣಪ್ಪ.

ಇವರುಗಳು ಊರಿಗೆ ಬಂದಾಗ, ಮಾಧುಗೆ ತಲೆಯ ಮೇಲಿದ್ದ ದೊಡ್ಡ ಭಾರ ಇಳಿದಂತಾಯಿತು. ನಾರಾಯಣಪ್ಪನವರ ಮಗನಿಗೆ ಅಲ್ಲಿನ ಸಮಾಚಾರವೆಲ್ಲ ತಿಳಿಸಿ “ಮಾಧು, ಲಲಿತ ನನಗೆ ಒಬ್ಬಳೇ ತಂಗಿ. ಅವ್ರ ಆರ್ಥಿಕ ಪರಿಸ್ಥಿತಿ ಅಷ್ಟೇನೂ ಚೆನ್ನಾಗಿಲ್ಲ. ಅಂಥದ್ದರಲ್ಲಿ ಮದ್ವೆ ಮಾಡೋದು ಸಾಧ್ಯವೇ? ಅದಕ್ಕೆ ಮದ್ವೆ ಜವಾಬ್ದಾರಿ ನಾನೇ ಹೊರಬೇಕಾಯ್ತು. ನಿನ್ನ ಮನಸ್ಸಿಗೇನಾದ್ರೂ ಬೇಸರಾನಾ?” ತಂದೆಯ ಮಾತು ಕೇಳಿ ಮಾಧುಗೆ ದಿಗ್ಭ್ರಮೆಯಾಯಿತು.

“ನಿಮ್ಮ ಮಾತಿಗೆ ಅಡ್ಡಿ ಉಂಟೆ! ಲಲಿತತ್ತೆ ತಾನೇ ನಮ್ಗೆ ಬೇರೇನಾ?”

“ಅಲ್ಲಪ್ಪ, ಮುಂದೆ ಈ ಮನೆ ಯಜಮಾನಿಕೆ ಹೊರೋನು ನೀನು! ನಾಳೆ ನಮ್ಮಪ್ಪ ಬೇಕಾದಷ್ಟು ಬಟ್ಟೆ ಖರ್ಚು ಮಾಡಿ ದುಡ್ಡು ಹಾಳು ಮಾಡ್ಬಿಟ್ಟ ಅಂತ ಅನ್ಕೋಬಾರ್ದು.” ತಂದೆಯ ಮಾತು ಕೇಳಿದ ಕೂಡಲೇ ಅವನ ಕಣ್ಣಲ್ಲಿ ನೀರು ತುಂಬಿತು.

ಮೊದಲೇ ಅವನದು ಹೆಂಗರುಳು. ತಾವು ಈ ಮಾತು ಆಡಬಾರ್ದಾಗಿತ್ತು ಎಂದುಕೊಂಡ ನಾರಾಯಣಪ್ಪ “ಹೋಗ್ಲಿ ಬಿಡು. ಇಷ್ಟು ಸಣ್ಣ ಮಾತಿಗೆ ಕಣ್ಣೀರು ಹಾಕಬಾರ್ದು. ತೀರಾ ಇಷ್ಟೊಂದು ಮೃದುತನ ಒಳ್ಳೆಯದಲ್ಲ” ಎಂದವರೇ ಮಾತನ್ನು ಬೇರೆಯ ಕಡೆ ಹೊರಳಿಸಿದರು.

ಮನೆಯಲ್ಲಿ ಮದುವೆಯ ಸಂಭ್ರಮ ತುಂಬಿಕೊಂಡಿತು. ತಮ್ಮ ಮಗಳ ಮದುವೆ ಎನ್ನುವಂತೆ ಹಪ್ಪಳ ಸಂಡಿಗೆಯನ್ನು ಅಣಿ ಮಾಡತೊಡಗಿದರು. ಪಾತಮ್ಮ, ಲಲಿತಮ್ಮ ಮಕ್ಕಳೊಂದಿಗೆ ಬಂದು ಮದುವೆಯ ಕೆಲಸಕ್ಕೆ ನಿಂತರು. ಕಮಲ, ಮಾಧು ಸಮವಯಸ್ಕರು. ಮಾಧು ಬಹಳ ಸಂಕೋಚ ಪ್ರವೃತ್ತಿಯವನು. ಅವಳ ಬಳಿ ಮಾತನಾಡುತ್ತಲೇ ಇರಲಿಲ್ಲ. ಅವಳು ಬಲವಂತದಿಂದ ಮಾತನಾಡಿಸಿದರೂ ಕೇಳಿದಷ್ಟೇ ಉತ್ತರಿಸಿ ಸುಮ್ಮನಾಗಿಬಿಡುತ್ತಿದ್ದ.

ಜನಕ್ಕೆ ನಾರಾಯಣಪ್ಪನವರು ಬಹಳ ಬೇಕಾದವರಾದ್ದರಿಂದ ಊರಿನ ಜನ

ತಾವಾಗಿ ಬಂದು ನಿಂತು ಎಲ್ಲ ಕೆಲಸಗಳನ್ನು ಮಾಡಿಬಿಟ್ಟರು. ಗೌಡರ ಮನೆಯವರಂತೂ ತಮ್ಮ ಮನೆಯ ಮದುವೆ ಎನ್ನುವಷ್ಟು ಉತ್ಸಾಹದಿಂದ ಓಡಾಡುತ್ತಿದ್ದರು.

ಹೆಚ್ಚಿನ ಆಡಂಬರವಿಲ್ಲದಿದ್ದರೂ ಶಾಸ್ತ್ರೋಕ್ತವಾಗಿ ಮದುವೆ ನಿರ್ವಿಘ್ನವಾಗಿ ನೆರವೇರಿತು. ಯಾವುದಕ್ಕೂ ನಾರಾಯಣಪ್ಪ ಕೈ ಹಿಡಿಯಲಿಲ್ಲ. ಧಾರಾಳವಾಗಿಯೇ ಖರ್ಚು ಮಾಡಿದರು. ಜೋಯಿಸರು ಹಳೇಕಾಲದವರಾದುದ್ದರಿಂದ ಇನ್ನು ಮೂರು ತಿಂಗಳವರೆಗೂ ಸೊಸೆಯನ್ನು ಕರೆದೊಯ್ಯಲು ಇಷ್ಟಪಡಲಿಲ್ಲ.

ಮದುವೆ ಗಲಾಟೆ ಮುಗಿದಿತ್ತು. ಊಟ ಮುಗಿಸಿ ಎಲೆ ಅಡಿಗೆ ಹಾಕಿಕೊಳ್ಳುತ್ತ ನಾರಾಯಣಪ್ಪ, "ಜಾನಕಿಗೆ ಈಗ ಎಷ್ಟು ವಯಸ್ಸು?" ಲೋಕಾಭಿರಾಮವಾಗಿ ಕೇಳಿದರು.

"ಇನ್ನೇನು ಹದಿಮೂರು ತುಂಬುತ್ತೆ. ಯಾಕೆ ಭಾವ...?"

"ಒಳ್ಳೆ ಹುಚ್ಚ! ಕಣೆ ಕೇಳ್ತೀಯಲ್ಲ! ನನ್ನ ಮನೆಗೆ ಸೊಸೆ ಬರಬೇಡ್ವೆ? ಮಾಧು ವಿದ್ಯಾಭ್ಯಾಸ ಮುಂದುವರಿಸಿದ್ದರೆ ಮದುವೆ ಮುಂದಕ್ಕೆ ತಳ್ಳಬಹುದಾಗಿತ್ತು. ಈಗ ಆದಷ್ಟು ಬೇಗ ಮಾಧು ಮದ್ವೆನ ಮಾಡಿಬಿಡೋಣಾಂತ."

"ಅವ್ಳು ಯಾವತ್ತಿದ್ರೂ ನಿಮ್ಮ ಸೊಸೇನೆ! ನೀವು ಇವತ್ತು ಧಾರೆ ಎರ್ದುಕೊಂಡು ಅಂದ್ರೆ ಅದಕ್ಕೂ ಸಿದ್ಧ. ಇಲ್ಲೇ ಬಿಟ್ಹೋಗು ಅಂದ್ರೆ ಅದಕ್ಕೂ ಸಿದ್ಧ."

"ಒಳ್ಳೆ ಜಾಣ ಕಣಯ್ಯ! ಹೆಣ್ಣು ಮಕ್ಕಳು ಅಂದ್ರೆ ನಿನ್ಗೆ ಅಷ್ಟು ಸದರವಾಯಿತಾ?" ಎಂದು ನಗೆಯಾಡಿದರು ನಾರಾಯಣಪ್ಪ.

ಮಾಧುಗೆ ಮೊದಲಿನಿಂದಲೂ ಜಾನಕಿಯೊಡನೇ ತನ್ನ ಮದುವೆ ಎಂದು ತಿಳಿದಿದ್ದರೂ ಸ್ವತಃ ತಂದೆಯ ಬಾಯಿಂದಲೇ ಈ ಮಾತುಗಳು ಹೊರಟ ಮೇಲೆ ತನ್ನ ಜಾನಕಿಯ ನಡುವೆ ಕನಸಿನ ಗೋಪುರ ಹೆಣೆಯತೊಡಗಿದ. ಲಲಿತಮ್ಮನ ನಾಲ್ಕು ಹೆಣ್ಣು ಮಕ್ಕಳಲ್ಲಿ ಜಾನಕಿ ಚೆಲುವೆಯೆಂದೇ ಹೇಳಬಹುದು. ಅವಳು ಬಹಳ ಮಾತಿನ ಮಲ್ಲಿ. ನಾರಾಯಣಪ್ಪನವರ ಎದುರಿಗೆ ನಿಲ್ಲಲು ಎಲ್ಲರೂ ಭಯಪಟ್ಟರೇ ಅವಳು ಮಾವನನ್ನೇ ಹಾಸ್ಯಮಾಡಿ ನಗುತ್ತಿದ್ದಳು. ಅವಳ ಒಳ್ಳೆಯ ಗುಣ ತಿಳಿದ ಎಲ್ಲರೂ ಅದನ್ನು ಹೆಚ್ಚಿಗೆ ಭಾವಿಸುತ್ತಿರಲಿಲ್ಲ.

ಮನೆ ಬೇಸರವಾಗಿ ಕಮಲ, ಜಾನಕಿ ತೋಟಕ್ಕೆ ಹೋದಾಗ ಮಾಧು ತೆಂಗಿನ ಸಸಿಗಳಿಗೆ ಗೊಬ್ಬರ ಹಾಕಿಸುತ್ತಿದ್ದ. ಅವನು ಇವರು ಬಂದಿದ್ದನ್ನು ಗಮನಿಸಲೇ ಇಲ್ಲ. ಮಾತಿನ ಮಲ್ಲಿ ಜಾನಕಿ "ಭಾವ, ಬಿಸಿಲಿನಲ್ಲಿ ನಡ್ದು ಬಂದಿದ್ದೀವಿ. ಬಂದವರಿಗೆ ಎಳನೀರು ಕುಡ್ಸದಿದ್ರೆ ಬೇಡ, ಒಂದು ಸಿಹಿಯಾದ ಮಾತಾಡ್ರೂ ಬೇಡ್ವೆ?!" ಎಂದಾಗ ಮಾಧು ತಲೆ ಎತ್ತಿದ. ಯಾವುದೋ ರಸ ನೆನಪು ನುಗ್ಗಿ ಕೆಂಪಾದ ಅವನ ಮುಖ ಮತ್ತಷ್ಟು ಕೆಂಪಾಯಿತು.

"ನಾನು ನೋಡ್ಲೇ ಇಲ್ಲ!" ಎಂದವನೇ ತೋಟದ ಪುಟ್ಟ ಮನೆಗೆ ಕರೆದೊಯ್ದ.

ಬಿಸಿಲಿನಲ್ಲಿ ಬಂದು ದಣಿದಿದ್ದ ಕಮಲ, ಜಾನಕಿ ಉಸ್ಸಪ್ಪಾ ಎನ್ನುತ್ತ ಆರಾಮಾಗಿ ಕುಳಿತರು.

ಧಣಿಯ ಮನಸ್ಸನ್ನು ಅರಿತವನಂತೆ ಕ್ಯಾತೇಗೌಡನ ತಮ್ಮ ನಿಂಗ ತೆಂಗಿನ ಮರವೇರಿ ಎಳನೀರು ಕೆಡವಿಕೊಂಡು ಬಂದು ಕೆತ್ತಿ ಕೊಟ್ಟ. ಒಂದೊಂದು ಕುಡಿಯೋ ವೇಳೆಗೆ ಸಾಕಾದರು.

ಕಾಯನ್ನು ಕೆಳಗಿಡುತ್ತ ಕಮಲ ತಂಗಿಯನ್ನು ನೇರವಾಗಿ ನೋಡುತ್ತ "ನಿನ್ಗೆ ದಿನವೂ ಇಲ್ಲಿ ಕೂತು ಹಾಯಾಗಿ ಎಳನೀರು ಕುಡಿಯುವ ಅದೃಷ್ಟವಿದೆ." ಆ ಮಾತಿಗೆ ಜಾನಕಿ ಹೆಮ್ಮೆಯಿಂದ ಮುಖ ದಪ್ಪ ಮಾಡಿದಳೇ ವಿನಹ ನಾಚಲಿಲ್ಲ.

ಅದೂ, ಇದೂ ಮಾತನಾಡುತ್ತ ವೇಳೆ ಸರಿದುದ್ದೇ ಒಬ್ಬರಿಗೂ ಗೊತ್ತಾಗಲಿಲ್ಲ. ಮಾತೆಲ್ಲ ಅಕ್ಕತಂಗಿಯರದೇ. ಮಧು ಬರೀ ಶ್ರೋತೃ ಮಾತ್ರ. ಕೊನೆಗೆ ಊಟದ ವೇಳೆಯಾಯಿತೆಂದು ನಿಂಗನೇ ಎಚ್ಚರಿಸಿದ.

ಇವರು ಮೂರು ಜನ ಮನೆಗೆ ಬಂದಾಗ ಲಲಿತಮ್ಮ, ಪಾರ್ವತಮ್ಮ ಹಪ್ಪಳ ಲಟ್ಟಿಸೋ ಕೆಲಸದಲ್ಲಿ ನಿರತರಾಗಿದ್ದರು. ಜಾನಕಿ ಬಂದವಳೇ "ಹಪ್ಪಳ ಲಟ್ಟಿಸುತ್ತೇನೆ" ಎಂದು ಕುಳಿತಳು.

ಮಗಳ ಸ್ವಭಾವ ಅರಿತಿದ್ದ ಲಲಿತಮ್ಮ "ನೀನು ಹಪ್ಪಳ ಲಟ್ಟಿಸುವುದಕ್ಕೆ ಕೂತರೇ ಒಂದು ಡಬರ ಹಿಟ್ಟು ನಿಮಿಷಕ್ಕೆ ಖಾಲಿಯಾಗಿಬಿಡುತ್ತೆ. ನೀನು ಲಟ್ಟಿಸೋದು ಅಷ್ಟರಲ್ಲೇ ಇದೆ. ಹಿಟ್ಟನ್ನೆಲ್ಲ ತಿಂದು ಮುಗ್ಸಿಬಿಡ್ತೀಯಾ!"

"ಹೋಗಮ್ಮ, ಅತ್ತೆ ಎದ್ರಿಗೆ ಏನೇನೋ ಹೇಳಿ ಮಾನ ಕಳೀತೀಯಾ!" ಮುಖ ಊದಿಸಿಕೊಂಡು ಬಿಗುಮಾನದಿಂದ ಮೇಲಕ್ಕೆದ್ದಳು.

"ಬಿಡು ಲಲಿತ, ತಿನ್ನೋ ವಯಸ್ನಲ್ಲಿ ತಿಂತಾರೆ. ಈಗ ನಾವು ಏನು ತಿಂದೇವು? ಬಾರೇ ಜಾನಕಿ....." ಭಾವಿ ಸೊಸೆಯನ್ನು ಅಕ್ಕರೆಯಿಂದ ಕರೆದರು.

ಬಚ್ಚಲ ಮನೆಯಿಂದ ಹೊರಬಂದ ಮಾಧು ಟವಲಿನಿಂದ ಮುಖ ಕೈ ಕಾಲು ಒರೆಸುತ್ತ "ಅಮ್ಮ, ಹಸಿವಾಗ್ತ ಇದೆ, ಬಡ್ಸಮ್ಮ" ಎಂದ.

ಪಾತಮ್ಮ ಮಣೆಯನ್ನು ಪಕ್ಕದಲ್ಲಿಟ್ಟು ಎದ್ದು ಹೋದರು. ಮಾಧು, ಜಾನಕಿ, ಕಮಲ ಹುಡುಗರೆಲ್ಲ ಒಟ್ಟಿಗೆ ಕುಳಿತರು.

ಎಲೆ ಮುಂದೆ ಕೂತ ಮಾಧು "ಅಪ್ಪನದು, ಮಾವನದು ಊಟವಾಯ್ತ?" ಮಗನ ಬದಲಾಗದ ಸ್ವಭಾವದ ಬಗ್ಗೆ ಪಾರ್ವತಮ್ಮನಿಗೆ ಹೆಮ್ಮೆ ಆಯಿತು.

"ಈಗ ತಾನೇ ಮುಗ್ಸಿಕೊಂಡು ಗೌಡ್ರ ಮನೆಗೆ ಹೋದ್ರು, ಇನ್ನೇನು ಬಂದಾರು. ನಾಳೆ ನಿಮ್ಮ ಲಲಿತತ್ತೆ ಹುಡುಗ್ರು ಊರಿಗೆ ಹೋಗ್ತಾರೆ."

ತಾಯ ಮಾತಿಗೆ ಏನೂ ಹೇಳದೆ ಮಾಧು ತಲೆ ಬಗ್ಗಿಸಿಕೊಂಡು ಊಟ ಮಾಡುತ್ತಿದ್ದ. ಪ್ರತಿಯೊಂದು ಮಾತಾಡುವಾಗಲೂ ಯೋಚಿಸುತ್ತಿದ್ದ. ಎಂದೂ ಬೇರೆಯವರನ್ನು ನೋಯಿಸಲಾರ. ತೋಟ ಹೊಕ್ಕರೆ ಬೇರೇ ಜಗತ್ತನ್ನೇ

ಮರೆತುಬಿಡುತ್ತಿದ್ದ. ಧಣಿಯೆಂಬ ಅಹಂಭಾವ ತೊರೆದು ಮೈ ಮುರಿದು ಕೆಲಸ ಮಾಡುತ್ತಿದ್ದ.

* * * *

ದಿನ ಕಳೆದಂತೆ ಪಾರ್ವತಮ್ಮನಿಗೆ ಆದಷ್ಟು ಬೇಗ ಸೊಸೆಯನ್ನು ಮನೆ ತುಂಬಿಸಿಕೊಳ್ಳಬೇಕೆಂಬ ಆಕಾಂಕ್ಷೆ ಬಲವಾಯಿತು. ಅದಕ್ಕೆ ಯಾವ ವಿಧವಾದ ತೊಂದರೆಗಳೂ ಇರಲಿಲ್ಲ. ಆದರೂ ಜಾತಕಾನುಕೂಲ ನೋಡಬೇಕಾಗಿತ್ತು. ತಮ್ಮ ಮನಸ್ಸಿನ ಆಸೆಯನ್ನು ಸರಿಯಾದ ಸಮಯ ನೋಡಿ ಗಂಡನ ಮುಂದೆ ತೋಡಿಕೊಂಡರು.

"ಪಾತು, ಇನ್ನು ಒಂದೆರಡು ವರ್ಷಗಳಾದ್ರೂ ಕಳೆಯಲಿ. ನಮ್ಮ ಕಾಲದ ಹಾಗೆ ಮದ್ವೆ ಮಾಡಿ ಕೂಡ್ಸೋದು ಬೇಡ. ಇಷ್ಟು ಬೇಗ ಅವ್ನ ತಲೆಗೆ ಸಂಸಾರ ತಾಪತ್ರಯ ಕಟ್ಟೋದು ಬೇಡ!" ಮುಂದಾಲೋಚನೆಯಿಂದಲೇ ಈ ಮಾತುಗಳನ್ನು ಆಡಿದ್ದರು.

"ಎಲ್ಲ ಜವಾಬ್ದಾರಿ ನಾನು, ನೀವ್ ಹೊತ್ಕೊಂಡು ಇರೋವಾಗ ಅವನಿಗೆಂಥ ತಾಪತ್ರಯ? ಮನೆಯಲ್ಲಿ ಬೇಸ್ರ. ಜಾನಕಿ ಸುಕನ್ಯ ಜೊತೆ ಜೊತೆಯಾಗಿ ಓಡಾಡ್ತ ಇದ್ರೆ ಸ್ವಲ್ಪ ಬೇಸರನಾದ್ರೂ ಕಡಿಮೆಯಾಗುತ್ತೆ" ಹೆಂಡತಿ ಆಸೆಗೆ ಪ್ರತಿಹೇಳಲು ನಾರಾಯಣಪ್ಪನವರಿಗೆ ಇಷ್ಟವಾಗಲಿಲ್ಲ.

"ನಿನ್ನಿಷ್ಟದಂತೆ ಆಗ್ಲಿ ಮಹರಾಯ್ತಿ. ಲಲಿತೆಯಾಗ್ಲೀ ರಂಗಸ್ವಾಮಿಯಾಗಲಿ ಬೇರೆ ಮಾತು ಆಡೋಲ್ಲ. ಮೊದ್ಲು ನಿನ್ನ ಮಗನ ಒಪ್ಪಿಗೆ ತಿಳ್ಕೋ." ಹೆಂಡತಿ ಮಾತಿಗೆ ನಾರಾಯಣಪ್ಪನವರಿಗೆ ನಗು ಬಂತು. ತಾವು ಹಠ ಮಾಡಿ ಪಾರ್ವತಿನ ಕೈ ಹಿಡಿದಿದ್ದನ್ನು ಜ್ಞಾಪಿಸಿಕೊಂಡರು.

"ಅವನೆಂದೂ ನಮ್ಮ ಮಾತ್ಗೆ ಬದ್ಲು ಹೇಳಿದವನೇ ಅಲ್ಲ. ಹಿತ್ತಲಲ್ಲಿ ಬದನೆಗಿಡಗಳನ್ನು ಒಪ್ಪ ಮಾಡಿಸ್ತ ಇದ್ದಾನೆ ಕರ್ದು, ಕೇಳಿ" ಎಂದವರೇ ತಾವೇ ಮಗನನ್ನು ಕರೆತರಲು ಹಿತ್ತಲಿಗೆ ಹೋದರು.

ಮಗ ಬಂದು ನಿಂತಾಗ ನಾರಾಯಣಪ್ಪ ಪಕ್ಕದಲ್ಲಿ ಕೂಡಿಸಿಕೊಂಡು ಹೆಂಡತಿಯ ಆಸೆ ತಿಳಿಸಿ ಅವನ ಸ್ಪಷ್ಟ ಅಭಿಪ್ರಾಯ ತಿಳಿಸುವಂತೆ ಕೇಳಿದರು.

ಮಾಧುಗೆ ಇನ್ನು ಒಂದೆರಡು ವರ್ಷಗಳು ಮದುವೆಯಾಗುವ ಮನಸ್ಸಿರಲಿಲ್ಲ. ಅವನ ಕಾಲೇಜು ಲೆಕ್ಚರರೆಷ್ಟೋ ಮಂದಿ ಮೂವತ್ತೈದು ವರ್ಷವಾದರೂ ಮದುವೆಯಾಗದೇ ಉಳಿದಿದ್ದರು. ಅಂಥದ್ದರಲ್ಲಿ ತಾನಿಷ್ಟು ಬೇಗ ಮದುವೆಯಾಗುವುದು ಸಮಂಜಸವಾಗಿ ಕಾಣಲಿಲ್ಲ.

"ಅಪ್ಪ, ಈಗಲೇ ಮದ್ವೆಗೇನು ಅವಸರ! ನನ್ನ ಮನಸ್ಸಿನಲ್ಲಿದ್ದ ಆಸೆನ ಎಷ್ಟೋ ದಿನದಿಂದ ನಿಮ್ಮುಂದೆ ಇಡಬೇಕೆಂದಿದ್ದೆ. ನಮ್ಮನೆ ಹಳೇ ಕಾಲದ್ದು. ಎಷ್ಟೋ ಗಟ್ಟಿಯಾಗಿದ್ರು ಅಲ್ಲಲ್ಲಿ ಮಣ್ಣು ಉದುರಿ ಗಲೀಜಾಗುತ್ತೆ. ಅದಕ್ಕೆ...." ಪೂರ್ತಿ ಹೇಳಲೋ ಬೇಡವೋ ಎಂದು ಅನುಮಾನಿಸಿದ.

"ಮಾಧು, ನಿನ್ನ ಸಲಹೇನ ಮೆಚ್ಚಬೇಕಾದ್ದೆ. ನಮ್ಮ ಹಳೆ ಬುದ್ಧಿಗೆ ಹೊಳೆಯದ ಎಷ್ಟೋ ನ್ಯೂನತೆಗಳಿರುತ್ವೆ. ಅದಕ್ಕೇ ಹುಡುಗ್ರ ಬುದ್ಧಿ ಚುರುಕು ಅಂತ. ಇದ್ನ ಪೂರ್ತಿ ಕೆಡವಿ ಕಟ್ಟೋದಿಂದ್ರ ತಲೆನೋವು. ಆದಷ್ಟು ರಿಪೇರಿ ಮಾಡ್ಸಿ ಸುಣ್ಣ ಬಣ್ಣ ಬಳ್ಸಿ ಹೊಸ ಮೆರಗು ಕೊಡಬಹ್ದು." ತಂದೆಯ ಸಲಹೆ ಸರಿಯೆನ್ನಿಸಿತು ಮಾಧುಗೆ.

"ಈಗ ಸದ್ಯಕ್ಕೆ ಅಷ್ಟಾದ್ರೂ ಮಾಡ್ಸೋಣ..."

"ಅದು ಸರಿ, ಮದ್ವೆಯ ಬಗ್ಗೆ ನಿನ್ನ ಅಭಿಪ್ರಾಯ ತಿಳ್ಸು."ಮಗನ ಒಪ್ಪಿಗೆ ತಿಳಿಯದೇ ಅವರೇನು ಮಾಡಲೂ ಸಿದ್ಧರಿಲ್ಲ.

"ಈಗ ಮೂವತ್ತು ವರ್ಷವಾದ್ರೂ ಮದ್ವೆ ಆಗೋಲ್ಲ. ಅಂಥದ್ದರಲ್ಲಿ ಇಷ್ಟು ಬೇಗ ಮದ್ವೆ ಆಗೋದಂದ್ರೆ..." ಮಗನ ಸಮಸ್ಯೆ ತಂದೆಗೆ ಅರ್ಥವಾಯ್ತು.

"ಅದೆಲ್ಲ ಪಟ್ಟಣದವರ ಸಂಗ್ತಿಯಾಯ್ತು. ನಮ್ಗೆ ಅವೆಲ್ಲ ಬೇಡ. ನಿಮ್ಮಮ್ಮನ ಆಸೆ ತಿಳ್ಸಿಬಿಟ್ಟಿದ್ದೀನಿ. ಇನ್ನು ನಿನ್ನಿಷ್ಟ." ತಾಯಿಯ ಮಾತು ಅಂದ್ರೆ ಮಗನಿಗೆ ವೇದವಾಕ್ಯವೆಂದು ಅವರು ಬಲ್ಲರು.

"ಮನೆ ರಿಪೇರಿಯಾದ ಮೇಲೆ..."

"ಅಂತು ಹೆಂಡ್ತಿನ ಹೊಸ ಮನೆಗೆ ಕರ್ಕೊಂಡು ಬರ್ಬೇಕು ಅಂತ ತಾನೇ? ನಾಳೇನೇ ಮೇಸ್ತ್ರಿಗೆ ಹೇಳಿಕಳಿಸ್ತೀನಿ, ನೀನೇ ನಿಂತ್ಕೊಂಡು ಕೆಲ್ಸ ಮಾಡ್ಸು." ಎಲ್ಲ ಜವಾಬ್ದಾರಿಯನ್ನು ಮಗನಿಗೇ ಒಪ್ಪಿಸಿಬಿಟ್ಟರು.

ಮೇಸ್ತ್ರಿ ಸುಬ್ಬಣ್ಣ ಮಾರನೇ ದಿನವೇ ಬಂದ. ಮಾಧು ಕೆಲವು ಸಲಹೆಗಳನ್ನು ಇತ್ತು ಆಧುನಿಕವಾಗಿ ಮನೆಯನ್ನು ಮಾರ್ಪಡಿಸಿದ. ಎಲ್ಲ ಕೋಣೆಗಳಿಗೂ ಡಿಸ್‌ಟೆಂಪರ್ ಹೊಡೆಸಿ ಸಣ್ಣಪುಟ್ಟ ಫೋಟೋಗಳನ್ನೆಲ್ಲ ತೆಗೆಸಿ ಹಾಕಿದ. ಮಾರ್ಪಾಟಾದ ಮನೆಯನ್ನು ನೋಡಿ ಅವನ ಮನಸ್ಸಿಗೆ ಎಷ್ಟೋ ಸಮಾಧಾನವಾಯಿತು.

ಮನೆ ರಿಪೇರಿ ಕೆಲಸ ಮುಗಿದುದ್ದರಿಂದ ಮಾಧು ತೋಟದ ಕಡೆ ಹೆಜ್ಜೆ ಹಾಕಿದ. ಕ್ಯಾತೇಗೌಡನ ಗುಡಿಸಿಲಿನಿಂದ ಏನೋ ಗದ್ದಲ ಕೇಳಿ ಆ ಕಡೆ ಹೆಜ್ಜೆ ಇಟ್ಟ. ಕ್ಯಾತೇಗೌಡ ರೋಷಾವೇಷನಾಗಿ ಕೂಗಾಡುತ್ತಿದ್ದ. ಅವನೆಂದೂ ಅಷ್ಟು ಕೋಪದಿಂದ ಕೂಗಾಡಿದ್ದನ್ನೇ ಅವನು ಕಂಡಿರಲಿಲ್ಲ.

ಗುಡಿಸಿಲಿನಿಂದ ಸ್ವಲ್ಪ ದೂರದಲ್ಲೇ ನಿಂತು "ಕ್ಯಾತೇಗೌಡ, ಕ್ಯಾತೇಗೌಡ..." ಎಂದು ಕೂಗಿದ. ಎಷ್ಟೇ ಧ್ವನಿ ಏರಿಸಿದರೂ ಅವನ ಧ್ವನಿ ಏರಲೇ ಇಲ್ಲ.

ಆ ಗಲಾಟೆಯಲ್ಲೂ ಚಿಕ್ಕ ಧಣಿಗಳ ಧ್ವನಿ ಕೇಳಿ ಹೊರಗೆ ಬಂದ. ಅವನ ಮುಖ ಕೋಪದಿಂದ ಭುಸುಗುಟ್ಟುತ್ತಿತ್ತು. ಮಾಧು ಮುಖದ ಮೇಲಿದ್ದ ಪ್ರಶ್ನಾರ್ಥಕ ಭಾವವನ್ನು ಗುರ್ತಿಸಿ,

"ನೋಡಿ ಸಣ್ಣ ಧಣಿ, ಕರಿಯನ ಮಗ್ಳು ಚೆನ್ನಿನ ನಿಂಗಂಗೆ ಕೊಡ್ಬೇಕಂತ ಮಾತು ನಡೆದಿತ್ರ. ಈಗ ಬೇರೆಯವ್ರು ಜಾಸ್ತಿ ವಸಿ ತೆರ ಕೊಡ್ತಾರೆ ಅಂತ ಸಂಬಂಧ

ಮುರಿಯೋಕೆ ಹೊರಟವನೇ. ಈ ಹೈದನಿಂದ ಆಸೆ ಮಡಗಿಕೊಂಡಿರೋ ಹೈಕಳ ಮನ್ಸು ಮುರಿಯೋದ?" ತನ್ನ ಕೋಪವನ್ನು ತೋಡಿಕೊಂಡ.

"ಆಯ್ತು, ಅಪ್ಪ ಸರಿಮಾಡ್ತಾರೆ ಸುಮ್ನಿರು." ಮಾಧು ಸಮಾಧಾನವೇನೋ ಹೇಳಿದ. ಇದರ ಹಿಂದೆ ದೊಡ್ಡವರ ಕೈವಾಡವಿದೆಯೆಂದು ಅವನಿಗೆ ಗೊತ್ತುಂಟು. ತಂದೆಯ ಮುಖ ಕಂಡರೇ ಸಿಡಿದುಬೀಳೋ ಅವಧಾನೀನೇ ಇದಕ್ಕೆಲ್ಲ ಕಾರಣವೆಂದು ಕೆಲವರು ಬಾಯಿಬಿಟ್ಟೇ ಹೇಳಿದ್ದರು.

ತೋಟದಲ್ಲಿರಲು ಮನಸ್ಸಾಗದೇ ಮನೆಯ ಕಡೆಗೆ ಹೊರಟ. ಅವಧಾನಿಯವರ ಮೂರನೇ ಮಗ ಗಣಪತಿ ಎತ್ತರದಲ್ಲಿದ್ದ ಬಂಡೆಯ ಮೇಲೆ ಕುಳಿತು ಜೋರಾದ ಧ್ವನಿಯಲ್ಲಿ ಕೇಕೆ ಹಾಕುತ್ತಿದ್ದ. ಅವನಿಗೆ ಹುಚ್ಚೆಂದು ಹಳ್ಳಿಯವರಿಗೆಲ್ಲ ಗೊತ್ತು. ಮೇಲೆ ಚುರುಗುಟ್ಟೋ ಬಿಸಿಲು. ಕೆಳಗೆ ಕಾದ ಬಂಡೆ. ಮಾಧುಗೆ ಅಯ್ಯೋ ಅನ್ನಿಸಿತು. ಹತ್ತಿರಕ್ಕೆ ಹೋಗಿ ಬಲವಂತದಿಂದ ಇಳಿಸಿದ ಮೊದಲು ಹಠ ಮಾಡಿದರೂ ಕೊನೆಗೆ ಕೆಳಗೇನೋ ಇಳಿದ.

"ಬಾ..... ಮನೆಗೆ ಹೋಗೋಣ" ಎಂದ ಮಾಧು ಕೈ ಬಿಡಿಸಿಕೊಂಡು ದೂರ ಹೋಗಿ ನಿಂತ. ಮೈಮೇಲಿದ್ದ ದೊಗಲೆ ಷರಟು ಬಿಚ್ಚಿ ಬಾವುಟದಂತೆ ಹಿಡಿದುಕೊಂಡು ಕುಣಿಯತೊಡಗಿದ.

"ಬರ್ತಾ ಅವ್ಳೆ... ಬರ್ತಾ ಅವ್ಳೆ... ಚಂದ್ರಿ ಬರ್ತಾ ಅವ್ಳೆ... ಹಿ ಹಿ ಹಿ ಹಿ ಹಿ ಹಿ." ಮಾಧು ನಿಟ್ಟುಸಿರು ಬಿಟ್ಟು ಮನೆಯ ಕಡೆಗೆ ಹೆಜ್ಜೆ ಹಾಕಿದ.

ಗಣಪತಿ ಮಾಧುಗಿಂತ ಒಂದೆರಡು ವರ್ಷ ಚಿಕ್ಕವನು. ಹತ್ತು ವರ್ಷದ ಹುಡುಗನಾಗಿದ್ದಾಗ ಒಮ್ಮೆ ತೋಟಕ್ಕೆ ಹೋಗಿ ಮಂಕಾಗಿ ಹಿಂದಿರುಗಿದ. ಅಂದಿನ ರಾತ್ರಿನೇ ನಾಯಕರ ಚಂದ್ರಿ ಅವಧಾನಿಗಳ ತೋಟದ ಬಾವಿಗೆ ಹಾರಿ ಸತ್ತಳು. ಆಮೇಲೆ ಪಂಚನಾಮೆ, ಪೊಲೀಸ್ ರಿಪೋರ್ಟ್, ಕೆಲವು ಪೊಲೀಸಿನವರು, ಅಧಿಕಾರಿಗಳು ಹಳ್ಳಿಗ ಬಂದು ಅವಧಾನಿಗಳ ಮನೆಯಲ್ಲಿ ಹೋಳಿಗೆ ಊಟ ಉಂಡು ಹೋಗಿದ್ದೂ ಆಯಿತು. ಆಮೇಲೆ ತಾನೇ ತಾನಾಗಿ ಎಲ್ಲ ತಣ್ಣಗಾಯಿತು. ಗಣಪತಿ ಮಾತ್ರ ಸರಿಯಾಗಲಿಲ್ಲ. ಮಂತ್ರ, ತಂತ್ರ ಎಲ್ಲ ಆಯಿತು. ಅವನ ಹುಚ್ಚಂತೂ ವಾಸಿಯಾಗಲಿಲ್ಲ. ಅವಧಾನಿಗಳ ಹಿಂದೆ ಜನ ನಾಯಕರ ಚಂದ್ರೀನ ಹಾಳು ಮಾಡಿದ. ಆ ತಪ್ಪಿಗೆ ಅವಧಾನಿಗಳು ಈ ರೀತಿ ಶಿಕ್ಷೆ ಅನುಭವಿಸ್ತಾ ಇದ್ದಾರೆ ಎಂದು ಆಡಿಕೊಳ್ಳುತ್ತಿದ್ದರು. ಅಂತೂ ಜನಗಳ ಹೇಳಿಕೆಯಂತೆ ಚಂದ್ರಿ ದೆವ್ವ ಗಣಪತಿನ ಮೆಟ್ಟಿರೋದನ್ನು ಯಾರೂ ಅಲ್ಲಗಳೆಯಲಾರರು.

ಮಾಧು ಅವಧಾನಿಗಳ ಮನೆಯ ಮುಂದೆ ಬಂದಾಗ ದೊಡ್ಡ ಧ್ವನಿಯಲ್ಲಿ ಶ್ಲೋಕಗಳನ್ನು ಉಚ್ಚರಿಸುತ್ತಿದ್ದರು. ಅವರ ಕಂಚಿನ ಕಂಠದಿಂದ ಹೊರಹೊಮ್ಮುತ್ತಿದ್ದ ಶ್ಲೋಕಗಳು ಬೀದಿ ಕೊನೆಯವರೆಗೂ ಕೇಳಿಸುತ್ತಿತ್ತು. ಅವಧಾನಿಗಳ ಮೊದಲ ಸಂತಾನ ಸುಬ್ಬಲಕ್ಷ್ಮಿ ಆಸೆಯ ಕಣ್ಣುಗಳಿಂದ ಮಾಧು ಕಡೆ ನೋಡಿದಳು. ಮದುವೆಯಾದ ಒಂದು ವರ್ಷಕ್ಕೆ ವಿಧವೆಯಾಗಿ ತಂದೆಯ ಮನೆ ಸೇರಿದಳು.

ತಲೆ ತಗ್ಗಿಸಿಕೊಂಡು ನಡಿಗೆಯನ್ನು ತೀವ್ರಗೊಳಿಸಿದ. ಮನಸ್ಸಿನ ತುಂಬೆಲ್ಲ ಅಶಾಂತಿಯ ದಳ್ಳುರಿ. ಅವಧಾನಿಗಳ ಕೆಟ್ಟ ಕಥೆಯ ಮಂಥನ, ಅಸಹ್ಯದಿಂದ ಮುಖ ಮುದುರಬೇಕೆನಿಸಿತು.

ಹೊಸಲಿಗೆ ಬಂದಾಗ ತಾಯಿ ತಂದೆ ಕೂತು ಸಮಾಲೋಚನೆ ನಡೆಸುತ್ತಿದ್ದುದನ್ನು ಕಂಡು ಮೆಲ್ಲನಡಿ ಇಟ್ಟ.

"ಇಲ್ಲಿ ಬಾರಪ್ಪ ಮಾಧು. ನಿಮ್ಮಮ್ಮ ಅನ್ತಾಳೆ ಮನೆ ರಿಪೇರಿಯಾಯ್ತಲ್ಲ, ಇನ್ಯಾಕೆ ಮದ್ವೆಗೆ ತಡ ಅಂತ." ಮಾಧು ಮೌನವಾಗಿ ನಿಂತ. ಈಗ ಮದುವೆ ಬೇಡ ಎನ್ನುವುದಕ್ಕೆ ಯಾವ ಕಾರಣವೂ ಇರಲಿಲ್ಲ. "ನಿಮ್ಮಿಷ್ಟ" ಎಂದ.

ಪಾರ್ವತಮ್ಮನ ಮುಖ ಸಂತೋಷದಿಂದ ಅರಳಿಹೋಯಿತು. ಆದಷ್ಟು ಬೇಗ ಎಲ್ಲ ಜವಾಬ್ದಾರಿಗಳನ್ನು ಕಳೆದುಕೊಳ್ಳಬೇಕೆನ್ನುವುದೇ ಅವರ ಇಷ್ಟ.

"ನೀವು ನಾಳೆನೇ ಹೋಗಿ ರಂಗಸ್ವಾಮಿಗೆ ವಿಷ್ಯ ತಿಳಿಸಿ ಕಮಲನ ಮಾವನವ್ರು ಜೋಯಿಸರು, ಜಾತಕ ನೋಡುವುದರಲ್ಲಿ ಗಟ್ಟಿಗರಂತೆ. ಹಾಗೇ ಮಾಧು, ಜಾನಕಿ ಜಾತನ ತಗೊಂಡ್ಹೋಗಿ ತೋರ್ಸಿಕೊಂಡು ಬನ್ನಿ."

"ಸೋದರಿಕೆ ಸಂಬಂಧವಾದ್ದರಿಂದ ಜಾತಕ ನೋಡಬೇಕಾದ್ದು ಇಲ್ಲ ಅನ್ತಾರಲ್ಲ." ಗಂಡನ ಮಾತು ಪಾರ್ವತಮ್ಮನಿಗೆ ಸರಿಯಾಗಿ ಕಾಣಲಿಲ್ಲ.

"ಸದ್ಯ ಯಾರ್ದೋ ಮಾತು ಕೇಳ್ಕೊಂಡು ನಾವು ಮಾತ್ರ ಆ ಪದ್ಧತಿನ ಅನುಸರಿಸೋದು ಬೇಡ.ನಮ್ಮ ರಾಮಣ್ಣನ ಮಗಳಿಗೆ ಸೋದರಮಾವನ ಜಾತಕ ಏನು ನೋಡೋದು ಅಂತ ಮದ್ವೆ ಮಾಡಿ ಮಗಳನ್ನು ಕಳ್ಕೊಂಡ್ರು. ಯಾರು ಏನೇ ಹೇಳ್ಲಿ ಜಾತಕದಲ್ಲಿ ನಂಗೆ ಪೂರ್ಣ ವಿಶ್ವಾಸ. ರಂಗಸ್ವಾಮಿನ ಕರ್ಕೊಂಡು ಜೋಯಿಸರಲ್ಲಿ ಹೋಗ್ಬನ್ನಿ." ಹೆಂಡತಿಯ ಒತ್ತಾಯದ ಮುಂದೆ ನಾರಾಯಣಪ್ಪ ಏನೂ ಮಾಡುವಂತಿರಲಿಲ್ಲ.

ಮಗನ ಜಾತಕ ಕೈಯಲ್ಲಿ ಹಿಡಿದುಕೊಂಡು ನಾರಾಯಣಪ್ಪನವರು ಹೊರಟೇಬಿಟ್ಟರು. ಇದ್ದಕ್ಕಿದ್ದ ಹಾಗೆ ಬಂದು ಇಳಿದ ಅಣ್ಣನನ್ನು ನೋಡಿ ಲಲಿತಮ್ಮನಿಗೆ ಆಶ್ಚರ್ಯವಾಯಿತು. ವಿಷಯ ತಿಳಿದಾಗ ಸ್ವಲ್ಪ ಹಿಂದುಮುಂದು ನೋಡಿದರು.

"ಅಣ್ಣ, ಕಮಲ ಮದ್ವೆ ಜವಾಬ್ದಾರಿಯನ್ನೂ ನೀನೇ ಹೊತ್ತೆ. ಈಗ ಜಾನಕಿ ಮದ್ವೆಯ ಸಂಪೂರ್ಣ ಜವಾಬ್ದಾರಿಯನ್ನು ನಿಮ್ಗೆ ಒಪ್ಪಿಸೋಕೆ ಬೇಸರವಾಗುತ್ತೆ. ಇನ್ನೆರಡು ವರ್ಷ ಸುಧಾರಿಸಿದರೆ ಹೇಗೂ ಮಾಡಬಹುದು...!"

"ಲಲಿತ, ನೀನು ಸುಮ್ನೆ ಇಲ್ಲದೆಲ್ಲ ತಲೆಗೆ ಹಚ್ಕೋಬೇಡ. ಈಗ ನನ್ನ ಮಗನ ಮದ್ವೆ ಮಾಡ್ಬೇಕಾಗಿರುವುದು. ಅದ್ರ ಜವಾಬ್ದಾರಿ ಹೊತ್ತುಕೊಂಡ್ರೆ ತಪ್ಪಿಲ್ಲ. ನಿನ್ನ ಅತ್ತಿಗೆಗೆ ಮಗ್ನ ಮದ್ವೆ ಮುಗಿಸಿ ಸೊಸೆನ ಮನೆ ತುಂಬ್ಸಿಕೊಳ್ಳೋವರ್ಗೂ ಸಮಾಧಾನವಿಲ್ಲ." ಅಣ್ಣನ ಮಾತಿಗೆ ಲಲಿತಮ್ಮ ಸಮಾಧಾನಗೊಳ್ಳಲೇಬೇಕಾಗಿತ್ತು. ಮಾಧು ಅಂಥ ಗಂಡು ಜಾನಕಿಗೆ ಸಿಗುತ್ತ ಇರೋದು ಅದೃಷ್ಟವೆಂದೇ ಅವರ ಭಾವನೆ.

ರಂಗಸ್ವಾಮಿ, ನಾರಾಯಣಪ್ಪ ಆತುರಾತುರವಾಗಿ ಜೋಯಿಸರಲ್ಲಿಗೆ ಹೋದರು. ಜೋಯಿಸರು ಆದರದಿಂದ ಸ್ವಾಗತಿಸಿ ಸತ್ಕರಿಸಿದರು. ಕಮಲ ಮೊದಲಿಗಿಂತಲೂ ಮೈ ಕೈ ತುಂಬಿಕೊಂಡು ಕಳೆಯಾಗಿದ್ದಳು. ರಂಗಸ್ವಾಮಿ ಮಗಳು ಪೂರ್ಣ ಸುಖಿ ಎಂದುಕೊಂಡರು. ಮಗಳನ್ನು ಹತ್ತಿರ ಕರೆದು ಕೂಡಿಸಿಕೊಂಡು ಪ್ರೀತಿಯಿಂದ ಮೈ ದಡವಿ "ಕಮಲ, ಎಲ್ರೂ ನಿನ್ನ ವಿಷಯದಲ್ಲಿ ಪ್ರೀತಿಯಿಂದ ಇದ್ದಾರ?" ಎಂದು ಸ್ವಾಭಾವಿಕವಾಗಿ ಮಗಳನ್ನು ಪ್ರಶ್ನಿಸಿದರು.

"ಅಣ್ಣ, ಅದ್ರ ಬಗ್ಗೆ ಯೋಚಿಸಬೇಕಾಗಿಲ್ಲ. ಅತ್ತೆ ಮಾವ ಮಗಳಿಗಿಂತ ಹೆಚ್ಚಾಗಿ ನೋಡ್ಕೋತಾರೆ. ಇನ್ನ ಅವ್ರು... ಕೋಪ ಮಾಡಿಕೊಂಡಿದ್ದೇ ನೋಡಲಿಲ್ಲ." ಗಂಡನ ವಿಷ್ಯ ಬಂದ ಕೂಡಲೇ ನಾಚಿಕೆಯಿಂದ ಅವಳ ಮುಖವೆಲ್ಲ ಕೆಂಪಾಯಿತು.

ಮಗಳ ಉತ್ತರದಿಂದ ರಂಗಸ್ವಾಮಿಗೆ ಸಮಾಧಾನವಾಯಿತು.

ಬಿಡುವಾಗಿ ಕೂತ ಜೋಯಿಸರು ಮಾಧು, ಜಾನಕಿಯ ಜಾತಕಗಳನ್ನು ತೆಗೆದುಕೊಂಡು ಕೂಲಂಕಷವಾಗಿ ಪರಿಶೀಲಿಸಿದರು. ಅವರಿಬ್ಬರ ಜಾತಕ ಯಾವ ರೀತಿಯೂ ಹೊಂದುವಂತಿರಲಿಲ್ಲ. ಜೋಯಿಸರು ವಿಷಯವನ್ನು ಮುಚ್ಚುಮರೆ ಮಾಡಲಿಲ್ಲ.

"ನಾರಾಯಣಪ್ಪ ಈ ಮದ್ವೆ ಯೋಚ್ನೆ ಬಿಟ್ಬಿಡಿ" ಎಂದೇಬಿಟ್ಟರು.

ರಂಗಸ್ವಾಮಿ ಮತ್ತು ನಾರಾಯಣಪ್ಪನವರ ಮುಖ ವಿವರ್ಣವಾಯಿತು. ಅವರಿಗೆ ಏನು ಮಾತನಾಡಬೇಕೋ ತೋಚದಾಯಿತು. ನಾರಾಯಣಪ್ಪ ಸ್ವಲ್ಪ ಗೆಲುವನ್ನು ತಂದುಕೊಂಡು—

"ಅದಕ್ಕೆ ಏನಾದ್ರೂ ಶಾಂತಿ ಮಾಡ್ಸಿದರೆ ಪರಿಹಾರವಾಗಬಲ್ಲದೆ?"

"ಇಲ್ಲ ನಾರಾಯಣಪ್ಪನವ್ರೆ, ಇದು ಬರೀ ದೋಷವಿಲ್ಲ. ಈ ಮದ್ವೆ ಸಾಧ್ಯವೇ ಇಲ್ಲ. ಪರಿಹಾರದ ನೆಪದಲ್ಲಿ ಶಾಂತಿ ಮಾಡ್ಸೋದು ಮೂರ್ಖತನ. ಇನ್ನು ಅವರಿಬ್ಬರ ಮದ್ವೆ ವಿಷ್ಯ ಕೈಬಿಡಿ" ಎಂದು ಹೇಳಿ ಜೋಯಿಸರು ಎದ್ದೇಬಿಟ್ಟರು. ಇನ್ನು ಆ ವಿಷಯದ ಬಗ್ಗೆ ಮಾತುಬೇಡ ಎನ್ನುವಂತಿತ್ತು ಅವರ ಧೋರಣೆ.

ಕಮಲಳಂತೂ ವ್ಯಥೆಗೊಂಡಳು. ಮಾಧು ಅಂತ ಒಳ್ಳೆಯ ಹುಡುಗನ ಕೈಯನ್ನು ತನ್ನ ತಂಗಿ ಹಿಡಿಯುತ್ತಾಳಲ್ಲ ಎಂಬ ಸಂತೋಷದಲ್ಲಿದ್ದಳು. ಆದರೆ ವಿಧಿ ಬೇರೊಂದು ಸಂಚು ಹೂಡಿತ್ತು.

ಪೆಚ್ಚುಮುಖ ಹಾಕ್ಕೊಂಡು ನಾರಾಯಣಪ್ಪ ಊರು ಸೇರಿದರು. ವಿಷಯ ತಿಳಿದ ಕೂಡಲೇ ಪಾರ್ವತಮ್ಮ ಷಾಕ್ ತಿಂದವರಂತೆ ಕುಳಿತುಬಿಟ್ಟರು.

"ಪಾತು ನೀನು, ಧೈರ್ಯ ಕೊಟ್ರೆ ದೇವರ ಮೇಲೆ ಭಾರ ಹಾಕಿ ಜಾನಕಿನ ತಂದ್ಕೊಂಡುಬಿಡೋಣ...! ಅರೆ ಮನಸ್ಸಿನಿಂದಲೇ ಕೇಳಿದರು.

"ಅಯ್ಯಯ್ಯೋ.... ಅದಂತೂ ಸಾಧ್ಯವಿಲ್ಲ. ಜಾತಕಗಳನ್ನು ಧಿಕ್ಕರಿಸಿ ಮದ್ವೆ

ಮಾಡೋಂಥ ಧೈರ್ಯ ನನಗಿಲ್ಲ. ಇನ್ನು ಆ ವಿಷ್ಯವೇ ಎತ್ತಬೇಡಿ. ಮಾಧುಗೆ ಬೇರೆ ಹೆಣ್ಣನ್ನು ಹುಡುಕಿದರಾಯಿತು" ಎಂದು ಹೇಳಿ ಒಳಗೆ ನಡೆದೇಬಿಟ್ಟರು.

ಮಾಧುಗೆ ವಿಷಯ ತಿಳಿದಾಗ ಅವನ ಮನ ಸಂಕಟದಿಂದ ಒದ್ದಾಡಿತು. ಅವನು ಆಗಲೇ ತನ್ನ ಮತ್ತು ಜಾನಕಿಯ ಜೀವನದ ಬಗ್ಗೆ ಅನೇಕ ಕನಸುಗಳನ್ನು ಕಂಡಿದ್ದ. ಅವನ ಕೋಮಲ ಮನಸ್ಸಿಗೆ ಇದೊಂದು ಬಲವಾದ ಪೆಟ್ಟಾಯಿತು. ಮದುವೆಯ ಬಗ್ಗೆಯೇ ಬೇಸರಗೊಂಡ.

ಶ್ಯಾಮ ಹೈಸ್ಕೂಲು ಮುಗಿಸಿ ಕಾಲೇಜು ಸೇರಲು ಪಟ್ಟಣಕ್ಕೆ ಹೊರಟ ತಮ್ಮನ ವಿದ್ಯಾಭ್ಯಾಸದ ಬಗ್ಗೆ ಮಾಧುಗೆ ಅತಿಯಾದ ಆಸಕ್ತಿ. ತಾನೇ ಓಡಾಡಿ ಅವನನ್ನು ಹಾಸ್ಟಲಿನಲ್ಲಿ ಬಿಟ್ಟು ತಾನು ಮರಳಿದ.

ಇವನು ಬಂದಾಗ ಹಜಾರದೊಳಗೆ ಹತ್ತಾರು ಜನರು ಸೇರಿದ್ದರು. ಅವರಲ್ಲಿ ಕರಿಯ, ಅವನ ಕುಟುಂಬ ಮತ್ತು ಕ್ಯಾತೇಗೌಡನ ಮುಖದ ಮೇಲೆ ಗೆಲುವಿತ್ತು. ನಿಂಗ, ಚೆನ್ನಿಯರ ಮುಖಗಳು ಸಂತಸದಿಂದಿದ್ದವು.

"ತಪ್ಪು ಆಯ್ತು ಒಡ್ಯ. ನಾನು ಮಾತು ತಪ್ಪೋಲ್ಲ. ನೀವೇ ನಿಂತು ಲಗ್ನ ನಡ್ಸಿಬಿಡಿ..." ಎಂದು ಅಡ್ಡಬಿದ್ದ.

ಅವರಿಗೆಲ್ಲ ಸಮಾಧಾನ ಹೇಳಿ ಕಳಿಸಿ ನಾರಾಯಣಪ್ಪ ಒಳಬಂದರು. ಅವಧಾನಿಗಳ ಬಗ್ಗೆ ಅವರಿಗೆ ತುಂಬ ಬೇಸರವಾಗಿತ್ತು. ಕರಿಯನಿಗೆ ಹೆಚ್ಚು ತೆರೆದ ಆಸೆ ತೋರಿಸಿ ತಮ್ಮ ಜೀತದ ಆಳು ಮಾದನಿಗೆ ಮದುವೆ ಮಾಡಿಸಬೇಕೆಂದು ಪ್ರಯತ್ನಪಟ್ಟಿದ್ದರು. ಅದರಲ್ಲಿ ಅವರ ಸ್ವಾರ್ಥವೂ ಇತ್ತು. ಇದೆಲ್ಲ ತಿಳಿದೇ ಜೋರು ಮಾಡೇ ಕರಿಯನನ್ನು ಬಗ್ಗಿಸಿದ್ದರು.

'ವಯಸ್ಸಾದ್ರೂ ಅವಧಾನಿಗೆ.... ಬುದ್ಧಿ ಬರ್ಲಿಲ್ಲ' ಎಂದು ಗೊಣಗುಟ್ಟುತ್ತಲೇ ಒಳಗೆ ಬಂದರು. ಪಾರ್ವತಮ್ಮ ಎಲ್ಲ ಕೇಳಿದ್ದರಿಂದ ಇನ್ನು ಗಂಡನಿಂದ ತಿಳಿಯುವಂಥಾದ್ದು ಏನೂ ಇರಲಿಲ್ಲ. ಆದರಿಂದಲೇ ಪ್ರಶ್ನಿಸಲು ಹೋಗಲಿಲ್ಲ.

"ಎಲೆ ಹಾಕಿದೆ ಬನ್ನಿ" ಎಂದು ಕೂತವರು ಎದ್ದು ಅಡುಗೆಯ ಮನೆ ಕಡೆ ಹೋದರು.

ತಂದೆ, ಮಗ ಜೊತೆಯಾಗಿಯೇ ಊಟಕ್ಕೆ ಕುಳಿತರು. ಶ್ಯಾಮನ ಹಾಸ್ಟೆಲ್, ಕಾಲೇಜಿನ ಬಗ್ಗೆ ಮಾತನಾಡುತ್ತಲೇ ಊಟ ಮಾಡಿದರು.

* * * *

ಬೆಂಗಳೂರಿನಿಂದ ಬಂದ ಪಾತಮ್ಮನ ಕಿರಿಯ ಅಣ್ಣ. ಮಾಧುಗೆ ಒಂದು ಸಂಬಂಧ ನೋಡಿರುವುದಾಗಿ ತಿಳಿಸಿದರು. ಪಾತಮ್ಮ ಮಗನ ಮದುವೆ ಮಾಡಲು ಆಸಕ್ತಿ ತೋರಿಸಿದರು.

"ಏನೂಂದ್ರೆ ಹುಡ್ಗಿನ ಕರೆಸೋಣ್ವಾ? ಜಾನಕಿ ಜಾತಕ ಹೊಂದಲಿಲ್ಲಾಂತ

ಮಾಧುಗೆ ಮದ್ವೆ ಮಾಡ್ದೆ ಇರೋಕೆ ಸಾಧ್ಯವೇ?" ಮೆಲ್ಲಗೆ ಗಂಡನ ಬಳಿ ಪ್ರಸ್ತಾಪ ಮಾಡಿದರು ಪಾರ್ವತಮ್ಮ.

"ನಿನ್ನ ಮಾತು ಸರಿ. ಪಟ್ಟಣದ ಹುಡ್ಗೀರು ಬಂದು ಹಳ್ಳಿಯಲ್ಲಿ ಸಂಸಾರ ಮಾಡ್ತಾರಾ? ಅದನ್ನು ಮೊದ್ಲು ಯೋಚ್ನೆ ಮಾಡು."

"ಆ ಹುಡ್ಗಿಗೂ ಅಂಥದ್ದೇನು ಓದಿಲ್ವಂತೆ. ಅವ್ರಿಗೆ ಮೊದ್ಲೇ ವಿಷ್ಯವೆಲ್ಲ ತಿಳ್ಸಿದಾನಂತೆ. ಮೊದ್ಲು ಹುಡ್ಗಿನ ನೋಡೋಣ. ಒಪ್ಪಿಗೆಯಾದ್ರೆ ಯೋಚಿಸೋಣ." ಅನಾಯಾಸವಾಗಿ ನಾರಾಯಣಪ್ಪನವರ ಒಪ್ಪಿಗೆ ಸಿಕ್ಕಿತು. ಅವರಿಗೂ ಆದಷ್ಟು ಬೇಗ ಮಗನ ಮದುವೆ ಮಾಡಬೇಕೆಂಬ ಆಸೆ ಇತ್ತು.

ಪತ್ರ ವ್ಯವಹಾರ ನಡೆದು ನಾಲ್ಕಾರು ದಿನದಲ್ಲಿಯೇ ಹೆಣ್ಣನ್ನು ಕರೆದುಕೊಂಡು ಬಂದರು. ಮಾಧು ಬೇಸರದಿಂದಲೇ ಇದ್ದ. ಜಾನಕಿಯ ಜೊತೆ ಅವನ ಮದುವೆ ಜಾತಕ ದೆಸೆಯಿಂದ ಮುರಿದು ಬಿದ್ದ ಮೇಲೆ ಬೇಸರ ಅವನನ್ನು ಮುಸುಕಿತ್ತು.

ವೆಂಕಣ್ಣನ ಮಧ್ಯಸ್ಥಿಕೆಯಿಂದ ಶ್ರೀಕಂಠಯ್ಯನವರು ಮಗಳನ್ನು ತೋರಿಸಲು ಹೆಂಡತಿಯ ಸಮೇತ ಬಂದರು. ಅವರ ಹೆಂಡತಿ ವಿಶಾಲಾಕ್ಷಮ್ಮ ಬಹಳ ಭಯಸ್ಥ ಹೆಣ್ಣಾಗಿ ಕಂಡರು. ಹುಡುಗಿ ಸರಳ ಸರಳವಾಗೇನು ಇರಲಿಲ್ಲ. ಅವಳ ಕಣ್ಣುಗಳಲ್ಲಿ ಬಹಳ ತೀಕ್ಷ್ಣತೆ ಇತ್ತು. ತೆಳ್ಳಗೆ, ಬೆಳ್ಳಗೆ ಚುರುಕಿನಿಂದ ಇದ್ದ ಸರಳ ಮಾಧುವನ್ನು ಆಕರ್ಷಿಸಲು ತಡ ಮಾಡಲಿಲ್ಲ.

ಆಗಲೇ ಅವರಿಗೆ ತಮ್ಮ ನಿರ್ಣಯ ತಿಳಿಸಲು ನಾರಾಯಣಪ್ಪ ಹಿಂದೇಟು ಹಾಕಿದರು. ಕಾಗದ ಬರೆದು ತಮ್ಮ ಒಪ್ಪಿಗೆ ತಿಳಿಸುವುದಾಗಿ ಅವರನ್ನು ಸಾಗಹಾಕಿದರು.

"ಅಪ್ಪ, ಅತ್ತಿಗೆ ಚೆನ್ನಾಗಿದ್ದಾಳಲ್ಲ!" ಎಂದಾಗ ಸುಕನ್ಯ ಪಾರ್ವತಮ್ಮ ಮೌನದಿಂದ ಒಳ ನಡೆದರು. ಯಾಕೋ ಸರಳ ಅವರಿಗೆ ಹಿಡಿಸಿರಲಿಲ್ಲ. ನಂದಗೋಕುಲದಂಥ ತಮ್ಮ ಮನೆಯ ಜವಾಬ್ದಾರಿ ಹೊರಲಾರಳೇನೋ ಎಂಬ ಅನುಮಾನ ಅವರ ಮನಸ್ಸಿನಲ್ಲಿ ಹೊಗೆಯಾಡುತ್ತಿತ್ತು. ಜಾನಕಿಯ ನೆನಪು ಬಂದು ಅವರ ಕಣ್ಣಲ್ಲಿ ನೀರಿಳಿಯಿತು.

ಹೆಂಡತಿಯಿಂದಲೇ ಆ ಪ್ರಸ್ತಾಪ ಬರಲಿಯೆಂದು ನಾರಾಯಣಪ್ಪ ಎರಡು ಮೂರು ದಿನ ಕಾದರು. ಅವರು ಆ ಸುದ್ದಿಯನ್ನು ಎತ್ತದಿದ್ದಾಗಲೇ ಹೆಂಡತಿಯ ಮನಸ್ಸನ್ನು ಅರಿತರು. ಹೇಗಾದರೂ ಆಗಲಿ ಅಂತ ತಾವೇ ಪ್ರಸ್ತಾಪ ಮಾಡಿದರು.

"ಪಾತು, ಅವ್ರಿಗೆ ಕಾಗ್ದ ಬರೀಬೇಕು. ನಿಮ್ಮಣ್ಣನಿಗೆ ಏನಾದ್ರೂ ತಿಳಿಸಬೇಕು..." ಗಂಡನ ಮಾತು ಸರಿಯೆನ್ನಿಸಿತು. ತಮ್ಮ ನಿರ್ಣಯ ಹೇಳಲು ಮೊದಲು ತಡವರಿಸಿದರೂ ಕೊನೆಗೆ ಹೇಳೇ ಹೇಳಿದರು.

"ನನ್ನ ಮನಸ್ಸಿಗೆ ಹುಡ್ಗಿ ಬಂದಿಲ್ಲ. ಬಹಳ ಘಾಟಿ ಇದ್ದಾಗ ಕಾಣಿಸ್ತಾಳೆ. ನಮ್ಮ ಮಾಧು ವಿಷ್ಯ ನಿಮ್ಗೆ ತಿಳಿದಿದೆ. ಕೆನ್ನೆಗೆ ಹೊಡೆದ್ರೂ ತಲೆ ಬಗ್ಗಿಸ್ಕೊಂಡು ಬಂದುಬಿಡ್ತಾನೆ. ಸ್ವಲ್ಪ ಮೆದುವಾಗಿರೋ ಹುಡ್ಗಿನ ತಂದ್ರೆ ವಾಸೀಂತಾ!" ನಾರಾಯಣಪ್ಪನವರಿಗೂ

ಹುಡುಗಿ ಹಿಡಿಸಿರಲಿಲ್ಲ. ಅದನ್ನು ಬಾಯಿಬಿಟ್ಟು ಆಡಿರಲಿಲ್ಲ ಅಷ್ಟೆ. ಈಗ ಹೆಂಡತಿ ಕೂಡ ಆ ಮಾತು ಹೇಳಿದ ಮೇಲೆ ಒಂದು ನಿರ್ಣಯಕ್ಕೆ ಬಂದಂತಾಗಿತ್ತು. ಆದರೂ....

ಮದ್ವೆ ಆಗೋನು ಮಾಧು! ಅವನನ್ನೇ ಕೇಳಿಬಿಡೋಣ. "ತೋಟದಿಂದ ಬಂದ ಕೂಡ್ಲೇ ನನ್ನ ಕೋಣೆಗೆ ಕಳ್ಸು" ಎಂದವರೇ ಕೋಣೆಗೋಗಿ ದಿಂಬಿಗೆ ತಲೆ ಕೊಟ್ಟು ಮಲಗಿಬಿಟ್ಟರು.

ಮಾಧು ಊಟಕ್ಕೆ ಬಂದಾಗ ಪಾರ್ವತಮ್ಮ ಸೂಕ್ಷ್ಮವಾಗಿ ವಿಷಯ ತಿಳಿಸಿ ಕೋಣೆಗೆ ಕಳಿಸಿದರು.

ಅದೇ ಯೋಚನೆಯಲ್ಲಿದ್ದ ನಾರಾಯಣಪ್ಪ ಮಗ ಬಂದ ಕೂಡಲೇ ಎದ್ದು ಕೂತರು. ಮಗುವಿನಂಥ ಅವನ ಮುಖ ನೋಡಿ ಯಾಕೋ ಸಂಕಟವಾಯಿತು. 'ಎಲ್ಲ ದೇವರ ಇಚ್ಛೆ. ಅವನ ಭವಿಷ್ಯಕ್ಕೆ ಯಾರು ಹೊಣೆ?'

'ಕೂತ್ಕೋ ಮಾಧು. ಬೆಂಗಳೂರಿಗೆ ಪತ್ರ ಬರೆಯಬೇಕಾಗಿತ್ತು. ಮದ್ವೆಯಾಗೋನು ನೀನು. ಅದಕ್ಕ ನಿನ್ನ ಅಭಿಪ್ರಾಯನ ತಿಳ್ಕೊಳ್ಳೋಣಾಂತ...!" ಮಾಧುವಿನಲ್ಲಿ ಉತ್ಸಾಹ ತುಂಬಿ ಬಂತು. ಸರಳ ಅವನ ನೆನಪಿನ ಪಲ್ಲಟದ ಮೇಲೆ ಹಾದು ಹೋದಳು.

"ನನ್ಗೆ ಇಷ್ಟವಿದೆ...!" ಮಗನ ಮಾತು ಕೇಳಿ ನಾರಾಯಣಪ್ಪ ಅವಾಕ್ಕಾದರು. ಅವರೆಂದೂ ಮಗನ ಮನಸ್ಸನ್ನು ನೋಯಿಸಿ ಅವನ ನಿರ್ಣಯವನ್ನು ತಳ್ಳಿಹಾಕಲು ಸುತಾರಾಂ ಇಷ್ಟಪಡೋಲ್ಲ.

"ಮದ್ವೇ... ಒಂದು ದಿನದ ಮಾತಲ್ಲ; ಜೀವನ ಪೂರ್ತಿ ಅವಳೊಡನೆ ಹೊಂದಿಕೊಂಡು ಹೋಗಬೇಕು. ನಾಳೆ ಹೆಚ್ಚುಕಮ್ಮಿಯಾದರೆ ನಾವು ಜನದ ಬಾಯಿಗೆ ಬೀಳಬೇಕು. ಯೋಚ್ನೆ ಮಾಡಿ ನಿರ್ಧಾರಕ್ಕೆ ಬಾ."

"ಯೋಚ್ನೆ... ಮಾಡಿದ್ದೀನಿ! ನಾನು ತೋಟಕ್ಕೆ ಹೋಗಲೇ?" ಈ ಮಾತು ಇಲ್ಲಿಗೆ ಮುಗಿಯಿತು ಎನ್ನುವಂತಿತ್ತು ಅವನ ಧೋರಣೆ.

"ಸರಿ... ಹೋಗು" ಈಗಾಗಲೇ ಜಾತಕಾನುಕೂಲ ನೋಡಿದ್ದರಿಂದ ಮತ್ತೇನೂ ಯೋಚಿಸುವಂತಿರಲಿಲ್ಲ. ಇನ್ನು ವರದಕ್ಷಿಣೆ ವರೋಪಚಾರದ ಆಸೆ ಅವರಿಗಿರಲಿಲ್ಲ.

ಮಗ ಹೋದ ಎಷ್ಟೋ ಹೊತ್ತಿನವರೆಗೂ ಹಾಗೇ ಕೂತಿದ್ದರು. ಅವರ ಮುಖದ ಮೇಲೆ ನಗುವೊಂದು ಹಾದುಹೋಯಿತು. ಈ ಹುಡುಗನನ್ನು ಒಂದು ಗಳಿಗೆಯಲ್ಲಿ ಬಲೆಗೆ ಹಾಕ್ಕೊಂಡಳಲ್ಲ. ವಯಸ್ಸಿಗೆ ಬಂದ ಹುಡುಗರೇ ಹೀಗೆ ಎಂದು ಸಮಾಧಾನ ಮಾಡಿಕೊಂಡರು.

ಎದ್ದು ಹೊರಗೆ ಬಂದವರೇ ಹೆಂಡತಿಯನ್ನು ತಾವೇ ಕರೆದು "ಮಾಧು ಹುಡ್ಗೀನ ಒಪ್ಪಿಕೊಂಡಿದ್ದಾನೆ. ಬೇರೆ ಮಾತೇ ಇಲ್ಲ. ನಿನ್ಗೆ ಒಪ್ಪಿಗೆಯಾಗದಿದ್ರೂ ಅವ್ನ ಸಂತೋಷಕ್ಕಾದ್ರೂ ಒಪ್ಕೋಬೇಕು!"

ಪಾರ್ವತಮ್ಮ ತಮ್ಮ ಅಸಮಾಧಾನವನ್ನು ಅದುಮಿಟ್ಟುಕೊಂಡು ಮೌನವಾಗಿ ತಲೆಯಾಡಿಸಿದರು.

ಭಾವಮೈದುನನೊಡನೆ ಹೋಗಿ ನಾರಾಯಣಪ್ಪನವರೇ ಒಂದು ದಿನ ನಿಶ್ಚಯಿಸಿಕೊಂಡು ಬಂದರು. ಮದುವೆ ಬೆಂಗಳೂರಿನಲ್ಲೇ. ಭಾವೀ ಸೊಸೆ ಒಡವೆ ವಸ್ತುಗಳಿಗಾಗಿ ಕೈಬಿಟ್ಟು ಖರ್ಚು ಮಾಡಿದರು. ಶ್ಯಾಮ ಅತ್ತಿಗೆ ಬರೋ ಸಂತೋಷದಲ್ಲಿ ವಾರ ರಜಾಹಾಕಿ ಹಳ್ಳಿಯಲ್ಲೇ ಉಳಿದ. ಜಾನಕಿಯನ್ನು ಬಿಟ್ಟು ಉಳಿದಿಬ್ಬರೂ ಹೆಣ್ಣು ಮಕ್ಕಳೊಂದಿಗೆ ಲಲಿತಮ್ಮ ಬಂದಿಳಿದರು. ಪಾರ್ವತಮ್ಮನೊಂದುಕೊಂಡರು.

"ಲಲಿತ, ಯಾಕೆ ಜಾನಕಿನ ಕರ್ಕೊಂಡು ಬರಲಿಲ್ಲ? ಒಟ್ಟಿನಲ್ಲಿ ಅವಳನ್ನು ಸೊಸೆಯನ್ನಾಗಿ ಪಡೆಯೋದಿಕ್ಕೆ ನಾನು ಪುಣ್ಯ ಮಾಡಿರಲಿಲ್ಲ." ತಮ್ಮ ಮನಸ್ಸಿನ ಸಂಕಟವನ್ನು ಹೊರಹಾಕಿದರು.

"ನಮ್ದು ಏನಿದೆ ಅತ್ತಿಗೆ? ದೇವರ ನಿರ್ಣಯದಂತೆ ನಡೆಯಬೇಕು! ಅಷ್ಟು ತಿಳ್ದುಕೊಂಡು ಆ ಹುಡ್ಗಿ ಧೈರ್ಯವಾಗಿರೋಲ್ಲ. ಮಾಧು ಮದ್ವೆ ನಿಶ್ಚಯವಾದ ಮೇಲೆ ಅವ್ಳು ಸರಿಯಾಗಿ ಊಟ ಮಾಡೋದನ್ನೇ ಬಿಟ್ಟುಬಿಟ್ಳು. ನಾನು ಮದ್ವೆಗೆ ಬಾ ಅಂತ ಎಷ್ಟೋ ಹೇಳ್ದೇ — ಕೇಳಲಿಲ್ಲ!"

"ಅವ್ಳ ಮನಸ್ಸಿನ ನೋವು ಕಮ್ಮಿಯಾಗಬೇಕಾದ್ರೆ ಬೇಗ ಮದ್ವೆ ಮಾಡ್ಬೇಕು. ಹೊಸ ಸಂಸಾರದಲ್ಲಿ ಎಲ್ಲ ಮರೀತಾಳೆ!" ನಿಟ್ಟುಸಿರುಬಿಟ್ಟರು.

ಶ್ರೀಕಂಠಯ್ಯನವರು ಶಕ್ತಿಮೀರಿ ಖರ್ಚು ಮಾಡಿ ಮದುವೆ ಮಾಡಿದರು. ಇವರು ಕೇಳದಿದ್ದರೂ ಕೊಡೋದು ಬಿಡೋದು ಏನೂ ಕಡಿಮೆ ಮಾಡಲಿಲ್ಲ.

ಹಳ್ಳಿಗೆ ಬಂದ ಮೇಲೆ ಮಗ ಸೊಸೆಯನ್ನು ಹಸೆಯ ಮೇಲೆ ಕೂಡಿಸಿ ಹಳ್ಳಿಯವರಿಗೆಲ್ಲ ಸಿಹಿ ಊಟ ಹಾಕಿಸಿದರು. ಮದುವೆಗೆ ಎರಡರಷ್ಟಾಯಿತು ಖರ್ಚು.

ಮೊದಲ ರಾತ್ರಿಯೇ ಸರಳ ಗಂಡನ ಮೆದುತನವನ್ನು ಅರಿತು ಇವನನ್ನು ಬೊಂಬೆಯಂತೆ ಕುಣಿಸುವುದು ಕಷ್ಟವಲ್ಲವೆಂದುಕೊಂಡಳು.

ಶ್ರೀಕಂಠಯ್ಯ ಬೀಗರ ಮನೆಯ ಆರತಕ್ಷತೆ ಮುಗಿದ ಮೇಲೆ ಮಗಳು ಅಳಿಯನನ್ನು ಜೊತೆಯಲ್ಲೇ ಕರೆದೊಯ್ದರು.

ಸರಳ ಅಲಂಕಾರ ಮಾಡಿಕೊಂಡು ಗಂಡನ ಮುಂದೆ ಬಂದು ನಿಂತಾಗ ಮಾಧುವಿಗೆ ಸ್ವರ್ಗ ಧರೆಗಿಳಿದಂತಾಯಿತು. ಮಾಧು ಮಡದಿಯನ್ನು ಮೃದುವಾಗಿ ಅಪ್ಪಿಕೊಂಡು "ನನ್ನ ಸರಳ ಎಷ್ಟೊಂದು ಚೆಲುವೆ! ನಾನೆಷ್ಟು ಅದೃಷ್ಟ ಮಾಡಿದ್ದೆ...!" ಸಂತೋಷದಿಂದ ರಮಿಸಿದ.

ನಸುಮುನಿಸಿನಿಂದ ಬೀಗಿದ ಲಲನೆ "ನನ್ನ ಅಲಂಕಾರವೆಲ್ಲ ಕೆಟ್ಟುಹೋಯ್ತು. ಹೊರ್ಗಡೆ ಜೊತೆಯಾಗಿ ತಿರುಗಾಡಿ ಬರೋಣವೆಂದುಕೊಂಡಿದ್ದೆ!" ಅವಳ ಭಂಗಿಗೆ ಹುಚ್ಚಾಗಿಹೋದ.

"ಈಗೇನು! ರೆಡಿಯಾಗ್ಬೇಗ ಹೋಗೋಣ!" ಹೆಂಡತಿಯ ಆಸೆಯನ್ನು ಪೂರೈಸಲು ತುದಿಗಾಲಿನಲ್ಲಿ ನಿಂತ.

ಇಬ್ಬರೂ ಹೊರಟಾಗ ಶ್ರೀಕಂಠಯ್ಯನವರ ಕಡೇ ಮಗಳು ರಾಜಿ ಆಸೆಯ ಕಣ್ಣಿಂದ ನೋಡಿದಳು. ಅವಳನ್ನು ಜೊತೆಯಲ್ಲಿ ಕರೆದೊಯ್ಯುವ ಆಸೆ ಮಾಧುಗೆ.

"ಸರಳ, ನಮ್ಮ ಜೊತೆ ರಾಜಿನ ಕರೆದೊಯ್ಯೋಣ" ಬಾಯಿಬಿಟ್ಟು ಕೇಳಿದ.

ಸರಳ, ಸುಮ್ಮನೆ ಬರುವಂತೆ ಗಂಡನಿಗೆ ಸನ್ನೆ ಮಾಡಿ, ಅವನಿಗಿಂತ ಮೊದಲು ತಾನು ರೋಡಿಗೆ ಇಳಿದಳು. ಅಲ್ಲೇ ಇದ್ದ ಸುಮ ರಾಜಿಯನ್ನು ಒಳಗೆ ಕರೆದೊಯ್ದಳು. ಛೇ, ಎಂಥ ಹೀನ ಬುದ್ಧಿ! ಭಾವ ಏನು ತಿಳಿದುಕೊಳ್ಳಬೇಕು? ಎಂದುಕೊಂಡ ಸುಮ ತನ್ನ ಅಸಮಾಧಾನವನ್ನು ತಾಯಿಯ ಮುಂದೆ ತೋಡಿಕೊಂಡಳು.

"ಸುಮ, ಮದ್ವೆಯಾದ ಹೊಸದು. ಅವ್ರು ಲಕ್ಷಣವಾಗಿ ಜೊತೆಯಲ್ಲಿ ಹೋಗುವಾಗ ಇವಳನ್ನು ಕರೆದೊಯ್ಯಲು ಸಾಧ್ಯವೇ? ನಾಳೆ ನಿನ್ನ ಮದುವೆಯಾದಾಗ ನೋಡೋಣ!" ಮಗಳನ್ನು ಸಮಾಧಾನಪಡಿಸಲು ಪ್ರಯತ್ನಿಸಿದರು.

"ಸುಮ್ಮನಿರಮ್ಮ ನೀನು. ಮಲಮಗಳು ಅಂತ ವಹಿಸ್ಕೊಂಡು ಬರಬೇಡ. ಅವ್ಳು ಹೇಳಿದ ಹಾಗೆ ಕುಣ್ದು ನಮ್ಮನ್ನು ಕಾಲು ಕಸವಾಗಿ ಮಾಡಿಕೊಳ್ಳೋಕೆ ಅವಕಾಶ ಮಾಡಿಕೊಟ್ಟೆ. ಕಡೇ ಪಕ್ಷ ತನ್ನ ತಂಗೀರು ಅನ್ನೋ ವಿಶ್ವಾಸವಿದ್ರೂ ಅವಳ್ಗೆ ಇದ್ಯೆ?"

ಮಗಳ ಭುಜದ ಮೇಲೆ ಕೈ ಹಾಕಿದ ಸರಸ್ವತಮ್ಮ "ದಯವಿಟ್ಟು ಸುಮ್ಮನಿರೆ ಸುಮ. ಈ ಮಾತು ಅವ್ಳ ಕಿವಿಗೆಲ್ಲಾದ್ರೂ ಬಿದ್ರೆ ದೇವ್ರೇ ಗತಿ. ಗಂಡ ಜೊತೆಯಲ್ಲಿರೋದನ್ನೂ ಮರ್ತುಬಿಡ್ತಾಳೆ. ಅತ್ತೆ ಮನ್ಗೆ ಹೋದ್ಮೇಲೆ ಬರೋದು ಅಷ್ಟರಲ್ಲೇ ಇರುತ್ತೆ.... ಸುಮ ಮುಖ ದುಮ್ಮಿಸಿಕೊಂಡು ಸುಮ್ಮನಾದಳು.

ಗಂಡನ ಜೇಬಿನಲ್ಲಿದ್ದ ದುಡ್ಡನ್ನು ನೋಡಿದ್ದಳು. ಅನ್ನಪೂರ್ಣ ಸಿಲ್ಕ್ ಹೌಸ್‌ಗೆ ಕರೆದೊಯ್ದು ತನಗೆ ಬೇಕಾದಂಥ ನಾಲ್ಕಾರು ಸೀರೆಗಳನ್ನು ಆರಿಸಿಕೊಂಡಳು. ಅದಕ್ಕೆ ಮ್ಯಾಚಾಗುವಂಥ ಬ್ಲೌಸ್ ಪೀಸ್‌ಗಳನ್ನು ಆರಿಸಿ ಪ್ಯಾಕ್ ಮಾಡಿಸಿದಳು. ಮಾಧು ಮಂಕಾಗಿ ಬಿಲ್ಲನ್ನು ತೆತ್ತ. ಅವನಿಗೆ ಅಷ್ಟೊಂದು ಹಣವನ್ನು ಮಡದಿಯ ಸೀರೆಗಳಿಗಾಗಿ ಸುರಿಯುವುದು ಇಷ್ಟವಿರಲಿಲ್ಲ. ಅವನು ತನ್ನ ಮನಸ್ಸಿನಲ್ಲಿದ್ದುದನ್ನು ಹೇಳಲಾರದವನಾಗಿದ್ದ. ಹೋಟೆಲಿಗೆ ಕರೆದೊಯ್ದು ಬೇಕಾದುದನ್ನೆಲ್ಲ ತರಿಸಿ ತಿಂದಳು. ಅವನು ಬೇಡವೆಂದಾಗ ಅವನ ಪಾಲಿನದನ್ನೂ ತಿಂದಳು. ಮಾಧು ಅವಳ ಸೌಂದರ್ಯ ಸ್ವಾದನೆಯಲ್ಲಿ ಏನನ್ನೂ ಗಮನಿಸುವ ಸ್ಥಿತಿಯಲ್ಲಿರಲಿಲ್ಲ. ತನಗೆ ಬೇಕಾದ ಸ್ನೋ, ಪೌಡರ್, ಕ್ರೀಮ್ ಮುಂತಾದುವನ್ನು ಕೊಂಡು ಹೊರೆ ಭಾರ ಮಾಡಿದಳು. ಮಾಧು ಅವಳು ಕೊಂಡಿದ್ದಕ್ಕೆಲ್ಲ ಬಿಲ್ಲು ಕೊಡುತ್ತಿದ್ದ. ಜೇಬು ಹಗುರವಾಯ್ತು. ಜೇಬಿಗೆ ಕೈ ಹಾಕಿದಾಗ ಅವನ ಜೀವ ಧಸಕ್ಕೆಂದಿತು. ಇಷ್ಟೊಂದು ಹಣ ಎರಡು ಗಂಟೆಯೊಳಗೆ ಖರ್ಚು ಮಾಡುವ ಸನ್ನಿವೇಶವೇ ಅವನಿಗೆ ಒದಗಿರಲಿಲ್ಲ.

ಮನೆಗೆ ಬರುವ ವೇಳೆಗೆ ಮಂಕಾಗಿಬಿಟ್ಟಿದ್ದ. ಆದರೆ ಮಡದಿ ಆಗ ತನ್ನ ನೈಲೆಕ್ಸ್

ಸೀರೆಯುಟ್ಟು ವಯ್ಯಾರದಿಂದ ಬಂದಾಗ ಖರ್ಚಾದ ದುಡ್ಡಿನ ಸಂಗತಿಯನ್ನೇ ಮರೆತುಬಿಟ್ಟ.

"ಸರಳಾ... ಸರಳಾ..." ಎಂದು ಬಲವಾಗಿ ಆಲಂಗಿಸಿಕೊಂಡ.

ಮೂರನೇ ದಿನ ಔತಣ ಮಾಡಿ ಮಗಳು ಅಳಿಯನನ್ನು ಸಾಗಾಕಿ ಶ್ರೀಕಂಠಯ್ಯ ಸಮಾಧಾನದ ಉಸಿರುಬಿಟ್ಟರು. ಮಗಳಿಂದ ಬಹಳ ಅನುಭವಿಸಿ ಬಿಟ್ಟಿದ್ದರು.

ಅಣ್ಣ, ಅತ್ತಿಗೆಯನ್ನು ನೋಡಿದ ಕೂಡಲೇ ಸುಕನ್ಯ ಓಡಿ ಬಂದಳು. ಅತ್ತಿಗೆಯ ಕೈಯಲ್ಲಿದ್ದ ಬ್ಯಾಸ್ಕೆಟನ್ನು "ಕೊಡಿ ಅತ್ತಿಗೆ" ಎಂದು ಕೈ ಮುಂದು ಮಾಡಿದಳು.

ಅವಳು ಕೊಡುವುದಿರಲಿ, ಸುಕನ್ಯ ಕಡೆ ತಿರುಗಿ ಸಹ ನೋಡದೇ ತಮಗಾಗಿ ಮೀಸಲಾಗಿದ್ದ ಕೋಣೆಗೆ ಹೋದಳು. ಮಾಧು ಕೋಣೆಯೊಳಗೆ ಬಂದ ಕೂಡಲೇ ಬಾಗಿಲು ಮುಚ್ಚಿದಳು. ಪಾರ್ವತಮ್ಮ ಗರಬಡಿದವರಂತೆ ನಿಂತುಬಿಟ್ಟರು. ಮಂಕಾದ ಮಗಳನ್ನು ಸಮಾಧಾನ ಮಾಡಿ ಕಳಿಸಿದರು. ತಾವು ಮಾತ್ರ ಅಸಮಾಧಾನದಿಂದ ಕುದಿದರು.

ಶ್ಯಾಮ ಅಣ್ಣ ಬಂದ ಸಂಗತಿಯನ್ನು ಯಾರಿಂದಲೋ ಅರಿತು ಬಂದವನೇ ಬಾಗಿಲನ್ನು ದಡದಡ ಬಡಿದ. ಮಾಧು ಬಾಗಿಲು ತೆಗೆದು ಹೊರಕ್ಕೆ ಬಂದ.

"ಅಣ್ಣ, ನಾನು ಹೇಳಿದ್ದು ತಂದೆ ತಾನೇ!" ಮಾಧು ಪೆಚ್ಚಾದ. ಮಡದಿಯ ಜೊತೆ ತಿರುಗಾಟದಲ್ಲಿ ಅವನು ಹೇಳಿದ ಪ್ಯಾಂಟಿನ ಬಟ್ಟೆಯನ್ನೇ ಮರೆತು ಬಂದಿದ್ದ.

ಬಾಯಿ ತಡವರಿಸಿತು.... "ಶ್ಯಾಮ, ನಾಲ್ಕಾರು ಅಂಗ್ಡಿಗಳಲ್ಲಿ ಹುಡುಕಿದೆ. ಆ ಕಲರ್ ಬಟ್ಟೆ ಸಿಗ್ಲೇ ಇಲ್ಲ. ದುಡ್ಡು ಕೊಡ್ತೀನಿ. ನೀನೇ ತಗೋ..."

"ನಂಗೆ ಗೊತ್ತು ಬಿಡು, ಅದು ಯಾವ ದೊಡ್ಡ ವಸ್ತು ಬಿಡು ಸಿಗದೇ ಇರೋಕ್ಕೆ! ನನ್ನ ಹತ್ರ ಹಾಸ್ಯ ಮಾಡ್ತೀಯಲ್ಲ!" ಎಂದವನೇ ಕೋಣೆಯೊಳಕ್ಕೆ ನುಗ್ಗಿ ಬೀಗದ ಕೈಗಾಗಿ ಹುಡುಕಾಡಿದ.

"ಅದ್ರಲ್ಲಿ ನನ್ನ ಬಟ್ಟೆ ಮಾತ್ರ ಇರೋದು!" ಬಾಣದಂತೆ ಬಂತು ಸರಳಳ ಬಾಯಿಂದ ಮಾತು.

"ಅಣ್ಣನ ಜೊತೆ ನೀವೂ ಸೇರ್ಕೊಂಡು ತಮಾಷೆ ಮಾಡ್ತೀರಾ? ನಾನು ಹೇಳಿದ್ದು ಯಾವತ್ತೂ ಮರ್ತು ಬಂದಿಲ್ಲ. ನಿಮ್ಮ ಹತ್ರ ಇದ್ದರೆ ಕೀ ಕೊಡಿ."

ಅವನ ಮಾತುಗಳನ್ನು ಕೇಳಿಸಿಕೊಳ್ಳದವಳ ಹಾಗೆ ಹೊರಗೆ ಹೊರಟುಬಿಟ್ಟಳು.

ಅತ್ತಿಗೆಯ ಉದಾಸೀನದಿಂದ ಶ್ಯಾಮನ ಮನಸ್ಸಿಗೆ ನೋವಾಯಿತು. ಅಣ್ಣನ ಮುಖ ಸಹ ನೋಡದೇ ಹೊರಗೆ ಬಂದುಬಿಟ್ಟ.

ಸರಳಾ, ವಿಶಾಲಾಕ್ಷಮ್ಮ ಮಾಡಿಕೊಟ್ಟ ತಿಂಡಿಗಳನ್ನು ಡಬ್ಬಗಳಿಗೆ ತುಂಬಿ ಮಂಚದ ಕೆಳಗಿಟ್ಟಳು. ಅದರ ವಾಸನೆಯನ್ನು ಸಹ ಮನೆಯವರಿಗೆ ತೋರಿಸಲಿಲ್ಲ.

ಸಂಜೆ ಪಾರ್ವತಮ್ಮ ದೋಸೆಯ ಹಿಟ್ಟು ರುಬ್ಬುವುದರಲ್ಲಿ ನಿರತರಾಗಿದ್ದಾಗ,

ಒಳಗೆ ಬಂದ ಸುಕನ್ಯ "ಅಮ್ಮ ಅತ್ತಿಗೆ ಕೋಣೇಲಿ ಕರೆದ ತಿಂಡಿ ವಾಸ್ನೇ ಬರ್ತಾ ಇದೆ" ಎಂದು ಹೇಳಿದಳು.

ಅದನ್ನು ಮೊದಲೇ ಊಹಿಸಿದ್ದ ಪಾರ್ವತಮ್ಮ "ಮದ್ವೆ ತಿಂಡಿನ್ನೆಲ್ಲ ಅದ್ರಲ್ಲೆ ತುಂಬಿದ್ದುವಲ್ಲ, ಅದ್ರ ವಾಸ್ನೆ ಹೋಗಿಲ್ಲ, ಅಷ್ಟೆ." ಸುಳ್ಳು ಸಮಾಧಾನ ಹೇಳಲು ಪ್ರಯತ್ನಪಟ್ಟರು.

"ಇಷ್ಟು ದಿನ ಇಲ್ಲದ ವಾಸ್ನೆ ಈಗೆಲ್ಲಿ ಬರುತ್ತಮ್ಮ! ಅಣ್ಣ, ಅತ್ತಿಗೆ ಬೆಂಗಳೂರಿಗೆ ಹೋಗಿದ್ದಾಗ ನಾನೆಷ್ಟು ಸಲ ಆ ಕೋಣೆಗೆ ಹೋಗಿದ್ದೀನಿ." ತನ್ನ ಮಾತನ್ನು ಸಮರ್ಥಿಸಿಕೊಳ್ಳಲು ಹೊರಟಳು.

"ಅದೆಲ್ಲ ಇರ್ಲಿ, ಕೈ ತೊಳ್ಕೊಂಡು ಮೊಗ್ಗು ಬಿಡ್ಸೋಗು." ಮಗಳನ್ನು ಗದರಿಕೊಂಡರು.

ಸುಕನ್ಯ ಸಪ್ಪೆ ಮುಖ ಮಾಡ್ಕೊಂಡು ಹಿತ್ತಲಿಗೆ ಬರುವಷ್ಟರಲ್ಲಿ ಸರಳ ಮೊಗ್ಗು ಬಿಡಿಸಿಕೊಂಡು ಬರುತ್ತಿದ್ದಳು. ತಂಟೆನೇ ತಪ್ಪಿತು ಎಂದು ಬುಟ್ಟಿಯನ್ನು ಮಾಡಿನಲ್ಲಿಟ್ಟು ನಡುಮನೆಗೆ ಬಂದಳು. ಸರಳ ಮೊಗ್ಗು ಪೋಣಿಸುವವರೆಗೂ ಕಾದು ಕುಳಿತಳು, ತನಗೂ ಕೊಡಬಹುದೆಂದು. ತನಗೆ ಆಗಿ ಮಿಕ್ಕ ಮೊಗ್ಗನ್ನೆಲ್ಲ ತೆಗೆದುಕೊಂಡು ಹೋಗಿ ಹಾಸಿಗೆಯ ಮೇಲೆ ಚೆಲ್ಲಿದಾಗ ಅವಳ ಕಣ್ಣಲ್ಲಿ ನೀರೇ ಬಂದುಬಿಟ್ಟಿತು.

ಹಿತ್ತಲಲ್ಲಿದ್ದ ಆ ಮಲ್ಲಿಗೆಯ ಗಿಡದ ಮೊಗ್ಗು ಮುಡಿಯದವರೇ ಇರಲಿಲ್ಲ. ಹಳ್ಳಿಯಲ್ಲಿ ಸೇರುಗಟ್ಟಲೇ ಮೊಗ್ಗು ಬಿಡುತ್ತಿತ್ತು. ಮೊಗ್ಗಿನ ಕಾಲದಲ್ಲಿ ಸುಕನ್ಯ ಬರೀ ತಲೆಯಲ್ಲಿ ಇದ್ದದ್ದೇ ಇಲ್ಲ.

ತೋಟದಿಂದ ಬಂದ ನಾರಾಯಣಪ್ಪ ಮಗಳ ಬರೀ ತಲೆಯನ್ನು ನೋಡಿ "ಸುಕನ್ಯ ಮೊಗ್ಗು ಬಿಡ್ಸಲಿಲ್ಲವೇ? ಒಳ್ಳೇ ಸೋಮಾರಿ ಹುಡ್ಗಿ. ಇಲ್ಲಿ ಬುಟ್ಟಿ ತಗೊಂಡು ಬಾ. ನಾನು, ನೀನೂ ಬಿಡ್ಸೋಣ...."

"ಅತ್ತಿಗೆ, ಆಗ್ಲೇ ಮೊಗ್ಗು ಬಿಡ್ಸಿದ್ದಾಳೆ..." ನಾರಾಯಣಪ್ಪನವರು ಏನೋ ಹೇಳಲು ಮುಂದಾದರು. ಪಾರ್ವತಮ್ಮ ಸನ್ನೆ ಮಾಡಿ ಸುಮ್ಮನಾಗಿಸಿದರು. ಗಂಡನ ಮುಖದ ಮೇಲಿನ ವ್ಯಥೆಯನ್ನು ಕಂಡು ಪಾರ್ವತಮ್ಮ ಮರುಗಿದರು.

ಸರಳ ಯಾರ ಬಳಿಯೂ ಮುಖ ಕೊಟ್ಟು ಮಾತನಾಡುತ್ತಲೇ ಇರಲಿಲ್ಲ. ಪ್ರತಿಯೊಂದಕ್ಕೂ ಗೊಣಗಾಡುತ್ತಿದ್ದಳು. ಪಾರ್ವತಮ್ಮ, ನಾರಾಯಣಪ್ಪ ಒಳಗೊಳಗೆ ಮೂಕವೇದನೆ ಅನುಭವಿಸುತ್ತಿದ್ದರು. ಮಗನ ಮುಂದೆ ರಾದ್ಧಾಂತ ಮಾಡಿ ಅವನ ಮೃದುವಾದ ಮನಸ್ಸನ್ನು ನೋಯಿಸಲು ಇಷ್ಟಪಡುತ್ತಿರಲಿಲ್ಲ. ಸಂಜೆ ದಣಿದು ಬಂದ ಅವನ ಮುಖ ನೋಡಿದ ಕೂಡಲೇ ಅವರ ಹೊಟ್ಟೆಯಲ್ಲಿ ಚುರುಕ್ ಎನ್ನುತ್ತಿತ್ತು. ಸದ್ಯ ಹೇಗಾದರೂ ಅವರಿಬ್ಬರೂ ಸುಖವಾಗಿರಲಿ ಎಂದು ಮೂಕ ಸಂಕಟ ಅನುಭವಿಸುತ್ತಿದ್ದರು.

ದಿನದಿನಕ್ಕೆ ಸರಳ ಕಠೋರಳಾಗುತ್ತಿದ್ದಳೇ ವಿನಹ ತನ್ನತನವನ್ನು ಅರಿಯಲೇ ಇಲ್ಲ.

ಅದೊಂದು ದಿನ ಸರಳ ಮೊಗ್ಗು ಬಿಡಿಸಲು ಹೊರಟಾಗ ಪಾರ್ವತಮ್ಮ ಮೃದುವಾಗಿ ಅಂದರು "ಸರಳ, ಗೌಡ್ರ ಸೊಸೆ ಬಸುರಿ. ಇವತ್ತು ಕಿತ್ತ ಮೊಗ್ಗು ಅವಳ್ಗೆ ಕೊಟ್ಟು ಕಳ್ಸೋಣ."

"ಬೆಂಗಳೂರಿನಲ್ಲಿ ಪಾವು ಮೊಗ್ಗು ಒಂದ್ರೂಪಾಯಿ. ಎಲ್ಲರಿಯೂ ಬಿಟ್ಟಿಯಾಗಿ ಕೊಡೋದಿಕ್ಕೆ ನಮ್ಗೇನು ಗ್ರಹಚಾರ!"

"ಛೆ! ಎಂಥ ಮಾತು ಆಡ್ತೀಯಾ! ಮುತ್ತೈದೆಯರು ಮುಡಿಯೋ ಹೂವಿಗೆ ದುಡ್ಡು...! ಅವರೇನೋ ಹೊಟ್ಟೆಪಾಡಿಗಾಗಿ ಮಾರ್ತಾರೆ. ಆ ಗಿಡ ಹಾಕಿದಾಗಿನಿಂದ ಎಷ್ಟು ಜನ ಮೊಗ್ಗು ಮುಡಿದಿದ್ದಾರೋ? ನೀನು ಕಿತ್ತದ್ದರಲ್ಲಿ ಅರ್ಧ ಇಟ್ಕೊಂಡು ಅರ್ಧ ಕಳ್ಸು...!"

"ಅದೆಲ್ಲ ಆಗೋ ಕೆಲ್ಸವಲ್ಲ. ಅವರಿಗಿಷ್ಟವಾದ್ರೆ ದುಡ್ಡು ಕೊಟ್ಟು ತರ್ಸಿ ಮುಡಿಯಲಿ...!" ಕಾಲನ್ನು ರಪ್ಪನೇ ನೆಲಕ್ಕೆ ಬಡಿದು ಹಿತ್ತಲಿಗೆ ನಡೆದೇ ಬಿಟ್ಟಳು.

ಪಾರ್ವತಮ್ಮ ಸುಮ್ಮನೇ ಬಾಯಿಮಾತಿಗೆ ಹಾಗೆ ಅಂದರೂ ಕೊಟ್ಟು ಕಳುಹಿಸಬಹುದೆಂದು ಸುಮ್ಮನಾದರು. ಸುಕನ್ಯನಿಂದ ನಿಜಸ್ಥಿತಿ ತಿಳಿದ ಮೇಲೆ ಅವರಿಗೆ ಸೊಸೆಯ ಮೇಲೆ ಜಿಗುಪ್ಸೆಯಾಯಿತು. ನಾಳೆ ಮೊಗ್ಗು ಕಿತ್ತು ತಾವೇ ಕಳಿಸಲು ನಿಶ್ಚಯಿಸಿದರು.

ನಿಶ್ಚಯಿಸಿದಂತೆ ಮೊಗ್ಗೇನೋ ಕಿತ್ತು ಕಳಿಸಿದರು. ಬರಿದಾದ ಗಿಡವನ್ನು ನೋಡಿದ ಸರಳ ಕೆರಳಿದ ಸರ್ಪಿಣಿಯಾದಳು. ಬುಟ್ಟಿಯನ್ನು ತೆಗೆದುಕೊಂಡು ಹೋಗಿ ನಡುಮನೆಯಲ್ಲಿ ಎಸೆದು ಸಿಕ್ಕಾಪಟ್ಟೆ ಕೂಗಾಡಿದಳು. ತಾಯಿ ಮಗಳಿಬ್ಬರೂ ಕೇಳಿಸಿಕೊಂಡರೂ ಕೇಳದಂತೆ ಇದ್ದುಬಿಟ್ಟರು. ಅದೇ ಈರ್ಷ್ಯೆಯಿಂದ ಸರಳ ಕುಡುಗೋಲನ್ನು ತೆಗೆದುಕೊಂಡು ಹೋಗಿ ಮಲ್ಲಿಗೆಯ ಬಳ್ಳಿಯನ್ನು ಕತ್ತರಿಸಿದಾಗ ನಾರಾಯಣಪ್ಪ ಬೆಂಕಿಯ ನವಾಬರಾದರು. ಹೂ ಬಿಡುವ ಗಿಡವನ್ನು ಕತ್ತರಿಸುವುದು ಅವರ ವಿಷಯದಲ್ಲಿ ಮಹಾಪರಾಧವಾಗಿತ್ತು.

"ಪಾತು, ನೀನು ಎಲ್ಲಿಗೆ ಹೋಗಿದ್ದೆ? ಅವಳು ಗಿಡ ಪೂರ್ತಿ ಕತ್ತರಿಸಿ ಹಾಕಿಬಿಡೋವರ್ಗೂ ನೀನು ಏನು ಮಾಡ್ತಾ ಇದ್ದೆ? ಅವಳಿಗೆ ಈ ಕೆಟ್ಟ ಧೈರ್ಯ ಎಲ್ಲಿಂದ ಬಂತು?" ಅವಳನ್ನು ಸಮಾಧಾನ ಮಾಡಲು ಪಾರ್ವತಮ್ಮ ಬಹಳ ಪ್ರಯಾಸಪಡಬೇಕಾಯಿತು. ನಾರಾಯಣಪ್ಪನವರಿಗೆ ಸೊಸೆಯ ಮೇಲೆ ಇದ್ದ ಅಲ್ಪಸ್ವಲ್ಪ ಪ್ರೀತಿಯೂ ನಶಿಸಿಹೋಯಿತು. ಆದರೂ ಮಗನಿಗಾಗಿ ಸಹಿಸಿಕೊಳ್ಳಲೇಬೇಕಾಯಿತು.

* * * *

ಅಲ್ಲಿಯೇ ಇದ್ದ ಶ್ರೀಪಾದುಗೆ ಜಾನಕಿಯನ್ನು ಕೊಡುವ ನಿಶ್ಚಯವಾಯಿತು. ಈಗಲೂ ಕೂಡ ನಾರಾಯಣಪ್ಪನವರೇ ಎಲ್ಲ ಜವಾಬ್ದಾರಿಗಳನ್ನು ಹೊತ್ತುಕೊಂಡರು. ಪಾರ್ವತಮ್ಮನ ಕಣ್ಣಲ್ಲಿ ನೀರಾಡಿತು.

"ಛೀ ಹುಚ್ಚಿ! ಜಾನಕಿ ಈ ಮನೆಗೆ ಸೊಸೆಯಾಗಿ ಬಂದಿದ್ರೆ ಇಂಥ ಕಹಿ ಅನುಭವಗಳನ್ನು ನೋಡುವುದಕ್ಕಾದ್ರೂ ಸಿಕ್ಕುತ್ತಿತ್ತೆ? ಎಲ್ಲ ದೈವೇಚ್ಛೆ."

"ಹೋಗ್ಲಿ ಬಿಡಿ, ಜಾನಕಿ ಇಲ್ಲೇ ಇದ್ರೆ ದಿನಕ್ಕೊಮ್ಮೆಯಾದ್ರೂ ನೋಡಬೌದು" ಎಂದು ತಮಗೆ ತಾವೇ ಸಮಾಧಾನ ಮಾಡಿಕೊಂಡರು ಪಾರ್ವತಮ್ಮ.

ಮದುವೆ ತರಾತುರಿಯಲ್ಲಿ ನಿಶ್ಚಯವಾಗಿತ್ತು. ಮನೆ ಅನುಕೂಲವಿದ್ದುದರಿಂದ ಮದುವೆ ಅಲ್ಲೇ ನಡೆಯುವ ನಿಶ್ಚಯವಾಗಿತ್ತು.

ಜಾನಕಿಯಂತು ಎರಡು ದಿನ ಅತ್ತು ಸುಮ್ಮನಾದಳು. ಮಾಧುವಿಗೆ ವಧುವಾಗಿ ಬರಬೇಕಾಗಿದ್ದವಳು ಬೇರೆಯವರಿಗೆ ಹೆಂಡತಿಯಾಗಿ ಬರಬೇಕಾಯಿತಲ್ಲ ಎಂಬುದೇ ಅವಳ ವ್ಯಥೆ. ಕಡೆಗೆ ಮಾಧುವೇ ಸಮಾಧಾನ ಹೇಳಿದ.

ಲಲಿತಮ್ಮ, ರಂಗಸ್ವಾಮಿ ತಮ್ಮ ಎರಡನೇ ಮಗಳನ್ನು ಧಾರೆಯೆರೆದು ಕೊಟ್ಟು ನೆಮ್ಮದಿಯಾಗಿ ಉಸಿರಾಡಿದರು. ತಮ್ಮಣ್ಣನ ನೆರವಿಲ್ಲದೇ ತಾವು ಹೆಣ್ಣು ಮಕ್ಕಳ ಮದುವೆಯನ್ನು ಸುಸೂತ್ರವಾಗಿ ಮಾಡಲು ಸಾಧ್ಯವಿತ್ತೇ? ಒಟ್ಟಿನಲ್ಲಿ ಇಂಥ ಅಣ್ಣ ಅತ್ತಿಗೆ ಅದೃಷ್ಟವೆಂದು ಹೇಳಿಕೊಂಡರು.

ಸರಳ ಯಾರನ್ನೂ ಹಚ್ಚಿಕೊಳ್ಳುತ್ತಿರಲಿಲ್ಲ. ತನ್ನ ಪಾಡಿಗೆ ತಾನಿದ್ದು ಬಿಡುತ್ತಿದ್ದಳು. ಸ್ವಲ್ಪವೇನಾದರೂ ಅನಾನುಕೂಲವಾದರೆ ಸಿಡಿದುಬೀಳುತ್ತಿದ್ದಳು.

ಬೆಳಗಿನಿಂದ ತೋಟದಲ್ಲೇ ಇದ್ದ ಮಾಧು ಸಂಜೆ ಬಳಲಿ ಮನೆಗೆ ಬಂದ. ಕೈಕಾಲು ತೊಳೆದು ಕೋಣೆಗೆ ಹೋದ. ಸರಳ ಸೂರನ್ನು ನಿಟ್ಟಿಸುತ್ತ ಮಲಗಿದ್ದಳು. ಮುಸ್ಸಂಜೆಯ ಹೊತ್ತು ಮಲಗಿದ್ದುದು ನೋಡಿ ಬೇಸರವಾದರೂ ತೋರಿಸಿಕೊಳ್ಳದೇ ಅವಳ ಪಕ್ಕದಲ್ಲಿ ಕುಳಿತು ಪ್ರೀತಿಯಿಂದ ಕೂದಲಲ್ಲಿ ಕೈಯಾಡಿಸಿದ.

ಸರಳ ಮುಳ್ಳು ಸೋಂಕಿದವಳಂತೆ ಎದ್ದು ಕುಳಿತಳು. ಅವಳ ಮುಖದ ಮೇಲೆ ಗಂಡನ ಬಗ್ಗೆ ತಾತ್ಸಾರವಿತ್ತು. ಅವಳು ಈ ತಿಂಗಳು ಹೊರಗಾಗಿರಲಿಲ್ಲ.

ಮಡದಿಯ ಮುಖದ ಮೇಲಿನ ಭಾವವನ್ನು ನೋಡಿ ಕೈಯನ್ನು ಹಿಂದಕ್ಕೆ ತೆಗೆದುಕೊಂಡು "ಸರಳ, ಹುಷಾರಾಗಿದ್ದೀಯಾ!" ತನ್ನಿಂದ ಆಗಬಾರದ ಕೆಲಸವೇನಾಗಿದೆಯೋ ಎಂದು ಪೇಚಾಡಿಕೊಂಡ.

ಬಾರದ ನಗುವನ್ನು ಮುಖದ ಮೇಲೆ ತಂದುಕೊಂಡಾಗ ಮಡದಿ ಕತ್ತಲಲ್ಲಿ ಬೆಳಕನ್ನು ಕಂಡಂತಾಯಿತು.

"ನನ್ಗೆ ಅಣ್ಣನನ್ನು ನೋಡಬೇಕೆನ್ನಿಸಿದೆ. ಬೆಂಗಳೂರಿಗೆ ಹೋಗ್ಬೇಕು!" ಮಾಧು ಇಷ್ಟೇ ತಾನೇ ಎಂದು ಸಮಾಧಾನದ ಉಸಿರುಬಿಟ್ಟ.

"ನಾಳೆನೇ ಹೋಗಿ ಬಂದ್ರಾಯ್ತು!" ಸಂತೋಷದಿಂದ ಗಂಡನ ಮುಖದ ಮೇಲೆಲ್ಲ ಮುತ್ತಿನ ಮಳೆಗರೆದಳು. ಬಡಪ್ರಾಣಿ ಕರಗಿಹೋದ.

ವಿಷಯ ಅರಿತಿದ್ದ ಪಾರ್ವತಮ್ಮ ಮುಸಿನಗುತ್ತ ಮಗ, ಸೊಸೆಯನ್ನು ಕಳಿಸಿಕೊಟ್ಟರು.

ಬಂದ ಅಳಿಯ ಮಗಳನ್ನು ಶ್ರೀಕಂಠಯ್ಯ ದಂಪತಿಗಳನ್ನು ಸಂಭ್ರಮದಿಂದಲೇ ಸ್ವಾಗತಿಸಿದರು.

ಸರಳ ಇದ್ದಕ್ಕಿದ್ದಹಾಗೆ "ನೀವು, ನಾನು ಎಂಟು ದಿನ ಇದ್ದು ಬರ್ತೀನಿ" ಎಂದು ಮುಲಾಜಿಲ್ಲದೇ ಹೇಳಿಕಳಿಸಿದಾಗ ಸಪ್ಪೆ ಮುಖ ಹಾಕ್ಕೊಂಡು ಮಾಧು ಹಳ್ಳಿಗೆ ಹಿಂದಿರುಗಿದ.

ಬೆಳಿಗ್ಗೆ ಸೊಸೆ ಜೊತೆ ಹೋದ ಮಗ ಒಬ್ಬನೇ ಹಿಂದಿರುಗಿದಾಗ ಪಾರ್ವತಮ್ಮನಿಗೆ ಗಾಬರಿಯಾಯಿತು. "ಮಾಧು... ಸರಳಾ..."

"ಅವ್ಳು ಎಂಟು ದಿನ ಇದ್ದು ಬರ್ತಾಳಂತೆ. ಹೊಟ್ಟೆ ಹಸೀತಾ ಇದೆ, ಬಡ್ಸು ನಡೆಯಮ್ಮ...." ಮಾತಾಡದೇ ಹೋಗಿ ಪಾರ್ವತಮ್ಮ ತಟ್ಟೆ ಹಾಕಿ ಬಡಿಸಿದರು.

ಹೊಟ್ಟೆ ತುಂಬಿದ ಮೇಲೆ ಮಾಧು ಮುಖ ಪ್ರಸನ್ನವಾಯ್ತು. ತಾಯಿಯ ಬಳಿ ನಗುತ್ತ ಮಾತಾಡಿದ. ತಂಗಿನ ಕೀಟಲೆ ಮಾಡಿದ. ಏನೋ ಕಳೆದುಕೊಂಡುದನ್ನು ಪಡೆದುಕೊಂಡಂತೆ ಸಂತೋಷವಾಗಿದ್ದ.

ಏನೇನೋ ಪ್ರಶ್ನಿಸಿ ಅವನ ಸಂತೋಷವನ್ನು ಹಾಳು ಮಾಡಲು ಪಾರ್ವತಮ್ಮ ಇಷ್ಟಪಡಲಿಲ್ಲ.

ಅಡಿಗೆಯ ಮನೆಯಲ್ಲೇ ಕೂತು ಮಾತನಾಡುತ್ತಿದ್ದ ಮಾಧು ಜಾನಕಿ ಬಂದಾಗ ದಿಟ್ಟಿಸಿದ. ಮಾತಿನ ಮಲ್ಲಿಯಾಗಿದ್ದ ಅವಳು ಗೃಹಿಣಿ ಪಟ್ಟಕ್ಕೆ ಏರಿದ ಮೇಲೆ ಗಂಭೀರೆಯಾಗಿಬಿಟ್ಟಿದ್ದಳು. ಸರಳೆಯ ಮುಖದ ಮೇಲಿಲ್ಲದ ಯಾವುದೋ ಹೆಣ್ಣುತನವನ್ನು ಅವನು ಕಂಡ.

ಮಾಧು ಸರಳ ನೋಟ ಎದುರಿಸಲಾರದೇ ಪಕ್ಕಕ್ಕೆ ಸರಿದಳು.

"ಏನೇ ಹುಡ್ಗಿ! ವಾರವಾದ್ರೂ ನಿನ್ನ ಮುಖದರ್ಶನವಿಲ್ಲ. ಶ್ರೀಪಾದು ಬೆಳಿಗ್ಗೆಯಿಂದ ಸಂಜೆವರ್ಗೂ ನಿನ್ನ ಎದುರಿನಲ್ಲೇ ಕೂತಿರುತ್ತಾನಾ! ಹೇಗೆ ಸಮಾಚಾರ...!" ಸೋದರ ಸೊಸೆಯನ್ನು ತಮಾಷೆ ಮಾಡಿದರು ಪಾರ್ವತಮ್ಮ.

ಹಿಂದಿನ ಮಾತುಗಾರಿಕೆ ಈಗ ಅವಳಲ್ಲಿ ಉಳಿದಿಲ್ಲವೆನ್ನುವಷ್ಟು "ಹೋಗಿ, ಅತ್ತೆ, ನೀವೊಬ್ಬರು...." ಎಂದು ನಾಚಿ ನೀರಾದಳು.

ಮಾಧು ಒಬ್ಬಂಟಿಗನಾಗಿ ಕೂತಿದ್ದನ್ನು ನೋಡಿದ ಜಾನಕಿ ಸರಳ ಇಲ್ಲವೆಂದು ಅರಿತಳು. ಮೊದಲಿನ ಜಾನಕಿಯಾಗಿದ್ದರೆ ಗೋಳುಗುಟ್ಟಿಸಿಬಿಡುತ್ತಿದ್ದಳು.

ತಾಯಿಯೊಂದಿಗೆ ಮಾಧು ಹೊರಗೆದ್ದು ಬಂದ. ಕೋಣೆಗೆ ಹೋದ. ಅವನು ಮೊದಲಿನಿಂದಲೂ ಜಾನಕಿಯ ಬಳಿ ಹೆಚ್ಚಾಗಿ ಮಾತನಾಡಿದವನೇ ಅಲ್ಲ. ಈಗೀಗ ಸ್ವಲ್ಪ ಮಾತಾಡ್ತಾನೆ.

"ಅತ್ತೆ, ಸರಳಕ್ಕ... ಎಲ್ಲಿ? ತನ್ನ ಸಂದೇಹವನ್ನು ದೃಢಪಡಿಸಿಕೊಳ್ಳಲು ಪ್ರಶ್ನಿಸಿದಳು. ಸರಳ ಮದುವೆಯಾಗಿ ಬಂದ ಮೇಲೆ ಮಾಧು ಮುಖದ ಮೇಲಿನ ಪ್ರಸನ್ನತೆಯೇ ಮಾಸಿಹೋಗಿತ್ತು.

"ಅತ್ತೆ ಮನೆಯಲ್ಲಿ ಎಷ್ಟೇ ಸುಖವಾಗಿದ್ರೂ ಹೆಣ್ಣು ಮಕ್ಕಳಿಗೆ ತೌರಿನ ಹಂಬಲ ಕಮ್ಮಿಯಾಗೋಲ್ಲ. ಅವ್ಳು ಬೆಂಗಳೂರಿನ ಹುಡ್ಗಿ. ಇದು ಹಳ್ಳಿ, ಅವಳಿಗೆ ಬೇಸ್ರ. ಒಂದೆಂಟು ದಿನ ಇದ್ದು ಬರ್ಲಿ…" ಸೊಸೆಯನ್ನು ಸಮರ್ಥಿಸಿಕೊಂಡರು.

ಸುಕನ್ಯ ಜೊತೆ ಮಾತಾಡುತ್ತ ಸಣ್ಣ ಪುಟ್ಟ ಕೆಲಸ ಮಾಡಿಕೊಟ್ಟು ಗಂಡ ಬಂದಾಗ ಹೊರಟುನಿಂತಳು.

ಪಾರ್ವತಮ್ಮ ಕೆಂಡಸಂಪಿಗೆ ದಂಡೆಯನ್ನು ಮುಡಿಸಿ ಕೆನ್ನೆ ಹಿಂಡಿ ನಕ್ಕರು.

"ದೊಡ್ಡಮ್ಮ, ಅವಳ್ಗೆ ಬೆಳಗಿನಿಂದ ಸಂಜೇವರ್ಗೂ ನಿಮ್ಮ ಜಪನೇ. ಅವ್ಳ ಅಡ್ಗೆ ಅವಳಿಗೆ ಬೇಸರ. ನಿಮ್ಮ ಕೈ ರಸಕವಳದ ನೆನಪಿನಲ್ಲಿ ಸರಿಯಾದ ಊಟ ಮಾಡೋಲ್ಲ. ಇವಳೇನಾದ್ರೂ ಬಡವಾದ್ರೆ ಜನ ನನ್ನ ದೂರಬೇಕಲ್ಲ. ದೂರುತ್ತ ಮಡದಿಯ ಕಡೆ ತುಂಟ ನೋಟ ಹರಿಸಿದ.

ನಸುಮುನಿಸಿನಿಂದ ಜಾನಕಿ ಗಂಡನ ಕಡೆ ನೋಡಿದಳು.

ಅವರಿಬ್ಬರ ಸರಸದಾಂಪತ್ಯ ನೋಡಿ ಪಾರ್ವತಮ್ಮನಿಗೆ ಹಿಗ್ಗಾಯಿತು. ತಮ್ಮ ಮನೆಯಲ್ಲಿ ಅರಳಬೇಕಾದ ಹೂ ಎಲ್ಲಾದರೂ ಅರಳಿದೆಯಲ್ಲ, ಅಷ್ಟೇ ಸಾಕು, ಸುಖವಾಗಿರಲಿ ಎಂದು ಹಾರೈಸಿದರು.

ಶ್ರೀಪಾದು, ಜಾನಕಿ ಅವಧಾನಿಗಳ ಮನೆಯ ಮುಂದೆ ಬಂದಾಗ ಜಗುಲಿಯ ಮೇಲೆ ಕೂತಿದ್ದ ಅವಧಾನಿಗಳು "ಶ್ರೀಪಾದರು ಅಲ್ವೆ…! ಬಾರಯ್ಯ… ಬಾ…" ಎಂದು ಕೂಗಿದರು.

ಶ್ರೀಪಾದುಗೆ ಹೋಗಲು ಇಷ್ಟವಿಲ್ಲದಿದ್ದರೂ ಹಿರಿಯರನ್ನು ಧಿಕ್ಕರಿಸಲು ಅವನಿಂದ ಸಾಧ್ಯವಾಗದೇ ಹೋಯ್ತು.

ಅಲ್ಲೇ ನಿಂತು "ಹೊತ್ತಾಯ್ತು ಮಾವ… ಇನ್ನೊಂದು ದಿನ ಬರ್ತೀನಿ."

"ಇರ್ಲಿ… ಬಾ, ಒಂದು ಗಳಿಗೆ."

ಶ್ರೀಪಾದು ಮಡದಿಯ ಮುಖ ನೋಡಿ ಜಗುಲಿಯತ್ತ ಹೆಜ್ಜೆ ಹಾಕಿದ.

"ಒಳಗೆ… ಬನ್ನಿ…. ಬಾರಮ್ಮ ಜಾನಕಿ."

ಇವರು ಒಳಗೆ ನಡೆದ ಮೇಲೆ ಅವಧಾನಿಗಳು ಎದ್ದು ಬಂದರು. ಅವಧಾನಿಗಳ ಕುಟುಂಬ ವಿಶಾಲಮ್ಮ ಚಾಪೆ ಹಾಸಿ ಕುಳಿತುಕೊಳ್ಳುವಂತೆ ಹೇಳಿದರು.

"ಇಬ್ರೂ…. ನಾರಾಯಣ್ ಮನೆ ಕಡೆ ಹೋಗಿದ್ರೋ…" ಕೊಕೊಕ್ಕೊ ಎಂದು ದೊಡ್ಡ ಧ್ವನಿಯಲ್ಲಿ ನಕ್ಕರು.

"ಎಂಥ ತೋಟ… ಎಂಥ ಮನೆ… ಎಷ್ಟು ಆಸ್ತಿ… ಯಾವ್ದಕ್ಕೂ ಪಡ್ಕೊಂಡು ಬಂದಿರ್ಬೇಕು. ಜಾನಕಿಗೆ ಅದೃಷ್ಟವಿಲ್ದೆ ಹೋಯ್ತು." ಈ ಮಾತಿನಿಂದ ಗಂಡ ಹೆಂಡಿರಿಬ್ಬರಿಗೂ ಕಸಿವಿಸಿಯಾಯ್ತು.

ವಿಷಯ ಶ್ರೀಪಾದುಗೆ ತಿಳಿದಿದ್ದೆ. ಮಾಧು ಬಗ್ಗೆ ಅವನೆಂದೂ ಹೆಚ್ಚಿಗೆ ಭಾವಿಸಲಾರ. ಸಿನಿಮಾ, ಕಥೆ ಪುಸ್ತಕಗಳ ಹಾಗೆ ಪ್ರೀತಿ ಪ್ರೇಮ ಅಂತ ಮರಗಿಡ

ಸುತ್ತಾಡಿ ರೋಮಾನ್ಸು ನಡೆಸೋ ಜನವಲ್ಲ. ಆಸೆ ಇತ್ತು. ಜಾತಕ ಕೂಡಿ ಬರಲಿಲ್ಲ. ಅಷ್ಟನ್ನು ಮಾತ್ರ ಭಾವಿಸಿಕೊಳ್ಳುವವನಲ್ಲ.

ಪಾವು ಹಿಡಿಸೋ ಕಂಚಿನ ಲೋಟಗಳ ತುಂಬ ಹಾಲು ತಂದಿಟ್ಟರು ವಿಶಾಲಮ್ಮ. ಹೆಚ್ಚು ಹೇಳಿಸಿಕೊಳ್ಳದೇ ಇಬ್ಬರೂ ಕುಡಿದು ಮುಗಿಸಿದರು. ಅಷ್ಟರಲ್ಲಿ.... ಮಾವಿನ ರಂಬೆಗಳನ್ನು ಹಿಡಿದುಕೊಂಡು ಬಂದ ಗಣಪತಿ "ಅಪ್ಪಾಜಿ... ಚಂದ್ರಿ ಬರ್ತಾಳೆ, ಚಂದ್ರಿ... ಬರ್ತಾಳೆ" ಎಂದು ಕುಣಿಯತೊಡಗಿದಾಗ, ಇವರ ಹಾದಿ ಸುಗಮವಾಯಿತು.

ಮನೆ ಸೇರೋವರೆಗೂ ಗಂಡ ಹೆಂಡರಿಬ್ಬರೂ ಮಾತಾಡಲಿಲ್ಲ.

* * * *

ಸರಳಾ ಬಂದ ಮೇಲೆ ಮಾಧು ತನ್ನ ಹಾಸಿಗೆಯನ್ನು, ನಡುಮನೆಯಲ್ಲಿ ಹಾಸಿಕೊಂಡು ಮಲಗಲು ಷುರು ಮಾಡಿದ. ಅವರಿಬ್ಬರಲ್ಲಿ ಏನಾದರೂ ವೈಮನಸ್ಸು ಉಂಟಾಗಿದೆಯೋ ಏನೋ ಎಂದು ಪಾರ್ವತಮ್ಮ ಆತಂಕಗೊಂಡು ತಮ್ಮ ಕಳವಳವನ್ನು ಗಂಡನ ಮುಂದೆ ತೋಡಿಕೊಂಡರು.

"ನಿಂಗೆಲ್ಲೋ ಬುದ್ಧಿ ಇಲ್ಲ! ನಮ್ಮ ಮಾಧು ಜೊತೆ ಯಾರು ಜಗಳ ಆಡೋಕೆ ಸಾಧ್ಯ? ಪಾಪ, ಅವನೊಬ್ಬ ಸಾಧು ಜೀವಿ. ಆಡಿದ್ರೆ ತಾನೇ ಎಷ್ಟು ದಿನ...? ಗಂಡ ಹೆಂಡಿರ ಮಧ್ಯೆ ಯಾರ ಪ್ರವೇಶಾನೂ ಬೇಡ." ಹೆಂಡತಿಗೆ ಬುದ್ಧಿ ಹೇಳಿದರು.

ಇವರ ಊಹೆಯಷ್ಟು ಸುಲಭವಾಗಿ ಸಮಸ್ಯೆ ಪರಿಹಾರವಾಗಲಿಲ್ಲ. ಅದು ದಿನದಿಂದ ದಿನಕ್ಕೆ ಜಟಿಲವಾಗುತ್ತಲೇ ಹೋಯಿತು. ಮಧ್ಯಾಹ್ನದ ಹೊತ್ತು ಸಹ ವಿಶ್ರಾಂತಿಗಾಗಿ ಮಾಧು ನಡುಮನೆಯಲ್ಲೇ ಮಲಗಲು ಶುರು ಮಾಡಿದಾಗ ಭಯಗೊಂಡ ಪಾರ್ವತಮ್ಮ ಮಗನನ್ನು ಪ್ರಶ್ನಿಸಿದರು.

"ಯಾಕೋ ಮಾಧು, ಹೊರ್ಗೆ ಮಲಗೋದು? ನೀನೂ ಸರಳ ಏನಾದ್ರೂ ಜಗ್ಳ ಆಡಿದ್ದೀರಾ?" ತಾಯಿ ಮಾತಿಗೆ ಮಾಧು ನಕ್ಕ.

ಮಗನ ನಗು ಪಾರ್ವತಮ್ಮನವರಿಗೆ ಕೋಪವನ್ನೇ ತರಿಸಿತು. "ನನ್ನ ಮಾತು ಅಂದ್ರೆ ಇವನಿಗೆ ಹಾಸ್ಯವಾಯ್ತು. ಒಳ್ಳೆ ಹುಡುಗ್ರು! ಇದ್ದದ್ದನ್ನೆಲ್ಲ ನಾವು ಕೇಳೋ ಅವಕಾಶ ಮಾಡಿಕೊಡ್ತಾರಲ್ಲ" ಎಂದು ಮಗ ಸೊಸೆಯನ್ನು ಮನದಲ್ಲೇ ಬೈಯ್ದುಕೊಂಡರು.

"ಅವ್ಳ ಆರೋಗ್ಯ ಸರಿಯಿಲ್ಲ. ಡಾಕ್ಟ್ರು ಹೇಳಿದ್ದಾರಂತೆ..."

"ಅವಳಿಗೇನಾಗಿದೇಯೋ ಧಾಡಿ. ಅವಳು ದಿನದಿನಕ್ಕೂ ಕೊಬ್ಬುತ್ತಾ ಇದ್ದಾಳೆ. ಮದ್ವೆಯಾದ್ಮೇಲೆ ನೀನೇ ಅರ್ಧವಾಗಿಬಿಟ್ಟಿದ್ದೀಯಾ. ನಿನ್ನ ಬಗ್ಗೆ ಅವಳಿಗೇನಾದ್ರೂ ಕಾಳಜಿ ಇದ್ಯೆ!" ಸೊಸೆ ಮನೆಗೆ ಬಂದಾಗಿನಿಂದ ರೇಗಾಡದಿದ್ದರೂ ಇಂದು ಮನಃಪೂರ್ವಕವಾಗಿ ರೇಗಾಡಿದರು.

ಮಾಧು ತಾಯಿ ಮಾತಿಗೆ ಬದಲು ಹೇಳಲಾರದೇ ಮಲಗಿಬಿಟ್ಟ.

ಕೋಣೆಯಲ್ಲಿ ಇದನ್ನೆಲ್ಲ ಕೇಳುತ್ತ ಇದ್ದ ನಾರಾಯಣಪ್ಪನವರು "ಪಾತು, ಅವರಿಷ್ಟ. ಹೇಗಾದ್ರೂ ಇರಲಿ. ನೀನ್ ಅದರ ಬಗ್ಗೆ ತಲೆ ಕೆಡಿಸ್ಕೋಬೇಡ ಅವ್ಳು ಪಟ್ಟಣದ ಹುಡ್ಗಿ, ನಮ್ಮಂತೆ ಹಳ್ಳಿ ಗೊಡ್ಡಲ್ಲ!"

ಈ ಮಾತುಗಳಿಂದ ಪಾರ್ವತಮ್ಮನಿಗೆ ಸಮಾಧಾನವಾಗಲಿಲ್ಲ. ಮಗನ ಭವಿಷ್ಯತ್ತಿನ ಘೋರವನ್ನು ಚಿತ್ರಿಸಿಕೊಂಡು ನಡುಗಿದರು.

ಬೆಳಿಗ್ಗೆ ಎದ್ದು ಸ್ನಾನ, ತಿಂಡಿ ಮುಗಿಸಿ ತೋಟಕ್ಕೆ ಹೋದವನು ಸಂಜೆಯಾದರೂ ಊಟಕ್ಕೆ ಬರದಿದ್ದಾಗ ಪಾತಮ್ಮ ಕಂಗಾಲಾದರು. ಸರಳ ಗಂಡನ ಬಗ್ಗೆ ತಲೆ ಕೆಡಿಸಿಕೊಳ್ಳುವ ಗೋಜಿಗೆ ಹೋಗದೇ ಊಟ ಮುಗಿಸಿ ಆರಾಮವಾಗಿ ಮಲಗಿಬಿಟ್ಟಳು. ಪಾರ್ವತಮ್ಮ ಊಟ ಮಾಡದೇ ಮಗನಿಗಾಗಿ ಕಾದು ಕುಳಿತರು.

ಕತ್ತಲಾದ ಮೇಲೆ ಬಂದ ಮಾಧುಗೆ ತಾಯಿ ಊಟ ಮಾಡದೇ ಕಾದು ಕುಳಿತಿರುವುದನ್ನು ನೋಡಿ ಕೆಡುಕೆನ್ನಿಸಿತು. ತಾನೆಂದೂ ಅವರ ಮನಸ್ಸಿಗೆ ಬೇಸರವಾಗುವಂತೆ ವರ್ತಿಸಬಾರದೆಂದುಕೊಂಡ.

ಪಾರ್ವತಮ್ಮನವರು ಬಡಿಸುತ್ತ "ಮಾಧು, ಮಧ್ಯಾಹ್ನ ಯಾಕೆ ಊಟಕ್ಕೆ ಬರಲಿಲ್ಲ? ತಿಂದುಂಡು ಹಾಯಾಗಿರಬೇಕಾದ ಕಾಲದಲ್ಲಿ ಯಾಕೋ ದೇಹನ ಸೊರಗಿಸುತ್ತೀಯಾ?" ಕಣ್ಣಂಚಿಗೆ ನೀರು ಬಂದೇಬಿಟ್ಟಿತು.

"ಇಲ್ಲಮ್ಮ, ಇಲ್ಲದ್ದನ್ನು ಹಚ್ಕೊಂಡು ಕೊರಗ್ತೀಯಾ! ಅಪ್ಪನೂ ಇರಲಿಲ್ಲ. ಅಡ್ಕೆ ಕಾಯಿಕಿತ್ತಿಸಬೇಕಾಗಿತ್ತು. ಅದ್ರ ಕೆಲ್ಸದಲ್ಲಿ ಊಟದ ನೆನ್ಪೇ ಬರಲಿಲ್ಲ. ನೀನು ಅದಕ್ಕೋಸ್ಕರ ಸಂಜೆವರ್ಗೂ ಹಸಿದು ಕೂತಿದ್ದೀಯಲ್ಲ. ಏನು ಹೇಳ್ಲಿ!"

"ನಿನ್ಗೆ ತಾಯಿ ಕರುಳಿನ ಸಂಕಟ ಹೇಗೆ ಅರ್ಥವಾಗ್ಬೇಕು! ನೀನು ಅಲ್ಲಿ ಹಸಿದು ದುಡೀತಾ ಇದ್ರೆ ನನ್ಗೆ ಗಂಟಲಲ್ಲಿ ತುತ್ತು ಇಳಿಯುತ್ತಾ?"

"ಇಲ್ಲಮ್ಮ, ಇನ್ನು ಮೇಲೆ ಎಷ್ಟೇ ಕೆಲ್ಸವಿರಲಿ. ನಿನ್ನ ಮಗ ಊಟದ ಹೊತ್ಗೆ ಹಾಜರು."

ರಾತ್ರಿಯ ಪ್ರಕರಣವನ್ನೇ ಮರೆತು ಪಾರ್ವತಮ್ಮ ಸಂತೋಷಗೊಂಡರು.

ಕೋಣೆಗೆ ಹೋದಾಗ ಸರಳ ಬಿಳಿ ನೈಲೆಕ್ಸ್ ಸೀರೆಯುಟ್ಟು ತಲೆ ತುಂಬ ಸಂಪಿಗೆ ಹೂ ಮುಡಿದು ತನ್ನ ರವಿಕೆಗಳನ್ನು ಇಸ್ತ್ರಿ ಮಾಡುತ್ತಿದ್ದಳು. ತಾನು ಮಧ್ಯಾಹ್ನ ಊಟಕ್ಕೆ ಬರದೆ ಇದ್ದುದರಿಂದ ಸ್ವಲ್ಪಮಟ್ಟಿಗಾದರೂ ಅವಳಿಗೆ ಬೇಸರವಾಗಿರುತ್ತೆ. ಅದಕ್ಕಾಗಿ ತನ್ನನ್ನು ಪ್ರಶ್ನಿಸುತ್ತಾಳೆ ಎಂದು ಕಾದು ಕುಳಿತ. ಅವಳು ಮಾತಾಡುವುದಿರಲಿ, ಇವನ ಕಡೆಗೂ ನೋಡಲೇ ಇಲ್ಲ.

ಮಾಧು ನೇರವಾಗಿ ಅಡಿಗೆಯ ಮನೆಗೆ ಬಂದ. ತಾಯಿ ಅಡಿಗೆ ಮನೆಯನ್ನು ಚೊಕ್ಕಟ ಮಾಡುವುದರಲ್ಲಿ ನಿರತರಾಗಿರುವುದನ್ನು ಕಂಡು ಮರುಕಗೊಂಡ.

"ಅಮ್ಮ, ಅಡಿಕೆ ಕಾಯಿಯೆಲ್ಲ ಕಿತ್ತು ಹಾಕಿದ್ದಾರೆ. ಸುತ್ತುಮುತ್ತಲೆಲ್ಲ ಬಹ್ಳ

ಕಳ್ಳತನಗಳು. ಅದನ್ನು ಸಾಗಿಸೋವರ್ಗೂ ಆಳುಗಳ ಜೊತೆ ಅಲ್ಲೇ ಮಲಗ್ತೀನಿ" ಪಾರ್ವತಮ್ಮ ತಲೆ ಎತ್ತಿ ಮಗನ ಮುಖ ನೋಡಿದರು. ಅವನು ತಲೆ ತಗ್ಗಿಸಿಬಿಟ್ಟ.

"ಆಳುಗಳು ಇಲ್ಲವೇನೋ? ನೀನ್ ಯಾಕೆ ಅಲ್ಲಿ ಮಲಗ್ಬೇಕು? ಸಾವಿರಾರು ರೂಪಾಯಿ ಅಡಿಕೆ ಬಾಳೆಗೊನೆಗಳಿದ್ದಾಗ ಕೂಡ ನಮ್ಮ ತೋಟಕ್ಕೆ ಕಳ್ರು ಬಂದದ್ದೇ ಇಲ್ಲ. ನಿನ್ನದೇಕೋ ವಿಚಿತ್ರವಾಯ್ತು...!"

"ಕಾಲ ಒಂದೇ ತರಹ ಇರೋಲ್ಲ. ನಮ್ಮ ಜೋಪಾನ ನಮಗಿರ್ಬೇಕು. ಕಡೇ ಬಸ್ಸಿನಲ್ಲಿ ಅಪ್ಪ ಬರ್ತಾರೆ, ಅವ್ರ ಜೊತೆ ಶ್ಯಾಮ ಕೂಡ ಬರಬಹ್ದು, ಕಾಲೇಜಿಗೆ ರಜ" ಎಂದು ಹೇಳಿದವನೇ ತಾಯಿಯ ಉತ್ತರಕ್ಕೂ ಕೂಡ ಕಾಯದೇ ಹೊರಟುಬಿಟ್ಟ.

ಕೆಲಸವನ್ನು ಅರ್ಧದಲ್ಲೇ ಬಿಟ್ಟು ಜಗುಲಿಯ ಮೇಲೆ ಬಂದು ಕುಳಿತರು.

ಸುಕನ್ಯ ತಾಯಿ ಮಗ್ಗುಲಲ್ಲಿ ಬಂದು ಕುಳಿತರು. ತಾಯಿಯ ಮನಸ್ಸಿಗೆ ಬೇಸರವಾಗಿದೆ ಎಂಬುದು ಅವಳಿಗೆ ಅರಿವಾಗಿತ್ತು. ಮೌನದಿಂದ ಮಾತಾಡದೇ ಕುಳಿತಳು.

ಕತ್ತಲಲ್ಲಿ ಜಾನಕಿ ಪಾತ್ರೆ ಹಿಡಿದು ಬಂದಾಗ ವಿಸ್ಮಯವಾಯಿತು. "ಯಾಕೆ ಹುಡ್ಗಿ, ರಾತ್ರಿ ಹೊತ್ತಿನಲ್ಲಿ ಬಂದಿದ್ದೀಯಾ? ಶ್ರೀಪಾದು, ನಿಮ್ಮಾವ ಯಾರೂ ಇರಲಿಲ್ಲವೇ ಮನೆಯಲ್ಲಿ?"

ಜಾನಕಿ ಪಾತ್ರೆಯನ್ನು ಅಡಿಗೆಯ ಮನೆಯಲ್ಲಿಟ್ಟು ಕೈತೊಳೆದು ಬಂದು,

"ಹಲಸಿನಕಾಯಿ ಕೆತ್ತಿ ಹುಳಿ ಮಾಡಿದ್ದೆ. ಮಾಧು ಮಾವನಿಗೆ ಬಹಳ ಇಷ್ಟ ಅಂತ ತಗೊಂಡು ಬಂದೆ. ಅವ್ರು ಗೌಡ ಮನೆ ಹುಡುಗ್ರಿಗೆ ಪಾಠ ಹೇಳೋಕೆ ಹೋಗಿದ್ರು. ಮಾವ ಇನ್ನು ದೇವಸ್ಥಾನದಿಂದ ಬಂದಿರಲಿಲ್ಲ. ಅವಳನ್ನು ಕರೆದೊಯ್ದು ಮನೆ ಮುಟ್ಟಿಸಿ ಬರಲು ಹೊರಟರು ಪಾರ್ವತಮ್ಮ.

ನಾರಾಯಣಪ್ಪ, ಶ್ಯಾಮ ಬಸ್ಸು ಇಳಿದು ಬಂದಾಗ ಸುಕನ್ಯ ಒಬ್ಬಳೇ ಜಗುಲಿಯ ಮೇಲೆ ಕೂತಿದ್ದಳು.

"ಯಾಕಮ್ಮ ಒಬ್ಬೇ ಕೂತಿದ್ದೀಯಾ? ನಿಮ್ಮಮ್ಮ, ಮಾಧು ನಿಮ್ಮತ್ತಿಗೆ ಯಾರೂ ಮನೆಯಲ್ಲಿಲ್ಲವೇ?" ಸ್ವಲ್ಪ ಗಾಬರಿಯಿಂದ ಪ್ರಶ್ನಿಸಿದರು ನಾರಾಯಣಪ್ಪ.

"ಅಮ್ಮ ಜಾನಕಿ ಅತ್ತಿಗೇನ ಮನೆಗೆ ಬಿಡೋಕೆ ಹೋದ್ಲು. ಮಾಧಣ್ಣ ತೋಟಕ್ಕೆ ಮಲಗೋಕೆ ಹೋಗಿದ್ದಾನೆ. ಅತ್ಗೆ ಕೋಣೆಯಲ್ಲಿ ಇರಬಹುದು" ಎಂದು ಹೇಳಿ ತಂದೆಯ ಹಿಂದೆ ಒಳಗೆ ಬಂದಳು.

ಮುಚ್ಚಿದ ಸೊಸೆಯ ಕೋಣೆಯ ಕಡೆ ನೋಡಿ ನಾರಾಯಣಪ್ಪ ನಿಟ್ಟುಸಿರುಬಿಟ್ಟರು.

ಇವರಿಬ್ಬರೂ ಕೈಕಾಲು ತೊಳೆದುಕೊಳ್ಳುವಷ್ಟರಲ್ಲಿ ಪಾರ್ವತಮ್ಮ ಮನೆಗೆ ಬಂದರು.

ನಾರಾಯಣಪ್ಪ, ಶ್ಯಾಮ ಎಲೆಯ ಮುಂದೆ ಕೂತರು. ಪಾರ್ವತಮ್ಮ ಮೌನವಾಗಿ

ಬಡಿಸಿದರು. ಏನೋ ಜ್ಞಾಪಿಸಿಕೊಂಡವರಂತೆ ಜಾನಕಿ ತಂದಿಟ್ಟಿದ್ದ ಹುಳಿ ಬಟ್ಟಲನ್ನು ತಂದರು.

"ಜಾನಕಿ, ಮಾಧುಗೆ ಹಲಸಿನಕಾಯಿ ಹುಳಿ ಇಷ್ಟವೆಂದು ತಂದಿಟ್ಟು ಹೋಗಿದ್ದಾಳೆ. ಅವ್ನು ಆಗಲೇ ಊಟ ಮುಗ್ಸಿ ತೋಟಕ್ಕೆ ಹೋದ. ಅವ್ನು ಮುಂದೆ ಹೇಳಿದ್ರೆ ಬೇಸರ ಮಾಡ್ಕೋತಾಳೆ ಅಂತ ಸುಮ್ನಾದೆ. ನೀವಾದ್ರೂ ಅವಳು ಪ್ರೀತಿಯಿಂದ ತಂದಿಟ್ಟಿದ್ದನ್ನು ಬಡಿಸಿಕೊಳ್ಳಿ" ಎಂದಾಗ ಅವರ ಕಣ್ಣಂಚಿನಲ್ಲಿ ನೀರಿತ್ತು.

ಇನ್ನು ಏನಾದರೂ ಪ್ರಶ್ನಿಸಿದರೆ ಹೆಂಡತಿ ಮನಸ್ಸಿಗೆ ನೋವಾಗುತ್ತೆ ಅಂತ ಮೌನವಾಗಿ ಊಟ ಮುಗಿಸಿ ಹೊರಗೆ ಬಂದರು. ಶ್ಯಾಮ ತಂಗಿಯ ಜೊತೆ ಹರಟುತ್ತಿದ್ದ. ತಾನು ತಂದಿದ್ದ ಸಣ್ಣಪುಟ್ಟ ಸಾಮಾನುಗಳನ್ನು ಕೆಟ್ಟು ಅಲ್ಲಿನ ಜೀವನದ ಬಗ್ಗೆ ದೊಡ್ಡ ಉಪನ್ಯಾಸವನ್ನೇ ಕೊಡುತ್ತಿದ್ದ. ಇವರಿಬ್ಬರೊಡನೆ ಸರಳ, ಮಾಧು ಬೆರೆತು ನಗುತ್ತಿದ್ದರೇ ಎಷ್ಟು ಚೆನ್ನಾಗಿತ್ತು ಎಂದುಕೊಂಡರು ನಾರಾಯಣಪ್ಪ.

ಆ ರಾತ್ರಿಯ ಕತ್ತಲೆ ನಿಜವಾಗಿ ನಾರಾಯಣಪ್ಪ, ಪಾರ್ವತಮ್ಮನವರ ಮನಸ್ಸಿನ ಮೇಲೆ ತೀವ್ರತರವಾದ ಪರಿಣಾಮ ಬೀರಿತ್ತು. ರಾತ್ರಿಯೆಲ್ಲ ನಿದ್ದೆ ಇಲ್ಲದೆ ಯೋಚಿಸುತ್ತಲೇ ಕಳೆದರು.

ಬೆಳಿಗ್ಗೆ ಶ್ಯಾಮ ಅಣ್ಣನ ಕೋಣೆಯಿಂದ ಇಸ್ತ್ರಿ ಪೆಟ್ಟಿಗೆ ತಂದು ಪ್ರಯಾಣದಿಂದ ಸುಕ್ಕಾದ ಬಟ್ಟೆಗಳನ್ನು ಟೇಬಲಿನ ಮೇಲೆ ಹಾಕಿದ. ವೈರನ್ನು ಪ್ಲಗ್‌ಗೆ ಹಾಕಿ ಹೀಟ್‌ಗಾಗಿ ಕಾದ. ಸ್ನಾನ ಮುಗಿಸಿ ಬಂದ ಸರಳ ಅದನ್ನು ನೋಡಿದಳು. ಅವಳ ಸಿಟ್ಟು ನೆತ್ತಿಗೇರಿತು.

"ಯಾರು ನಿಂಗೆ ನನ್ನ ಇಸ್ತ್ರಿ ಪೆಟ್ಟಿಗೆ ತಗೋ ಅಂದವ್ರು? ನನ್ನ ಪದಾರ್ಥಗಳನ್ನು ಬೇರೆಯವ್ರು ಮುಟ್ಟಿದರೆ ನನಗೆ ಸರಿಹೋಗಲ್ಲ. ನಲವತ್ತೆಂಟು ರೂಪಾಯಿಗಳನ್ನು ಸುರ್ದು ತಂದಿದ್ದೀನಿ!" ಅಲ್ಲಿದ್ದ ಇಸ್ತ್ರಿ ಬಾಕ್ಸ್‌ಗೆ ಕೈಹಾಕಿದ್ದಳು.

ಮೃದು ಸ್ವಭಾವದವನಲ್ಲದ ಶ್ಯಾಮನ ದೇಹ ಕೋಪದಿಂದ ನಡುಗಿತು.

"ಅತ್ತಿಗೆ, ಮೊದ್ಲು ಇಸ್ತ್ರಿ ಬಾಕ್ಸನ್ನು ಇಡಿ..."

ಅಷ್ಟೇ ಕ್ರೋಧೋಪ್ತಳಾಗಿ "ಮರ್ಯಾದೆಯಿಂದ ನನ್ನ ಕೋಣೆಗೆ ತಂದಿಡು." ಶ್ಯಾಮ ಕೋಪವನ್ನು ತಡೆಯಲಾರದೇ ಇಸ್ತ್ರಿ ಬಾಕ್ಸನ್ನು ಎತ್ತೊಯ್ದು ಹಿತ್ತಲಲ್ಲಿದ್ದ ತಿಪ್ಪೆಗೆ ಎಸೆದುಬಿಟ್ಟ.

ಆಗತಾನೇ ಮನೆಗೆ ಬಂದ ಮಾಧು ಅತ್ತಿಗೆ ಮೈದುನರ ಜಗಳ ನೋಡಿ ಬೆಪ್ಪಾಗಿ ನಿಂತ. ಅವನಿಂದ ಒಂದು ಹೆಜ್ಜೆ ಮುಂದಕ್ಕೆ ಇಡಲು ಸಾಧ್ಯವಿಲ್ಲವಾಯಿತು. ಹಾಗೇ ಹಿಂದಿರುಗಿಬಿಟ್ಟ.

ಶ್ರೀಪಾದು ಶಾಲೆಯ ಹುಡುಗರನ್ನು ಆಟಕ್ಕೆ ಬಿಟ್ಟು ಮನೆಗೆ ಹೋಗುತ್ತಿದ್ದ. ಮಂಕಾಗಿ ತೋಟದ ಕಡೆಗೆ ಹೋಗುತ್ತಿದ್ದ ಮಾಧುವನ್ನು ಹಿಡಿದು ನಿಲ್ಲಿಸಿ ಬಲವಂತದಿಂದ ಮನೆಗೆ ಕರೆತಂದ.

ಮಾಧು ಬಂದಿದ್ದನ್ನು ನೋಡಿ ಜಾನಕಿ ಸಂತೋಷಪಟ್ಟಳು. ಅವನ ಅವತಾರ

ನೋಡಿ ಅವನಿನ್ನೂ ಸ್ನಾನ ಮಾಡಿಲ್ಲವೆಂದು ತಿಳಿದು "ಮಾವ, ಬಿಸಿ ನೀರಿದೆ ಹಂಡೆಯಲ್ಲಿ, ಸ್ನಾನ ಮಾಡಿ" ಎಂದು ಬಲವಂತಪಡಿಸಿದಳು.

ಶ್ರೀಪಾದನೇ ಪೆಟ್ಟಿಗೆಯಿಂದ ಮಡಿ ಬಟ್ಟೆಗಳನ್ನು ತೆಗೆದುಕೊಟ್ಟ. ಜಾನಕಿ ಅಕ್ಕಿ ರೊಟ್ಟಿ, ಕಾಯಿ ಚಟ್ನಿ ತಂದಿಟ್ಟಳು. ಮಾಧು ಬಲವಂತದಿಂದ ಸೇರಿದಷ್ಟು ತಿಂದ.

ಎಲ್ಲೋ ಹೋಗಿದ್ದ ಶ್ರೀಪಾದು ತಂದೆ ಕೇದಿಗೆ ಹೂ ಹಿಡಿದುಕೊಂಡು ಬಂದರು. "ಏನಪ್ಪ ಮಾಧು ಅಪರೂಪವಾಗಿ ಬಂದುಬಿಟ್ಟೆ! ನಮ್ಮ ಜಾನಕಿ ಶ್ರೀಪಾದು ದಿನಕ್ಕೆ ಒಂದು ಸಲವಾದ್ರೂ ನಿನ್ನ ನೆನಸ್ಕೋತಾರೆ. ನಿನ್ನ ಹೊನ್ನಿನ ಗುಣ ಈ ಕಾಲದ ಹುಡುಗ್ರಿಗೆ ಎಲ್ಲಿ ಬರ್ಬೇಕು! ಎಂದವರೇ ಸೊಸೆಯನ್ನು ಕರೆದು "ಜಾನಕಿ, ಸಾಯಂಕಾಲ ನಿಮ್ಮ ಪಾರ್ವತತ್ತೆ ಮನೆಗೆ ಹೋಗಿ ತಾಳ ಹೂ ಇಟ್ಟು ಹಡೆ ಹೆಣೆಸ್ಕೊಂಡ್ಬಾ" ಎಂದರು ಅಕ್ಕರೆಯಿಂದ.

ಜಾನಕಿ ನಾಚುತ್ತ ಒಳಗೆ ಹೋದಳು.

ಮಾಧು ಪುನಃ ಮನೆಗೆ ಹೋಗದೇ ನೇರವಾಗಿ ತೋಟಕ್ಕೆ ಹೊರಟುಬಿಟ್ಟ. ಅವನ ಮನಕ್ಕೆ ಪೂರ್ತಿ ಕತ್ತಲು ಮುಸುಕಿಬಿಟ್ಟಿತ್ತು.

ಅತ್ತಿಗೆ, ಮೈದುನರ ಜಗಳ ನಡೆದಾಗ ಪಾರ್ವತಮ್ಮ ದೇವಸ್ಥಾನಕ್ಕೆ ಹೋಗಿದ್ದರು. ಇವರು ಬಂದಾಗ—ಸುಕನ್ಯ ಅಡಿಗೆಯ ಮನೆಯಲ್ಲಿ ಮುಸಿಮುಸಿ ಎಂದು ಅಳುತ್ತಿದ್ದಳು. ಶ್ಯಾಮ ಕೋಪದಿಂದ ನಡುಮನೆಯಲ್ಲಿ ಅಡ್ಡಾಡುತ್ತಿದ್ದ. ಸರಳ ಕೋಣೆಯೊಳಗೆ ಬಾಯಿಗೆ ಬಂದಂತೆ ಬೈದಾಡುತ್ತಿದ್ದಳು. ವಿಷಯ ಸುಕನ್ಯಳಿಂದ ತಿಳಿದಾಗ ತಪ್ಪು ಯಾರದೆಂದು ನಿರ್ಣಯಿಸುವ ಸ್ಥಿತಿಯಲ್ಲಿರಲಿಲ್ಲ.

"ಸುಕನ್ಯ, ಶಾಮನ ಕರೀ..." ಸುಕನ್ಯ ಕಣ್ಣೊರೆಸಿಕೊಂಡು ಎದ್ದು ಹೋದಾಗ ದುಗುಡದಿಂದ ಅವರೆದೆ ಏರಿ ಇಳಿಯುತ್ತಿತ್ತು.

ಶ್ಯಾಮ ಅಡಿಗೆಯ ಮನೆಗೆ ಬಂದಾಗ ದುಮುಗುಟ್ಟುತ್ತಲೇ ಇದ್ದ. ಮಾಧುಗಿಂತ ಇವನು ಸ್ವಭಾವದಲ್ಲಿ ತೀರಾ ಭಿನ್ನವಾಗಿ ಕಂಡ.

"ಏನೋ ಇದು ರಾಮಾಯಣ! ಯಾರಾದ್ರೂ ನೋಡಿದರೆ ಏನಂದಾರು ಅನ್ನೋ ಭಯ ಬೇಡ್ವೆ!" ಮಗನನ್ನು ಗದರಿಸಿದರು. ದುಗುಡ ಒತ್ತೆತ್ತಿ ಹೊರಬರಲು ಪ್ರಯತ್ನಿಸುತ್ತಿತ್ತು.

"ಈ ಮಾತ್ನ ನಿನ್ನ ಸೊಸೆಗೆ ಹೇಳು. ನಾನೇನು ಅಂಥದ್ದು ಮಾಡಿದ್ದು." ಮಧ್ಯದಲ್ಲೇ ತಡೆದ ಪಾರ್ವತಮ್ಮ "ನಂಗೆಲ್ಲ ಗೊತ್ತು. ಈಗ ತಪ್ಪು ಒಪ್ಪಿನ-ಪ್ರಶ್ನೆ ಬೇಡ. ನಿನಗೆ ಬೇಕಾದ ಸಾಮಾನನ್ನು ತಗೊಂಡ್ಬಾ. ನಿಮ್ಮತ್ತಿಗೆ ಸಾಮಾನನ್ನು ಮುಟ್ಟಬೇಡ. ಏನೋ ಪುಣ್ಯಕ್ಕೆ ನಿಮ್ಮಪ್ಪ ಮನೆಯಲ್ಲಿರಲಿಲ್ಲ. ಇಲ್ಲದಿದ್ರೆ ಈ ಹಗರಣ ನೋಡಿ ಭೂಮಿಗಿಳಿದು ಹೋಗ್ತಿದ್ರು. ಅವ್ರು ಎಷ್ಟೋ ಒಡೆದ ಮನೆಗಳನ್ನು ಒಂದುಗೂಡ್ಸಿದ್ದಾರೆ. ಜಗಳ ಆಡಿದವ್ರಿಗೆ ಬುದ್ಧಿ ಹೇಳಿದ್ದಾರೆ. ಅಂಥದ್ದರಲ್ಲಿ ತನ್ನ ಮನೆಯಲ್ಲೇ ಒಂದು ಸಣ್ಣ ವಸ್ತುಗಾಗಿ ಇಷ್ಟೊಂದು ಹಗರಣವಾಯ್ತು ಅಂದ್ರೆ ಹೇಗೆ

ಸೈರಿಸುತ್ತಾರೆ! ಶ್ಯಾಮು, ನೀನಾದ್ರೂ ಅರ್ಥ ಮಾಡ್ಕೋಪ್ಪ. ನಾನು ಅವಳಿಗೆ ಹೇಳೋ ಸ್ಥಿತಿಯಲ್ಲಿಲ್ಲ..." ಜೋರಾಗಿ ಅತ್ತೇಬಿಟ್ಟರು. ಅವರ ಅಳುವಿನಲ್ಲಿ ಶ್ಯಾಮು ಕರಗಿಹೋದ.

"ಅಮ್ಮ, ಕ್ಷಮಿಸಿಬಿಡಮ್ಮ... ಇನ್ನೆಂದೂ ಆ ಮಹಾತಾಯಿಯ ತಂಟೆಗೆ ಹೋಗೋಲ್ಲ" ಎಂದವನೇ ಒಂದೇ ಉಸುರಿಗೆ ಹೊರಟುಬಿಟ್ಟ.

"ಸುಕನ್ಯ, ಮಾಧಣ್ಣ ಬಂದಿದ್ನೇ?" ಮಗಳನ್ನು ಕಣ್ಣೀರು ತೊಡೆದುಕೊಳ್ಳುತ್ತಲೇ ಪ್ರಶ್ನಿಸಿದರು.

"ಇಲ್ಲಮ್ಮ..." ಎಂದು ಉತ್ತರಿಸಿದವಳೇ ಅಣ್ಣನ ಹಿಂದೆ ಓಡಿಬಿಟ್ಟಳು.

ಅಣ್ಣ, ತಂಗಿ ಇಬ್ಬರೂ ಜಾನಕಿಯ ಮನೆಯ ಕಡೆ ಹೆಜ್ಜೆ ಹಾಕಿದರು. ಇಬ್ಬರ ಮುಖದ ಮೇಲೂ ವೇದನೆಯ ಚಿಹ್ನೆಗಳೇ.

ಕಣ್ಣೊರೆಸಿಕೊಳ್ಳುತ್ತಲೇ ಪಾರ್ವತಮ್ಮ ತಿಂಡಿ ಮಾಡಿಟ್ಟರು. ಒಬ್ಬರೂ ಬರುವ ಸುಳಿವು ಕಾಣಲಿಲ್ಲ. ಬೇಸತ್ತು ತಿಂಡಿ ತಿನ್ನಲು ಸೊಸೆಯನ್ನು ಕರೆದರು. ಆ ದಿಟ್ಟ ಹೆಣ್ಣು ಯಾವ ದಾಕ್ಷಿಣ್ಯಕ್ಕೂ ಒಳಗಾಗಲಿಲ್ಲ.

ಡಬರಿಯಲ್ಲಿಟ್ಟ ಉಪ್ಪಿಟ್ಟನ್ನು ತಟ್ಟೆಗೆ ತೋಡಿ ತುಪ್ಪ ಹಾಕಿ ಸೊಸೆಯ ಮುಂದಿಟ್ಟರು.

ಒಂದು ಸಲ ಬಾಯಿಗಿಟ್ಟ ಸರಳ "ಸ್ವಲ್ಪ ತುಪ್ಪ ಹಾಕಿ. ಇವತ್ತು ಉಪ್ಪು ಜಾಸ್ತಿಯಾಗಿದೆ."

ಮಾತಾಡದೇ ಪಾರ್ವತಮ್ಮ ತುಪ್ಪದ ಬಟ್ಟಲನ್ನು ಅವಳ ಮುಂದಿಟ್ಟರು. ಸೊಸೆ ಈಗ ಅವರ ಕಣ್ಣಿಗೆ ಹೆಣ್ಣಾಗಿ ಕಾಣಲಿಲ್ಲ. ರಾಕ್ಷಸಿಯಾಗಿ ಕಂಡಳು. ಯಾರನ್ನು ಉದಾಸೀನ ಮಾಡಿದರೂ ಪರವಾಗಿಲ್ಲ. ಕಡೆಗೇ ಗಂಡನನ್ನು ಕಡೆಗಣಿಸಿಬಿಟ್ಟಳಲ್ಲ ಎಂಬುದೇ ಅವರ ಕೋಪ.

ಇದರ ಪರಿವೆಯೇ ಇಲ್ಲದೇ ತಿಂಡಿ ಮುಗಿಸಿ ನಾಲ್ಕಾರು ಕೋಡುಬಳೆಗಳನ್ನು ಡಬ್ಬದಿಂದ ತೆಗೆದುಕೊಂಡು ಹೊರಬಂದಳು.

ಅವಳ ನಡತೆ ಅವರಿಗೆ ಒಗಟಾಯಿತು. ಗಂಡ ರಾತ್ರಿಯಿಂದ ಮನೆಗೆ ಬಂದಿಲ್ಲ. ತಿಂಡಿ ಸಹ ತಿಂದಿಲ್ಲ ಅನ್ನುವುದು ತಿಳಿದು ಸಹ ಎಷ್ಟು ನಿರ್ಯೋಜನೆಯಿಂದ ಇದ್ದಾಳೆ! ಒಂದು ದಿನ ತಮ್ಮ ಗಂಡ ಊಟ ಮಾಡದಿದ್ದರೆ ಗಂಟಲಲ್ಲಿ ಅನ್ನ ಇಳಿಯೋದಿಲ್ಲವಲ್ಲ! ಇವಳಿಗೆ ಇಂಥ ಕಲ್ಲು ಮನಸ್ಸು ಹೇಗೆ ಬಂತು?

ಗೌಡ್ರ ಮನೆಯಿಂದ ಬಂದ ನಾರಾಯಣಪ್ಪ ತಿಂಡಿಗೆ ಕುಳಿತರು. ಎದ್ದವರೇ ಸ್ನಾನ ಪೂಜೆ ಮುಗಿಸಿ ಅವರ ಮನೆಗೆ ಹೋಗಿದ್ದರು. ಮನೆ ಮೌನವಾಗಿರುವುದನ್ನು ಗಮನಿಸಿದರು. ಶ್ಯಾಮನ ಬಾಯಿ ಸ್ವಲ್ಪ ಹೊತ್ತು ಸುಮ್ಮನಿರೋದಿಲ್ಲವಲ್ಲ. ಎಲ್ಲಿ ಹೋದ ಹುಡುಗ?

"ಪಾತು" ಹುಡುಗ್ರು ಎಲ್ಲಿ ಹೋದ್ರು? ಒಬ್ರೂ ಕಾಣ್ತಾ ಇಲ್ಲವಲ್ಲ!" ಎನ್ನುತ್ತಲೇ ಉಪ್ಪಿಟ್ಟನ್ನು ತೆಗೆದು ಬಾಯಿಗಿಟ್ಟರು.

"ಶ್ಯಾಮನ ಜೊತೆ ಸುಕನ್ಯ ತೋಟಕ್ಕೆ ಹೋದ್ಲು. ಅವನಿಗೆ ಮನೆಯಲ್ಲಿರೋಕೆ ಬೇಸರ. ಅದಕ್ಕೆ ತಂಗಿನ ಕರಕೊಂಡು ಹೋಗಿರಬಹುದ್ದು!" ನಿಜಾಂಶವನ್ನು ಮುಚ್ಚಿಟ್ಟರು.

"ಈ ಸಲ ಗೌಡ್ರ ಮಗಳಿಗೆ ಮದ್ವೆ ಮಾಡಿಬಿಡ್ಬೇಕಂತ ಇದ್ದಾರೆ. ಹುಡ್ಗಿ ನಮ್ಮ ಸುಕನ್ಯಗಿಂತ ಆರು ತಿಂಗಳು ದೊಡ್ಡೋಳು. ಅದೇನು ಆತ್ರವೋ!"

"ನಾನೇ ಸುಕನ್ಯ ಮದ್ವೆ ವಿಷ್ಯ ಪ್ರಸ್ತಾಪ ಮಾಡಬೇಕೂಂತಿದ್ದೆ. ಸುಕನ್ಯಳಿಗೆ ಗಂಡು ಹುಡ್ಕೋ ಪ್ರಯತ್ನ ಮಾಡ್ಬೇಕು. ಇರೋ ಒಂದು ಹೆಣ್ಣು, ಅಣಿಯಾದ ಕಡೆ ಸೇರಿದ್ರೆ ಸಾಕು!"

"ಎಷ್ಟು ಪ್ರೀತಿ ಇದ್ರೂ ಹೆಣ್ಣು ಮಕ್ಕಳ್ನ ಆಚೆಗೆ ಕಳ್ಸೋಕೆ ತಾಯಂದ್ರಿಗೆ ಆತ್ರ" ಎಂದು ನಗೆಯಾಡಿದರು.

ತಿಂಡಿ ಮುಗಿದ ಮೇಲೆ ಯಾವುದೋ ಕಾಗದ ಪತ್ರಗಳನ್ನು ಹಿಡಿದು ಜಗುಲಿಯ ಮೇಲೆ ಕುಳಿತರು. ಕನ್ನಡಕ ಮರೆತದ್ದನ್ನು ಜ್ಞಾಪಿಸಿಕೊಂಡರು. ಕೋಣೆಯಲ್ಲಿದ್ದ ಸೊಸೆಗೆ ಕೂಗಿ ತರುವಂತೆ ಹೇಳಿದರು.

ದಢಾರನೇ ಬಂದ ಸರಳ ಕನ್ನಡಕವನ್ನು ನೆಲಕ್ಕೆ ಒಗೆದಳು. ಅವಳು ಒಗೆದ ರಭಸಕ್ಕೆ ಕನ್ನಡಕ ಗಾಜುಗಳು ಚೂರಾಗಿಹೋದವು. ನಾರಾಯಣಪ್ಪ ತಮ್ಮ ಜೀವಮಾನದಲ್ಲಿ ಅಂತಹ ಅವಿಧೇಯತೆಯನ್ನು ಕಂಡಿರಲಿಲ್ಲ.

ಏನೂ ನಡೆಯಲೇ ಇಲ್ಲವೇನೋ ಎನ್ನುವಂತೆ ಹೊರಬಂದ ಪಾರ್ವತಮ್ಮ ಗಾಜಿನ ಚೂರುಗಳನ್ನು ಬಿಸುಟು "ನಾಳೆ ಹೋಗಿ ಕನ್ನಡಕ ತಂದುಬಿಡಿ" ಎಂದು ನಿರ್ವಿಕಾರಚಿತ್ತದಿಂದ ಹೇಳಿ ಒಳಗೆ ನಡೆದುಬಿಟ್ಟರು.

ಒಡೆದ ಗಾಜಿನ ಚೂರುಗಳನ್ನು ಮತ್ತೆ ಮತ್ತೆ ಅವರನ್ನು ಚುಚ್ಚಿ ನೋಯಿಸಿದಂತಾಯಿತು. ಇಲ್ಲಿಗೆ ಹಿರಿಯರ ಪುಣ್ಯ ತೀರಿಹೋಯಿತೇನೋ? ಸ್ವರ್ಗವಾಗಿದ್ದ ತಮ್ಮ ಮನೆ ನರಕವಾಗಿದೆ ಎಂದು ಸಂಕಟಪಟ್ಟರು.

ಸುಕನ್ಯ, ಶ್ಯಾಮ ಜಾನಕಿಯ ಮನೆಗ ಬಂದಾಗ, ಅವಳು ಅಡಿಗೆ ಮಾಡುವುದರಲ್ಲಿ ನಿರತಳಾಗಿದ್ದಳು. ಆದರದಿಂದ ಸ್ವಾಗತಿಸಿದರೂ ಮನೆಯಲ್ಲಿ ಏನೋ ನಡೆದಿದೆಯೆಂದು ದಿಗಿಲುಗೊಂಡಳು.

"ಯಾವಾಗ್ಬಂದೆ ಶ್ಯಾಮ? ರಾತ್ರಿ ಅತ್ತೆ ನೀನು ಬರೋ ಸುದ್ದಿನೇ ಹೇಳಲಿಲ್ಲ!" ಆಶ್ಚರ್ಯ ವ್ಯಕ್ತಪಡಿಸಿದಳು.

ಸೊಸೆಯ ಮೇಲಿನ ಅಸಮಾಧಾನದಿಂದ ಜಾನಕಿಯೊಡನೆ ಮಗ ಬರುವ ಸುದ್ದಿಯನ್ನೂ ಸಹ ಎತ್ತಿರಲಿಲ್ಲ.

ಜಾನಕಿ, ಶ್ಯಾಮ ಸಮವಯಸ್ಕರು. ಅವರಲ್ಲಿ ಸಲಿಗೆ ಇತ್ತು. ಮಾಧುವಿನಂತೆ ಶ್ಯಾಮ ಮಾತಾಡಲು ಹಿಂಜರಿಯುತ್ತಿರಲಿಲ್ಲ. ಅತೀ ಮಾತುಗಾರ. ಅವನ ಮಾತಿಗೆ

ಬೇಸತ್ತ ಪಾರ್ವತಮ್ಮ ಒಮ್ಮೊಮ್ಮೆ ನೀನು ಕಲ್ಲನ್ನು ಬೇಕಾದ್ರೂ ಮಾತಾಡಿಸ್ತೀಯಾ ಮಹಾರಾಯ ಎನ್ನುತ್ತಿದ್ದರು.

"ಜಾನಕಿ, ತಿಂಡಿ ಇಲ್ಲ. ಹೊಟ್ಟೆ ಹಸಿತಾ ಇದೆ. ಏನಾದ್ರು ತಿಂಡಿ ಇದ್ರೆ ಕೊಡು. ಇಲ್ಲದಿದ್ರೆ ಮಾಡಾದ್ರೂ ಕೊಡು." ಸಂಕೋಚವಿಲ್ಲದೇ ಕೇಳಿದ.

ಅಣ್ಣನ ಮಾತು ಕೇಳಿ ಸುಕನ್ಯ ಮುಖಿನ ಚಿಕ್ಕದು ಮಾಡಿಕೊಂಡಳು. ನಾವು ಬೆಳಗಾಗೆದ್ದು ಅವರ ಮನೆಗೆ ತಿಂಡಿಗೆ ಬರಬೇಕಾದರೆ ಏನೋ ಪ್ರಬಲವಾದ ಕಾರಣವಿರಬಹುದೆಂದು ಜಾನಕಿ ಊಹಿಸಿಕೊಳ್ಳಬಹುದು. ನಮ್ಮ ಮನೆ ರಾಮಾಯಣ ಬೇರೆಯವರ ಕಿವಿ ಮುಟ್ಟುವುದು ಅವಳಿಗೆ ಬೇಕಾಗಿರಲಿಲ್ಲ.

ಜಾನಕಿ ಏನನ್ನೂ ಪ್ರಶ್ನಿಸದೇ ಆದ ಅನ್ನಕ್ಕೆ ಒಗ್ಗರಣೆ ಹಾಕಿ ಅದರ ಜೊತೆ ಸಿಹಿ ಅವಲಕ್ಕಿ ಕಲಿಸಿಕೊಟ್ಟಳು.

ಶ್ಯಾಮ ಯಾವ ಸಂಕೋಚವೂ ಪಡದೇ ತಿಂದು ಮುಗಿಸಿದ. ಹೊಟ್ಟೆ ತುಂಬಿದ ಮೇಲೆ ಸಮಾಧಾನಕ್ಕೆ ಬಂದ.

ಇಲ್ಲಿಗೆ ಮಾಧು ಬಂದು ಹೋದ ವಿಷಯ ಜಾನಕಿಯಿಂದ ತಿಳಿದಾಗ, ಮಾಧು ಹಗರಣ ನಡೆಯುತ್ತಿದ್ದಾಗ ಬಂದು ಹಿಂದಿರುಗಿರಬೇಕೆಂದುಕೊಂಡ. ಅಣ್ಣನನ್ನು ಹೋಗಿ ನೋಡುವವರೆಗೆ ಅವನಿಗೆ ಸಮಾಧಾನವಿಲ್ಲವಾಯಿತು. ಶ್ಯಾಮ ತೋಟಕ್ಕೆ ಹೋಗಲು ನಿರ್ಧರಿಸಿದ. "ಸುಕನ್ಯ ನೀನು ಮನೆಗೆ ಹೋಗಿ ಅಮ್ಮನಿಗೆ ನಾನು ತೋಟಕ್ಕೆ ಹೋದ ಸಂಗತಿ ತಿಳ್ಸು. ನಾನು ಮಾಧಣ್ಣನ ಜೊತೆ ಊಟಕ್ಕೆ ಬರ್ತೀನಿ" ಎಂದವನೇ ಅವಳ ಉತ್ತರಕ್ಕೂ ಕಾಯದೇ ಹೊರಟುಬಿಟ್ಟ.

ಸುಕನ್ಯ ಬಹಳ ಹೊತ್ತು ಅಲ್ಲೇ ಇದ್ದರೆ ಜಾನಕಿ ಪ್ರಶ್ನಿಸಬಹುದು. ಆಗ ತಾನೇನಾದರೂ ಹೇಳಲೇಬೇಕಾಗುತ್ತೆ ಎಂದುಕೊಂಡವಳೇ ಮನೆಗೆ ಹಿಂದಿರುಗಿದಳು.

ಇವಳು ಬಂದಾಗ ಪಾತಮ್ಮ ಕಂಬನಿ ಸುರಿಸುತ್ತ ಅಡಿಗೆ ಮಾಡುತ್ತಿದ್ದರು. ತಾಯಿಯ ಬಗ್ಗೆ ಅವಳಿಗೆ ಅನುಕಂಪವುಂಟಾಯಿತು. ಎಂದೆಂದೂ ಅವರ ಕಣ್ಣಲ್ಲಿ ನೀರು ಬಂದಿದ್ದನ್ನು ಅವಳಿಗೆ ನೋಡಿದ ನೆನಪಿಲ್ಲ. ಮಗಳು ವಿಷಯ ತಿಳಿಸಿದ ಮೇಲೆ ಅವರಿಗೆಷ್ಟೋ ನೆಮ್ಮದಿಯಾಯ್ತು.

ಶ್ಯಾಮ, ತೋಟಕ್ಕೆ ಬಂದಾಗ ಮಾಧು ತಾನು ಆಳುಗಳ ಜೊತೆ ಕೆಲಸ ಮಾಡುತ್ತಿದ್ದ. ಮರುಕ ತುಂಬಿದ ನೋಟ ಹರಿಸಿದ ಇಂಥ ವ್ಯಕ್ತಿಗೆ ಎಂಥ ಹೆಣ್ಣು?

"ಮಾಧಣ್ಣ..." ಕರೆಯಲ್ಲಿ ಜೇನಿನ ಸವಿ ಇತ್ತು.

"ಓಹ್..." ಎಂದವನೇ ಟವಲಿನಿಂದ ಮುಖದ ಮೇಲಿನ ಬೆವರನ್ನು ಒರೆಸುತ್ತ ತಮ್ಮನ ಹೆಗಲ ಮೇಲೆ ಕೈ ಹಾಕಿಕೊಂಡು ಮರದ ನೆರಳಿಗೆ ಬಂದ.

"ಅಣ್ಣ, ಆಳುಗಳು ಇದ್ರೂ ನೀನೇಕೆ ಅವ್ರ ಸಮ ಕೆಲ್ಸ ಮಾಡ್ತಿ?" ಆ ಮಾತು ಆಡುವಾಗ ಅವನಿಗರಿಯದಂತೆ ಅವನ ಗಂಟಲು ಗಡುಸಾಯಿತು. ಅವನಿಗೆ ಅಣ್ಣನ

ಮೇಲೆ ಅಪರಿಮಿತವಾದ ಪ್ರೀತಿ. ಸರಳ ಬಂದು ಹತ್ತಾರು ಇಂಥ ಘಟನೆಗಳು ನಡೆದರೂ ಆ ಪ್ರೀತಿಗೇನೂ ಕುಂದುಂಟಾಗಿರಲಿಲ್ಲ.

"ನನ್ನ ಪ್ರಶ್ನೆಗೆ ಉತ್ತರನೇ ಕೊಡಲಿಲ್ಲ" ಎಂದು ಪುನಃ ತಾನೇ ಕೇಳಿದ.

"ಹುಚ್ಚು ಹುಡ್ಗ! ನಾವು ಆಳುಗಳ ಮೇಲೆ ಬಿಟ್ಟು ಸುಮ್ಮನಿರಬಾರ್ದು. ಕಷ್ಟಪಟ್ಟು ಭೂತಾಯಿಯ ಸೇವೆ ಮಾಡೋದೇನು ತಪ್ಪಲ್ಲ. ತಿಂದಿದ್ದು ಅರಗ್ಬೇಕಲ್ಲ. ನೀನು ಇದನ್ನೆಲ್ಲ ಹಚ್ಕೊಳ್‌ಬೇಡ. ಕಾಲೇಜು, ಹಾಸ್ಟೆಲ್ ವ್ಯಾಸಂಗ - ಅದ್ರ ಬಗ್ಗೆ ಏನಾದ್ರೂ ಹೇಳು."

ಅದೂ ಇದೂ ಮಾತಾಡುತ್ತ ಮಧ್ಯಾಹ್ನದವರೆಗೂ ತೋಟದಲ್ಲಿದ್ದು ಮನೆಗೆ ಬಂದರು.

ಮಕ್ಕಳಿಬ್ಬರೂ ಒಟ್ಟಿಗೆ ಬಂದದ್ದನ್ನು ನೋಡಿ ಪಾರ್ವತಮ್ಮನಿಗೆ ಸಮಾಧಾನವಾಯಿತು.

ಕೋಣೆಗೆ ಹೋಗುವ ಸಾಹಸ ಮಾಡದೇ ಸುಕನ್ಯ ತಂದುಕೊಟ್ಟ ಟವಲಿನಿಂದ ಕೈಕಾಲು ಮುಖ ಒರೆಸಿಕೊಂಡು ಊಟಕ್ಕೆ ಬಂದು ಕುಳಿತ.

ತಾಯಿಯ ಸನ್ನೆಯನ್ನು ಅರಿತು ಸುಕನ್ಯ ಹೋಗಿ ಕೋಣೆಯಲ್ಲಿ ಇಣುಕಿ "ಅತ್ತಿಗೆ, ಊಟಕ್ಕೆ ಬರ್ಬೇಕಂತೆ" ಎಂದು ಬಂದು ಕುಳಿತಳು. ಅತ್ತಿಗೆ ಮೇಲೆ ಖಂಡಿತ ಅವಳಿಗೆ ಅಭಿಮಾನವಿಲ್ಲ. ಅಣ್ಣನ ಮದುವೆ ಗೊತ್ತಾದಾಗ ನೂರೆಂಟು ಕನಸುಗಳನ್ನು ಹೆಣೆದಿದ್ದಳು. ಅವೆಲ್ಲ ಗಾಳಿಪಾಲಾಗಿತ್ತು. ಅವಳ ಹತ್ತಿರ ನಿಂತು ಮಾತಾಡೋ ಧೈರ್ಯವೇ ಅವಳಿಗಿರಲಿಲ್ಲ.

ಊಟ, ತಿಂಡಿಗೆ ಬಿಗುಮಾನ ತೋರಿಸದ ಸರಳ ಬಂದು ಎಲೆಯ ಮುಂದೆ ಕೂತಳು. ಯಾರನ್ನೂ ಗಮನಿಸಲಿಲ್ಲ. ಬೇಕಾದ್ದನ್ನು ಕೇಳಿ ಹಾಕಿಸಿಕೊಂಡು ಹೊಟ್ಟೆ ತುಂಬ ಊಟ ಮಾಡೇ ಇದ್ದಳು.

ಒಂದೆರಡು ತುತ್ತು ತಿಂದ ಶಾಸ್ತ್ರ ಮಾಡಿ ನಾರಾಯಣಪ್ಪ ಎದ್ದು ಹೋದರು. ಅವರ ಮನಸ್ಸು ಬೆಳಗಿನ ಪ್ರಕರಣದಿಂದ ಬಹಳವಾಗಿ ಘಾಸಿಗೊಂಡಿತ್ತು.

ಶ್ಯಾಮ ಅಲ್ಲಿದ್ದುದರಿಂದ ಎಲ್ಲರೂ ಒಂದೆರಡು ತುತ್ತುಗಳನ್ನಾದರೂ ತಿಂದರು.

ಅಡಿಗೆ ಮುಚ್ಚಿಟ್ಟ ಪಾರ್ವತಮ್ಮ—"ಶ್ಯಾಮ ನಾನೊಂದು ಗಳಿಗೆ ಜಾನಕಿ ಮನೆ ಹತ್ರ ಹೋಗಿಬರ್ತೀನಿ. ಮಲಗೋ ಹಾಗಿದ್ರೆ ಒಂದು ಗಳಿಗೆ ಮಲಗು" ಎಂದು ಹೇಳಿ ಗಂಡ ಎದ್ದರೆ ಕಾಫೀ ಮಾಡಿಕೊಡುವಂತೆ ಸುಕನ್ಯಳಿಗೆ ಹೇಳಿ ಹೊರಟರು.

ಇವರ ಮನೆಗೂ ಜಾನಕಿ ಮನೆಗೂ ಅಷ್ಟೇನೂ ದೂರವಿರಲಿಲ್ಲ. ಒಂದೆರಡು ಮಾರಷ್ಟೆ. ಇವರು ಹೋಗೋ ವೇಳೆಗೆ ಜಾನಕಿ ತಾಳೆ ಹೂ ಹಿಡಿದುಕೊಂಡು ಮನೆಯಿಂದ ಹೊರಕ್ಕೆ ಬಂದಳು.

"ಅತ್ತೆ, ನಾನ್ ನಿಮ್ಮನೆಗೆ ಹೊರಟಿದ್ದೆ. ತಾಳೆ ಹೂ ಇಟ್ಕೊಂಡು ಜಡೆ ಹೆಣೆಸ್ಕೋಬೇಕಾಗಿತ್ತು..."

"ನೀನು ಬರೋ ತೊಂದ್ರ ಯಾಕೆ ಅಂತ ನಾನೇ ಬಂದೆ" ದುಗುಡ ಮರೆತು ಉತ್ಸಾಹದಿಂದಲೇ ಹೇಳಿದರು.

ಮನೆ ವಿಷಯ ಬಿಟ್ಟು ಬೇರೆಲ್ಲ ಮಾತಾಡಿದರು. ಸೊಸೆಯ ಬಗ್ಗೆ ಚಕಾರವೆತ್ತಲಿಲ್ಲ. ಅತ್ತೆಯ ಸ್ವಭಾವ ಅರಿತಿದ್ದ ಜಾನಕಿ ಕೂಡ ಏನೂ ಕೇಳಲು ಹೋಗಲಿಲ್ಲ."

*   *   *   *

ಕೆಲಸದ ಸಲುವಾಗಿ ಮಾಧು ಒಬ್ಬನೇ ಬೆಂಗಳೂರಿಗೆ ಹೋದ. ಮಾವನ ಮನೆಗೆ ಹೋಗದೆ ಇರಲಾಗಲಿಲ್ಲ.

ವಿಶಾಲಾಕ್ಷಮ್ಮ ಸಂಭ್ರಮದಿಂದಲೇ ಸ್ವಾಗತಿಸಿ "ಸರಳನ ಕರ್ಕೊಂಡು ಬರಲಿಲ್ಲವೇ?" ಎಂದು ಪ್ರಶ್ನಿಸಿದರು.

"ಏನೋ ಸ್ವಲ್ಪ ಕೆಲ್ಸ ಇತ್ತು. ಅದಕ್ಕೋಸ್ಕರ ನಾನೊಬ್ನೆ ಬಂದೆ" ಅಳಿಯ ಒಬ್ಬನೇ ಬಂದ ಅಂತ ಉಪಚಾರವೇನು ಕಮ್ಮಿಯಾಗಲಿಲ್ಲ. ಗಂಡ ಹೆಂಡತಿ ಮನಃಪೂರ್ವಕವಾಗಿ ಉಪಚರಿಸಿದರು. ಸರಳನ ಕೊಟ್ಟು ಮದುವೆ ಮಾಡೋಕೆ ಮುನ್ನ ಬಹಳಷ್ಟು ಹೆದರಿದ್ದರು. ಇವರ ಹೆದರಿಕೆಯನ್ನು ಮಾಧು ಸುಳ್ಳು ಮಾಡಿದ್ದ. ಮಡದಿಯ ಬಗ್ಗೆ ಎಂದೂ ದೂರಿರಲಿಲ್ಲ. ಅದಕ್ಕಾಗಿ ಅವರೆಷ್ಟು ಕೃತಜ್ಞರಾಗಿದ್ರೂ ಸಾಲದು.

ಹೊರಡೋವಾಗ ಸುಮನ ಬಲವಂತದಿಂದ ಹೊರಡಿಸಿದ. ವಿಶಾಲಾಕ್ಷಮ್ಮನಿಗೆ ಖಂಡಿತ ಸರಳನ ಮನೆಗೆ ಕಳಿಸಲು ಇಷ್ಟವಿಲ್ಲ. ಅಳಿಯನ ಮಾತಿಗೆ ಒಲ್ಲೆ ಎನ್ನಲಾರದೇ ಕಳಿಸಿದರು.

ಸುಮ, ಮಾಧು ಜೊತೆ ಬಂದಿಳಿದಾಗ ಪಾರ್ವತಮ್ಮ, ಸುಕನ್ಯ ಸಂತೋಷದಿಂದ ಸ್ವಾಗತಿಸಿದರು. ತಂಗಿ ಬಂದ ಮೇಲಾದರೂ ಎಲ್ಲರೊಡನೆ ಬೆರೆತು ನಗುತ್ತ ಇರುತ್ತಾಳೇನೋ ಸೊಸೆ ಎಂಬುದು ಅವರ ದೂರದ ಆಸೆ.

ತಂಗಿ ಬಂದಿದ್ದನ್ನು ನೋಡಿ ಸರಳ ಯಾವ ವಿಧವಾದ ಪ್ರತಿಕ್ರಿಯೆಯನ್ನೂ ತೋರಿಸಲಿಲ್ಲ. ಕಡೆಗೆ ಮುಖ ಕೊಟ್ಟು ಮಾತೂ ಸಹ ಆಡಲಿಲ್ಲ. ಇದರಿಂದ ಸುಮ ಏನೂ ನೊಂದುಕೊಳ್ಳಲಿಲ್ಲ. ಅಕ್ಕ ತಂಗಿಯರ ನಡುವೆ ಮಾತು, ಪ್ರೀತಿ ಅಷ್ಟಕ್ಕಷ್ಟೆ. ಅಲ್ಲಿರೋವರೆಗೂ ಅವಳನ್ನು ಗೋಳಾಡಿಸಿಬಿಟ್ಟಿದ್ದಳು.

ಇದು ಪಾರ್ವತಮ್ಮನವರಿಗೆ ಬಹಳ ವಿಚಿತ್ರವಾಗಿ ಕಂಡಿತು. ಅತ್ತೆ ಮನೆಯವರ ಮೇಲೆ ಪ್ರೀತಿ, ವಿಶ್ವಾಸ ಇಲ್ಲದಿದ್ದರೂ ತಂಗಿಯ ಮೇಲಾದರೂ ಅಭಿಮಾನ ಇರಬೇಕಾಗಿತ್ತು. ಅದೂ ಇಲ್ಲ-ಸೊಸೆಯ ಹೃದಯ ತೀರಾ ಬರಡಾಗಿ ಕಂಡಿತು.

"ಅತ್ತೆ, ನಾನು ತರಕಾರಿ ಹಚ್ಚಿಕೊಡ್ಲಾ? ಈ ಪಾತ್ರೆ ತೊಳ್ದು ಇಡ್ಲಾ? ಅಡಿಗೆ ಮನೆ ಸಾರಿಸ್ಲಾ?" ಪ್ರತಿಯೊಂದು ಕೆಲಸಕ್ಕೂ ಕೈ ಹಾಕುತ್ತ ಸುಮ ಪಾರ್ವತಮ್ಮನ ಹಿಂದೂ ಮುಂದೆ ಸುತ್ತುತ್ತ ಇದ್ದಳು.

ಸುಮ ಬಂದ ಮೇಲೆ ಸುಕನ್ಯಳಿಗೆ ಒಂದು ನಿಧಿ ದೊರೆತಂತಾಗಿತ್ತು. ಅವರಿಬ್ಬರ

ಹರಟೆಗಂತೂ ಕೊನೆ ಮೊದಲಿರಲಿಲ್ಲ. ಸುಮ ಜೊತೆ ಶ್ಯಾಮ ತಂದಿದ್ದ ಕೇರಂ ಬೋರ್ಡನ್ನು ಆಡೋದು ಕಲಿತಳು.

ಪಾರ್ವತಮ್ಮ ಅಡಿಗೆ ಮುಗಿಸಿ ಹರಟೆ ಹೊಡೆಯುತ್ತಿದ್ದ ಸುಕನ್ಯಳನ್ನು ಕರೆದು "ಸುಕನ್ಯ, ಶ್ಯಾಮ ತೋಟದಲ್ಲೇ ಎಲ್ರೂ ಊಟ ಮಾಡೋಣಾಂತ ಹೇಳಿದ್ದಾನೆ. ಮಾಡಿದ ಅಡ್ಗೇನ ತಗೊಂಡು ತೋಟಕ್ಕೆ ಹೋಗೋಣ. ಜಾನಕಿಗೆ ಒಂದು ಮಾತು ಹೇಳಿ ಬಂದುಬಿಡು." ಜಾನಕಿಯ ಮನೆಗೆ ಮಗಳನ್ನು ಅಟ್ಟಿದರು.

ಪಾರ್ವತಮ್ಮ ಸುಮ ಮಾಡಿದ ಅಡಿಗೆಗಳನ್ನೆಲ್ಲ ಪಾತ್ರೆಗಳಿಗೆ ತುಂಬಿದರು. ಜಾನಕಿನ ಜೊತೆಯಲ್ಲೇ ಕರ್ಕೊಂಡು ಬಂದಳು ಸುಕನ್ಯ.

ಯಾಕೆ ಇಲ್ಲದ ನಿಷ್ಠೂರವೆಂದುಕೊಂಡು "ಸರಳಾ, ಎಲ್ರೂ ತೋಟಕ್ಕೆ ಹೊರಟಿದ್ದಾರೆ; ನೀನೂ ಬಾ" ಎಂದು ತಾವೇ ಸೊಸೆಯನ್ನು ಕೂಗಿದರು.

ಮುಖಕ್ಕೆ ಸ್ನೋ ಬಳೆಯುತ್ತಿದ್ದ ಸರಳ ಮುಖವನ್ನು ಕೂಡ ಅತ್ತ ತಿರುಗಿಸದೇ" ಎಲ್ಲಾ ಪದಾರ್ಥಗಳ ಬೆಲೆ ಗಗನಕ್ಕೆ ಹೋಗಿ ಕೂತಿದೆ. ನೀವು ಮೂರು ಮೂರು ದಿನಕ್ಕೂ ಅದೂ ಇದೂ ಅಂತ ಮಾಡಿ ಹೊರಗಿನವರನ್ನೆಲ್ಲ ಕರ್ದು ಇಲ್ಲದ ನೆಪದಲ್ಲಿ ಔತಣ ಮಾಡೋದು ನಂಗೆ ಸರಿಕಾಣೋಲ್ಲ" ತಾನು ಮುಂದಿನ ಯಜಮಾನಿ ಅನ್ನೋ ದರ್ಪದಿಂದ ಹೇಳಿದಂತಿತ್ತು.

ಪಾರ್ವತಮ್ಮನ ಮುಖ ಪೆಚ್ಚಾಯಿತು. ಈ ಮನೆಗೆ ಬಂದ ಮೇಲೆ ಯಾರೂ ಅವರ ಕೈಯನ್ನು ಹಿಡಿದವರೇ ಇರಲಿಲ್ಲ. ಅವರ ಮಾತು, ಕೆಲಸಕ್ಕೆ ಎದುರಿರಲಿಲ್ಲ. ಹಂಗಿಸುವಂಥ ಜನರೂ ಇರಲಿಲ್ಲ. ಈಗ... ಸೊಸೆ..!?

ಜಾನಕಿ ಕಣ್ಣಲ್ಲಿ ನೀರಾಡಿತು. ತಾನೊಬ್ಬಳೇ ತಾನೇ ಹೊರಗಿನವಳು. ತನ್ನನ್ನು ಕುರಿತೇ ಆಡಿರಬಹುದು. ತಾನು ಬರಲೇಬಾರದಾಗಿತ್ತು ಎಂದುಕೊಂಡಳು.

ಸುಮ ತಿಂಡಿ ತಿಂದಿದ್ದ ದೊಡ್ಡ ಡಬ್ಬಿ ತೆಗೆದುಕೊಳ್ಳುತ್ತ "ಅತ್ತೆ, ನೀವು ಬನ್ನಿ. ನಮ್ಮಕ್ಕನಿಗೆ ಇಂಥದ್ದೆಲ್ಲ ಸರಿಹೋಗಲ್ಲ. ಅವ್ಳ ದೇಹ ಪ್ರಕೃತಿ ಬಹಳ ಸೂಕ್ಷ್ಮ....!" ಜಾನಕಿ, ಸುಕನ್ಯರನ್ನು ಹೊರಡಿಸಿಕೊಂಡು ತೋಟದ ಹಾದಿ ಹಿಡಿದಳು.

ಇನ್ನು ಪ್ರಯೋಜನವಿಲ್ಲವೆಂದುಕೊಂಡು ಬಾಗಿಲನ್ನು ಮುಂದಕ್ಕೆ ಎಳೆದುಕೊಂಡು ಅವರನ್ನು ಹಿಂಬಾಲಿಸಿದರು.

ದಾರಿಯಲ್ಲಿ ಜಾನಕಿ "ಅತ್ತೆ, ನಾನು ಬರ್ಲೇಬಾರದಾಗಿತ್ತು!" ಎಂದಾಗ ಪಾರ್ವತಮ್ಮನೊಂದುಕೊಂಡರೂ, ಜಿಗುಪ್ಸೆಯಿಂದ ಹೇಳಿದರು.

"ಜಾನಕಿ ಅವ್ಳು ಏನೋ ಅಂದ್ಲು ಅಂತ ಬೇಸರ ಮಾಡ್ಕೋಬೇಡ. ಅವಳಿಗೆ ಯಾರ ಮೇಲೆ ಪ್ರೀತಿ ಇದೆಯೋ? ಇಲ್ಲ ಅವ್ಳು ಮನುಷ್ಯಳೋ ಅಲ್ಲವೋ ಅದೇ ನಂಗೆ ಅನುಮಾನ..." ಭಾರವಾದ ನಿಟ್ಟುಸಿರು ಹೊರಬಿತ್ತು.

"ಅತ್ತೆ, ಅಪ್ಪ–ಅಮ್ಮ ಇಬ್ರೂ ದಿನ ನೋಡ್ಕೋತಾರೆ. ಇವ್ಳು

ಮದ್ವೆಯಾದ್ಮೇಲಾದರೂ ಸರಿಹೋಗ್ತಾಳೆ ಅಂದುಕೊಂಡಿದ್ವಿ. ಅದು ಸುಳ್ಳಾಗಿಹೋಯ್ತು." ನೋವಿನಿಂದ ನುಡಿದಳು ಸುಮ.

"ಛೆ! ಅದಕ್ಕೆ ನೀವೇನು ಮಾಡ್ತೀರಿ? ಋಣಾನುಬಂಧ. ಅವ್ಳು ನಮ್ಮಗಳಲ್ಲಿ ಪ್ರೀತಿ, ವಿಶ್ವಾಸ ತೋರಿಸದಿದ್ರೆ ಬೇಡ. ತಾಳಿ ಕಟ್ಟಿದ ಗಂಡನ ಬಗ್ಗೆಯಾದ್ರೂ ಪ್ರೀತಿಯಿಂದಿದ್ದು ಅವನ್ನಾದ್ರೂ ಸುಖವಾಗಿರುವುದಕ್ಕೆ ಪ್ರಯತ್ನಪಡುತ್ತಾಳೆಂದರೆ ಅದೂ ಇಲ್ಲ. ನಮ್ಮ ಮಾಧು ತುಂಬ ಮೃದು. ಯಾರ್ಗೂ ಹೇಳಿಕೊಳ್ಳಲಾರದೇ ಮೂಕವೇದನೆ ಅನುಭವಿಸ್ತಾನೆ" ಮಗನ ಬಗ್ಗೆ ಮರುಕ ತೋರಿ ನಿಟ್ಟುಸಿರುಬಿಟ್ಟರು.

ದೂರದಿಂದಲೇ ನೋಡಿ ಶ್ಯಾಮ, ಮಾಧು ಓಡಿ ಬಂದು ಪಾತ್ರೆ, ಡಬ್ಬಿಗಳನ್ನು ತೆಗೆದುಕೊಂಡರು.

"ಅಮ್ಮ ಹೇಳಿಕಳಿಸಿದ್ರೆ ನಾವೇ ಯಾರಾದ್ರೂ ಬರ್ತಾ ಇದ್ದೀವಿ. ಹೊತ್ತು ಎಲ್ಲರೂ ಬಳಲಿಬಿಟ್ರಿ". ತಾಯಿಯ ಕೈಯಲ್ಲಿದ್ದ ಹಿತ್ತಾಳೆ ಡಬ್ಬಿ ತೆಗೆದುಕೊಳ್ಳುತ್ತ ಮಾಧು ಹೇಳಿದ.

ಯಾರೂ ಸರಳೆಯ ಸುದ್ದಿ ಎತ್ತಲಿಲ್ಲ. ನಾರಾಯಣಪ್ಪನವರು ಬಂದು ಸೇರಿದರು. ಕ್ಯಾತೇಗೌಡ ಬಾಳೆ ಎಲೆಗಳನ್ನು ಕಿತ್ತುಕೊಂಡು ಬಂದ. ಎಲ್ಲರೂ ಮಾತಾಡುತ್ತ ಸಂತೋಷದಿಂದ ಊಟ ಮಾಡಿದರು. ಎಲ್ಲರ ಮಾತನ್ನೂ ಶ್ಯಾಮನೇ ಆಡುತ್ತಿದ್ದ. ಮಾಧು ಮನಸ್ಸೇನೂ ನಿರಾಳವಾಗಿರಲಿಲ್ಲ. ಈ ಸಂತೋಷದಲ್ಲಿ ಮಡದಿ ಬಂದು ಭಾಗವಹಿಸಲಿಲ್ಲವಲ್ಲ ಎನ್ನುವ ಸಂಕಟ ಅವನ ಹೃದಯವನ್ನು ದಹಿಸುತ್ತಿತ್ತು.

ಪಾರ್ವತಮ್ಮ ಕ್ಯಾತೇಗೌಡನನ್ನಲ್ಲದೇ ಅವನ ಕುಟುಂಬವನ್ನು ಕರೆದು ಬಡಿಸಿದರು. ತಂದ ಅಡಿಗೆ ಪೂರ್ಣವಾಗಿ ಖರ್ಚಾಗಿತ್ತು. ಎಲ್ಲರೂ ಎಳನೀರು ಕುಡಿದರು.

ಎಲ್ಲರೂ ಸಂಜೆವರೆಗೂ ತೋಟದಲ್ಲೇ ಉಳಿದರು. ಒಂದು ಕಡೆ ಕೂಡದೇ ಸುಕನ್ಯ, ಸುಮ ತೋಟವನ್ನೆಲ್ಲ ಅಡ್ಡಾಡಿದರು. ಬೆಂಗಳೂರಿನಲ್ಲಿ ಬೆಳೆದ ಸುಮಳಿಗೆ ಈ ಹಸಿರು ತೋಟ, ಹಳ್ಳಿಯ ಪ್ರಶಾಂತ ವಾತಾವರಣ ತುಂಬ ಹಿಡಿಸಿತು.

ಇವರೆಲ್ಲ ಮನೆಗೆ ಹಿಂದಿರುಗುವ ವೇಳೆಗೆ ತೆಂಗಿನಕಾಯಿ ಮಂಡಿಗೆ ಹಾಕುತ್ತಿದ್ದ ಸಾಹುಕಾರರ ಮಗ ಮನೆಯ ಬಾಗಿಲಿನಲ್ಲಿದ್ದ.

"ಓಹ್... ಬಾಪ್ಪ! ಏನು ಅಪರೂಪವಾಗಿ ಬಂದುಬಿಟ್ಟೆ?" ಆದರದಿಂದಲೇ ಸ್ವಾಗತಿಸಿದರು.

ಇವರ ಸ್ವಾಗತದ ಕಡೆ ಗಮನವನ್ನು ಕೊಡದೇ ತಾನು ಬಂದ ಕೆಲಸ ತಿಳಿಸಿದ.

ನಾರಾಯಣಪ್ಪ ಕುಸಿದು ಕುಳಿತರು.

"ಮಾಧು, ನಿಮ್ಮ ಶೇಖರ್ ಚಿಕ್ಕಪ್ಪನಿಗೆ ಬಹಳ ಸೀರಿಯಸ್. ಸುಂದುರು ಇವ್ರು ಅಂಗಡಿಗೆ ಫೋನ್ ಮಾಡಿದ್ನಂತೆ. ಅಲ್ಲಿನ ಸಂದರ್ಭ ಹೇಗಿದೆಯೋ ಏನೋ, ನಿಮ್ಮಮ್ಮನ ಕರ್ಕೊಂಡು ಹೋಗಿಬರ್ತೀನಿ" ಸಾಹುಕಾರರ ಕಾರಿನಲ್ಲೇ ಹೊರಟುಬಿಟ್ಟರು.

* * * *

ನಾರಾಯಣಪ್ಪ ತಮ್ಮನ ಕರ್ಮಾಂತರಗಳನ್ನೆಲ್ಲ ಮುಗಿಸಿಕೊಂಡು ಅವರ ಒಬ್ಬನೇ ಮಗನನ್ನು ಜೊತೆಯಲ್ಲೇ ಕರ್ಕೊಂಡು ಬಂದರು. ಸರಳ ಒಬ್ಬಳು ಸಿಡುಗುಟ್ಟಿದಳೇ ವಿನಹ ಬೇರೆ ಯಾರೂ ಭಿನ್ನ ಪ್ರತಿಕ್ರಿಯೆ ತೋರಲಿಲ್ಲ.

ಮಾಧು, ಪ್ರೀತಿಯಿಂದ ಮಾತಾಡಿಸಿ ಅವನ ಬಗ್ಗೆ ಅನುಕಂಪ ತೋರಿಸಿದ. ಎಲ್ಲರನ್ನು ಪ್ರೀತಿಸೋದು ಗೊತ್ತೇ ವಿನಹ ಅವನಿಗೆ ದ್ವೇಷಿಸಿ ಗೊತ್ತಿರಲಿಲ್ಲ.

ಲಲಿತಮ್ಮ ಕೂಡಾ ಅಣ್ಣನ ಮಗನನ್ನು ನೋಡಲು ಬಂದರು. ಎಂದೋ ಹೋದ ಅಣ್ಣನ ಬಗ್ಗೆ ಅವರಿಗೇನೂ ಪ್ರೀತಿ ಇರಲಿಲ್ಲ. ರಕ್ತ ಸಂಬಂಧದ ಎಳೆ ಸ್ವಲ್ಪ ದುಃಖವನ್ನುಂಟು ಮಾಡಿತ್ತು.

ಇದು ಯಾವುದನ್ನೂ ಹಚ್ಚಿಕೊಳ್ಳದವನು ಶ್ಯಾಮ ಮಾತ್ರ. ಕಾಲೇಜು ಬಾಗಿಲು ತೆಗೆಯಲು ಒಂದೆರಡು ದಿನ ಇದ್ದಾಗಲೇ ಬೆಂಗಳೂರಿಗೆ ಹೊರಟುಬಿಟ್ಟ.

* * * *

ಮಾಧು, ಸರಳ ಮಧ್ಯೆ ಬಿರುಕು ಮತ್ತಷ್ಟು ದೊಡ್ಡದಾಗುತ್ತಿತ್ತೇ ವಿನಹ ಕಮ್ಮಿಯಾಗಲಿಲ್ಲ. ಇತ್ತೀಚೆಗೆ ತೀರಾ ಉದಾಸೀನನಾಗಿಬಿಟ್ಟಿದ್ದ. ದಿನದ ಬಹು ವೇಳೆಯನ್ನೆಲ್ಲ ತೋಟದಲ್ಲೇ ಕಳೆಯುತ್ತಿದ್ದ. ನೆಮ್ಮದಿಗೆ ಒಂದು ವರಪ್ರಸಾದವಾಗಿತ್ತು ತೋಟ.

ಮರಕ್ಕೆ ಒರಗಿ ಕಣ್ಣುಮುಚ್ಚಿ ನಿಟ್ಟುಸಿರುಬಿಟ್ಟ.

"ಭಾವ" ಎಂಬ ಸುಮಧುರ ಕಂಠವನ್ನು ಕೇಳಿ ಫಕ್ಕನೇ ಕಣ್ಣುಬಿಟ್ಟ. ಸುಮ ತಿಂಡಿ ಹೊತ್ತು ನಿಂತಿದ್ದಳು. ಅವಳ ಬದಲು ಸರಳ ನಿಂತಿದ್ದರೇ ಛೇ ಎಟುಕದಿದ್ದಕ್ಕೆ ಆಸೆಪಡಬಾರದು. ತಾನಷ್ಟು ಅದೃಷ್ಟವಂತನಲ್ಲ.

"ಸುಮ ನೀನು ಒಬ್ಳೇ ಯಾಕಮ್ಮ ಬಂದೆ? ನಾನೇ ಬರ್ತಾ ಇದ್ದೆ. ಬರೀ ಕಲ್ಲು ಮುಳ್ಳುಗಳ ಹಾದಿ. ನಿನ್ಗೆ ಇಷ್ಟು ದೂರ ನಡೆದು ಅಭ್ಯಾಸವಿಲ್ಲ." ಸಹಾನುಭೂತಿಯಿಂದ ಹೇಳಿದ. ಅವನಿಗೆ ಆ ಹುಡುಗಿಯ ಬಗ್ಗೆ ಅತ್ಯಂತ ಪ್ರೀತಿ. ಎಲ್ಲರೂ ಪ್ರೀತಿಸಬಹುದಾದ ಹುಡುಗಿ ಅವಳು.

"ಬನ್ನಿ ಭಾವ. ಏನು ಪಟ್ಟಣವೋ ಏನೋ, ನನ್ಗೆ ಹಳ್ಳಿ ಬಿಟ್ಟು ಹೋಗ್ಬೇಕಲ್ಲಾಂತ ಬೇಸರವಾಗಿಬಿಟ್ಟಿದೆ. ಈ ನಿಸರ್ಗದ ಮಡಿಲಲ್ಲಿ ದಿನಗಳು ಉರುಳುವುದೇ ಗೊತ್ತಾಗುವುದಿಲ್ಲ." ಇವು ಬಾಯಿಮಾತುಗಳಾಗಿರಲಿಲ್ಲ. ಅವಳ ಮನಸ್ಸಿನ ಆಸೆಯನ್ನು ಬಾಯಿ ಸಂಕೋಚವಿಲ್ಲದೇ ಹೇಳಿತ್ತು.

"ಸರಿ ಹಾಗಾದರೆ ಇಲ್ಲೇ ಇದ್ದುಬಿಡು..."

"ಒಳ್ಳೆ ಮಾತು ಹೇಳಿದ್ರಿ! ನಾನು ಇರ್ತೀನಿ ಅಂದ್ರೂ ಇರಗೊಡಿಸುತ್ತಾರಾ? ಅಣ್ಣ ಆಗ್ಲೇ ಮೂರು ನಾಲ್ಕು ಕಾಗ್ದಗಳನ್ನು ಬರೆದಿದ್ದರು. ನಾನು ಅತ್ತೆ ಊರಲ್ಲಿ ಇಲ್ಲ. ಅವ್ರು ಬರೋವರ್ಗೂ ಅಕ್ಕನ ಜೊತೆಯಲ್ಲಿದ್ದು ಬರುತ್ತೀನಿ ಅಂತ ಬರೆದಿದ್ದೆ. ನಾಳೆ ನಾಡಿದ್ದರಲ್ಲಿ ಹೊರಟುಬಿಡ್ಬೇಕು. ಭಾವ, ಮಾತಿನಲ್ಲಿ ತಿಂಡಿ ವಿಷ್ಯನೇ ಮರ್ತುಬಿಟ್ಟೆ."

ಮಾಧು ಕೈಕಾಲು ತೊಳೆದುಕೊಂಡು ತೋಟದ ಮನೆಗೆ ಹೋಗಿ ಕುಳಿತ.

ಸುಮ ಬಾಳೆ ಎಲೆ ಹರವಿ, ಪಾರ್ವತಮ್ಮ ಕಳುಹಿಸಿಕೊಟ್ಟಿದ್ದ ದೋಸೆ, ಪಲ್ಯ, ಚಟ್ನಿ ಬಡಿಸಿದಳು.

ಮಾಧು ಇನ್ನೊಂದು ಎಲೆಗೆ ದೋಸೆ, ಚಟ್ನಿ, ಪಲ್ಯ ತೆಗೆದಿಟ್ಟು "ನಂಗೊಬ್ಬನಿಗೆ ತಿನ್ನೋಕೆ ಬೇಸರ. ನೀನೂ ತಗೋ. ಹೇಗೂ ಇನ್ನೇನು ಊರಿಗೆ ಹೊರಟುಬಿಡ್ತೀಯಲ್ಲ."

ಅವನ ಮಾತಿನಲ್ಲಿ ನೋವಿತ್ತು. ಒಂದೇ ತಾಯಿಯ ಮಕ್ಕಳಾಗಿ ಹುಟ್ಟಿದ್ದ ಅಕ್ಕತಂಗಿಯರಲ್ಲಿ ಎಷ್ಟು ವಿಭಿನ್ನ ನಡವಳಿಕೆ! ಸುಮಳ ಅರ್ಧದಷ್ಟಾದರೂ ಒಳ್ಳೆಯ ಗುಣ ಸರಳಾಗೆ ಇದ್ದಿದ್ದರೆ ನಾನೆಷ್ಟು ಸುಖಪಡಬಹುದಾಗಿತ್ತು. ಸುಖ ತನಗೆ ಎಟುಕದ ವಸ್ತುವೆಂದುಕೊಂಡ.

ಮಾಧು, ಸುಮ ಒಟ್ಟಿಗೆ ಮನೆಗೆ ಬಂದಾಗ ಸರಳ ಹೊರಬಾಗಿಲಿನಲ್ಲೇ ನಿಂತಿದ್ದಳು. ಮಾಧುವಿನ ಎದೆ ನಡುಗಿತು. ಮಡದಿಯ ನಾಲಿಗೆ ಕತ್ತಿಗಿಂತ ಚೂಪೆಂದು ಅವನು ಬಲ್ಲ. ಇಲ್ಲದ್ದೆಲ್ಲ ಊಹಿಸಿಕೊಂಡು ರೇಗಾಡಿದರೆ ಏನು ಗತಿಯಪ್ಪ ಅಂದುಕೊಂಡ. ಸರಳ ಚಕಾರವೆತ್ತಲಿಲ್ಲ.

"ಮಾಧು, ನಾನು ಬೇಡ ಅಂದ್ರೂ ಕೇಳ್ದೇ ಬಂದಿದ್ದಾಳೆ. ನಿಮ್ಮಪ್ಪ ನನ್ನ ಮೇಲೆ ರೇಗಾಡಿದ್ರು; ವಯಸ್ಸಿಗೆ ಬಂದ ಹುಡ್ಗಿ ಅಷ್ಟು ದೂರ ಯಾಕೆ ಕಳಿಸಿದೆ ಅಂತ. ನೀನು ಜೊತೆಯಲ್ಲೇ ಬರುತ್ತೀಯಾ ಅಂತ ಸಮಾಧಾನ ಹೇಳ್ದೆ..." ಮಾಧುಗೆ ಏನು ಹೇಳಬೇಕೋ ಒಂದೂ ತಿಳಿಯಲಿಲ್ಲ. ಸುಮ್ಮನೇ ಒಳಕ್ಕೆ ನಡೆದ.

ಸುಂದರುನ ನೋಡೋಕೆ ಬಂದ ಲಲಿತಮ್ಮ ಇಲ್ಲೇ ಇದ್ದರು. ಪಾರ್ವತಮ್ಮನೇ ಬಲವಂತದಿಂದ ಇರಿಸಿಕೊಂಡಿದ್ದರು. ಎಂದೂ ಸಂಸಾರದ ಬಗ್ಗೆ ಬೇಸರಪಡದ ಅವರು ಇತ್ತೀಚೆಗೆ ತೀರಾ ರೋಸಿಹೋಗಿದ್ದರು.

ಮುಖ ಒರೆಸುತ್ತ ಬಂದ ಮಾಧು "ಲಲಿತತ್ತೆ ಅಮ್ಮಂಗೆ ತುಂಬ ಬೇಸ್ರ, ಸುಕನ್ಯಳಿಗೆ ಜೊತೆಯಿಲ್ಲ, ಸರೋಜನ ಇಲ್ಲೇ ಬಿಟ್ಟೋಗು. ಅಕ್ಕ ಸೊಸೆಯಾಗಿ ಬರೋವರ್ಗೂ ಇಲ್ಲಿ..." ಮಾಧುವೇನೋ ಒಳ್ಳೆಯ ಮನಸ್ಸಿನಿಂದಲೇ ಈ ಮಾತುಗಳನ್ನು ಆಡಿದ. ಲಲಿತಮ್ಮನ ಮುಖ ಮುದುಡಿತು.

"ನಮ್ಮ ಮಾತು ಎಲ್ಲಿ ನಡೆಯುತ್ತೆ? ದೈವೇಚ್ಛೆ ಇದ್ರೆ ಅವಳು ಈ ಮನೆಗೆ ಖಂಡಿತ ಸೊಸೆಯಾಗಿ ಬರ್ತಾಳೆ. ಮೊದ್ಲೇ ಅವ್ರ ಹೃದಯದಲ್ಲಿಯಾಕೆ ಆಸೆ ಬಳ್ಳಿ ಹಬ್ಬಿಸ್ಬೇಕು! ಜಾನಕಿ ಮದ್ವೆಯಾಗೋವರೆಗೂ ಅವ್ಳ ಗೋಳು ನೋಡೋಕೆ ಆಗ್ತಾ ಇರಲಿಲ್ಲ. ಶ್ರೀಪಾದು ಒಳ್ಳೇ ಹುಡುಗ. ಅವ್ಳು ಮನಸ್ಸಿನ ನೋವನ್ನೆಲ್ಲ ಮರ್ಸಿ ಸಂತೋಷವಾಗಿಟ್ಟುಕೊಂಡಿದ್ದಾನೆ." ಅವರಲ್ಲಿ ಅಡಗಿದ್ದ ಅಪಾರ ವೇದನೆಯನ್ನು ಮಾಧು ಗುರ್ತಿಸಿದ.

"ಈ ಸಲ ಜಾತಕ ತೋರ್ಸ್ಸೊ ತಂಟೆನೇ ಬೇಡ. ಹಾಗೇ ಮದ್ವೆ ಮಾಡೋಣ.

ಜಾತಕ ಪ್ರಶಸ್ತ ಇದ್ದ ಗಂಡ ಹೆಂಡಿರೆಲ್ಲ ಸುಖವಾಗಿದ್ದಾರೇನು?" ಜಿಗುಪ್ಸೆಯಿಂದ ಆಡಿದ ಮಾತುಗಳಂತಿತ್ತು.

ಹೆಚ್ಚು ಮಾತಾಡದ ವಿನಯವಂತ ಮಾಧು ಬಾಯಲ್ಲಿ ಇಂಥ ಮಾತುಗಳನ್ನು ಕೇಳಿ ಲಲಿತಮ್ಮ ನೊಂದುಕೊಂಡರು. ಅವನ ದಾಂಪತ್ಯ ಜೀವನ ಕಂಡು ರೋಸಿಹೋಗಿದ್ದರು. ನಿಸ್ಸಹಾಯಕರು. ಸರಳಾಗೆ ಬುದ್ಧಿ ಹೇಳೋದು ಅವರಿಂದಲೇ ಏನು ಯಾರಿಂದಲೂ ಸಾಧ್ಯವಿರಲಿಲ್ಲ.

ನಡುಮನೆಯಲ್ಲಿ ಸುಮ, ಸುಕನ್ಯ ಇದ್ದುದರಿಂದ ಮಾಧು ಊಟ ಮುಗಿಸಿ ಕೋಣೆಗೆ ಹೋಗಿ ಮಲಗಿಕೊಂಡ. ದಣಿದ ಮೈ ವಿಶ್ರಾಂತಿ ಬಯಸಿತ್ತು. ನಿದ್ರಾದೇವಿಯ ಆಲಿಂಗನದಲ್ಲಿ ಮೈಮರೆತ.

ಕೋಣೆಯೊಳಕ್ಕೆ ಬಂದ ಸರಳ ಗಂಡನನ್ನು ನೋಡಿದಳು. ಬಿಸಿಲಿನಲ್ಲಿ ದಣಿದು ಕೆಂಪಾದ ಮುಖ. ಕೆಲಸ ಮಾಡಿ ದೃಢವಾದ ಮೈ ಅವನಲ್ಲಿ ಆಕರ್ಷಣೆ ತುಂಬಿ ಬಂತು. ಮೈ ಮರೆತಳು. ಪಕ್ಕ ಹೋಗಿ ಕುಳಿತಳು. ಮೈಯನ್ನು ದಡವಿದಳು. ಅದರಲ್ಲಿ ಕಾಮದ ಕಾವಿತ್ತೆ ವಿನಹ ಪ್ರೇಮದ ಶೀತಲ ಸ್ಪರ್ಶವಿರಲಿಲ್ಲ.

ಮಾಧು ಎಚ್ಚರಗೊಂಡ. ಬಹಳ ದಿನಗಳ ಮೇಲೆ ಹೆಂಡತಿಯ ಕೃಪಾಕಟಾಕ್ಷಕ್ಕೆ ಪಾತ್ರನಾಗಿದ್ದ. ಬಯಕೆ ಬೃಹದಾಕಾರ ತಾಳಿತ್ತು. ಮೂರ್ಖನಾಗಲಿಲ್ಲ. ಉತ್ಸಾಹ ತುಂಬಿಕೊಂಡ. ಮೈಮರೆತ. ಬಯಕೆಯನ್ನು ತಣಿಸಿಕೊಂಡ. ಸರಳ ಹಸನ್ಮುಖಿಯಾದಳು.

ಮಗ ಬೇಗ ಎದ್ದು ಬಾರದ್ದನ್ನು ನೋಡಿ ಪಾರ್ವತಮ್ಮ ಸಮಾಧಾನದ ಉಸಿರುಬಿಟ್ಟರು. ಹೇಗೋ ಅವನಾದರೂ ನೆಮ್ಮದಿಯಾಗಿರಲಿ ಎಂಬುದೇ ಆಸೆ.

ಈ ಸಮಯದ ಪೂರ್ಣ ಪ್ರಯೋಜನ ಪಡೆಯಲು ಸರಳ ನಿರ್ಧರಿಸಿದಳು. ಸುಮಳನ್ನು ಬಿಟ್ಟು ಬರಲು ಗಂಡ ಹೊರಟಾಗ ತಾನು ಹೊರಟಳು. ಅವಳನ್ನು ಬೇಡ ಎನ್ನುವವರು ಇರಲಿಲ್ಲ. ಯಾರಾದರೂ ಬೇಡ ಎಂದರೂ ಅವಳು ಕೇಳುವ ಸ್ಥಿತಿಯಲ್ಲಿರಲಿಲ್ಲ.

ಅವಳ ಅಪೇಕ್ಷೆಯನ್ನು ದೂರೀಕರಿಸದಿದ್ದರೂ ಹೆಚ್ಚಿನ ದುಡ್ಡನ್ನು ಜೇಬಿಗೆ ಸೇರಿಸಲು ಮಾಧು ಮರೆಯಲಿಲ್ಲ. ಮಡದಿಯ ಸ್ವಭಾವ ಪೂರ್ಣ ಪರಿಚಯ ಅವನಿಗಾಗಿತ್ತು. ಈ ನಡುವೆ ತೀರಾ ಬೇಸರ ಜೀವನ ನಡೆಸಿದ್ದ. ಅವನೊಬ್ಬ ಸಾಮಾನ್ಯ ಮನುಷ್ಯ. ಅವನಿಗೂ ಕೆಲವು ಅವಶ್ಯಕತೆಗಳಿದ್ದವು. ಅದನ್ನು ಮೆಟ್ಟಿ ನಿಲ್ಲಬಲ್ಲ ಅಮಾನುಷನಾಗಿರಲಿಲ್ಲ. ಈಗ ಸಿಕ್ಕಿದ ಅಲ್ಪಸುಖವನ್ನು ಕಳೆದುಕೊಳ್ಳಲು ಸಿದ್ಧವಿಲ್ಲ. ಬೇಸರ ಪಡದೇ ಅವಳು ಕೇಳಿದ್ದನ್ನೆಲ್ಲ ಕೊಡಿಸಿದ.

ಶ್ರೀಕಂಠಯ್ಯನವರು ಸುಮ್ಮನೆ ಮಾತಿಗಾದರೂ ಇರಲಿಯೆಂದು "ನವರಾತ್ರಿ ಎಂಟು ದಿನವಿದೆ. ನೀವು ಒಪ್ಪಿದ್ರೆ ಸರಳ ಇಲ್ಲೇ ಇರ್ಲಿ" ಎಂದ.

ಸರಳಳಿಗೆ ಅಷ್ಟೇ ಸಾಕಾಗಿತ್ತು. ತಾನು ಅಲ್ಲೇ ಉಳಿದಳು. ಗಂಡನನ್ನು ಮಾತ್ರ ಕಳಿಸಿಕೊಟ್ಟಳು.

ಬಹಳ ಬೇಸರದಿಂದಲೇ ಹಿಂದಿರುಗಿದ.

ಈ ಸಲ ಪಾರ್ವತಮ್ಮನಿಗೆ ರೇಗಿಹೋಯಿತು. ಪ್ರತಿಸರ್ತಿಯೂ ಜೊತೆಗೆ ಹೋದವಳು ಅಲ್ಲೇ ಉಳಿದುಬಿಡುತ್ತಿದ್ದಳು. ಅವರೆಂದೂ ಬಂದು ಮಗಳನ್ನು ಕರೆದೊಯ್ದಿರಲಿಲ್ಲ. ಇದು ಸಂಪ್ರದಾಯವಾದಿಗಳಾಗಿ ಬೆಳೆದಿದ್ದ ಪಾರ್ವತಮ್ಮನಿಗೆ ನುಂಗಲಾರದ ತುತ್ತು.

ಮಗನಿಗೆ ಛೀಮಾರಿ ಹಾಕಿದರೂ ಮೊದಲನೇ ಬಾರಿ—

"ಮಾಧು, ನಿನ್ಗೆ ಸ್ವಲ್ಪವಾದರೂ ಬುದ್ಧಿ ಬೇಡ್ವೇನೋ! ಮದುವೆಯಾದಾಗಿನಿಂದ ಒಂದು ಸಲವಾದ್ರೂ ಬಂದು ಮಗಳನ್ನು ಕರೆದೊಯ್ಯಲಿಲ್ಲ. ನೀನ್ ಕರ್ಕೊಂಡ್ಹೋಗಿ ಬಿಟ್ಟು ಬರೋದು ಏನು ಚೆನ್ನ? ಅವ್ರು ತಾನೇ ಇಂಥ ಮಹಾತಾಯಿನ ಮಗಳೆಂದು ಹೇಗೆ ಕರೆದೊಯ್ದರೋ, ಅತಿ ಒಳ್ಳೆಯತನ ಬಹ್ಳ ಕೆಟ್ಟು."

"ಅಮ್ಮ...." ಆ ಒಂದು ಕರೆಯೇ ಮನಸ್ಸಿನ ದುಃಖವನ್ನೆಲ್ಲ ತಾಯಿಯ ಮುಂದೆ ನಿವೇದಿಸಿಕೊಂಡಿತು.

ಪಾರ್ವತಮ್ಮನಿಗೆ ಮಗನ ಸ್ವಭಾವ ಗೊತ್ತು. ಇದುವರೆಗೂ ಮಾಧು ಸುಕನ್ಯನ ಕೂಡ ಎಂದೂ ಗದರಿರಲಿಲ್ಲ. ಇವರೆಲ್ಲಾದರೂ ರೇಗಿ ಅವಳ ಕಣ್ಣಲ್ಲಿ ನೀರು ಕಂಡರೂ ಅವನ ಪೇಚಾಟ ನೋಡೋಕೆ ಆಗ್ತಾ ಇರಲಿಲ್ಲ. ಅವನು ಮನೆಯಲ್ಲಿದ್ದಾಗ ಮಗಳನ್ನು ಕೂಡ ಗದರಿಸುತ್ತ ಇರಲಿಲ್ಲ. ಇಂಥ ಹುಡುಗ ಆ ರಾಕ್ಷಸಿನ ಹೇಗೆ ದಾರಿಗೆ ತಂದಾನು? ಇದೊಂದು ದೊಡ್ಡ ಚಿಂತೆಯಾಗಿತ್ತು. ಅದನ್ನು ಮಗನೆದುರಿಗೆ ತೋರಿಸಿಕೊಳ್ಳಲು ಇಷ್ಟಪಡಲಿಲ್ಲ.

"ನೀನ್ ಹೀಗೆ ಸದರ ಕೊಡ್ತಾ ಬಾ—ಅವ್ಳು ನಾಳೆ ಎಲ್ಲರನ್ನೂ ಮೂಲೆಗೆ ಕೂಡ್ಸಿ ಮನೆ ಮರ್ಯಾದೇನ ಹರಾಜ್ ಹಾಕ್ತಾಳೆ. ಇನ್ನೂ ಏನೇನು ಅನುಭವಿಸ್ಬೇಕೋ? ನಮ್ಮ ಹಣೆಯಲ್ಲಿ ಏನು ಬರೆದಿದೆಯೋ." ತಲೆ ಗಟ್ಟಿಸಿಕೊಂಡು ಒಳಗೆ ಹೋಗಿಬಿಟ್ಟರು.

ಮಾಧುವಿಗೆ ತಲೆಯೇ ಕೆಟ್ಟುಹೋಯಿತು. ತಾನು ಏಕೆ ಗದರಿ ಸರಳಾಗೆ ಬುದ್ಧಿ ಹೇಳಬಾರದು? ಹೇಳಿದರೂ ಅವಳು ಕೇಳ್ತಾಳೆ ಅನ್ನೋ ನಂಬಿಕೆ ಏನು? ಎಷ್ಟೇ ಪ್ರಯತ್ನಪಟ್ಟರೂ ನನ್ನ ಮನಸ್ಸು ಗಡಸಾಗುವುದಿಲ್ಲವಲ್ಲ ಈ ತೊಳಲಾಟದಲ್ಲಿ ಮನಸ್ಸಿನ ಶಾಂತಿಯನ್ನೇ ಕಳೆದುಕೊಂಡ.

ಇವನು ಕಾಗದ ಬರೆದರೂ ಅವಳು ಉತ್ತರ ಬರೆಯಲಿಲ್ಲ. ಗಂಡನ ದೌರ್ಬಲ್ಯದ ಬಗ್ಗೆ ಅವಳಿಗೆ ಉದಾಸೀನ.

ನವರಾತ್ರಿ ಮುಗಿದರೂ ಸೊಸೆ ಬರದಿದ್ದಾಗ ಪಾರ್ವತಮ್ಮನಿಗೆ ರೇಗಿತು. ದಿನದಿನಕ್ಕೂ ಅವಳ ನಡತೆಯಿಂದ ರೋಸಿಹೋಗಿದ್ದರು.

"ಮಾಧು, ನೀನಾದ್ರೂ ಹೋಗಿ ಸರಳನ ಕರ್ಕೊಂಡ್ಬಾ...."

ಖಂಡಿತ ಅವಳನ್ನು ಹೋಗಿ ಕರೆದುಕೊಂಡು ಬರೋಕೆ ಅವನಿಗೆ ಇಷ್ಟವಿರಲಿಲ್ಲ. ಕರೆದಾಗ ಬರದಿದ್ದರೇ ತಾಯಿಯ ಹತ್ತಿರ ಛೀಮಾರಿ ಹಾಕಿಸಿಕೊಳ್ಳಬೇಕಾಗುತ್ತೆ, ಈ ಕೆಲಸವೇ ಬೇಡವೆಂದುಕೊಂಡಿದ್ದ.

"ಅಮ್ಮ, ನಂಗೆ ತೋಟದ ಕೆಲ್ಸ ಬೇಕಾದಷ್ಟಿದೆ. ಹೇಗೂ ಸುಂದ್ರು ಬೆಂಗಳೂರಿಗೆ ಹೋಗ್ತಾನಂತಲ್ಲ. ಅವನನ್ನೇ ಕರ್ಕೊಂಡ್ಬಾ ಅಂತ ಹೇಳಿ ಕಳಿಸಿದರೆ ಆಯ್ತು." ಒಂದು ಗಳಿಗೆ ಅಲ್ಲಿ ನಿಲ್ಲದೇ ಹೊರಗೋಗಿಬಿಟ್ಟ. ಸ್ವಲ್ಪ ಹೊತ್ತು ಗೊಣಗುಟ್ಟಿಕೊಂಡ ಪಾರ್ವತಮ್ಮ ಸುಮ್ಮನಾದರು.

* * * *

ಸುಂದರು ಶ್ರೀಕಂಠಯ್ಯನವರ ಮನೆಗೆ ಬಂದಾಗ ಸುಮ ಆತ್ಮೀಯವಾಗೇ ಸ್ವಾಗತಿಸಿದಳು.

"ನೀವು ಬರೋದು ಗೊತ್ತಿಲ್ಲ. ಅಣ್ಣ, ಅಮ್ಮ ಸೋದರಮಾವನ ಮನೆಗೆ ಹೋಗಿದ್ದಾರೆ. ಸರಳಕ್ಕ ಯಾರೋ ಫ್ರೆಂಡ್ ಮನೆಗೆ ಹೋಗಿದ್ದಾಳೆ. ಇನ್ನೇನು ಬಂದುಬಿಡುತ್ತಾಳೆ. ಕೂತ್ಕೊಳ್ಳಿ...."

ಒಂದೆರಡು ಪತ್ರಿಕೆಗಳನ್ನು ಅವನ ಮುಂದೆ ಹಾಕಿ ಕಾಫಿ ಮಾಡಲು ಅಡಿಗೆಯ ಮನೆಗೆ ಹೋದಳು.

ಸುಮಳನ್ನು ಹಳ್ಳಿಯಲ್ಲಿ ನೋಡಿದ್ದರೂ ಇಂದು ಅವನ ಕಣ್ಣಿಗೆ ಆಕರ್ಷಕವಾಗಿ ಕಂಡಳು. ಅವನೇನು ಮುಗ್ಧನಲ್ಲ. ಫಸ್ಟ್‌ಕ್ಲಾಸ್ ಒನ್ ನಂಬರ್ ರೋಮಿಯೋ. ಇವನ ರೋಮಾನ್ಸನ್ನು ನೋಡೇ ಅವರಪ್ಪ ಬೇಗ ಕಣ್ಣು ಮುಚ್ಚಿರಬೇಕು.

ಸುಮ ಕಾಫೀ ತಂದು ಅವನ ಮುಂದೆ ಇರಿಸಿದಳು. ಭಾವನ ಮನೆಯವರ ಬಗ್ಗೆ ಅತಿಯಾದ ಆತ್ಮೀಯತೆ ಮತ್ತು ಗೌರವ ಸುಮಳಿಗೆ. ಅವರು ಸರಳಳ ಬಗ್ಗೆ ತೋರಿಸೋ ಸಹನೆ ಅವಳ ಕಲ್ಪನೆಯ ಮಟ್ಟಕ್ಕೂ ಮೀರಿತ್ತು.

ಅವನ ಇರಿಯುವ ನೋಟ ಎದುರಿಸಲಾರದೇ ತಲೆ ತಗ್ಗಿಸಿದಳು. ಅವಳು ಶ್ಯಾಮನ ಜೊತೆ ಗಂಟೆಗಟ್ಟಲೇ ಹರಟುತ್ತಿದ್ದಳು. ಒಂಟಿಯಾಗಿ ಮಾಧು ಜೊತೆ ತೋಟದಲ್ಲಿದ್ದು ಬರುತ್ತಿದ್ದಳು. ಎಂದೂ ಇಂಥ ನೋಟವನ್ನು ಎದುರಿಸಿರಲಿಲ್ಲ.

"ನಾನು ಅಡ್ಗೆ ಮುಗಿಸಿಬರ್ತೀನಿ" ಅಂತ ಹೊರಟೇಬಿಟ್ಟಳು.

ಅಷ್ಟರಲ್ಲಿ.... ಸರಳ ವ್ಯಾನಿಟಿ ಬ್ಯಾಗ್ ತಿರುಗಿಸುತ್ತ ಸಣ್ಣಗೆ ಹಿಂದಿ ಹಾಡು ಗುನುಗುತ್ತ ಒಳಗೆ ಬಂದಳು. ಅವಳ ದೃಷ್ಟಿ ಸುಂದರನ ಮೇಲೆ ಹರಿಯಿತು. ಈಗ ತಾನೇ ಚಿತ್ರದಲ್ಲಿ ನೋಡಿ ಬಂದ ಖಳನಾಯಕನಂತೆ ಕಂಡ. ಮುಖ ಅರಳಿತು. ಕಣ್ಣುಗಳು ಅತಿಯಾದ ಮಾದಕತೆಯನ್ನು ಸ್ಫುರಿಸಿತು.

"ಯಾವಾಗ್ಬಂದೆ ಸುಂದರ್?" ಕೇಳಿಕೆಯಲ್ಲೂ ವೈಯ್ಯಾರವಿತ್ತು. ಅಷ್ಟೇ ದರ್ಪವೂ ಇತ್ತು.

ಅನ್ನಕ್ಕೆ ದಂಡವಾಗಿ ಬಂದಿದ್ದಾನೆ ಎಂದು ಎದುರಿನಲ್ಲೇ ಗೊಣಗುತ್ತಿದ್ದ ಹೆಣ್ಣಾ ಇವಳು? ಎಷ್ಟು ಆತ್ಮೀಯತೆಯನ್ನು ತುಳುಕಿಸುತ್ತ ಇದ್ದಾಳೆ!?

ಪ್ರಯತ್ನಪಟ್ಟರೇ ಒಂದು ಛಾನ್ಸ್ ನೋಡಬಹುದು. ತುಟಿಗಳನ್ನು ಸವರಿಕೊಂಡ.

"ಈಗ್ಬಂದೆ. ಮಾಧುಗೆ ಬರೋಕೆ ಸಾಧ್ಯವಿಲ್ಲವಂತೆ. ನಿಮ್ಮನ್ನು ಕರ್ಕೊಂಡು ಬರೋಕೆ ಹೇಳಿದ್ದಾನೆ ನಾಳೆ ರೆಡಿಯಾಗಿದ್ರೆ ಕರ್ಕೊಂಡು ಹೋಗ್ತೀನಿ... ನಾನಿನ್ನು ಬರ್ತೀನಿ" ಎಂದು ಕಣ್ಣುಗಳಲ್ಲೇ ಹೇಳಿದ.

"ಇಲ್ಲೇ ಇರೀ... ಅಣ್ಣ, ಚಿಕ್ಕಮ್ಮ ನಾಳೆ ಬರಬಹುದ್ದು! ನಾಳಿದ್ದು ಜೊತೆಯಾಗೇ ಹೋಗೋಣ..." ನುಂಗುವಂತೆ ಅವನನ್ನು ನೋಡಿದಳು.

ಅವಳ ಕಣ್ಣಿನ ಆಹ್ವಾನದ ಮುಂದೆ ಪ್ರತಿ ಹೇಳಲು ಇಷ್ಟಪಡಲಿಲ್ಲ. ಅನಾಯಾಸವಾಗಿ ಹಕ್ಕಿ ಸಿಕ್ಕಿತ್ತು...

ಹೊಸ ಅಲೆಯ ಯುವಕನೆಂಬ ಹಿಪ್ಪಿ ಕೂದಲು, ದಪ್ಪ ಮೀಸೆಗಳು, ಕಣ್ಣುಗಳಲ್ಲಿ ಮಾದಕತೆ, ಮುಖದಲ್ಲಿ ಖಳನಾಯಕನ ಕಠೋರತೆ ತುಂಬಿಕೊಂಡ ಸುಂದರು ಸಂಪ್ರದಾಯಗಳನ್ನೆಲ್ಲ ಮೂಢನಂಬಿಕೆಗಳೆಂದು ಜರೆದು ಸಿಗರೇಟನ್ನು ಬಾಯಲ್ಲಿಟ್ಟು ತಂದೆಯ ಮುಂದೆ ಹೊಗೆಯನ್ನು ಬಿಡುವಷ್ಟು ಮುಂದುವರಿದಿದ್ದ.

"ಬನ್ನಿ...." ಎನ್ನುತ್ತ ತನ್ನ ಕೋಣೆಗೆ ಕರೆದೊಯ್ದಳು.

ಈಗ ಸುಂದರನಿಗೂ ಧೈರ್ಯ ಬಂತು. ಜೋರಾದ ಮಾತು, ನಗು ಅಡಿಗೆಯ ಮನೆಯವರೆಗೂ ಕೇಳಿಸುತ್ತಿತ್ತು. ಸುಮಳಿಗೆ ಕತ್ತು ಹಿಸುಕಿದಂತೆ ಆಯಿತು. ಆ ಮನೆಯವರಿಗೆಲ್ಲ ಸರಳ ಒಂದು ಸಮಸ್ಯೆಯೇ ಆಗಿದ್ದಳು.

ಕಾಫಿ ಮಾಡ್ಕೊಂಡು ಬಂದು ಕೋಣೆಯ ಹೊರಗೆ ನಿಂತು "ಅಕ್ಕ, ಅಕ್ಕ...." ಎಂದು ಕೂಗಿದಳು.

"ತಗೊಂಡ್ಬಾ..." ಒಳಗಿನಿಂದಲೇ ಹೇಳಿದಳು. ಕಾಫಿ ಲೋಟಗಳನ್ನು ಅವಳ ತಲೆಯ ಮೇಲೆ ಕುಕ್ಕುವ ಮನಸ್ಸಾಯಿತು. ಬಹಳ ಸಮಾಧಾನದಿಂದ ಕೊಂಡೊಯ್ದು ಸ್ಟೂಲಿನ ಮೇಲಿಟ್ಟಳು. ನಾಚಿಕೆಯಿಂದ ಅವಳಿಗೆ ಮುದುರುವಂತಾಯಿತು. ಕೋಣೆಯಿಂದ ಹೊರಗೆ ದಬ್ಬಿದಂತೆ ಆಯಿತು.

"ನಿಮ್ಮಕ್ಕ ಪಿಕ್ಚರ್‌ಗೆ ಹೋಗಬೇಕೂಂತಾರೆ?.... ನೀವೂ ಬನ್ನಿ" ಸುಂದರೂನ ಆಹ್ವಾನ ಸುಮಳಿಗೆ ಬೇಕಾಗಲಿಲ್ಲ. ಅವಳು ನಿರಾಕರಿಸುವ ಮುನ್ನವೇ ಸರಳ ಬಾಯಿ ಬಿಟ್ಟಳು.

"ಅವ್ಳು ಪಿಕ್ಚರ್ ಅಷ್ಟಾಗಿ ನೋಡೋದಿಲ್ಲ..."

ಸುಮ ಅಲ್ಲಿ ನಿಲ್ಲಲಾರದೇ ಹೊರಕ್ಕೆ ಬಂದಳು. ಮೂಲೆಯಲ್ಲಿರುವ ಮಡಿ ಕೋಲನ್ನು ತಗೊಂಡು ಸೊಂಟ ಮುರಿಯೋ ಅಷ್ಟು ಕೋಪ ಬಂತು. ಇದುವರೆಗೆಂದೋ ಈ ಕೆಲಸನ ಮಾಡಿ ಮುಗಿಸುತ್ತಿದ್ದಳು. ತಾಯಿ ಎಲ್ಲಕ್ಕೂ ಅಡ್ಡ. ಅವರ ಕಣ್ಣೀರಿಗೆ ಕರಗಿ ಮೂಲೆ ಸೇರುತ್ತ ಇದ್ದಳು.

ಸರಳ ಡ್ರೆಸ್ ಮಾಡ್ಕೊಂಡು ಸುಂದರನೊಡನೆ ಹೊರಟೇಬಿಟ್ಟಳು. ಅವಳು ಯಾರಿಗೂ ಹೆದರುತ್ತಿರಲಿಲ್ಲ. ಸಮಾಜಕ್ಕೆ ಮೊದಲೇ ಸೊಪ್ಪು ಹಾಕುತ್ತಿರಲಿಲ್ಲ. ಅವಳಿಗೆ ಇಂಥ ಗಂಡೆದೆ ಎಲ್ಲಿ ಬಂತೋ?

ಕೂತ ಸುಮ ಯೋಚಿಸಿದಳು— ಹೇಗೆ ಭಾವ ಇವಳೊಡನೆ ಸಂಸಾರ ಮಾಡಬಹುದು? ಅವರನ್ನು ಇವಳು ತನ್ನ ಬೇಕು, ಬೇಡಗಳನ್ನು ಪೂರೈಸುವುದಕ್ಕೆ ಮಾತ್ರ ಇಟ್ಕೊಂಡಿದ್ದಾಳೆ. ಇವಳು ಹೆಣ್ಣಲ್ಲ; ಈಗ ಯಾರು ನಿಜವಾಗಿ ಶೋಷಣೆಗೆ ಸಿಕ್ಕಿ ನರಳುತ್ತ ಇರೋದು? ಗಂಡಾ...? ಹೆಣ್ಣಾ...? ಇದು ವ್ಯಕ್ತಿಗತವಾಗಿ ಯೋಚಿಸುವ ವಿಷಯವಲ್ಲವೆನ್ನಿಸಿತು.

ಪಕ್ಕದ ಮನೆಯಲ್ಲಿದ್ದ ಶಾಂತಮ್ಮ ಮೆಲ್ಲನೇ ತಲೆ ಹಾಕಿದಳು. ಆಕೆಗೆ ವಿಷಯ ಸಂಗ್ರಹಿಸುವುದೇ ದೊಡ್ಡ ಕೆಲಸ. ಸುಮ್ಮನೇ ಕೂಡುವ ಮಹಿಳೆಯರ ವೃಂದಕ್ಕೆ ಆಕೆಯೇ ಅಧ್ಯಕ್ಷೆ.

"ಸುಮ, ಯಾರು ಬಂದಿದ್ದು? ಹಿಂದೆ ಯಾವಾಗೂ ಬಂದ ಹಾಗೆ ಕಾಣೆ!" ಸುಮ ನಿಟ್ಟುಸಿರು ಚೆಲ್ಲಿದಳು. ಈ ಪುಣ್ಯಾತ್ಗಿತ್ತೀಗೆ ಹೇಗಪ್ಪ ಉತ್ತರ ಹೇಳಿ ಬಚಾವಾಗೋದು?

"ನಮ್ಮ ಸರಳಕ್ಕನ ಮೈದುನ..."

"ಮದುವೆಗೆ ಬಂದಿದ್ದ ನಿಮ್ಮ ಭಾವನ ತಮ್ಮ, ಅಣ್ಣನಷ್ಟೇ ಬೆಳ್ಳಗಿದ್ದ..."

"ಇವ್ರು ನಂಭಾವನ ಚಿಕ್ಕಪ್ಪನ ಮಗ..."

"ಸರಿ... ಸರಿ, ಸರಿ... ಅರ್ಥವಾಯ್ತು. ಒಟ್ಟಿನಲ್ಲಿ ಸ್ವಂತ ಅಲ್ಲ. ಅವಳಿಗೆ ಸ್ವಂತ ಯಾರೋ...? ಬಾಡಿಗೆ... ಯಾರೋ" ಎಂದುಕೊಂಡು ನಡೆದುಬಿಟ್ಟರು. ಸುಮಳ ಸ್ವಭಾವ ಅವರಿಗೆ ಗೊತ್ತಿದ್ದುದೇ. ಇವಳಿಂದ ಇನ್ನು ಹೆಚ್ಚು ತಿಳಿಯೋಕೆ ಆಗೋಲ್ಲ ಅಂತ ಅವರ ಅನ್ನಿಸಿಕೆ.

ರಾತ್ರಿ ಅನ್ನ ಮಾಡಿ ಒಂದು ಕಡೇ ಇಟ್ಟು ಗದ್ದಕ್ಕೆ ಕೈಯಾನಿಸಿ ಕೂತಳು. ಅವರು ಸಿನಿಮಾದಿಂದ ಬರುವವರೆಗೂ ಕೂತೇ ಇದ್ದಳು. ಭಯದಿಂದ ಅವಳೆದೆ ಏರಿ ಇಳಿಯುತ್ತಿತ್ತು.

ಬಂದೇ ಬಂದರು... ನಗುತ್ತ, ಹರಟುತ್ತ ಒಂದೆರಡು ಗಂಟೆಗಳಲ್ಲೇ ಬೇಕಾದಷ್ಟು ಸಲಿಗೆ ಬೆಳೆದುಹೋದಂತಿತ್ತು ಅವರಿಬ್ಬರಲ್ಲಿ.

ಗಂಟು ಮುಖ ಹಾಕಿಕೊಂಡೇ ಬಡಿಸಿದಳು. ಅವರಿಬ್ಬರಿಗೂ ಇವಳ ಪರಿವೆಯೇ ಇದ್ದಂತಿರಲಿಲ್ಲ. ಯಾವುದೋ ಅಮಲಿನಲ್ಲಿ ಇದ್ದಂತಿದ್ದರು. ಇದು ಪತನಕ್ಕೆ ಮುನ್ನಿನ ಸ್ಥಿತಿಯೇನೋ!

ಅಡಿಗೆ ಮುಚ್ಚಿಟ್ಟ ಸುಮ ಸುಂದರುಗೆ ವರಾಂಡದಲ್ಲಿ ಹಾಸಿಗೆ ಹಾಸಿಕೊಟ್ಟು ಹೋಗಿ ಮಲಗಿದಳು. ಮೈ ಸಣ್ಣಗೆ ನಡುಗುತ್ತಿತ್ತು. ಚಳಿಯಲ್ಲೂ ಬೆವರಿನ ಹನಿಗಳು ಹಣೆಯ ಮೇಲೆ ಮೂಡಿದ್ದವು. ಬಹಳ ಹೊತ್ತಾದರೂ ನಿದ್ದೆಬರಲಿಲ್ಲ. ಪಿಸಪಿಸ, ಗುಸ ಗುಸ ನಗು. ಪೂರ್ತಿ ನಡುಗಿಬಿಟ್ಟಳು. ಚೇತರಿಸಿಕೊಳ್ಳಲು ಬಹಳ ಹೊತ್ತು ಹಿಡಿಯಿತು.

ಚೇತರಿಸಿಕೊಂಡು ಬಂದು ಸುಂದರು ಹಾಸಿಗೆಯ ಕಡೆ ನೋಡಿದಾಗ ಅದು ಖಾಲಿಯಾಗಿತ್ತು. ತಲೆ ಸುತ್ತಿದಂತಾಯಿತು. ಹಾಸಿಗೆಯ ಮೇಲೆ ಕುಸಿದು ರಾತ್ರಿಯೆಲ್ಲ ಅತ್ತಳು. ತೀರಾ ಅಪರಾಧಿನಿಯಾಗಿದ್ದಳು. ಸರಳ ಕ್ಷಮೆಗೆ ನಿಲುಕದ ಅಪರಾಧ ಮಾಡಿದ್ದಳು.

ನಿದ್ದೆ ಮಾಡದೆಯೇ ರಾತ್ರಿಯೆಲ್ಲ ಕಳೆದಿದ್ದ ಸುಮ ನೀರೊಲೆಗೆ ಉರಿ ಹಾಕಿ ಕಾಫಿ ಮಾಡಿದಳು. ನಾಲ್ಕಾರು ಸಲ ಕೂಗಿದಾಗಲೂ ಕಾಫಿಯನ್ನು ಹೊರಗೆ ಕೊಂಡೊಯ್ದು ಕೊಡಲಿಲ್ಲ. ಕಡೆಗೆ ಸರಳಳೇ ಬಂದಳು.

"ನೀನು ಈಗ್ಲೇ ಹೊರಡುಬಿಡು, ಅಪ್ಪ ಅಮ್ಮನಿಗಾಗಿ ಕಾಯಬೇಕಾಗಿಲ್ಲ." ಧ್ವನಿ ಕಠೋರವಾಗಿತ್ತು.

ಸುಂದರುಗಾಗಲೀ ಸರಳಳಿಗಾಗಲೀ ಅಲ್ಲಿರಲು ಮನಸ್ಸಿರಲಿಲ್ಲ. ಈಗಿನ್ನೂ ಅವರು ಬೆಳಕಿಗೆ ಬಂದಿರಲಿಲ್ಲ. ಕತ್ತಲೆಯ ಕಾಮ ಪ್ರಪಂಚದಲ್ಲಿ ಜಗತ್ತೇ ಅವರಿಗೆ ಕಾಣದು.

ಅವರುಗಳು ಹೋಗುವವರೆಗೂ ಸುಮ ಹೊರಗೆ ಬರಲಿಲ್ಲ. ಆ ಕೆಟ್ಟ ಮುಖಗಳ ದರ್ಶನ ಮಾಡುವುದು ಅವಳಿಗೆ ಬೇಕಿರಲಿಲ್ಲ.

* * * *

ಊಟವಾದ ಕೂಡಲೇ ಸ್ವಲ್ಪ ಹೊತ್ತು ಮಲಗುವುದು ನಾರಾಯಣಪ್ಪನವರ ರೂಢಿ. ಅಂದು ಅವರೆಕಾಳು ಹುಳಿ. ಎಂದಿಗಿಂತ ಹೆಚ್ಚಾಗಿ ಊಟ ಮಾಡಿದ್ದರು. ನಿದ್ದೆಯ ಜೊಂಪು ಎಳೆಯುತ್ತಿತ್ತು. ಹೋದವರೇ ಮಲಗಿಬಿಟ್ಟರು.

ಸುಂದರು, ಸರಳ ದೊಡ್ಡ ಧ್ವನಿಯಲ್ಲಿ ಹರಟುತ್ತ ನಗುತ್ತಿದ್ದರು. ಕೂತಿದ್ದ ಪಾರ್ವತಮ್ಮನಿಗೆ ರೇಗಿಹೋಯಿತು.

"ಸುಂದ್ರ, ನಿಮ್ಮ ದೊಡ್ಡಪ್ಪ ಮಲಗಿದ್ದಾರೆ. ಅವ್ರು ಮಲಗೋದೇ ಒಂದು ನಿಮಿಷ. ಏನು... ಮಾತು... ನಗು ?!"

ಬಾಲ ಮುದುರಿಕೊಂಡ ನಾಯಿಯಂತೆ ಸುಂದರು ಎದ್ದು ಹೊರಗೆ ನಡೆದುಬಿಟ್ಟ. ಅವನು ಸ್ವಲ್ಪ ದೊಡ್ಡಪ್ಪ, ದೊಡ್ಡಮ್ಮನಿಗೆ ಹೆದರುತ್ತಿದ್ದ.

"ಈ ಮನೆಯಲ್ಲಿ ಮಾತಾಡೋ ಸ್ವತಂತ್ರವಿಲ್ಲ. ಹಾಳಾದ ಮನೆ... ಎಂದು ಜೋರಾಗಿ ಒದರಿದವಳೇ ಕೋಣೆಯ ಬಾಗಿಲನ್ನು ದಢಾರನೇ ಮುಚ್ಚಿದಳು. ಈ ಶಬ್ದಕ್ಕೆ ನಾರಾಯಣಪ್ಪ ಬೆದರಿಬಿದ್ದರು. ಹೆಂಡತಿ ಮುಖ ನೋಡಿದರು.

"ಸರಳ ಕೋಣೆ ಬಾಗ್ಲು ಹಾಕ್ಕೊಂಡ್ಲು ಅಂತ ಕಾಣಿಸುತ್ತೆ."

ಇವೆಲ್ಲ ದಿನನಿತ್ಯದ ರಾಮಾಯಣಗಳೆಂದುಕೊಂಡ ನಾರಾಯಣಪ್ಪ ಸುಮ್ಮನಾದರು.

ಸಾಯಂಕಾಲ ದೇವಸ್ಥಾನಕ್ಕೆ ಹೋಗಿಬರೋಣವೆಂದಾಗ ಹೆಂಡತಿ ನಾರಾಯಣಪ್ಪನಿಗೆ ಆಶ್ಚರ್ಯದ ಜೊತೆ ನಗೂನು ಬಂತು. ಹೆಂಡತಿ ದಿನಾ ದೇವಸ್ಥಾನಕ್ಕೆ ಹೋಗಿ ಬರುತ್ತಿದ್ದ ಸಂಗತಿ ಅವರಿಗೆ ಗೊತ್ತುಂಟು. ಈ ದಿನ....?

"ಪರ್ವಾಗಿಲ್ಲ. ಸೊಸೆ ಬಂದ್ಮೇಲೆ ನಿಂಗೂ ನನ್ನ ಜೊತೆ ಸುತ್ತೋ ಆಸೆ ಆಯ್ತು!" ಎಂದು ನಗೆಯಾಡಿದರು. ಗಂಡನ ಮಾತಿನಿಂದ ಪಾರ್ವತಮ್ಮನ ಕೆನ್ನೆಗಳು ಕೆಂಪಗಾದವು.

ವಯಸ್ಸಾದಂತೆ ಹೆಂಡತಿಯ ಮುಖದ ಚೆಲುವು ಹೆಚ್ಚಾದಂತೆ ಕಾಣಿಸುತ್ತಿತ್ತೇ ವಿನಹ ಕಡಿಮೆಯಾದಂತೆ ಕಾಣಿಸುತ್ತಿರಲಿಲ್ಲ. ಒಳ್ಳೆಯ ಭಾವನೆಗಳ ಸುಂದರ ಹೃದಯ ಎಂದಿಗೂ ಮುಖಕ್ಕೆ ಹೊಸ ಬಗೆಯ ಚೆಲುವನ್ನೇ ನೀಡುತ್ತಿತ್ತು. ವಯಸ್ಸೇನೂ ಅದನ್ನು ತಡೆಯಲಾರದು.

"ಏನಾದ್ರೂ ಅಂದ್ಕೊಳ್ಳಿ...! ಸಾಯಂಕಾಲ ಹೋಗ್ಬರೋಣ..." ಹೆಂಡತಿಯ ಮಾತಿಗೆ ಸರಿಯೆಂದು ತಲೆಯಾಡಿಸಿದರು.

ಸಾಯಂಕಾಲವಾಗುವುದನ್ನೇ ಕಾದು ಕುಳಿತರು ಪಾರ್ವತಮ್ಮ. ಗಂಡನಿಗೆ ಮನಸ್ಸಿನಲ್ಲಿದ್ದುದನ್ನು ಹೇಳುವವರೆಗೂ ಸಮಾಧಾನವಿರಲಿಲ್ಲ.

ಹಣ್ಣು ಕಾಯಿನ ಬುಟ್ಟಿ ಹಿಡಿದು ಸುಕನ್ಯಳಿಗೆ ಮನೆ ಒಪ್ಪಿಸಿ ಗಂಡನೊಡನೆ ಹೊರಟರು. ಸ್ವಲ್ಪ ದೂರ ಹೋಗೋವರೆಗೂ ಸುಮ್ಮನಿದ್ದ ಪಾರ್ವತಮ್ಮ ಹಳ್ಳಿಯಿಂದ ಹೊರಗೆ ಬಂದಕೂಡಲೇ "ಸುಂದರುನ ಏನಾಮ್ಡ್ಬೇಕೂಂತ....! ತೋಟದ ಕಡೇ ಹೋಗೋಲ್ಲ. ಬೆಳಗಿನಿಂದ ಸಂಜೆವರ್ಗೂ ನಿಮ್ಮ ಸೊಸೆ ಹತ್ರ ಚಕ್ಕಂದ ಆಡ್ಕೊಂಡು ಕೂತಿರುತ್ತಾನೆ. ಮನೆಯಲ್ಲಿ ಜನ ಇದ್ದಾರಲ್ಲ ಅನ್ನೋ ಭಯ ಇಲ್ಲ. ಗಂಡನ ಜೊತೆ ನಗ್ತಾ ಮಾತಾಡಿದ್ದು ನೋಡಲಿಲ್ಲ. ಅವ್ಳ ಜೊತೆ ಮಾತಾಡಿದ್ದೂ ಮಾತಾಡಿದ್ದೇ!"

ಇದೇನು ನಾರಾಯಣಪ್ಪನವರಿಗೆ ತಿಳಿಯದ ಸಮಾಚಾರವಲ್ಲ. ನಿಸ್ಸಹಾಯಕರಾಗಿ ವರ್ತಿಸೋದು ಬಿಟ್ಟು ಬೇರೇನೂ ಮಾಡುವ ಹಾಗಿರಲಿಲ್ಲ. ಪರಿಸ್ಥಿತಿ ಹಾಗಿತ್ತು. ಹತ್ತಾರು ಜನಕ್ಕ ಬುದ್ಧಿ ಹೇಳಿದವರು; ಈಗ ಮನೆಯವರಿಗೆ ಹೇಳಲಾರದ ಸ್ಥಿತಿಯಲ್ಲಿದ್ದರು.

ಹೆಂಡತಿಯ ಮನಸ್ಥಿತಿ ವಿಕೋಪಕ್ಕೆ ಹೋಗುವುದು ಅವರಿಗೆ ಬೇಡವಾಗಿತ್ತು.

"ಗಂಡ, ಹೆಂಡ್ತಿಗೆ ಹಿರಿಯರ ಮಧ್ಯೆ ಮಾತಾಡೋಕ್ಕೆ ಸಂಕೋಚವಿರಬಹ್ದು. ಸುಂದರು ಓದಿದೋನು, ಅವ್ಳು ಪಟ್ಟಣದ ಹುಡ್ಗಿ. ಮಾತಾಡೋಕೆ ಎಷ್ಟೋ ವಿಷಯಗಳು ಇರುತ್ತೆ. ನನ್ನ ನಿನ್ನ ಜೊತೆ ಏನು ಮಾತಾಡಿಯಾಳು...?"

"ಅವ್ಳು ದೊಡ್ಡ ವಿದ್ಯಾವಂತೆ! ನಮ್ಮ ಶ್ಯಾಮು ಓದಿದೋನಲ್ಲವಾ? ಅವನ ಜೊತೆ ಮಾತೇ ಆಡೋಲ್ಲ. ಸುಕನ್ಯ ಆಸೆಯಿಂದ ಅವ್ಳ ಕಡೇ ನೋಡ್ತಾಳೆ. ಒಂದು ದಿನಕ್ಕಾದರೂ ಮಾತನಾಡಿಸಿದ್ದಾಳಾ? ಜಾನಕಿ, ಸುಮ ಯಾರ ಜೊತೆಗೂ ಇವ್ಳಿಗೆ ಮಾತು ಬೇಡ; ಅವ್ನ ಜೊತೆ ಮಾತ್ಬೇಕು...!"

ವಿಷಯ ಬಹಳ ಜಟಿಲವಾಗಿ ಕಾಣಿಸಿತು ನಾರಾಯಣಪ್ಪನವರಿಗೆ. ಏನಾದರೂ ಪರಿಹಾರ ಹುಡುಕಲೇಬೇಕಾಗಿತ್ತು. ಇಲ್ಲದಿದ್ದರೇ ಹೆಂಡತಿ ಸಹನೆ

ಕಳೆದುಕೊಳ್ಳಬಹುದು. ಇಲ್ಲದ ಊಹಾಪೋಹವಾಗಿ ವಿಷಯ ಹರಡಬಹುದು. ಅದಕ್ಕೆಲ್ಲ ಅವಕಾಶ ಕೊಡಬಾರದೆಂದುಕೊಂಡರು.

"ನಾನೇನು ಮಾಡ್ಲಿ ಪಾತು? ನಿನ್ನ ಸೊಸೆಗೆ ಅವ್ನ ಜೊತೆ ಮಾತ್ನಾಡ ಅಂತ ಹೇಳ್ಲಾ? ಆಮೇಲೆ ಬದುಕೋರು ಯಾರು ತಂದೇನ್ನೇ ಕಳ್ಕೊಂಡು ಬಂದಿರೋ ಸುಂದ್ರುಗೆ ಹೇಳ್ಲಾ...? ನಂಗೊಂದೂ ಅರ್ಥವಾಗೋಲ್ಲ...!"

"ನೀವೊಂದು ಕೆಲ್ಸ ಮಾಡಿ. ಅವ್ನು ಇಲ್ಲೇ ಇರ್ತಾನೋ ಇಲ್ಲ ಶಿವಮೊಗ್ಗಕ್ಕೆ ಹೋಗ್ತಾನೋ ತಿಳ್ಕೊಳ್ಳಿ. ಆಮೇಲೆ ಒಂದು ಹುಡ್ಗೀನ ನೋಡಿ ಮದ್ವೆ ಮಾಡಿ." ಹೆಂಡತಿಯ ಮಾತು ಸರಿಯೆನ್ನಿಸಿತು ನಾರಾಯಣಪ್ಪನಿಗೆ.

ದೇವಸ್ಥಾನ ಹತ್ತಿರವಾದುದರಿಂದ ಮೌನವಾದರು. ಪೂಜೆ ಮಾಡಿಸಿಕೊಂಡು ನಿರಾಳ ಮನಸ್ಸಿನಿಂದ ಹಿಂದಿರುಗಿದರು.

ಸಿಗರೇಟು ಹಚ್ಚಿ ಬಾಯಲ್ಲಿಟ್ಟುಕೊಂಡು ನಿಂತಿದ್ದ ಸುಂದುರುಗೆ ದೊಡ್ಡಪ್ಪನಿಂದ ಕರೆ ಬಂದಾಗ, ಸಿಗರೇಟು ದೂರ ಎಸೆದು ಕರೆಯಲು ಬಂದ ಸುಕನ್ಯಳ ಹಿಂದೆ ಹೋದ. ಮನಸ್ಸು ಅಳುಕಿತು. ಕೆಟ್ಟ ಧೈರ್ಯದಿಂದ ಹೋದ. ನಾರಾಯಣಪ್ಪ ನಡುಮನೆಯಲ್ಲಿದ್ದ ತೂಗು ಮಣೆಯ ಮೇಲೆ ಕೂತಿದ್ದರು. ಆ ಹಿರಿಯ ಮುಖದಲ್ಲಿ ಯಾವ ಭಾವನೆಗಳನ್ನೂ ಅರಿಯಲು ಸಾಧ್ಯವಿಲ್ಲ.

"ಏನು ದೊಡ್ಡಪ್ಪ, ಕರೆದ್ರಂತೆ..." ತಲೆ ಕೆರೆದುಕೊಂಡ. ಈಗ ಅವನಿಗಿದ್ದ ಏಕೈಕ ಆಸರೆ ಅವರೊಬ್ಬರೇ. ಜೀವನದಲ್ಲಿ ಬಹಳಷ್ಟು ಕಳೆದುಕೊಂಡಿದ್ದ. ಈಗ ಅವರನ್ನೂ ಕಳೆದುಕೊಳ್ಳಲು ಅವನಿಗಿಷ್ಟವಿಲ್ಲ.

"ಹಳ್ಳಿಯಲ್ಲಿ ಇರಬೇಕಾದ್ರೆ ನಿಂಗೆ ಬೇಸ್ರವಿರ್ಬೇಕು—ಅಲ್ಲಿ ಮನೆ ಕಡೇ ಏನಾಗಿದ್ಯೋ? ಜನ ಇಲ್ಲದಿದ್ರೆ ಮನೆ ಹಾಳಾಗುತ್ತೆ. ನೀನು ಇಲ್ಲೇ ಇರೋ ಪಕ್ಷದಲ್ಲಿ ಮನೆ, ಸಾಮಾನಿಗೆ ಬೇರೆ ವ್ಯವಸ್ಥೆ ಮಾಡಬೇಕಾಗುತ್ತೆ..." ಯಾವುದಕ್ಕೂ ಸ್ಪಷ್ಟ ಅಭಿಪ್ರಾಯ ಹೇಳು ಎನ್ನುವಂತಿತ್ತು ಅವರ ಮುಖಭಾವ.

"ಕೆಲ್ಸ ಸಿಗೋದು ಕಷ್ಟ—ಅಪ್ಪ ಬ್ಯಾಂಕ್‌ನಲ್ಲಿ ಸ್ವಲ್ಪ ಹಣ ಇಟ್ಟಿದ್ದಾರೆ. ಬಿಸಿನೆಸ್ ಮಾಡೋಣಾಂದ್ರೆ ಅನುಭವವಿಲ್ಲ. ಹೆಚ್ಚು ಕಮ್ಮಿಯಾಗಿ ಇರೋ ಹಣ ಹೋದ್ರೆ ಮತ್ತಷ್ಟು ಕಷ್ಟ. ಇಲ್ಲೇ ಜಮೀನು ತಗೊಂಡು ಇದ್ದುಬಿಡೋಣಾಂತ."

"ಅದೇನೋ ಸರಿ. ಜಮೀನು ತಗೋಬಹ್ದು. ಭೂಮಿತಾಯಿ ನಂಬಿದವರನ್ನು ಕೈಬಿಡೋಲ್ಲ. ಮೈಮುರ್ದು ದುಡೀತೀನಿ ಅಂದ್ರೆ ಏನಾದ್ರೂ ಮಾಡಬಹ್ದು ಮಾಧು ಬೆಳಗಿನಿಂದ ಸಂಜೆವರ್ಗೂ ಆಳುಮಗನ ಹಾಗೆ ದುಡೀತಾನೆ. ಆ ಕೆಚ್ಚು ಇದ್ರೆ ವ್ಯವಸಾಯಕ್ಕೆ ಕೈ ಹಾಕು, ಇಲ್ಲದಿದ್ರೆ ಸುಮ್ಮನಿದ್ದುಬಿಡು..." ಖಡಾಖಂಡಿತವಾಗಿ ಹೇಳಿದರು. ಇವನಿಂದ ತಮ್ಮ ಪ್ರೀತಿಯ ಮಗನ ಸುಖ ಸಂತೋಷ ಹಾಳಾಗುವುದು ಅವರಿಗೆ ಸುತರಾಂ ಇಷ್ಟವಿಲ್ಲ.

"ಯೋಚ್ನೆ ಮಾಡಿ... ಹೇಳು." ಸುಂದರು ಬಾಗಿಲು ಕಡೇ ಹೆಜ್ಜೆ ಹಾಕಿದ.

"ಇಲ್ಲಾ... ಅಷ್ಟರಲ್ಲಿ ಓಡಿಬಿಡ್ಬೇಡ. ನೀನು ಮಾಧುಗಿಂತ ದೊಡ್ಡೋನು. ಒಂಟಿಸಲಗದ ಹಾಗೆ ನಿನ್ನ ಬಿಡಬಾರ್ದು ಅಂತ ನಿಮ್ಮ ದೊಡ್ಡಮ್ಮ ಹೇಳಿದ್ದಾರೆ."

ಸುಂದರು ಪೂರ್ಣವಾಗಿ ಬೆವೆತುಹೋದ. ತನ್ನ ಅಪರಾಧ ಅವರಿಗೇನಾದರೂ ಗೊತ್ತಾಗಿಬಿಟ್ಟಿದೆಯೇನೋ ಎಂದು ಹೆದರಿದ. ಬಾಯಲ್ಲಿನ ತೇವ ಆರಿಹೋಯಿತು.

"ನನ್ನ ಜೀವನಕ್ಕೆ ಒಂದು ದಾರಿ ಆಗಿಲ್ಲ..."

"ಎಲ್ಲ ಆಗುತ್ತೆ, ಸುಖಕ್ಕೂ ಕಷ್ಟಕ್ಕೂ ಜೊತೆ ಆಗ್ತಾಳೆ. ನಿಮ್ಮಪ್ಪ ಸತ್ತು ವರ್ಷ ಆಗಿಹೋಯ್ತು. ಇನ್ನೂ ನಿನ್ನ ಮದ್ವೆನ ಮುಂದಕ್ಕೆ ತಳ್ಳೋಕೆ ಆಗೋಲ್ಲ."

ಕದ್ದು ಮುಚ್ಚಿ ಆಡುವ ಆಟಕ್ಕಿಂತ ತನಗೊಂದು ಸಂಗಾತಿ ದೊರೆತರೆ ಒಳ್ಳೆಯದೆಂದುಕೊಂಡು ಮೌನದಿಂದ ಒಪ್ಪಿಗೆ ಸೂಚಿಸಿ ಮರೆಯಾದ.

ಇಷ್ಟೊತ್ತು ಮೌನದಿಂದಿದ್ದ ಹೆಂಡತಿಯನ್ನು ಕರೆದು ಮುಂದೆ ಹೇಗೆ ಎಂಬ ಪ್ರಶ್ನಾಭಾವದಿಂದ ನೋಡಿದರು.

"ಅವ್ನು ಇಲ್ಲಿ ಇರ್ಲೀ ಬಿಡಲಿ, ಮದುವೆ ಮಾಡಿಬಿಡೋಣ. ಯಾವತ್ತಿದ್ರೂ ಅದು ನಮ್ಮ ತಲೆಯ ಮೇಲೆ ಬಿದ್ದ ಹೊಣೆ ತಾನೇ!" ಹೆಂಡತಿಯ ಮಾತು ನಿಜವೆನ್ನಿಸಿತು.

ಈಗ ಪುನಃ ಪಾರ್ವತಮ್ಮ "ಲಲಿತನ ಮಗ್ಳನ್ನ ಯಾಕೆ ತಂದ್ಕೋಬಾರ್ದು? ಹ್ಯಾಗೂ ಇವನಿಗೂ ಅತ್ತೆ ಮಗಳು. ಅವಳಿಗೂ ತಲೆ ಭಾರ ಕಮ್ಮಿ ಆಗುತ್ತೆ. ಇನ್ನು ಶ್ಯಾಮನ ವಿಷ್ಯ ಯಾವ ಭರವಸೆನೂ ಕೊಡೋಕಾಗೋಲ್ಲ..."

ನಾರಾಯಣಪ್ಪನವರಿಗೆ ಅದೂ ಸರಿಯೆನ್ನಿಸಿತು. ಉಳಿದ ಎರಡು ಹೆಣ್ಣು ಮಕ್ಕಳ ಜವಾಬ್ದಾರಿಯೂ ಅವರ ಮೇಲಿತ್ತು. ವರದಕ್ಷಿಣೆ, ವರೋಪಚಾರ ಬಹಳ ತಲೆ ತಿನ್ನೋ ಕೆಲಸ. ಗಂಡು, ಮನೆಹೆಣ್ಣು ಹೆಚ್ಚು ಖರ್ಚು ಬರೋಲ್ಲ.

ಕೆಲಸ ಹಿಡಿದ ಮೇಲೆ ಮಾಡಿ ಮುಗಿಸೋವರೆಗೂ ನಾರಾಯಣಪ್ಪನವರಿಗೆ ಸಮಾಧಾನವಿರೋಲ್ಲ. ಅದನ್ನು ಅರಿತ ಪಾರ್ವತಮ್ಮ ಸಮಾಧಾನದ ಉಸಿರುಬಿಟ್ಟರು.

* * * *

ಮಾಧು ಗದ್ದೆ ಕಡೆಯಿಂದ ಮನೆ ಕಡೆಗೆ ಹೊರಟಿದ್ದ. ಬಾಗಿಲಿನಲ್ಲಿ ಜಾನಕಿ ನಿಂತಿದ್ದಳು. ಅವಳ ಮುಖ ಯಾಕೋ ಮಂಕಾಗಿತ್ತು.

"ಶ್ರೀಪಾದು ಇನ್ನೂ ಮನೆಗೆ ಬಂದಿಲ್ವ?" ಪ್ರೀತಿಯಿಂದ ವಿಚಾರಿಸಿದ. ಆ ಹುಡುಗಿಯ ಮೇಲೆ ಎಂದಿಗೂ ಅವನಿಗೆ ಅಕ್ಕರೆಯೇ. ಅದರಲ್ಲಿ ಕಲ್ಮಶವಿರಲಿಲ್ಲ. ಸುಕನ್ಯ, ಜಾನಕಿ ಇಬ್ಬರೂ ಒಂದೇ ಅವನಿಗೆ.

"ಈಗ ಬರ್ತಾರೆ, ಬನ್ನಿ ಮಾವ..."

"ಇಲ್ಲಮ್ಮ, ಅಮ್ಮ ಕಾಯ್ತಾ ಇರ್ತಾರೆ. ಹೋಗದಿದ್ರೆ ಸಂಜೆವರ್ಗೂ ಉಪವಾಸ ಇರ್ತಾಳೆ."

ದೂರದಿಂದ ಬರುತ್ತ ಇದ್ದ ಶ್ರೀಪಾದುನ ನೋಡಿ ಜಾನಕಿಯ ಮುಖ ಅರಳಿತು.

"ಅವ್ರು ಬರುತ್ತಾ ಇದ್ದಾರೆ, ಬನ್ನಿ ಮಾವ." ಕರೆಯಲ್ಲಿ ಒತ್ತಾಯವಿತ್ತು, ಕಡೆಗೆ ಶ್ರೀಪಾದು ಒತ್ತಾಯ ಸೇರಿದ ಮೇಲೆ ಹೋಗಲೇಬೇಕಾಯಿತು.

ಜಾನಕಿ ಎಲೆ ಹಾಕಿ ಇಬ್ಬರಿಗೂ ಬಡಿಸಿದಳು. ಶ್ರೀಪಾದು ಜೊತೆ ಮಾತನಾಡುತ್ತ ಹೊಟ್ಟೆ ತುಂಬ ಊಟ ಮಾಡಿದ. ಶ್ರೀಪಾದು ಮಾಧುವಿನ ಒಳ್ಳೆಯತನಕ್ಕೆ ಮಾರುಹೋಗಿದ್ದ.

"ಶ್ರೀಪಾದು, ನೀನ್ಬೇಗ ಊಟಕ್ಕೆ ಬಂದುಬಿಡಪ್ಪ. ನಮ್ಮ ಹುಡ್ಗಿ ಮುಖ ಇವತ್ತು ಎಷ್ಟು ಮಂಕಾಗಿತ್ತು ಗೊತ್ತಾ? ಎಷ್ಟೊತ್ತಿನಿಂದ ಕಾದಿದ್ದಳೋ ಏನೋ!"

ಶ್ರೀಪಾದು ಮಡದಿಯ ಮುಖ ದಿಟ್ಟಿಸಿದ.

"ಅಪ್ಪನ ಜೊತೆ ಬಸ್‌ಗಾಗಿ ಕಾದಿದ್ದೆ. ಅವ್ರನ್ನ ಬಸ್ ಹತ್ತಿಸಿ ನಾನಿತ್ತ ಬಂದೆ."

ಊಟವಾದ ಕೂಡಲೇ ಮಾಧು ಮನೆಗೆ ಬಂದ. ಸರಳ ಹಿತ್ತಲಲ್ಲಿ ತನ್ನ ಸೀರೆ, ಬ್ಲೌಸ್‌ಗಳ ದೊಡ್ಡ ರಾಶಿಯನ್ನು ಹಾಕಿಕೊಂಡು ಸೋಪು ಹಚ್ಚುತ್ತಿದ್ದಳು.

"ಕೆಲ್ಸದ ಲಕ್ಷ್ಮಿ ಒಗೆದು ಹಾಕ್ತಾ ಇದ್ದಳಲ್ಲ! ನೀನೇಕೆ ಬಿಸಿಲಿನಲ್ಲಿ ಹಾಕ್ಕೊಂಡು ಒಗೆಯುತ್ತ ಇದ್ದೀಯಾ?" ಮರುಕದಿಂದಲೇ ಕೇಳಿದ ಮಾಧು.

"ಥೂ.... ಅವ್ಳು ಒಗೆಯೋದು ನನ್ಗೆ ಹಿಡಿಸೋಲ್ಲ." ತಿರಸ್ಕಾರದಿಂದ ನುಡಿದಂತಿತ್ತು. ಬಂದ ದಾರಿಗೆ ಸುಂಕವಿಲ್ಲವೆಂದುಕೊಂಡು ಮಾಧು ಒಳಗೆ ನಡೆದುಬಿಟ್ಟ.

ತಾಯಿ ಎಲೆ ಹಾಕಿ ಬಡಿಸಲು ಅಣಿ ಮಾಡಿದ್ದನ್ನು ಕಂಡು "ಅಮ್ಮನಂದು ಊಟ ಆಯ್ತು. ಜಾನಕಿ, ಶ್ರೀಪಾದು ಬಲವಂತ ಮಾಡಿದ್ರು. ಅಲ್ಲೇ ಊಟ ಮಾಡಿದೆ, ನಿಂಗೆ ಬಡಿಸ್ಕೋಮ್ಮ. ನಾನು ಇಲ್ಲೇ ಕೂತ್ಕೋತೀನಿ" ಅಲ್ಲೇ ಮಣೆ ಹಾಕಿಕೊಂಡು ಕುಳಿತ.

ಪಾರ್ವತಮ್ಮ ಊಟ ಮಾಡುತ್ತ ಸುಂದರು ಮತ್ತು ಅವನ ಮದುವೆಯ ವಿಷಯವನ್ನೆಲ್ಲ ಹೇಳಿದರು. ಮಾಧು ಸುಮ್ಮನೇ ಹ್ಞೂಗುಟ್ಟಿದನೇ ವಿನಹ ಏನೂ ಹೇಳಲಿಲ್ಲ.

"ಅಮ್ಮ, ಜಾನಕಿ ಇತ್ತೀಚೆಗೆ ಬಹಳ ಬಡವಾಗಿದ್ದಾಳೆ. ಅವ್ಳು ಬಡವಾಗೋಕೆ ಕಾರಣವೇ ಇಲ್ಲ. ಶ್ರೀಪಾದು ಅವಳನ್ನ ಚೆನ್ನಾಗೇ ನೋಡ್ಕೋತಾನೆ." ಮನಸ್ಸಿಗೆ ಬಂದಿದ್ದನ್ನು ತಾಯಿಗೆ ಹೇಳಿದ.

ಮೊದಲು ನಕ್ಕರೂ ಆಮೇಲೆ ನಿಟ್ಟುಸಿರು ಬಿಟ್ಟ ಪಾರ್ವತಮ್ಮ "ಅವಳಿಗೆ ಬಯಕೆ... ಮೂರು ತಿಂಗಳು... ಊಟ ಸೇರೋಲ್ಲ. ಶ್ರೀಪಾದು ಬಂದು ಅವ್ಳ ಆರೋಗ್ಯ ಸರಿಯಿಲ್ಲ ಚಿಕ್ಕಮ್ಮ ಅಂತ ನನ್ನ ಕರ್ಕೊಂಡು ಹೋದಾಗ ಗಾಬರಿಯಾದೆ. ಬರೀ ಗಂಡಸ್ರು ಇರೋ ಮನೆ. ಆ ಹುಡ್ಗಿನೂ ಸಹ ನನ್ನ ಹತ್ರ ಬಾಯಿ ಬಿಟ್ಟಿರಲಿಲ್ಲ. ವಿಷ್ಯ ತಿಳ್ದ ಮೇಲೆ ಸಂತೋಷ ಆಯ್ತು. ಇಲ್ಲಿಗೆ ಕರ್ಕೊಂಡು ಬರೋಣಾಂದ್ರೆ, ಆ ಮಹರಾಯ್ತಿ ಗಂಡನ್ನ ಬಿಟ್ಟಿರೋಲ್ಲ. ಈ ಕಷ್ಟಕ್ಕೆ ನಾನೇನು ಮಾಡ್ಲಿ!"

ಇದ್ದಕ್ಕಿದ್ದ ಹಾಗೆ ಮಗನ ಮುಖ ಮಂಕಾದುದನ್ನು ನೋಡಿ ಪಾರ್ವತಮ್ಮ ಇವನ

ಮದುವೆಯಾದ ಮೇಲೆ ಜಾನಕಿ ಮದುವೆಯಾದದ್ದು. ಅವಳೀಗ ತಾಯಿಯಾಗೋ ಸಂಭ್ರಮ–ಇವನ ಮನಸ್ಸಿಗೆ ಬೇಸರವಾಗೋದು ಸಹಜವೇ.

ಮಾಧು ಮರುಮಾತಾಡದೇ ಎದ್ದುಹೋದ.

ಪಾತಮ್ಮ ಸೊಸೆಯಾಗಿ ಕಾದು ಕುಳಿತರು. ಮಗನ ಮನಸ್ಸಿಗೆ ನೋವಾಗೋದು ಅವರಿಗೆ ಇಷ್ಟವಿರಲಿಲ್ಲ. ಅವರಿಗೆ ಮೊಮ್ಮಗುವನ್ನು ಕಾಣೋ ಬಯಕೆ. ಅದನ್ನು ಬಹಳ ದಿನ ಹತ್ತಿಕ್ಕಲಾರರು.

ಬಟ್ಟೆ ಒಣಹಾಕಿ ಬಂದ ಸರಳನ "ಬಾಮ್ಮ ಸರಳ" ಎಂದು ಬಹಳ ಪ್ರೀತಿಯಿಂದ ಕರೆದರು.

"ನೀನು ಸ್ವಲ್ಪ ದಿನ ಅಶ್ವತ್ಥವೃಕ್ಷಕ್ಕೆ ಪ್ರದಕ್ಷಿಣೆಯನ್ನಾದ್ರೂ ಹಾಕು." ಈಗಾಗಲೇ ಜಾನಕಿಗೆ ಮೂರು ತಿಂಗ್ಳು..." ಬೆದರುತ್ತಲೇ ಹೇಳಿದರು.

ಫಕಫಕನೇ ನಕ್ಕಳು ಸರಳ. ಬೆಪ್ಪಾಗಿ ಹೋದರು ಪಾರ್ವತಮ್ಮ. "ನನ್ಗೆ ಮಕ್ಕಳಾಗೋದು ಇಷ್ಟವಿಲ್ಲ..." ಹೇಳೇಬಿಟ್ಟಳು.

ಪಾರ್ವತಮ್ಮ ತಲೆಯ ಮೇಲೆ ಕೈಹೊತ್ತು ಕುಳಿತುಬಿಟ್ಟರು. ಅವರಿಗೆ ಅಳಬೇಕೋ ನಗಬೇಕೋ ತಿಳಿಯದಾಯಿತು. ಈ ಸುದ್ದಿ ಎತ್ತಲೇಬಾರದಾಗಿತ್ತು. ಮಾಧು ಪೂರ್ಣವಾಗಿ ಅದೃಷ್ಟಹೀನನೆಂದು ಕಣ್ಣೀರಿಟ್ಟರು.

ಬಹಳ ಹೊತ್ತಿನವರೆಗೂ ಅಲ್ಲೇ ಕೂತಿದ್ದರು. ಮುಂದಿನ ಭವಿಷ್ಯವೆಲ್ಲ ಅವರಿಗೆ ಅಂಧಕಾರವಾಗಿ ಕಂಡಿತು. ಮುಂದಿನ ಬದುಕಿಗೂ ಅರ್ಥ ಕಾಣಲಿಲ್ಲ. ಅವನ ಸುಂದರ ಭವಿಷ್ಯದ ಬಗ್ಗೆ ನೂರಾರು ಕನಸುಗಳನ್ನು ಕಂಡಿದ್ದರು. ಹತ್ತಾರು ಆಸೆಗಳನ್ನು ಇಟ್ಟುಕೊಂಡಿದ್ದರು—ಅದೆಲ್ಲ ನಿರರ್ಥಕವಾಗಿತ್ತು.

"ಅಮ್ಮ ಈರಮ್ಮ ಬಂದಿದ್ದಾಳೆ" ಎಂದು ಸುಕನ್ಯ ಕೂಗಿಕೊಂಡು ಬಂದಾಗಲೇ ಅವರು ಕಣ್ಣೀರು ಒರೆಸಿಕೊಂಡು ನಗುವಿನ ಮುಖವಾಡ ತಂದುಕೊಂಡು ಹೊರಗೆ ಬಂದಿದ್ದು.

"ಯಾಕ್ರವ್ವಾ... ಮೈನಾಗ... ಆರಾಮಿಲ್ವಾ." ತುಂಬ ಕಾಳಜಿಯಿಂದ ವಿಚಾರಿಸಿದಳು.

"ಇಲ್ಲ... ಬಹ್ಳ ಅಪ್ರೂಪವಾಗಿ ಬಂದುಬಿಟ್ಟಿದ್ದೀಯಲ್ಲ! ಸೂರ್ಯ ಯಾವ್ ಕಡೇ ಹುಟ್ಟಿದ್ದಾನೆ?"

"ಮನ್ಯಾಗ ಒಂದೊರೆ ಕೆಲ್ಸ ಬಿದ್ದೈತೆ... ಕಾರ ಅರ್ಕಂಡು ಬಾರೆ ಅಂದ್ರೆ ನಾಗಿ ಸಿನಿಮಾ ಪದಗಳನ್ನು ಆಡ್ಕೊಂಡು ಕುಂತೌಳೆ. ಮೂದೇವಿಗ್ಳು ಕೆಲ್ಸ ಬೊಗ್ಸೆ ನೆಟ್ಟಗೆ ಮಾಡಕಿಲ್ಲಾ, ಏನ್ ಮಾಡ್ಲಿ!" ಎಂದು ಸೊಸೆಯರ ಬಗ್ಗೆ ಮಾರುದ್ದ ಹೇಳಿಕೊಂಡಳು.

ಗೌಡರ ಹೆಂಡತಿ ಈರಮ್ಮ ಬಾಯಿ ಸ್ವಲ್ಪ ಮುಂದಾದ್ರೂ ಒಳ್ಳೆಯ ಮನುಷ್ಯಳೇ. ಆಕೆಗೆ ಈಗಿನ ಕಾಲದ ನಯಾ ನಾಜೋಕು ಕಂಡರೆ ಸಿಟ್ಟು ನೆತ್ತಿಗೇರುತ್ತಿತ್ತು.

"ನಮ್ಮ ಹಸುಗೆ ಕಾಲು ನೋವಿರ್ಬೇಕೂ, ಬೂಸಾ, ವುಲ್ಲು ಕೂಡ ಮುಟ್ಟಲಿಲ್ಲ. ವಸಿ ನಾರಾಯಣಪ್ಪನೋರ ಕೇಳಿ ಅಚ್ಚಾಕೆ ಏನಾದ್ರೂ ಈಸಿಕೊಂಡು ಹೋಗುವಾಂತ."

ಮಾತು ಬೇರೆ ಕಡೇ ಹರಿಯಿತು. ಅವಧಾನಿಗಳು ಸುಮ್ಮನೆ ಕೂಡದೇ ಮಾಡೋ ಕಿತಾಪತಿಯನ್ನೆಲ್ಲ ಗೌಡರ ಹೆಂಡತಿ ಬಾಯಿ ಪಾಠ ಮಾಡಿದಂತೆ ಹೇಳಿದಳು.

"ಸೊಸೆ ಎಲ್ರವ್ವಾ!" ಎಂದಾಗ 'ಒಳಗಿದ್ದಾಳೆ' ಎಂದು ಜಾರಿಕೊಂಡ ಪಾರ್ವತಮ್ಮ ಆದಷ್ಟು ಬೇಗ ಗೌಡರ ಹೆಂಡತಿಯನ್ನು ಸಾಗಹಾಕಲು ಮುಂದಾದರು. ಏನಾದರೂ ಕೇಳಿ ಸರಳ ತಿರುಗಿಬಿದ್ದು ಇಲ್ಲದ್ದೆಲ್ಲ ಪಂಚಾಯಿತಿ ಏಕೆಂಬುದೇ ಅವರ ಉದ್ದೇಶ.

ಕಡೆಗೂ ಆ ಮಹಾತಾಯಿ ಸೊಸೆ ಬಸುರೀನ ಅಂತ ಕೇಳೇಬಿಟ್ಟಳು. ಇವರು ಏನೋ ಹೇಳಿ ಕಳಿಸಿಕೊಟ್ಟರು.

ಆಕೆ ಹೋಗಿದ್ದೇ ತಡ ಸರಳ ಕಾಳಿಯಂತೆ ಬಂದುಬಿಟ್ಟಳು.

"ನಿಮ್ಗೆ ಇನ್ನೇನು ಕೆಲ್ಸ ಇಲ್ಲವಾ! ಬಂದವರೊಡ್ನೆಲ್ಲ ನನ್ನ ವಿಷ್ಯ ಯಾಕೆ ಎತ್ತುತ್ತೀರಿ?"

ಪಾರ್ವತಮ್ಮನಿಗೆ ಅವಮಾನವಾಗಿ ಪ್ರಾಣ ಹೋದಂತೆ ಆಯಿತು. ಅವರನ್ನೆಂದೂ ಯಾರೂ ಗಟ್ಟಿಸಿ ಮಾತಾಡಿರಲಿಲ್ಲ. ಕಣ್ಣಲ್ಲಿ ನೀರೇ ಬಂದುಬಿಟ್ಟಿತು. ಸ್ವಾಭಿಮಾನ ತಲೆ ಎತ್ತಿತ್ತು. ವಿವೇಕ ಬುದ್ಧಿ ಹೇಳಿತು.

"ಯಾಕಮ್ಮ ತಪ್ಪು ತಿಳ್ಕೋತೀಯಾ! ನಾನೇನು ನಿನ್ನ ಸುದ್ದಿ ಎತ್ತಿದ್ದು? ನಿನ್ನಷ್ಟು ಬುದ್ಧಿ ಇಲ್ಲವಾದ್ರೂ ಮರ್ಯಾದೆಯಿಂದ ಸಂಸಾರ ಸಾಗಿಸ್ಕೊಂಡು ಹೋಗೋ ಅಷ್ಟು ಬುದ್ಧಿ ಇದೆ." ಇಷ್ಟು ಹೇಳಿದರೂ ಅವಳ ಬಾಯಿ ಕಡಿಮೆಯಾಗಲಿಲ್ಲ. ಇಷ್ಟು ದಿನ ಒಳಗಿಟ್ಟುಕೊಂಡಿದ್ದ ಕೋಪವನ್ನೆಲ್ಲ ಕಾರಿಬಿಟ್ಟಳು.

ಈ ಘಟನೆಯ ನಂತರ ಅತ್ತೆ ಸೊಸೆಯರ ನಡುವೆ ಮಾತುಕತೆ ನಿಂತು ಹೋಯಿತು. ಒಂದು ವಿಧವಾದ ನಿಶ್ಶಬ್ದ ಮೌನ ಮನೆಯಲ್ಲಿ ನೆಲೆಸಿಬಿಟ್ಟಿತು.

"ಸುಕನ್ಯ, ಅಡಿಗೆ ಆಗಿದೆ, ನಿಮ್ಮತ್ತಿಗೇನ ಊಟ ಮಾಡು ಅನ್ನು, ತಿಂಡಿ ಇಟ್ಟಿದ್ದೀನಿ. ತಿನ್ನು ಅನ್ನು" ಈ ಸ್ಥಿತಿಗೆ ಬಂತು.

* * * *

ಅಣ್ಣ ಬಂದು ಮದುವೆಯ ವಿಷಯ ಪ್ರಸ್ತಾಪಿಸಿದಾಗ ಲಲಿತಮ್ಮ ಮೌನ ವಹಿಸಿದರು. ಅವರಿಗೇನು ಸುಂದರು ಮೇಲೆ ಅಭಿಮಾನವಿರಲಿಲ್ಲ. ಅಣ್ಣನ ಮಾತನ್ನು ಧಿಕ್ಕರಿಸೋ ಸ್ಥಿತಿಯಲ್ಲೂ ಇರಲಿಲ್ಲ.

"ಲಲ್ತ, ಇಲ್ಲಿ ಬಾಮ್ಮ, ಹೆಣ್ಣು ಕೇಳೋಕೆ ಬಂದಿದ್ದೀನಿ, ಸುಂದರೂಗೆ" ಎನ್ನುತ್ತಲೇ ಕುಳಿತರು. ತಂಗಿಯ ಮುಖ ಮಂಕಾದುದನ್ನು ಗಮನಿಸಿದರು. ಅವರು ಖಂಡಿತ ಶ್ಯಾಮನ ಬಗ್ಗೆ ಭರವಸೆ ಕೊಡಲಾರರು. ಮಾಧು ಅಂತ ಮೃದು ಹುಡುಗ ಕೂಡ

ತನ್ನಿಚ್ಛೆಯಂತೆ ಹೆಣ್ಣನ್ನು ಆರಿಸಿಕೊಂಡ ಇನ್ನು ಘಟಿಂಗ ಶ್ಯಾಮ ಕೇಳಬಲ್ಲನೇ, ಅದಲ್ಲ ಬೇಡ; ಋಣಾನುಬಂಧವಿದ್ದಂತಾಗಲಿ.

"ಕೈಕಾಲು ಮುಖ ತೊಳ್ಕೊಂಡು ಸುಧಾರಿಸ್ಕೊ. ಆಮೇಲೆ ಮುಂದಿನ ಮಾತು" ಎಂದು ಅಣ್ಣನನ್ನು ಉಪಚರಿಸಿದಳು.

ಕಿರಿಮಗಳಿಂದ ವಿಷಯ ತಿಳಿದ ರಂಗಸ್ವಾಮಿ ತರಾತುರಿಯಾಗಿ ಮನೆಗೆ ಬಂದ. ಭಾವನ ಮೇಲೆ ಎಲ್ಲಿಲ್ಲದ ಅಭಿಮಾನ.

"ಭಾವ, ಮನೆಯಲ್ಲಿ ಎಲ್ಲ ಆರೋಗ್ಯವಾ?" ಕ್ಷೇಮ ಸಮಾಚಾರ ವಿಚಾರಿಸಿದ.

"ಎಲ್ಲ ಆರೋಗ್ಯಪ್ಪ... ಹೇಗಿದೆ ಬೆಳೆ? ಮಳೆ ನಮ್ಮ ಕಡೆ ಸುಮಾರು. ಬಾವಿಯಲ್ಲಿ ನೀರಿದ್ದವ್ರು ಬಚಾವಾದ್ರು..." ಅಷ್ಟೊತ್ತು ಮಳೆ ಬೆಳೆ ವಿಷಯವಾಯಿತು.

ಊಟ ಉಪಚಾರವೆಲ್ಲ ಮುಗಿದ ಮೇಲೆ ಆರಾಮವಾಗಿ ಕುಳಿತರು ಎಲೆ ಅಡಿಗೆ ಮೆಲ್ಲುತ್ತ. ನಾರಾಯಣಪ್ಪ ಪ್ರಸ್ತಾಪಕ್ಕೆ ಬಂದರು.

"ಸುಂದ್ರು ಇಲ್ಲೇ ಇದ್ದುಬಿಡ್ತಾನಂತೆ. ಅವ್ನ ಜವಾಬ್ದಾರೀನೂ ನನ್ನ ತಲೆ ಮೇಲೆ ಬಿತ್ತು. ಮದುವೆ ಮಾಡ್ಬೇಕು. ಹೆಣ್ಣಿನ ಪ್ರಸ್ತಾಪಕ್ಕೆ ಬಂದಿತ್ತು. ಇಷ್ಟಪಟ್ರೆ ಹಾಗೂ ಜಾತಕಾನೂಕೂಲವಾದ್ರೆ ಸರಸ್ವತೀನ ಸುಂದರೂಗೆ ತಂದ್ಕೊಳ್ಳೋಣಾಂತ..."

ಗಂಡ ಹೆಂಡತಿ ಇಬ್ಬರೂ ಮಾತಾಡಲಿಲ್ಲ. ಶ್ಯಾಮನಿಗೆ ಸರಸ್ವತಿಯನ್ನು ಮಾಡ್ಕೋಬಹುದು ಅನ್ನೋ ಆಸೆಯಲ್ಲಿ ಇದ್ದರು. ಈಗ ತಿರುಗುಮುರುಗಾಗಿತ್ತು.

"ಖಂಡಿತ ಬಲವಂತವಿಲ್ಲ. ಸುಂದರು ತಾಯಿ ತಂದೆ ಇಲ್ದ ಪರದೇಶಿ ಅಂತ ಅನ್ಕೋಬೇಡಿ. ಮಾಧು, ಶ್ಯಾಮನ ಜೊತೆ ಅವನೂ ನನ್ಗೆ ಮಗನೇ. ತಮ್ಮನ ಮಗ ಅಂತ ಉದಾಸೀನ ಮಾಡೋಲ್ಲ. ಅವ್ರಿಗೆ ಏನು ಮಾಡ್ತೀನೋ ಅವನಿಗೂ ಅದೇ ಮಾಡ್ತೀನಿ. ಸಂದೇಹ ಬೇಡ. ಇನ್ನು ನೀವು ಶ್ಯಾಮನ ಮೇಲೆ ಆಸೆ ಇಟ್ಕೊಂಡಿದ್ರೆ ನಾನು ಯಾವ ಭರವಸೇನೂ ಕೊಡೋಲ್ಲ. ಓದಿದೋನು; ಹಳ್ಳಿಯಲ್ಲೇ ನಿಲ್ತಾನೆ ಅನ್ನೋ ಭರವಸೆ ಇಲ್ಲ. ಅವ್ನ ಅಭಿರುಚಿ... ಹೇಗೋ..."

ಪೂರ್ಣವಾಗಿ ನಿರಾಶೆಗೊಂಡರು ಗಂಡ ಹೆಂಡಿರು. ಎರಡು ಹೆಣ್ಣು ಮಕ್ಕಳನ್ನು ಸುಮಾರಾದ ಕುಟುಂಬಗಳಿಗೆ ಕೊಟ್ಟಿದ್ದರು. ಮೂರನೆಯವಳನ್ನಾದರೂ ಅಣ್ಣದ ಮನೆಗೆ ಕೊಡಬೇಕು ಅನ್ನೋ ಆಸೆ ಇತ್ತು. ಶ್ಯಾಮ ಒಳ್ಳೆ ವಿದ್ಯಾವಂತನಾದುದರಿಂದ ಅವನ ರೆಕ್ಕೆಗಳು ಗರಿಗೆದರಿಕೊಂಡು ಹಾರಾಡುತ್ತಿತ್ತು.

ಇವರ ಮೌನದಿಂದ ನಾರಾಯಣಪ್ಪನವರಿಗೆ ಬೇಸರವಾಯಿತು.

"ಬಲವಂತವಿಲ್ಲ. ಸುಂದರೂಗೆ ಬೇರೆ ಕಡೆ ಹೆಣ್ಣು ನೋಡ್ತೀನಿ" ಎದ್ದುಬಿಟ್ಟರು.

ಕೆಲಸ ಕೆಡುತ್ತದೆಯೆಂದು ರಂಗಸ್ವಾಮಿ ಭಾವನ ಕೈಹಿಡಿದು ಕೂಡಿಸಿದರು.

"ಭಾವ, ನಿಮ್ಮ ಮಾತ್ಗೆ ನಾವ್ ಬದಲು ಹೇಳೋಲ್ಲ. ಎಲ್ಲಾ ನಿಮ್ಮಿಷ್ಟದಂತೆ.." ಎಲ್ಲಾ ಜವಾಬ್ದಾರಿಯನ್ನು ಅವರ ಮೇಲೆ ಹೊರೆಸಿಬಿಟ್ಟರು.

"ಏನಮ್ಮ ಲಲಿತ, ನಿನ್ನ ಖಚಿತ ಅಭಿಪ್ರಾಯನ ತಿಳ್ಸು. ಸರಸ್ವತಿಗೂ ಒಂದು ಮಾತು ಕೇಳು."

ಅವತ್ತೆಲ್ಲ ಯೋಚಿಸಿ, ಮಾತಾಡಿ ಸುಂದರೂಗೆ ಕೊಡೋದರಿಂದ ಏನೋ ತೊಂದರೆ ಇಲ್ಲವೆಂಬ ತೀರ್ಮಾನಕ್ಕೆ ಬಂದರು. ಮೀಸೆ ಬಿಟ್ಟುಕೊಂಡು ಷೋಕಾಗಿ ಇರೋ ಸುಂದರೂನ ನಿರಾಕರಿಸುವಷ್ಟು ಪೆದ್ದಳಾಗಿರಲಿಲ್ಲ ಸರಸ್ವತಿ. ಸುಂದರು ಒಪ್ಪಿಗೆ ಪಡೆದೇ ಈ ವಿಷಯಕ್ಕೆ ಬಂದಿದ್ದರು.

ರಂಗಸ್ವಾಮಿ, ನಾರಾಯಣಪ್ಪ ಜೋಯಿಸರಲ್ಲಿಗೆ ಹೊರಟರು. ಈಗಲೂ ಅವರಿಗೆ ಜಾತಕಾನುಕೂಲದಲ್ಲಿ ನಂಬಿಕೆ.

ಜೋಯಿಸರು ಪೂರ್ತಿಯಾಗಿ ಹಾಸಿಗೆ ಹಿಡಿದುಬಿಟ್ಟಿದ್ದರು. ಆ ದೊಡ್ಡ ಜೀವ ಆಗಲೂ ನಗುಮುಖದಿಂದಲೇ ಸ್ವಾಗತಿಸಿತು.

"ಜೋಯಿಸರೇ, ನಮ್ಗೆ ಪತ್ರ ಬರೆದು ಆರೋಗ್ಯದ ಸ್ಥಿತಿ ತಿಳಿಸ್ಬಹುದಾಗಿತ್ತು. ಪೂರ್ತಿ ಮಂಚ ಹಿಡಿದು ಮಲಗಿಬಿಟ್ಟಿದ್ದೀರಲ್ಲ!" ವ್ಯಾಕುಲಚಿತ್ತದಿಂದಲೇ ನಾರಾಯಣಪ್ಪ ಹೇಳಿದರು. ಜೋಯಿಸರ ಬಗ್ಗೆ ಅವರಿಗೆ ಅಪಾರವಾದ ಗೌರವ, ಅಭಿಮಾನ.

"ಹಣ್ಣಾದ ಎಲೆ ಉದುರಲೇಬೇಕು. ಅದಕ್ಯಾಕೆ ಯೋಚ್ನೆ? ಮುದಿಜೀವ. ಎಲ್ಲ ಕಂಡು, ಅನುಭವಿಸಿದ್ದು ಆಯ್ತು." ನಿಸ್ತೇಜವಾದ ಮುಖದಲ್ಲಿ ನಗು ತೇಲಿಸಿದರು.

ಜೋಯಿಸರು ತಮ್ಮ ಅನಾರೋಗ್ಯವನ್ನು ಬದಿಗಿಟ್ಟು ಜಾತಕಗಳನ್ನು ಪರಿಶೀಲಿಸಿದರು.

"ಜಾತಕಗಳು ಒಂದಕ್ಕೊಂದು ಹೇಳಿ ಮಾಡ್ಸಿದಂತಿದೆ. ಯೋಚ್ನೇನೇ ಬೇಡ. 'ಶುಭಸ್ಯ ಶೀಘ್ರಂ' ಮಂಗಳಕಾರ್ಯ ನಡೆಸಿಬಿಡಿ."

ಬಂದ ಕೆಲಸ ಹಣ್ಣಾಗಿತ್ತು. ರಂಗಸ್ವಾಮಿ, ನಾರಾಯಣಪ್ಪ ಸಂತೋಷದಿಂದಲೇ ಹಿಂದಿರುಗಿದರು.

ಊರಿಗೆ ಬಂದ ನಾರಾಯಣಪ್ಪ ಸುಮ್ಮನೇ ಕೂಡಲಿಲ್ಲ. ಹೆಂಡತಿಯನ್ನು ಕರೆದು ಹೇಳಿದರು—

"ಪಾತು, ಸರಸ್ವತಿನ ಇಲ್ಲಿಗೇ ಕರ್‍ಸಿಬಿಡು. ಹೆಣ್ಣು ನೋಡುವ ಶಾಸ್ತ್ರವಾಗಿಬಿಡಲಿ. ಇವ್ನು ಮೊದಲೇ ಷೋಕಿ ಹುಡ್ಗ. ಹೆಣ್ಣು, ಗಂಡು ಪರಸ್ಪರ ನೋಡಿ ಮೆಚ್ಚಲಿ. ಆಮೇಲೆ ಇಷ್ಟವಾಗಲಿಲ್ಲ ಅಂದ್ರೆ ಬೇರೆ ಕಡೇ ಸಂಬಂಧ ನೋಡೋದು."

ಸುಂದರು ಲಗ್ನದ ವಿಷಯ ತಿಳಿದಾಗಿನಿಂದ ಸರಳ ಉರಿದುಬೀಳುತ್ತಿದ್ದಳು. ಆ ಕೋಪದ ಪ್ರಹಾರ ಎಲ್ಲರ ಮೇಲೂ ಆಯಿತು. ಹೆಚ್ಚಾಗಿ ಅನುಭವಿಸಿದ್ದು ಮಾಧು. ಈ ತರಹದ ಜೀವನ ಅವನಿಗೆ ಅಭ್ಯಾಸವಾಗಿ ಹೋಗಿತ್ತೇನೋ. ಮೌನವಾಗಿ ಸಹಿಸಿದ.

ಸರಸ್ವತಿಯನ್ನು ನಿರಾಕರಿಸುವುದಕ್ಕೆ ಅವಳೇನು ಕುರೂಪಿಯಾಗಿರಲಿಲ್ಲ. ಪಟ್ಟಣದ

ಸಪೂರ ಹೆಣ್ಣುಗಳನ್ನು ನೋಡಿದ್ದ ಅವನು ದುಂಡು ದುಂಡಗಿದ್ದ ಸರಸ್ವತಿಯನ್ನು ಸಂತೋಷದಿಂದಲೇ ಒಪ್ಪಿಕೊಂಡ. ತರಾತುರಿಯಾಗಿ ಲಗ್ನದ ದಿನ ನಿಶ್ಚಯವಾಯಿತು.

ಊರಿಗೆ ಹೋಗಿದ್ದ ಸುಂದರು ಬ್ಯಾಂಕಿನಲ್ಲಿಟ್ಟಿದ್ದ ಒಡವೆ, ದುಡ್ಡನ್ನು ತಂದು ದೊಡ್ಡಮ್ಮನ ಮುಂದಿಟ್ಟ.

"ದೊಡ್ಡಮ್ಮ, ಇವು ಅಮ್ಮನ ಒಡವೆಗಳು. ಅಪ್ಪ ಸೊಸೆಗಾಗಿ ಇವನ್ನು ಜೋಪಾನವಾಗಿಟ್ಟಿದ್ದ...."

ಪಾರ್ವತಮ್ಮನವರು ಜಾಣತನದಿಂದ ಸರಸ್ವತಿಗಾಗಿ ತೆಗೆದಿಟ್ಟರು.

ಮದುವೆಯೇನೋ ಸಂಭ್ರಮದಿಂದ ನಡೆದುಹೋಯಿತು. ಅದರಲ್ಲಿ ಭಾಗವಹಿಸದಿದ್ದವಳೆಂದರೆ ಸರಳಾ ಮಾತ್ರ. ಸುಮ ಒಂದೆರಡು ದಿನ ಮೊದಲೇ ಬಂದಿದ್ದರಿಂದ ಸುಕನ್ಯ ಜೊತೆ ಎಲ್ಲ ಕೆಲಸಕ್ಕೂ ಅವಳೇ ಓಡಾಡಿದಳು. ಸುಂದರೂಗೆ ಮದುವೆಯಾಗಿದ್ದು ಅವಳಿಗೆ ಅತ್ಯಂತ ಸಂತೋಷದ ಸಂಗತಿ. ಅವ್ಯಕ್ತ ಭಯವೊಂದು ಮೂಡಿ ಸದಾ ಅವಳನ್ನು ಕಾಡುತ್ತಿತ್ತು. ಈಗೊಂದು ವಿಧವಾದ ನೆಮ್ಮದಿ ಸಿಕ್ಕಿತ್ತು ಅವಳಿಗೆ.

ಅಳಿಯ, ಮಗಳನ್ನು ತಮ್ಮ ಹಳ್ಳಿಗೆ ಕರೆದೊಯ್ದು ರಂಗಸ್ವಾಮಿ ತಕ್ಕಮಟ್ಟಿಗೆ ಆರತಕ್ಷತೆ ಮಾಡಿದರು. ಸುಂದರನಿಗೆ ತಾನೊಬ್ಬ ಪರಿಪೂರ್ಣ ಮನುಷ್ಯನಾದೆ ಎನ್ನಿಸಿತು—ಹೊಸ ಜೀವನ ಬಹಳಷ್ಟು ಸುಂದರವೆನ್ನಿಸಿತು.

ಇವನದೊಂದು ಮದುವೆ ಬಿಟ್ಟರೆ ಇನ್ನೆಲ್ಲ ಮಾಮೂಲಾಗಿ ನಡೆದುಹೋಗುತ್ತಿತ್ತು. ಸರಸ್ವತಿ, ಸುಕನ್ಯ ಜೊತೆ ಓಡಾಡುತ್ತಿದ್ದರೆ ಪಾರ್ವತಮ್ಮನಿಗೆ ಏನೋ ಒಂದು ವಿಧವಾದ ತೃಪ್ತಿ ಸಿಗುತ್ತಿತ್ತು. ಮನೆಗೆ ಬಂದಿದ್ದ ದೊಡ್ಡ ಗಂಡಾಂತರದಿಂದ ಪಾರಾದವರಂತೆ ಹರ್ಷದಿಂದಲೇ ಇದ್ದರು.

ಈಗ ಸುಂದರು ಗಮನವೆಲ್ಲ ಹೆಂಡತಿಯ ಕಡೆಗಿದ್ದುದರಿಂದ ಯಾವ ರಂಪಾಟವೂ ಇರಲಿಲ್ಲ.

* * * *

ಅಂದು ಊಟ ಮಾಡಿ ಕೋಣೆಗೆ ಹೋಗುತ್ತಿದ್ದ ಸುಂದರನನ್ನು ಸರಳೆಯ ಕೂಗು ಹಿಡಿದು ನಿಲ್ಲಿಸಿತು.

"ಸುಂದರು ಬೇಜಾರು, ಒಂದಾಟ ಕೇರಂ ಆಡೋಣ ಬಾ." ಮುಂದಕ್ಕೆ ಹೆಜ್ಜೆ ಇಡದಾದ ಅವನಿಗೆ ಈಗ ಸರಳಳ ಕರೆ ಹಿತವಾಗಿರಲಿಲ್ಲ. ಕೊಡವಿಕೊಂಡು ಹೋಗಲು ಇಷ್ಟಪಡಲಿಲ್ಲ.

ಒಂದೆರಡು ಆಟ ಆಡಿದ ಅವನಿಗೆ ಬೇಸರವಾದರೂ ತೋರಿಸಿಕೊಳ್ಳಲಿಲ್ಲ. ಸರಳ ಏಳುವ ಸೂಚನೆ ಕಾಣಲಿಲ್ಲ. ಆಕಳಿಸಿದ, ಮೈ ಮುರಿದ. ಜಪ್ಪಯ್ಯ ಅಂದರೂ ಅವಳು ಅರಿತುಕೊಳ್ಳಲಿಲ್ಲ.

ಕೋಣೆಯಲ್ಲಿ ಕಾದ ಸರಸ್ವತಿ ಬೇಸರಗೊಂಡಳು. ಕೋಪದಿಂದ ಧುಮುಗುಟ್ಟಿದಳು. ಕಡೆಗೆ ಕಣ್ಣೀರು ಹರಿಸುವುದಕ್ಕೆ ಶುರು ಮಾಡಿದಳು.

ನಾರಾಯಣಪ್ಪ ಒಳಕೋಣೆಯಲ್ಲಿ ಮಲಗಿದ್ದರು. ಅವರ ಗೊರಕೆ ಸದ್ದು ಇಡೀ ಕೋಣೆ ಮನೆಯಲ್ಲೆಲ್ಲ ಆವರಿಸಿಬಿಟ್ಟಿತು.

ಇಲ್ಲೇ ಇದ್ದ ಶ್ಯಾಮ ಪುಸ್ತಕ ಮುಚ್ಚಿಟ್ಟು ಹೊರಗೆ ಬಂದ. ಸುಂದರು ಕೋಣೆಯಲ್ಲಿ ದೀಪ ಉರಿಯುತ್ತಿತ್ತು. ಸುಂದರು ಮಾತ್ರ ಸರಳಳ ಕೋಣೇಲಿ ಕೇರಂ ಆಡುತ್ತಿದ್ದ. ಅಣ್ಣ ತೋಟದ ಮನೆಯಲ್ಲಿ ಮಲಗಿರುವುದು ಅವನಿಗೆ ಗೊತ್ತಿತ್ತು.

"ಏಯ್.... ಸುಂದರು... ಸುಂದರು" ಎಂದು ಕೂಗಿದ. ಧ್ವನಿಯಲ್ಲಿ ಕಠಿಣತೆ ಇತ್ತು, ಕಾಣದ ದರ್ಪವಿತ್ತು.

ಬೆಚ್ಚಿದವನಂತೆ ಸುಂದರು ಎದ್ದು ಬಂದ.

"ನೀನ್ ಮದ್ವೆಯಾದ ಸಂಗ್ತಿನೇ ಮರ್ತುಬಿಟ್ಟ ಹಾಗೆ ಕಾಣಿಸುತ್ತೆ. ಸರಸ್ವತಿ ಕಾಯ್ತಾಳೆ ಅನ್ನೋ ವಿವೇಕ ಬೇಡ್ವಾ? ರಾತ್ರಿ ಹನ್ನೆರಡು ಗಂಟೆಯಲ್ಲಿ ಕೇರಂ... ಹೋಗಿ ಮಲಗು..." ಅಧಿಕಾರವಾಣಿಯಿಂದ ಹೇಳಿದ. ಹತ್ತು ಜನಗಳನ್ನಾದರೂ ಅಧೀನದಲ್ಲಿಟ್ಟುಕೊಳ್ಳುವಂಥ ಗಂಡೆಂದುಕೊಂಡ ಸುಂದರು.

ಮಾತಾಡದೇ ಕೋಣೆಗೆ ನಡೆದ. ಸರಸ್ವತಿ ಅತ್ತು ಅತ್ತು ಕಣ್ಣು ಕೆಂಪಾಗಿ ಮಾಡಿಕೊಂಡಿದ್ದಳು. ಹತ್ತಾರು ಹೆಣ್ಣುಗಳನ್ನು ಮರಳು ಮಾಡಿದವ ಅವನಿಗೆ ಹೇಳಿಕೊಡಬೇಕೆ ಹೆಂಡತಿಯನ್ನು ಸಮಾಧಾನ ಮಾಡುವುದು?

ಅವಳು ಚತುರಹುಡುಗಿಯೇ. ಸುಸಮಯವೆಂದುಕೊಂಡು "ನಾಳೆಯಿಂದ ಮಾಧು ಮಾವನ ಜೊತೆ ತೋಟಕ್ಕೆ ಹೋಗ್ಬೇಕು. ದೊಡ್ಡಪ್ಪ ಬಹಳಾ ಕರಾರು..." ಅವಳ ತುಟಿಗೆ ಬೀಗದ ಮುದ್ರೆ ಹಾಕಿ ತನ್ನಲ್ಲಿ ಅಡಗಿಸಿಕೊಂಡ.

* * * *

ಬೆಳಿಗ್ಗೆ ಎದ್ದ ಶ್ಯಾಮ ಸುಮ್ಮನೇ ಕೂಡಲಿಲ್ಲ. ಮುಖ ಕೂಡಾ ತೊಳೆಯದೇ ನಡುಮನೆಯಲ್ಲಿ ಅಡ್ಡಾಡುತ್ತಿದ್ದ. ಸುಕನ್ಯಳ ಮುಖ ಕಂಡಕೂಡಲೇ "ಸುಕನ್ಯ, ಮಾಧಣ್ಣನ ಕೋಣೆಯಲ್ಲಿರೋ ಕೇರಂ ಬೋರ್ಡು ತಗೊಂಡ್ಬಾ..."

ಅವನ ಗಂಭೀರ ಮುಖ ಕಂಡು ಹೆದರಿದಳು. ಕೋಣೆಯಲ್ಲಿ ಹೋಗಿ ಇಣಕಿದಳು. ಸರಳ ಇರಲಿಲ್ಲ. ಬಾಗಿಲು ಸರಿಸಿ ಕೇರಂ ಬೋರ್ಡನ್ನು ತಂದು ಅಣ್ಣನ ಮುಂದಿಟ್ಟಳು.

ಅಟ್ಟದ ಮೇಲಿದ್ದ ಮೊಚ್ಚನ್ನು ತೆಗೆದುಕೊಂಡು ಶ್ಯಾಮ ಬೋರ್ಡನ್ನು ಒಂದೇ ಏಟಿಗೆ ಎರಡು ಪಾಲು ಮಾಡಿದ. ಸುಕನ್ಯ ಬೆರಗುಗಣ್ಣಿನಿಂದ ನೋಡುತ್ತ ನಿಂತುಬಿಟ್ಟಳು. ಶ್ಯಾಮಣ್ಣ ಮಾಧಣ್ಣನ ಹಾಗೆ ಅಲ್ಲ ಅಂತ ಅವಳಿಗೆ ಗೊತ್ತು. ಈ ಕೋಪಕ್ಕೆ ಕಾರಣ...?

ಶಬ್ದ ಕೇಳಿ ಪಾರ್ವತಮ್ಮ ಹೊರಗೆ ಬಂದರು. ಮಗನ ಕೆಲಸ ನೋಡಿ ಅವರಿಗೆ

ಕೋಪ ಉಕ್ಕಿ ಬಂತು. ನಿದ್ದೆಯ ಜೊಂಪಿನಲ್ಲಿದ್ದುದರಿಂದ ಅವರಿಗೆ ರಾತ್ರಿ ಸಮಾಚಾರವೇನೂ ತಿಳಿದಿರಲಿಲ್ಲ.

"ನಿಂಗೇನೋ ತಲೆ ಕೆಟ್ಟಿದೆಯೇನೋ? ದುಡ್ಡು ಕೊಟ್ಟು ಕೊಂಡ್ಕೊಂಡು ಬಂದು ಹಾಳು ಮಾಡಿದೆಯಲ್ಲ!" ಕೋಪದಿಂದ ರೇಗಾಡಿದರು.

ತಾಯಿಯ ಮಾತಿನ ಕಡೇ ಗಮನವೇ ಕೊಡದಂತೆ ಪಾಳು ಪಾಳಾಗಿ ಸೀಳಿಬಿಟ್ಟ. ಕೋಪ ತಣ್ಣಗಾದ ಹಾಗೆ ಆಯ್ತು. ಮೊಚ್ಚನ್ನು ಅಟ್ಟದ ಮೇಲಿಟ್ಟು ಸ್ನಾನಕ್ಕೆ ಹೋಗಿಬಿಟ್ಟ.

ಪಾರ್ವತಮ್ಮ ಹತ್ತು ನಿಮಿಷ ರೇಗಾಡುತ್ತಲೇ ಇದ್ದರು. ಮಗನ ಸ್ವಭಾವ ಅವರು ಬಲ್ಲರು. ಸ್ವಲ್ಪ ದುಡುಕಾದರೂ ಕಾರಣವಿಲ್ಲದೇ ಯಾವುದಕ್ಕೂ ಮುಂದುವರಿಯುವುದಿಲ್ಲವೆಂಬ ಸಂಗತಿ ಅವರಿಗೆ ಗೊತ್ತು. ಅವನು ಹೇಳದೇ ಅವರು ವಿಚಾರ ತಿಳಿಯುವಂತಿರಲಿಲ್ಲ.

ಇವರ ಗೊಣಗಾಟ ನೋಡಲಾರದೇ ಸರಸ್ವತಿ ಬಾಯಿಬಿಟ್ಟಳು. ಅಡಿಗೆ ಮನೆಯ ಬಾಗಿಲಿಗೆ ಬಂದ ಮಾಧು ಕಿವಿಗೆ ಕಾದ ಸೀಸ ಬಿಟ್ಟಂತಾಯಿತು. ಅವನು ಮನೆಯಲ್ಲಿ ಮಲಗುವುದನ್ನು ಬಿಟ್ಟು ಬಹಳ ದಿನಗಳಾಗಿತ್ತು. ಸರಳ ಅವನ ಸಂಬಂಧ ಮಧುರವಾಗಿರಲಿಲ್ಲ. ಹಸಿದರೆ ಹೆಬ್ಬುಲಿಯಂತೆ ಅವನ ಮೇಲೆ ಜಿಗಿಯುತ್ತಿದ್ದಳು. ಇಷ್ಟವಿಲ್ಲದಿದ್ರೆ ಮೂದಲಿಕೆ, ಅಪಹಾಸ್ಯ — ಈ ತರಹದ ಜೀವನವೇ ಬೇಡವೆನ್ನಿಸಿಬಿಟ್ಟಿತ್ತು.

ಯಾರು ಸುಮ್ಮನಿದ್ದರೂ ಸರಳ ಸುಮ್ಮನೆ ಕೂಡಲಿಲ್ಲ. ಶ್ಯಾಮನನ್ನು ವಾಚಾಮಗೋಚರವಾಗಿ ಬೈಯಲು ಶುರು ಮಾಡಿದಳು. ಅವಳ ಬಾಯಿಗೆ ಅಡೆ ತಡೆಯೇ ಇರಲಿಲ್ಲ.

ಶ್ಯಾಮ ಬಹಳ ಸಹನೆಯಿಂದ ಸ್ವಲ್ಪ ಹೊತ್ತು ಸಹಿಸಿದ. ಇನ್ನು ಹೆಚ್ಚು ಹೊತ್ತು ಅವಳ ಬಾಯಿಂದ ಬರೋ ಮಾತುಗಳನ್ನು ಕೇಳೋ ಸಹನೆ ಅವನಲ್ಲಿ ಉಳಿಯಲಿಲ್ಲ.

"ನನ್ನ ಮಾತ್ನ ಕೇಳಿ ಸುಮ್ಮನಿರಿ..." ಎಂದ ಸಮಾಧಾನವಾಗಿಯೇ.

"ನಾನು ಈ ಮನೆ ಯಜಮಾನಿ. ಯಾರ ಮಾತನ್ನೂ ಕೇಳಬೇಕಾಗಿಲ್ಲ. ಇಷ್ಟ ಇದ್ರೆ ಮನೆಯಲ್ಲಿರು, ಇಲ್ಲದಿದ್ರೆ ಮನೆಗೆ ಬರಬೇಡ."

ಅಬ್ಬ, ರಾಕ್ಷಸಿ ಹೆಣ್ಣೆ ಅಂದುಕೊಂಡ ಶ್ಯಾಮ. ಸ್ವಲ್ಪ ಜೋರಾಗಿದ್ದರೆ ಇವಳು ಎಲ್ಲರನ್ನೂ ಹೊರಗಟ್ಟೋಕು ಹಿಂದೆಗೆಯೋಲ್ಲ. ಈಗಲೇ ಇವಳ ಸೊಕ್ಕು ಮುರಿದುಬಿಡಬೇಕು.

"ಹೆಣ್ಣೆ, ನೀನು ಯಾರ ಹತ್ರ ಮಾತಾಡ್ತ ಇರೋದು ಅನ್ನೋದನ್ನು ತಿಳ್ಕೋ! ನಾನು ಈ ಮನೆ ಮಗ. ನನ್ನ ಹೊರ್ಗೆ ಹೋಗು ಅನ್ನೋಕೆ ನೀನ್ಯಾರು? ಈ ಮನೆ ನಮ್ಮಪ್ಪ ಬೆವರು ಹರಿಸಿ ಕಟ್ಟಿಸಿರೋದು. ಇಷ್ಟ ಇಲ್ಲದಿದ್ರೆ ನೀವೇ ಹೋಗಿ..."

"ನಿಮ್ಮಪ್ಪ ಮನೆ ಕಟ್ಟಿಸಿರಬಹುದು. ಈಗ ದುಡಿತಾ ಇರೋದು ನನ್ನ ಗಂಡ..." ಮಾಧು ಬಂದು ಮಡದಿಯನ್ನು ತಡೆಯಲು ಮುಂದಾದ.

"ನೀವು ಸುಮ್ನಿರಿ.... ಅವ್ನ ಪೊಗರು ನೋಡೇಬಿಡ್ತೀನಿ." ಛಲ ತೊಟ್ಟವಳಂತೆ ಹೇಳಿದಳು.

ಮಾಧು ದೀನನಾಗಿ ತಮ್ಮನ ಕಡೆ ನೋಡಿದ. ಈ ಹಗರಣ ಬೇಡವೆಂದು ಬೇಡಿಕೊಳ್ಳುವಂತಿತ್ತು ಅವನ ನೋಟ. ಮತ್ತೆ ಶ್ಯಾಮ ಅಲ್ಲಿ ನಿಲ್ಲಲಿಲ್ಲ. ಬಟ್ಟೆ ಹಾಕ್ಕೊಂಡು ಹೊರಗೆ ಹೊರಟುಬಿಟ್ಟ.

ಮೂಕಪ್ರೇಕ್ಷಕಿಯಂತಿದ್ದ ಪಾರ್ವತಮ್ಮ ಗಳಗಳನೇ ಅತ್ತುಬಿಟ್ಟರು. ಅವರ ಕಣ್ಣಿಂದ ಉದುರಿದ ಕಂಬನಿ ನೆಲಕ್ಕೆ ಬಿದ್ದು ಈ ಮನೆಯ ಮರ್ಯಾದೆ ಮಣ್ಣುಗೂಡಿತೆಂದು ಹೇಳುವಂತಿತ್ತು.

ಹೂವಿನ ಬುಟ್ಟಿ ಹಿಡಿದುಕೊಂಡು ಬಂದ ನಾರಾಯಣಪ್ಪ ಮನೆಯ ಗಂಭೀರ ಸ್ಥಿತಿಯನ್ನು ನೋಡಿ ಮಂಕಾಗಿ ನಿಂತುಬಿಟ್ಟರು. ಪ್ರತಿದಿನ ಅವರು ಹೆದರುವಂತಾಗಿತ್ತು. ಸೊಸೆ ಯಾವಾಗ ಹಗರಣ ಮಾಡುತ್ತಾಳೋ ಎಂಬುದೇ ಅವರ ಭಯ. ಮರ್ಯಾದೆಯಿಂದ ಇದ್ದವರು ಜನರ ನಾಲಿಗೆಗೆ ಬೀಳಬೇಕಲ್ಲ ಎಂದು ವ್ಯಥೆಪಡುತ್ತಿದ್ದರು.

"ಸುಕನ್ಯ, ಇಲ್ಬಾ..." ಎಂದು ಮಗಳನ್ನು ಹಿಂಬದಿಯ ಕೋಣೆಗೆ ಕರೆದೊಯ್ದರು. ಅಳುತ್ತಲೆ ಎಲ್ಲ ಹೇಳಿ ಮುಗಿಸಿದಳು. ಇನ್ನೇನು ಮಾಡಬೇಕು ಎಂಬುದೇ ಅವರಿಗ ತಿಳಿಯಲಿಲ್ಲ. ಹೆಚ್ಚು ದಿನ ಈ ನೋವು ಅನುಭವಿಸುವುದರಿಂದ ಯಾವ ಪ್ರಯೋಜನವೂ ಇಲ್ಲ. ಇದಕ್ಕೆ ಮುಕ್ತಾಯ ಹಾಡಲೇಬೇಕೆಂದುಕೊಂಡರು.

"ಮಾಧು... ಇದ್ದಾನೇನೋ ಕರೆಯಮ್ಮ...." ಸುಕನ್ಯ ಕರೆಸಿಕೊಂಡು ಹೋದಳು.

ಸರಸ್ವತಿ ಕೋಣೆಯ ಬಳಿ ಬಂದು ಇಣಕಿದವಳೇ "ಮಾಧು, ಮಾವ, ಶ್ಯಾಮ ಮಾವ ಜಾನಕಕ್ಕನ ಮನೆಗೆ ಹೋಗಿರ್ಬೇಕು. ನೀವು ಸ್ನಾನ ಮಾಡ್ಬನ್ನಿ" ಮಾವನ ಮುಖದ ಮೇಲಿನ ಚಿಂತೆಯ ಗೆರೆಗಳು ಇನ್ನೂ ಆಳವಾಗಿದ್ದುದನ್ನು ನೋಡಿ ಸಂಕಟಪಟ್ಟಳು.

ತಲೆ ಎತ್ತಿ ಸರಸ್ವತಿಯ ಕಡೆ ನೋಡಿದರು. ಈ ಮನೆಯಲ್ಲಿರೋ ಪ್ರತಿ ವ್ಯಕ್ತಿ ಕೂಡ ನೆಮ್ಮದಿಯಾಗಿಲ್ಲ. ಇದೆಂಥ ಶಿಕ್ಷೆ ತಮ್ಮನೆಗೆ ಎಂದು ಮರುಗಿದರು.

ಮಾಧು, ಸರಳಾಗೆ ಬೇರೆ ಮನೆ ಮಾಡಿ ಕೊಟ್ಟು ಕಳಿಸಿಬಿಡಬೇಕು. ಬೇರೆ ಹೋದಮೇಲಾದರೂ ಗಂಡ ಹೆಂಡತಿ ಸುಖವಾಗಿರುತ್ತಾರೇನೋ ನೋಡಬೇಕು. ಒಡೆದುಹೋದ ಸಂಸಾರಗಳನ್ನು ಒಂದುಗೂಡಿಸಿದ ತಮಗೆ... ದುಃಖ ಒತ್ತರಿಸಿ ಬಂತು. ತಮ್ಮ ದೌರ್ಬಲ್ಯವನ್ನು ಆ ಹುಡುಗಿಯ ಮುಂದೆ ತೋರಿಸಿಕೊಳ್ಳುವುದು ಅವರಿಗೆ ಬೇಕಾಗಿರಲಿಲ್ಲ.

"ನಡೀ... ಬಂದೆ" ಎಂದರು.

ಯಾವುದೋ ನಿರ್ಧಾರಕ್ಕೆ ಬಂದವರಂತೆ ಸ್ನಾನ ಮಾಡಿ ಪೂಜೆ ಮುಗಿಸಿದರು.

ಎಲ್ಲ ಯಾಂತ್ರಿಕವಾಗಿತ್ತು. ನೆಮ್ಮದಿಯಿಂದ ದೇವರ ತಲೆಯ ಮೇಲೆ ಹೂ ಏರಿಸುವುದಕ್ಕೂ ತಾವು ಕೇಳಿಕೊಂಡು ಬರಲಿಲ್ಲವೇ...! ನಿರ್ಭಾಗ್ಯರು... ನಿರ್ಭಾಗ್ಯರು.... ತಮ್ಮಲ್ಲೇ ಗೊಣಗುಟ್ಟಿಕೊಂಡರು.

ಇದೊಂದು ಪರೀಕ್ಷೆಯ ಕಾಲವೆನ್ನಿಸಿತು. 'ಸೋಲು ಗೆಲುವು ಎಲ್ಲ ಅವನದೇ. ನಂಗ್ಯಾಕೆ ಚಿಂತೆ? ಎಷ್ಟು ವಯಸ್ಸು ಬಂದರೇನು? ಎಷ್ಟು ಧರ್ಮಗ್ರಂಥಗಳನ್ನು ತಿರುವಿ ಹಾಕಿದರೇನು? ಮನುಷ್ಯನಿಗೆ ವ್ಯಾಮೋಹ, ಅಹಂಭಾವ ತಪ್ಪಿದ್ದಲ್ಲ. ಅದು ತಪ್ಪೋವರೆಗೂ ನೆಮ್ಮದಿಯಿಂದಿರಲು ಸಾಧ್ಯವಿಲ್ಲ. ಇದೊಂದು ತರವಾದ ಆಟ ಅಷ್ಟೆ." ತಮಗೆ ತಾವೇ ಸಮಾಧಾನ ಹೇಳಿಕೊಂಡರು ನಾರಾಯಣಪ್ಪ.

* * * *

ಮನೆಯಿಂದ ಹೊರಟ ಶ್ಯಾಮ ಜಾನಕಿಯ ಮನೆಗೆ ಹೋಗಲಿಲ್ಲ. ನೇರವಾಗಿ ತೋಟದ ದಾರಿ ಹಿಡಿದ. ಅವನಿಗೆ ಎಲ್ಲರ ಮೇಲೂ ಜಿಗುಪ್ಸೆ ಉಂಟಾಗಿತ್ತು. ಇದಕ್ಕೆ ಎಲ್ಲರೂ ಒಂದೊಂದು ವಿಧವಾಗಿ ಕಾರಣವೆನ್ನಿಸಿತು. ಒಳ್ಳೆಯತನ, ಸಹನೆ ದೌರ್ಬಲ್ಯದ ಲಕ್ಷಣಗಳೇನೋ? ಇವು ಇರೋದರಿಂದ ಉಪಕಾರಕ್ಕಿಂತ ಅಪಕಾರವೇ ಹೆಚ್ಚು. ಹುಚ್ಚು ಮನಸ್ಸು ನೂರು ವಿಧವಾಗಿ ಆಲೋಚಿಸಿತು.

"ಏನು ಬುದ್ಧಿ, ಹೊತ್ತಿಗುಂಟ ಬಂದುಬುಟ್ಟಿದ್ದೀರಿ! ಎಂದಾಗ ಕ್ಯಾತೇಗೌಡ, ಅವನನ್ನು ದೂರ ತಳ್ಳಬೇಕೆನ್ನಿಸಿತು. ಈಗ ಅವನಿಗೆ ಯಾರ ಮಾತುಕತೆ ಒಂದೂ ಬೇಕಾಗಿರಲಿಲ್ಲ. ಒಬ್ಬನೇ ನಿಶ್ಯಬ್ದವಾದ ಸ್ಥಳದಲ್ಲಿ ಗಂಟೆಗಟ್ಟಲೆ ಕುಳಿತುಬಿಡಬೇಕೆನ್ನಿಸಿತು.

ಮಾಧಣ್ಣ ಅಂದ್ರೆ ಅವನಿಗೆ ಬಹಳ ಪ್ರಿಯವಾದ ವ್ಯಕ್ತಿ. ಈ ದಿನ ಅವನ ಮೇಲೂ ಜಿಗುಪ್ಸೆಗೊಂಡುಬಿಟ್ಟಿದ್ದ. ಧೈರ್ಯವಿಲ್ಲದ ಹೇಡಿ ಎಂದು ಮನಸ್ಸಿನಲ್ಲೇ ಹಳಿದ.

ಕ್ಯಾತೇಗೌಡನ ಮಾತಿಗೆ ಉತ್ತರವನ್ನೇ ಕೊಡದೆ ಸರಿದುಹೋದ. ದೂರದಲ್ಲಿದ್ದ ಹುಣಸೇಮರದ ನೆರಳಿನಲ್ಲಿ ಕುಳಿತ. ತಂಪೆನ್ನಿಸಿತು. ಆ ಮನೆಗಿಂತ, ಇದೇ ವಾಸಿ, ಇಲ್ಲೇ ಇದ್ದುಬಿಡಬೇಕು. ಕಾಲು ಚಾಚಿ ಒರಗಿ ಕುಳಿತ.

ದೂರದ ಗದ್ದೆಯಲ್ಲಿ ಕೆಲಸ ಮಾಡುತ್ತಿದ್ದ ನಿಂಗ, ಚೆನ್ನಿ ಅವನ ಕಣ್ಣಿಗೆ ಬಿದ್ದರು. ಸರಸವಾಡುತ್ತಲೇ ಕೆಲಸ ಮಾಡುತ್ತಿದ್ದರು. ಪುಣ್ಯಜೀವಿಗಳೆನ್ನಿಸಿತು.

ಹುಚ್ಚ ಗಣಪತಿ ಓಡೋಡಿ ಬಂದ. ಆ ಹಳ್ಳಿಯಲ್ಲಿ ಎಲ್ಲರಿಗೂ ಅವನು ಪರಿಚಿತ.

"ಸಾಮಣ್ಣ.... ಸಾಮಣ್ಣ... ಇಲ್ಲಿ ನೋಡು" ಎಂದು ಹಿಡಿಯನ್ನು ಬಿಡಿಸಿ ಅಂಗೈಯನ್ನು ಮುಂದಕ್ಕೆ ಚಾಚಿದ. ಕರೀ ಬಳೆ ಚೂರು. ನೂರಾರು ಸಲ ಎಲ್ಲರಿಗೂ ತೋರಿಸುತ್ತಿದ್ದ. ಆ ಒಂದೆರಡು ಚೂರುಗಳನ್ನು ತನ್ನ ಅಂಗಿಯ ಜೇಬಿನಲ್ಲಿ ಇಟ್ಟುಕೊಂಡಿರುತ್ತಿದ್ದ. ಅದನ್ನು ಮಾತ್ರ ಅವನು ಕಳೆದಿರಲೇ ಇಲ್ಲ. ಯಾಕಿಷ್ಟು... ಜೋಪಾನವೋ... ಯಾರಿಗೂ ಗೊತ್ತಿಲ್ಲ.

"ಏನೋ... ಇದು?" ಎಂದ ಕುಳಿತ ಭಂಗಿಯಲ್ಲಿ. ಕಿಸಕಿಸನೇ ಜೋರಾಗಿ ನಕ್ಕ. ನಾಚಿದಂತೆ ಮುಖ ಮಾಡಿದ.

ಶ್ಯಾಮ ದೀರ್ಘವಾಗಿ ಅವನನ್ನು ನೋಡಿದ. ಬೋಳಾದ ತಲೆ, ಕೆನ್ನೆ ತುಟಿಗಳ ಮೇಲೆಲ್ಲ ತರಚಿದ ಗಾಯ. ಮೈಮೇಲೆಲ್ಲ ಹೊಡೆದ ಕಲೆಗಳು, ಸ್ನಾನವಿಲ್ಲದ ಕೊಳೆಯಾದ ಮೈ... ನಿಟ್ಟುಸಿರು ಹೊರಚೆಲ್ಲಿದ.

"ಶ್ಯಾಮಣ್ಣ... ಅವ್ನ ಹಿಡ್ಕೋ... ಬಿಡ್ಬೇಡ" ಎಂದು ದೂರದಿಂದಲೇ ಕೂಗುತ್ತ ಆಳಿನ ಸಂಗಡ ಬಂದಳು.

ಶ್ಯಾಮನಿಗಿಂತ ಮೊದಲು ಧ್ವನಿ ಬಂದ ಕಡೇ ನೋಡಿದ. ಹುಚ್ಚ ಗಣಪತಿ "ಚಂದ್ರಿ... ಬಂದ್ಲು..." ಎಂದು ಒಂದೇ ಉಸುರಿನಲ್ಲಿ ಓಡತೊಡಗಿದ. ಶ್ಯಾಮ ಹಾರಿ ಹೋಗಿ ಹಿಡಿದ. ಅವನಿಗೆ ಯಾವ ಭೀಮ ಬಲವಿತ್ತೋ ಅವನನ್ನು ಕೊಡವಿಕೊಂಡು ಓಡಿಬಿಟ್ಟ.

ಬಂದ ವಿಶಾಲಾಕ್ಷಮ್ಮ ದೊಪ್ಪನೇ ಕುಕ್ಕರಿಸಿ ಅಳತೊಡಗಿದರು. ತಾಯ ಹೃದಯದಲ್ಲಿ ಹುಚ್ಚು ಮಗನಿಗೂ ಪಾಲು.

"ಯಾಕೆ... ಅಳ್ತೀರಾ? ಬರುತ್ತಾನೆ ಸುಮ್ಮನಿರಿ..."

"ಅವ್ನು ಮನೆಗೆ ಬಂದೇ ಎಂಟು ದಿನ ಆಗೋಯ್ತು. ಏನು ತಿಂದನೋ ಬಿಟ್ಟನೋ... ಹಾಳಾದ ಮುಂಡೇರೆಲ್ಲ ತಿಂದು ಹೋಗ್ತಾರೆ. ನನ್ನ ಮಗುಗೆ ಒಂದು ತುತ್ತು ತಿಂದು ಹೋಗೋ ಯೋಗವಿಲ್ಲ..." ಹೃದಯದ ಬೆಂಕಿಯನ್ನು ಕಾರಿಕೊಂಡರು.

ಅವರ ಜೊತೆ ಬಂದ ಆಳು ಗಣಪತಿಯನ್ನು ಹುಡುಕಲು ಹೋದ. ವಿಶಾಲಾಕ್ಷಮ್ಮ ಅಳುತ್ತಲೇ ಇದ್ದರು.

ಶ್ಯಾಮ ಯೋಚಿಸಿದ. ಇದೆಂಥ ಕಠೋರ ಸತ್ಯ. ಅಪ್ರಯೋಜಕ, ಹುಚ್ಚ ಇಂಥ ಮಗನ ಮೇಲೆ ತಾಯಿಗೆ ಮಮತೆ. ಅವನ ಹೊಟ್ಟೆಗಾಗಿ ಪರದಾಟ. ಅವನಿಗಾಗಿ ಕಣ್ಣೀರು. ಕಾಣದ ದೇವರು ಎಲ್ಲೂ ಅಡಗಿಲ್ಲ. ಅವನಿರೋದು ಮಾತೃ ಹೃದಯದಲ್ಲಿ ಮಾತ್ರ. ಈ ಸತ್ಯನ ಅರಿಯವೇ ಅಲ್ಲಲ್ಲಿ ಹುಡುಕಾಟ!

"ಏಳಿ... ದೊಡ್ಡಮ್ಮ ಹೋಗೋಣ" ಎಂದು ಅವರ ಕೈ ಹಿಡಿದು ಎಬ್ಬಿಸಿದ. ಕಣ್ಣೊರೆಸಿಕೊಂಡು ಶ್ಯಾಮನ ಕಡೆ ನೋಡಿದರು. ಗಣಪತೀನು ಚೆನ್ನಾಗಿದ್ದಿದ್ದರೇ... ಕಣ್ಣುಗಳಲ್ಲಿ ಆಸೆ ಮಿಂಚಿತು. ಅದೇ ಕಣ್ಣುಗಳು ಆಸೆಯನ್ನು ಹೊರಹಾಕಿತು."

ಎತ್ತಲಿಂದಲೋ ಗಣಪತಿಯ ಕೂಗು ಕೇಳಿಸಿತು. ವಿಶಾಲಾಕ್ಷಮ್ಮ ಅತ್ತ ನೋಡಿದರು. ಮುಖದ ಮೇಲೆ ಆಸೆ ಮಿಂಚಿತು. ಶ್ಯಾಮನ ಭುಜ ತಟ್ಟಿ ನೋಡಪ್ಪ... ಶ್ಯಾಮು" ಎಂದರು.

ಶ್ಯಾಮು ಓಡಿದ. ಆಳಿಗೆ ಆಟವಾಡಿಸುತ್ತಿದ್ದ ಗಣಪತಿ. ಹಿಂದಿನಿಂದ ಹೋದ ಶ್ಯಾಮ ಆಳಿಗೆ ಹಿಂದೆ ಹೋಗುವಂತೆ ಸನ್ನೆ ಮಾಡಿ ಮೆಲ್ಲಗೆ ಬೆಕ್ಕಿನಂತೆ ಅವನ ಸಮೀಪ ನಡೆದ. ಮೆಲ್ಲಗೆ ಭುಜದ ಮೇಲೆ ಕೈ ಹಾಕಿದ. ಭಯಂಕರವಾಗಿ ಕಣ್ಣನ್ನು ತಿರುಗಿಸಿ

ಇವನತ್ತ ನೋಡಿದ ಗಣಪತಿ. ಭಯಂಕರ ನೋಟ... ಶ್ಯಾಮನಿಗೆ ಎದೆ ಝಲ್ಲೆಂದಿತು. ಆ ನೋಟದ ಹಿಂದೆ ಒಂದು ಭಯಂಕರವಾದ ಘಟನೆಯೇ ಇದೆಯೆಂದುಕೊಂಡ.

ಶ್ಯಾಮ ಮೃದುವಾಗಿ "ಗಣಪತಿ..." ಎಂದ. ಆ ಕಣ್ಣುಗಳಲ್ಲಿನ ಭಯಂಕರತೇ ಅಡಗಿಹೋಯಿತು. ಜೋರಾಗಿ ಅಳೋಕೆ ಷುರುಮಾಡಿದ. ಇದೇ ಸಮಯವೆಂದು ಅರಿತ ಆಳು ಬಂದು ಅವನನ್ನು ಹಿಡಿದು ಕಟ್ಟಿದ ಅವನ ಸಹಾಯಕ್ಕೆ ಕ್ಯಾತೇಗೌಡ, ನಿಂಗ ಇಬ್ಬರೂ ಬಂದರು.

"ನೀವಿಬ್ಬರೂ ಹೋಗಿ ಅವನ ಮನೆ ಸೇರ್ಸಿ ಬನ್ನಿ" ಎಂದ ಮಾಧು.

"ಬೇಡ, ನಾವು ಹೋಗಾಕಿಲ್ಲ ಅವ್ರ ಬಾಕ್ಲುಗೆ" ಕ್ಯಾತೇಗೌಡ ಖಡಾಖಂಡಿತವಾಗಿ ಹೇಳಿದ.

"ನಂಗೊತ್ತು, ಆದ್ರೆ ಆ ತಾಯಿ ಮುಖ ನೋಡು." ಮತ್ತೆ ಬದಲು ಹೇಳದೇ ಕ್ಯಾತೇಗೌಡ ನಿಂಗನ ಜೊತೆ ಆಳಿನೊಂದಿಗೆ ಗಣಪತಿಯನ್ನು ಎಳೆದೊಯ್ದ, ಅವನು ವಿಕಾರವಾಗಿ ಅಳುತ್ತಿದ್ದ. ಅಳು ಬಹಳ ದೂರದವರೆಗೂ ಪ್ರತಿಧ್ವನಿಸುತ್ತಿತ್ತು.

ಶ್ಯಾಮ ಎರಡು ಕೈಯಲ್ಲೂ ಕಿವಿಗಳನ್ನು ಮುಚ್ಚಿಕೊಂಡ.

ಬಹಳ ಹೊತ್ತು ಮಾಧು ಇವನಿಗಾಗಿ ಹುಡುಕಾಡಿಕೊಂಡು ಬಂದ. ಸ್ನಾನ, ಊಟ ಯಾವುದೂ ಇಲ್ಲದೆ ಇವನಿಗೆ ಹುಚ್ಚು ಹಿಡಿದಂತಾಗಿತ್ತು.

"ಲೋ... ಶ್ಯಾಮು" ಎಂದ. ಆ ಕರೆಯಲ್ಲಿ ಅಂತಃಕರಣ ಮಿಡಿಯುತ್ತಿತ್ತು. ತಮ್ಮನನ್ನು ಬಲವಾಗಿ ಆಲಂಗಿಸಿಕೊಂಡ. ಎರಡು ಹೃದಯಗಳು ಸ್ಪಂದನಗೊಂಡವು.

"ನನ್ನ ಹೃದಯ ಬೆಂಕಿ ಹಾಗೆ ಸುಡ್ತಾ ಇದೆ. ನನ್ನ ಕ್ಷಮ್ಸಿದ್ದೀನಿ ಅಂತ ಹೇಳೋ." ಶ್ಯಾಮ ಅಣ್ಣನ ಬಾಯಿ ಮೇಲೆ ಕೈ ಇಟ್ಟ. ಇಬ್ಬರೂ ಒಬ್ಬರಿಗೊಬ್ಬರು ಸಮಾಧಾನ ಹೇಳಿಕೊಂಡರು.

"ಮಾರಾಯರೇ... ಇಲ್ಲಿದ್ದೀರಾ? ಅಲ್ಲಿ ದೊಡ್ಡಮ್ಮನ ಗೋಳಾಟ ನೋಡೋಕೆ ಆಗೋಲ್ಲ ನಡೆಯಿರಿ" ಎಂದ ಸುಂದರು ಬಂದವನೇ. ಈ ಹಗರಣಕ್ಕೆಲ್ಲ ತಾನೇ ಕಾರಣ ಎನ್ನುವ ಅಪರಾಧ ಭಾವನೆ ಅವನಲ್ಲಿ ತಲೆ ಹಾಕಿತ್ತು. ನೇರವಾಗಿ ಶ್ಯಾಮನ ದೃಷ್ಟಿಯನ್ನು ಎದುರಿಸಲಾರದಾದ.

ಇವರು ಮನೆಗೆ ಬಂದಾಗ ಬೆಳಗಿನ ತಿಂಡಿ ತಣ್ಣಗಾಗಿತ್ತು. ಯಾರೂ ಬೆಳಗಿನ ಪ್ರಸ್ತಾಪ ಎತ್ತಲಿಲ್ಲ. ಯಾವುದೋ ನಿರ್ಧಾರಕ್ಕೆ ಬಂದವರಂತೆ ನಾರಾಯಣಪ್ಪ ಎಲ್ಲರೊಂದಿಗೂ ಕೂತು ಊಟ ಮಾಡಿದರು.

ನಡುಮನೆಯಲ್ಲಿ ಕೂತು ಎಲೆ ಅಡಿಗೆ ಮೆಲ್ಲುತ್ತ "ಪಾತು, ಸಂಜೆ ನೀನ್ಹೋಗಿ ಕರ್ಕೊಂಡು ಬಾ. ಆ ಹುಡ್ಗಿ ಮನೆ ಬಿಟ್ಟು ಬರಲಾರದೇ ಒದ್ದಾಡುತ್ತಾಳೆ. ಶ್ರೀಪಾದು ಹೆರಿಗೆಗೆ ಕೂಡ ತೌರುಮನೆಗೆ ಕಳಿಸೋಲ್ಲ ಅಂತಾನೆ. ಅವನಿಗೆ ನಿನ್ನ ಧೈರ್ಯ..."

"ಲಲಿತ ಎಷ್ಟು ನೊಂದ್ಕೋತಾಳೆ. ಚೊಚ್ಚಲು ಬಸುರಿ. ಅವಳಿಗೆ. ತಾನೇ ತವರುಮನೆ ಆಸೆ ಇರೋಲ್ವಾ? ಅವನ ಹಠವೇ ಹಠ!"

"ಹೇಗೋ ಮುಚ್ಚಟೆಯಾಗಿರಲಿ, ನಾನು ಹೇಳಿ ಬಂದಿದ್ದೀನಿ. ಆ ಮನೆಯಲ್ಲಿ ಹೆಣ್ಣು ದಿಕ್ಕಿಲ್ಲ. ಸಂಜೆ ಹೋಗಿ ಕರ್ಕೊಂಡ್ಬಾ."

"ಮಾಧು ಇಲ್ಬಾ..." ಎಂದು ಮಗನನ್ನು ಕರೆದು ಹತ್ತಿರ ಕೂಡಿಸಿಕೊಂಡರು. ಬೇಸತ್ತುಹೋದ ಅವರು ನಿರ್ದಯರಾಗಿದ್ದರು. ಸೊಸೆಗಾಗಿ ಮಗನನ್ನು ಹೊರಹಾಕಲು ನಿಶ್ಚಯಿಸಿಕೊಂಡಿದ್ದರು.

"ಗೌಡ್ರ ಮನೆ ಪಕ್ಕ ಇರೋ ಜಾಗ ಖರೀದಿ ಮಾಡಿ ಹತ್ತು ವರ್ಷ ಆಯ್ತು. ಇಷ್ಟು ದಿನ ಅದನ್ನು ಕಟ್ಟಿಸಬೇಕೆಂಬ ಯೋಚ್ನೆ ಹೊಳೆಯಲಿಲ್ಲ. ಈಗ ಕಟ್ಟಿಬಿಡೋಣಾಂತ..."

"ಈಗೇನಪ್ಪ ಅಂತ ಆತ್ರ! ಶ್ಯಾಮನ ಓದು ಮುಗೀಲಿ..."

"ಅವನ ಓದಿಗೂ ಮನೆ ಕಟ್ಟೋಕೂ ಏನು ಸಂಬಂಧ? ನೇರವಾಗಿ ಹೃದಯದಲ್ಲಿರೋ ಮಾತ್ನ ಹೇಳ್ತಾ ಇದ್ದೀನಿ. ಸರಳಾನ, ನಿನ್ನ ಬೇರೆ ಕಳ್ಸೋ ತೀರ್ಮಾನ ಮಾಡಿಬಿಟ್ಟಿದ್ದೀನಿ" ಇದನ್ನು ನಾರಾಯಣಪ್ಪ ಬಹಳ ಕಷ್ಟದಿಂದಲೇ ಹೇಳಿದರು. ಮಗ ಅವರ ದೇಹದ ಅರ್ಧ ಪ್ರಾಣ. ಅವನನ್ನು ಹೊರಗೆ ಕಳಿಸೋ ದಿನ ಬರುತ್ತೆ ಅಂತ ಕನಸಿನಲ್ಲೂ ಕಂಡಿರಲಿಲ್ಲ. ಈಗ ಅಂತ ಸಂದರ್ಭ ಬಂದಿತ್ತು. ಹಿಂದೆಗೆದರೆ ಮುಂದೆ ಎಲ್ಲರಿಗೂ ಆಪತ್ತು.

"ಏನು... ಹೇಳ್ತಾ ಇದ್ದೀರಿ?" ಸೋತವನಂತೆ ಕೇಳಿದ.

"ಇದ್ಯಾವ ದೊಡ್ಡ ವಿಷ್ಯ. ಈಗ ಓದಿ ಎಲ್ಲಾದ್ರೂ ಕೆಲ್ಸದಲ್ಲಿದ್ದರೇ ದೂರನೇ ಇರ್ಬೇಕಾಗಿತ್ತು. ನಮ್ಮ ಹಳ್ಳಿಯಲ್ಲೇ ಎಷ್ಟು ಜನ ಮದುವೆಯಾದ್ಮೇಲೆ ಬೇರೆ ಹೋಗಿಲ್ಲ. ಹಾಗೇ ಇದು. ನಿಂಗೆ ತಿಳಿಯದ ವಿಷಯವಿಲ್ಲ. ಹೀಗೇ ಮುಂದುವರಿದರೆ ಬೀದಿ ಜನ ಬಂದು ನಮಗೆ ಬುದ್ಧಿ ಹೇಳ್ಬೇಕಾಗುತ್ತೆ. ಅಷ್ಟಕ್ಕೆ ಅವಕಾಶ ಬೇಡ. ಆ ಮನೆ ಕಟ್ಟಿ ಮುಗಿಸಿದ ಕೂಡಲೇ ನಿನ್ನ ಸಂಸಾರನ ಕರ್ಕೊಂಡು ಅಲ್ಹೋಗಿಬಿಡು. ಮೇಸ್ತ್ರಿಗೆ ಹೇಳಿದ್ದೀನಿ. ನಾಳಿದ್ದು ದಿನ ಚೆನ್ನಾಗಿದೆ. ಅವತ್ತೇ ಗುದ್ದಲಿ ಪೂಜೆ ಮಾಡಿ ಕೆಲ್ಸ ಪ್ರಾರಂಭಿಸಿಬಿಡೋಣ. ನಿನ್ಗೇ ಹೇಗೆ ಬೇಕೋ ಹಾಗೆ ಕಟ್ಟಿಸ್ಕೋ. ನಿನ್ನ ಹೆಂಡ್ತಿ ಸಲಹೆ ತಗೋ. ಆ ಮನೆ ಆದಷ್ಟು ಬೇಗ ರೆಡಿಯಾಗ್ಬೇಕು" ನಿರ್ಧಾರವಾದ ವಿಷಯ ಮತ್ತೇನು ಹೇಳಬೇಡವೆನ್ನುವಂತೆ ಎದ್ದು ಒಳಕೋಣೆಗೆ ನಡೆದುಬಿಟ್ಟರು.

ಇಷ್ಟೊತ್ತು ತಡೆದುಕೊಂಡಿದ್ದ ವೇದನೆ ಎರಡು ಬೊಟ್ಟು ನೀರಿನ ರೂಪದಲ್ಲಿ ಉದುರಿತು. ಅಲ್ಲೇನೋ ಧೈರ್ಯವಾಗಿ ಆಡಿ ಬಂದಿದ್ದರು. ಮಾಧುನ ಮನೆಯಿಂದ ಕಳಿಸಿ ಒಂದು ದಿನ ತಾವು ಬದುಕಲು ಸಾಧ್ಯವೇ ಎಂದು ಯೋಚಿಸಿದರು. ಹೃದಯ ಹೆಪ್ಪುಗಟ್ಟಿದಂತೆ ಆಯಿತು. ಹಾಸಿಗೆಯ ಮೇಲೆ ಕುಸಿದರು. ಹೆಪ್ಪುಗಟ್ಟಿದ ವೇದನೆ ಕರಗಿ ನೀರಾಗುವ ವೇಳೆಗೆ ಬಹಳ ಹೊತ್ತೇ ಹಿಡಿಸಿತು. ಮೊಂಡು ಧೈರ್ಯ ಅವರಲ್ಲಿ ಪ್ರವೇಶ ಮಾಡಿತ್ತು.

ಅಡಿಗೆಯ ಮನೆಗೆ ಬಂದ ಮಾಧು ತಲೆಯ ಮೇಲೆ ಕೈಹೊತ್ತು ಕೂತುಬಿಟ್ಟ. ಅವನ ದೇಹವನ್ನೇ ಛಿದ್ರ ಛಿದ್ರ ಮಾಡಿದಂತೆ ನೋವು ಅನುಭವಿಸುತ್ತಿದ್ದ.

ಪಾರ್ವತಮ್ಮ ಮಗನ ತಲೆಯ ಕೂದಲಲ್ಲಿ ಕೈಯಾಡಿಸಿ ಸಂತೈಸುವ ಧ್ವನಿಯಲ್ಲಿ,

"ಮಾಧು, ನಿನ್ನ ಸಂಕ್ಟ ನಂಗೆ ಅರ್ಥವಾಗುತ್ತೆ. ನಮ್ಮ ಹೃದಯಗಳೇ ಒಡೆದುಹೋಗ್ತಾ ಇದೆ. ಬೇರೆ ಕಳ್ಸೋದು ಬಿಟ್ರೆ ಬೇರೆ ದಾರಿನೇ ಇಲ್ಲ. ಸರಳ ಇಲ್ಲಿರೋದ್ರಿಂದ ಯಾರ್ಗೂ ಸುಖ ಇಲ್ಲ. ನೀನು ತಾನೇ ಎಷ್ಟು ದಿನ ಅನುಭವಿಸುತ್ತೀಯ? ಬೇರೆ ಹೋದ ಮೇಲಾದ್ರೂ ಮುಚ್ಚಟೆಯಾಗಿ ಸಂಸಾರ ಮಾಡಬೌದು" ತಮ್ಮ ನಿಸ್ಸಹಾಯಕ ಸ್ಥಿತಿಯನ್ನು ಮಗನಿಗೆ ಬಿಡಿಸಿ ಹೇಳಿದರು.

ಮೌನವಾಗಿ ಹೊರಗೆದ್ದು ಬಂದುಬಿಟ್ಟ ಮಾಧು. ಈಗ ತಂದೆಯ ನಿರ್ಧಾರ ಅವನಿಗೂ ಸರಿಯೆನ್ನಿಸಿತು. ಹೃದಯ ಒಡೆಯುವಂಥ ಈ ಆಘಾತವನ್ನು ತಡೆದುಕೊಳ್ಳಲೇಬೇಕಾಗಿತ್ತು.

ವಿಷಯವೆಲ್ಲ ಸರಳಾಗೆ ಗೊತ್ತಿತ್ತು. ವೈಯ್ಯಾರದಿಂದ ಗಂಡನನ್ನು ಕೋಣೆಗೆ ಬರಮಾಡಿಕೊಂಡಳು.

"ಹಳೇ ಮನೇಲ್ಲಿದ್ದು ನಂಗೂ ಬೇಸ್ರವಾಗಿಬಿಟ್ಟಿದೆ. ಮನೆ ಹೊಸ ಮಾದರಿಯಾಗೇ ಕಟ್ಟಿಸ್ಬೇಕು."

ಮಾಧು ಮಡದಿಯ ಮಾತಿಗೆ ಹ್ಞೂಗುಟ್ಟಿದ.

* * * *

ಜಾನಕಿಯ ಬಳೆ ತೊಡಿಸುವ ಶಾಸ್ತ್ರಕ್ಕೆ ಲಲಿತಮ್ಮ ಸಂಸಾರ ಸಮೇತ ಬಂದವರು. ಶ್ರೀಪಾದು ತಂದೆ ಪಾರ್ವತಮ್ಮನವರನ್ನು ಕರೆದುಕೊಂಡು ಹೋಗಿದ್ದರು.

ಮನೆ ಚಿಕ್ಕದು ಅಂತ ಪಾರ್ವತಮ್ಮ ಇಲ್ಲೇ ಮಾಡುವುದಾಗಿ ಹೇಳಿದರು. ಸ್ವಾಭಿಮಾನಿಯಾದ ಶ್ರೀಪಾದು ತಂದೆ ಎಲ್ಲ ಸಾಮಾನನ್ನು ತಂದುಹಾಕಿದರು. ಬಡತನವಾದರೇನು ಸ್ವಾಭಿಮಾನಕ್ಕೆ ಕೊರತೆಯೇ?

ಅತ್ತಿಗೆ, ನಾದಿನಿಯರು ಸೇರಿ ಚಕ್ಕುಲಿ, ಉಂಡೆ ಮಾಡುತ್ತಿದ್ದರು. ಸರಳ ಅಡಿಗೆಯ ಮನೆಯ ಬಾಗಿಲಿಗೆ ಬಂದಳು. ಗೂಡೆಯಲ್ಲಿ ತುಂಬಿಟ್ಟಿದ್ದ ಚಕ್ಕುಲಿ, ಉಂಡೆಯನ್ನು ನೋಡಿದಳು. ಅವಳ ಹೊಟ್ಟೆ ಉರಿಯಿತು.

"ನೀವೇನು ನಮ್ಮನ್ನು ಭಿಕಾರಿಗಳನ್ನಾಗಿ ಮಾಡೋಕೆ ಹೊರಟಿದ್ದೀರಾ ಈ ಪಾಟಿ ತುಂಬಿಟ್ಟಿದ್ದೀರಲ್ಲ. ಎಷ್ಟು ಖರ್ಚಾಗಿರಬಹುದ್ದು? ನಿಮ್ಗೇ ಸ್ವಲ್ಪನೂ ಕೈ ಹಿಡಿತವಿಲ್ಲ" ರೇಗಾಡಿಕೊಂಡೇ ಹೋದಳು.

ಈಗ ಸರಸ್ವತಿನೂ ಆ ಮನೆಗೆ ಸೊಸೆ, ಅವಳಿಗೂ ಅಧಿಕಾರವಿತ್ತು. ಅವಳು ಸುಮ್ಮನೇ ಕೂಡಲಿಲ್ಲ.

"ನೀವು ಈ ವಿಷ್ಯಕ್ಕೆ ತಲೆ ಹಾಕ್ಬೇಡಿ. ಇರೋ ಸ್ವಲ್ಪ ದಿನಕ್ಕೆ ಕದನ ಯಾಕೆ? ಇಲ್ಲಿನದೆಲ್ಲ ನೀವೇನು ಹೊತ್ತುಕೊಂಡು ಬಂದಿಲ್ಲ. ಕೋಣೆಗ್ಹೋಗಿ ಮಲ್ಗಿ...."

"ಪರಿಸ್ಥಿತಿ ವಿಕೋಪಕ್ಕೆ ಹೋಗುತ್ತೆ ಅಂತ ಪಾರ್ವತಮ್ಮ ಅರಿತರು. ಸರಸ್ವತಿಯ ಬಾಯಿ ಮುಚ್ಚಲು ನೋಡಿದರು.

ಮಧ್ಯ ಬಂದೇಬಿಟ್ಟಳು ಸರಳ.

"ಅಪ್ಪಿಗೆಲ್ಲ ಸದರ ಕೊಟ್ಟವರು ನೀವೇ. ನಾನು ಈ ಮನೆಗೆ ಹಿರಿ ಸೊಸೆ.... ಅನ್ನೋದನ್ನು ಮರ್ತು ಮಾತಾಡುತ್ತಾಳೆ. ಸುಂದರು... ಬರಲಿ..." ಎಂದು ಕಾಲು ಅಪ್ಪಳಿಸುತ್ತ ಕೋಣೆಗೆ ಹೋದಳು.

ಲಲಿತಮ್ಮ ನೊಂದುಕೊಂಡರು. ತಿಂಗಳಿಗೆ ಮೂರು ದಿನ ಬಂದು ಇದ್ದು ಹೋಗುತ್ತಿದ್ದ ಅವರು ಇತ್ತೀಚೆಗೆ ಬರುವುದನ್ನೇ ಕಮ್ಮಿ ಮಾಡಿದ್ದರು.

"ಅತ್ತಿಗೆ, ನೀವು ಇಲ್ಲದ್ದನ್ನೆಲ್ಲ ಹಚ್ಕೋತೀರಿ ಇಲ್ಲಿ ಶ್ರೀಮಂತ ಮಾಡೋದೇ ಬೇಡ, ಅವ್ವ ಮನೆಯಲ್ಲೇ ಮಾಡೋಣ."

"ಲಲಿತ, ಸುಮ್ನೆ ಇರ್ತೀಯಾ! ಅವ್ವ ಸ್ವಭಾವ ಗೊತ್ತು. ಇನ್ನು ಸ್ವಲ್ಪ ದಿನ ಮಾತ್ರ ಆಮೇಲೆ ಅವ್ವ ಮನೇಲ್ಲಿ ಅವ್ವು ಇರ್ತಾಳೆ. ಇಲ್ಲಿ ಶ್ರೀಮಂತ ಮಾಡದಿದ್ರೆ ನಿಮ್ಮಣ್ಣ ಹಾರಾಡಿಬಿಡ್ತಾರೆ. ಕೇಳಿದ್ರೂ ಕೇಳದ ಹಾಗೆ ಇದ್ದುಬಿಡು."

ಮಾತಿನ ನಡುವೆ ಸುಂದರು ಮನೆಗೆ ಬಂದಿದ್ದೇ ಯಾರಿಗೂ ಗೊತ್ತಿಲ್ಲ.

ಅವನು ಸರಸ್ವತಿಯ ಮುಡಿಗೆ ಕೈ ಹಾಕಿದಾಗಲೇ ಅರಿತಿದ್ದು ಮಡದಿಯನ್ನು ಧರಧರನೇ ಕೋಣೆಗೆ ಎಳೆದೊಯ್ದು. ರಫರಫ ಅಂತ ಬಾರಿಸಿದ. ಲಲಿತಮ್ಮನ ತಾಯಿಯ ಕರುಳು ಚುರುಕ್ಕೆಂದಿತು. ಎಲ್ಲರೂ ಕೋಣೆಯ ಬಾಗಿಲಿಗೆ ಬಂದರು. ಏಟಿನ ಸಪ್ಪಳ ಕೇಳಿಸುತ್ತಿತ್ತು.

"ಅತ್ತಿಗೆ, ನನ್ನ ಮಗಳ್ನ ಕೊಂದುಬಿಟ್ಟ." ಲಲಿತಮ್ಮ ಚೀರಿದರು.

ಬಂದ ನಾರಾಯಣಪ್ಪನಿಗೆ ವಿಷಯ ಅರ್ಥವಾಗಲು ಒಂದೆರಡು ನಿಮಿಷಗಳಾದರೂ ಚೇತರಿಸಿಕೊಂಡರು. ಬಾಗಿಲಿಗೆ ಒದ್ದು "ತೆಗೆಯೋ ಮುಠ್ಠಾಳ" ಎಂದು ಆರ್ಭಟಿಸಿದರು.

ಆವೇಶಗೊಂಡ ಸುಂದರು ಮೈ ತಣ್ಣಗಾಯಿತು. ಬಾಗಿಲು ತೆಗೆದ. ಮೈ ಗಡಗಡನೇ ನಡುಗುತ್ತಿತ್ತು.

ಸರಸ್ವತಿಯ ಉಡುಪು ಅಸ್ತವ್ಯಸ್ತವಾಗಿತ್ತು. ಬಳೆ ತರಚಿ ಕೈಯಲ್ಲಿ ಗೀರು ಗಾಯವಾಗಿ ರಕ್ತ ಒಸರುತ್ತಿತ್ತು. ಬಿಚ್ಚಿಹೋದ ಮುಡಿ. ನಾರಾಯಣಪ್ಪನವರ ಕರುಳು ಕಿತ್ತುಬಂತು.

ಸುಂದರು ಷರಟಿಗೆ ಕೈ ಹಾಕಿದರು—ತಟ್ಟನೇ ಹಿಂದಕ್ಕೆ ತಗೊಂಡರು. "ಪಾತು, ಯಾಕೆ ಸುಮ್ನೇ ನಿಂತಿದ್ದೀಯಾ! ಹೋಗಿ ಆರ್ತಿ ತಟ್ಟೆ ತಗೊಂಡ್ಬಾ... ಘನವಾದ ಕಾರ್ಯ ಮಾಡಿದ್ದಾನೆ ಗಂಡು..." ಎಂದವರೇ ಸುಂದರು ಕಡೇ ತಿರಸ್ಕಾರ ನೋಟ ಬೀರುತ್ತ "ನಾಚ್ಕೆ ಆಗೋಲ್ಲವೇನೋ! ನೀನೊಬ್ಬ ಮೀಸೆ ಹೊತ್ತ ಗಂಡ್ಸು! ಅವ್ವು ಅದೇ ಕೋಲು ತಗೊಂಡು ಕಾಳಿಯಾಗಿ ನಿಂತಿದ್ರೆ? ಹೋಗು... ಮೊದಲು... ಹೊರಟ್ಹೋಗು ಈ ಮನೆಯಲ್ಲಿ ನಿನ್ಗೆ ಸ್ಥಳವಿಲ್ಲ. ಸರಸ್ವತಿ ಸತ್ತಳು ಅಂತ ಎಳ್ಳು ನೀರು ಬಿಟ್ಟು ಹೊರಟ್‌ಬಿಡು."

ಸುಂದರು ಮಾತಾಡದೇ ತಲೆ ತಗ್ಗಿಸಿ ಹೊರಗೋಗಿಬಿಟ್ಟ. ಮಗಳ ಮೈಮೇಲಿನ ಬಾಸುಂಡೆಗಳನ್ನು ನೋಡಿದ ಲಲಿತಮ್ಮನ ತಾಯಿ ಕರುಳು ಹತ್ತಿಕೊಂಡು ಉರಿಯಿತು. ಅವರಲ್ಲಿ ಯಾವುದೋ ಶಕ್ತಿ ತುಂಬಿಕೊಂಡು ಹೋದವರೇ ಸರಳಾನ ಧರಧರನೇ ಎಳೆದುಕೊಂಡು ಬಂದರು.

"ನೋಡಮ್ಮ... ನೋಡು... ಸಂತೋಷವಾಗಿ ನೋಡು... ನಿನ್ನ ಕೈಯಾರೇ ಒಂದು ತೊಟ್ಟು ವಿಷ ಕುಡ್ಸಿಬಿಡು..."

"ನಿಂಗೇನು ಹುಚ್ಚಿಡಿದಿದೆಯೇನೇ ಲಲ್ತ...! ಕಲ್ಲಾದರೂ ಕರಗುತ್ತೆ. ಇವ್ಳ ಹೃದಯ ಕರಗೋಲ್ಲ..." ಎಂದು ನಾದಿನಿಯನ್ನು ಹೊರಗೆ ಕರೆದೊಯ್ದರು ಪಾರ್ವತಮ್ಮ.

ತಂಗಿಯ ಬೆನ್ನ ಮೇಲಿನ ಬಾಸುಂಡೆಗಳಿಗೆ ಜಾನಕಿ ಅಳುತ್ತ ಎಣ್ಣೆ ಸವರಿದಳು. ಜಾನಕಿಗೆ ಇನ್ನು ಇಲ್ಲಿ ಇರುವುದು ಸರಿಕಾಣಲಿಲ್ಲ.

"ಅತ್ತೆ, ನಾನು ಮನೆಗೆ ಹೋಗಿಬಿಡ್ತೀನಿ..." ಎಂದ ಜಾನಕಿನ ಪಾರ್ವತಮ್ಮ ಗದರಿ ಸುಮ್ಮನಾಗಿಸಿದರು.

ಸರಸ್ವತಿಯ ಬಳಿ ಕುಳಿತು ಅವಳ ಮೈದಡವಿ ಸಮಾಧಾನ ಮಾಡಿದ ನಾರಾಯಣಪ್ಪನವರಿಗೆ ಸೊಸೆಯ ಮೇಲೆ ಹೇಸಿಗೆಯೇ ಆಯಿತು.

ಕಳಿತ ಬಾಳೆಯ ಗೊನೆಯನ್ನು ಹೊರಿಸಿಕೊಂಡು ಬಂದ ಮಾಧು ಎಲ್ಲರೂ ಸರಸ್ವತಿಯ ಸುತ್ತಲೂ ಕುಳಿತಿರುವುದನ್ನು ನೋಡಿ ಗಾಬರಿಗೊಂಡ.

"ಅಮ್ಮ.... ಏನಾಯ್ತು?" ಆತಂಕದಿಂದಲೇ ಪ್ರಶ್ನಿಸಿದ.

"ಸುಂದರು ತಾನು ಗಂಡ್ಸು ಅನ್ನೋದನ್ನು ಹೆಂಡ್ತಿಗೆ ತೋರ್ಸಿಕೊಟ್ಟಿದ್ದಾನೆ." ಪಾರ್ವತಮ್ಮ ಅವಳ ಬೆನ್ನ ಮೇಲಿನ ಬಟ್ಟೆ ಸರಿಸಿದರು.

ಮೃದು ಹೃದಯದ ಮಾಧು ಬಾಸುಂಡೆಗಳನ್ನು ನೋಡಿದವನೇ ಕರಗಿ ಹೋದ. ನೋವಿನಿಂದ ಅವನ ಹೃದಯ ಮಿಲಿಮಿಲಿ ಒದ್ದಾಡಿತು.

"ಅಲ್ಲಮ್ಮ, ಹೊಡ್ಯೋ ಅಂತ ತಪ್ಪು ಅವಳೇನು ಮಾಡಿದ್ದು?" ಈಗ ಸುಂದರು... ಎಲ್ಲಿ?"

"ಎಲ್ಲಿ ಹಾಳಾಗಿಹೋದನೋ."

ಮಾಧು ಜಾನಕಿಯ ಕಡೆ ನೋಡಿದ. ಅವಳು ಅತ್ತು ಅತ್ತು ಮಂಕಾಗಿ ಕೂತಿದ್ದಳು.

"ಜಾನಕಿ, ಶ್ರೀಪಾದು ಸಿಕ್ಕಿದ್ದ. ಈಗ ಬರ್ತಾನೆ ಮಂಕಾಗ್ಬೇಡ. ಎದ್ದು ಹೋಗಿ ಮುಖ ತೊಳಿ" ಎಂದು ಹೇಳಿ ಕೋಣೆಗೆ ಹೋದ. ಹೊರಗಿನ ಘಟನೆಗೂ ತನಗೂ ಸಂಬಂಧವಿಲ್ಲವೆನ್ನುವಂತೆ ಸಿನಿಮಾ ಮಾಸಪತ್ರಿಕೆ ಹಿಡಿದು ಕುಳಿತಿದ್ದಳು ಸರಳ.

ಮಾಧು ಮುಖ ತೊಳೆಯಲು ಟವಲು ಹಿಡಿದು ಹೊರಟಾಗ ಸರಳ "ಮನೆಯಲ್ಲಿದ್ದು ಬೇಸರವಾಗಿದೆ. ಸ್ವಲ್ಪ ಸುತ್ತಾಡಿಕೊಂಡು ಬರೋಣ." ಮಾಧು ಆಸೆಗಳೆಲ್ಲ ಸತ್ತುಹೋಗಿದ್ದವು. ಹಗರಣವಿಲ್ಲದೇ ಸಂಸಾರ ನಡೆಸುವುದು ಅವನಿಗೆ ಬೇಕಾಗಿತ್ತು. ಕೂಡಲೇ ಒಪ್ಪಿಗೆ ಕೊಟ್ಟ.

ಮಗ, ಸೊಸೆ ಅಪರೂಪವಾಗಿ ಜೊತೆಯಾಗಿ ಹೊರಗೆ ಹೋದಾಗ ಅಂತಹ ಸಂದರ್ಭದಲ್ಲೂ ಪಾರ್ವತಮ್ಮನಿಗೆ ಸಂತೋಷವಾಯಿತು. ಯಾರಿಗೆ ಏನಾದರೂ ಸರಿಬೀಳಲಿ ಬಂದ ಮಗನನ್ನು ಸಂತೋಷವಾಗಿಟ್ಟುಕೊಂಡರೇ ಸಾಕೆನ್ನಿಸಿತು.

ಮಾಧು, ಸರಳ ಗೌಡರ ಮನೆಯ ಮುಂದೆ ಹಾದು ಊರ ಹೊರಗೆ ಇರುವ ಆಂಜನೇಯನ ದೇವಸ್ಥಾನದವರೆಗೂ ಹೋದರು. ದೇವಸ್ಥಾನದ ಬಾಗಿಲು ಮುಚ್ಚಿತ್ತು. ಇಬ್ಬರೂ ಮೆಟ್ಟಲಿನ ಮೇಲೆ ಕುಳಿತರು. ಮಾಧು ನಿರ್ಲಿಪ್ತನಂತಿದ್ದ. ಪದೇ ಪದೇ ಸುಂದರು ಹೊಡೆದ ಸರಸ್ವತಿಯ ಮೈಮೇಲಿನ ಬಾಸುಂಡೆಗಳೇ ಅವನಿಗೆ ನೆನಪಾಗುತ್ತಿತ್ತು. ಮನಸ್ಸು ಚಿಕ್ಕದಾಯಿತು. ಅರ್ಥವಾಗದ ಸಮಸ್ಯೆ ಸೇರಿಕೊಂಡಿದೆ ಎನ್ನಿಸಿತು.

"ಸರಳ, ಸರಸ್ವತಿ ಮೈಮೇಲಿನ ಬಾಸುಂಡೆಗಳನ್ನು ನೋಡಿದ್ಯಾ? ಅವನೆಲ್ಲೋ ರಾಕ್ಷಸ....! ನನ್ನ ಕಣ್ಣಲ್ಲಿ ನೀರೇ ಬಂತು. ನಮ್ಮ ಲಲಿತತ್ತೆ ಎಷ್ಟು ಸಂಕಟಪಟ್ಟಿರಬಹ್ದು...?" ಮಾಧು ನಿಟ್ಟುಸಿರುಬಿಟ್ಟ. ಹೀನ ಸ್ವಭಾವದ ಸರಳ ಮಾಧುವನ್ನು ಒಲಿಸಿಕೊಳ್ಳಬೇಕಾಗಿತ್ತು.

"ಸುಂದ್ರು ತಿಳೀದ ಹುಡ್ಗ. ಅವ್ನು ಯಾಕೆ ಹೊಡೀತಾನೆ? ಅವ್ಳು ನೋಡೋದಕ್ಕೆ ಮಳ್ಳಿ ತರಹ ಇದ್ದಾಳೆ. ಈ ನಡುವೆ ನನ್ಮೇಲೆ ಜೋರು ಮಾಡ್ತಾಳೆ. ಮುಚ್ಕೊಂಡು ಸುಮ್ಮನಿರೋ ಹೊತ್ತಿಗೇ ಸರಿಹೋಗಿದೆ. ಇಲ್ಲದಿದ್ರೆ ಹಾದಿ ರಂಪ ಬೀದಿ ರಂಪ ಆಗ್ತಾ ಇತ್ತು." ಮಾಧು ಸ್ವಭಾವ ಮೆದುವಾದರೂ ಅವಿವೇಕಿಯಲ್ಲ. ಹೆಂಡತಿ ಹೇಳೋ ಮಾತಿನಲ್ಲಿ ಸ್ವಲ್ಪವೂ ನಿಜಾಂಶವಿಲ್ಲವೆಂದು ಬಲ್ಲ. ಪ್ರತಿಯಾಡದೇ ಸುಮ್ಮನಾದ.

ಇವರಿಬ್ಬರೂ ಮನೆಗೆ ಬರುವ ವೇಳೆಗೆ ಶ್ರೀಪಾದು ಬಂದಿದ್ದ. ಸುಮ್ಮನೆ ಅವನ ಮುಂದೇಕೆ ಹಗರಣವೆಂದು ಸರಸ್ವತಿ ಹಿಂದಿದ್ದ ತಮ್ಮ ಕಿರು ಮಲಗುವ ಕೋಣೆಗೆ ಹೋದಳು. ಅವಳಿಗೆ ಗಂಡನ ಮೇಲೆ ಕೋಪವಿರಲಿಲ್ಲ. ಈ ಹಗರಣಕ್ಕೆ ಪೂರ್ಣ ಹೊಣೆಯಾದ ಸರಳನ ಮನದಲ್ಲೇ ಬೈದುಕೊಳ್ಳುತ್ತಿದ್ದಳು. ಅವಳು ಸಾಮಾನ್ಯ ಮನುಷ್ಯಳು. ಇದನ್ನೆಲ್ಲ ಸೈರಿಸೋಕೆ ಮಹಾತ್ಮಳಲ್ಲ.

ಮೈಮೇಲಿನ ಬಾಸುಂಡೆಗಳಿಗಿಂತ ಮನಸ್ಸಿನ ನೋವು ಜಾಸ್ತಿಯಾಗಿತ್ತು. ಹಾಸಿಗೆಯ ಮೇಲೆ ಮಲಗಿಕೊಂಡು ಕಣ್ಣೀರು ಸುರಿಸತೊಡಗಿದಳು. ದಿಂಬೆಲ್ಲ ತೋಯ್ದುಹೋಯಿತು. ಜೋರಾಗಿ ಅಳಲಾರಳು. ಮನೆಯವರೆಲ್ಲ ಈಗಾಗಲೇ ಬಹಳ ನೊಂದಿದ್ದರು.

ಸ್ಪರ್ಶಕ್ಕೆ ಬೆಚ್ಚಿಕಣ್ಣು ತೆರೆದಳು. ಗಂಡ ಪಕ್ಕದಲ್ಲಿ ಕೂತುಕೊಂಡಿದ್ದ. ಅವಳಿಗೆ ಅವಮಾನದಿಂದ ಸಾಯುವಂತಾಯಿತು. ಅತ್ತ ತಿರುಗಿ ಕಣ್ಣು ಮುಚ್ಚಿದಳು. ಕಣ್ಣೀರೇನು ನಿಲ್ಲಲಿಲ್ಲ. ತಮ್ಮಪಾಡಿಗೆ ತಾವು ಹರಿದು ಹೋಗುತ್ತಲೇ ಇದ್ದವು.

ಸುಂದರನ ಕೈಗಳು ಮಡದಿಯ ಕಣ್ಣೀರನ್ನು ತೊಡೆದವು. ಮುಂಗುರುಳಲ್ಲೆ ಕೈಯಾಡಿಸಿದ. ತಪ್ಪಿನ ಅರಿವಾಗಿತ್ತು. ಘಟನೆ ಕೈಮೀರಿ ಹೋಗಿತ್ತು. ಅದಕ್ಕಾಗಿ ಪಶ್ಚಾತ್ತಾಪಪಟ್ಟ.

"ನನ್ನ ಕ್ಷಮ್ಸಿಬಿಡು ಸರಸು... ಇನ್ನೆಂದೂ ಇಂಥ ಅವಿವೇಕದ ಕೆಲ್ಸ ಮಾಡೋಲ್ಲ..." ಆ ಧ್ವನಿಯಲ್ಲಿದ್ದ ನಿಜವಾದ ಸಂಕಟವನ್ನು ಅರ್ಥಮಾಡಿಕೊಂಡಳು. ಹಗರಣವನ್ನು ಮತ್ತೆ ಮತ್ತೆ ಜಗ್ಗುವುದು ಅವಳಿಗೆ ಬೇಡವಾಗಿತ್ತು. ಹಳ್ಳಿಯಲ್ಲಿದ್ದ ಅವಳು ಗಂಡ ಹೆಂಡಿರ ಜಗಳವನ್ನು ಬಹಳ ಸಾರಿ ನೋಡಿದ್ದಳು. ಅವಿವೇಕದಿಂದ ವರ್ತಿಸಿ ಸಂಸಾರ ಹಾಳು ಮಾಡಿಕೊಳ್ಳಲು ಇಷ್ಟಪಡಲಿಲ್ಲ. ಸಹಾನುಭೂತಿ ಗಳಿಸಲು ನೋಡಿದಳು.

"ಹೋಗ್ಲಿ ಬಿಡಿ... ಏನೋ ವಿಷಗಳಿಗೆ!" ಮಡದಿಯ ದೊಡ್ಡತನದ ಬಗ್ಗೆ ಸುಂದರನಿಗೆ ಅಭಿಮಾನವೆನ್ನಿಸಿತು.

ಸರಸ್ವತಿನ ಮಾತಾಡಿಸಲು ಬಂದ ಪಾರ್ವತಮ್ಮ ಕೋಣೆಯ ಹೊರಗೆ ನಿಂತರು. ಅವರಿಗೆ ಬೇಕಾಗಿದ್ದೂ ಇದೆ. ಯಾವ ಕಾರಣಕ್ಕೂ ಸರಸ್ವತಿಯ ಸಂಸಾರ ಹಾಳಾಗುವುದು ಅವರಿಗೆ ಬೇಕಾಗಿರಲಿಲ್ಲ.

ತಟ್ಟನೇ ಎದ್ದ ಸುಂದರು ದೊಡ್ಡಮ್ಮನ ಎರಡು ಕಾಲುಗಳನ್ನು ಹಿಡಿದುಕೊಂಡು ಕ್ಷಮೆ ಬೇಡಿದ. ಅವನಿಗೆ ಈಗ ಬೇರೆ ದಾರಿಯೇ ಇರಲಿಲ್ಲ.

"ಆಯ್ತು ಬಿಡಪ್ಪ. ತಪ್ಪು ಅಂತ ನಿನ್ನ ಮನಸ್ಸಿಗೆ ಗೊತ್ತಾಯಿತಲ್ಲ. ಮುಂದೆಂದೂ ಇಂಥ ತಪ್ಪು ಮಾಡ್ಬೇಡ. ಊಟ ಮಾಡೋಕೆ ಬನ್ನಿ ಇಬ್ರೂ".... ಸುಂದರುಗೆ ಸಮಾಧಾನ ಹೇಳಿದರು.

"ದೊಡ್ಡಮ್ಮ, ನಾನು ಎಲ್ಲರ ಎದುರಿಗೆ ಬರಲಾರೆ. ದೊಡ್ಡಪ್ಪನ ಮನಸ್ಸು ನೋಯ್ಸಿಬಿಟ್ಟೆ. ನಾನು ಅವ್ರ ಎದುರಿಗೆ ಬರಲಾರೆ."

"ಪರ್ವಾಗಿಲ್ಲ... ನಿಮ್ಮ ದೊಡ್ಡಪ್ಪ ಕೋಪದಲ್ಲಿ ಬಯ್ದರೂ ಮನಸ್ಸಿನಲ್ಲಿ ಏನೂ ಇಟ್ಕೊಳ್ಳೋದಿಲ್ಲ. ತಪ್ಪನ್ನು ಅರಿತುಕೊಂಡಿದ್ದೀಯಾ ಅಂದ್ರೆ ಮರ್ತುಬಿಡ್ತಾರೊ" ದೊಡ್ಡಮ್ಮನ ಮಾತಿನಿಂದ ಸುಂದರುಗೆ ಧೈರ್ಯ ಬಂತು. ಆದರೂ ಮನಸ್ಸಿನಲ್ಲಿ ಅಳುಕು.

ಸರಸ್ವತಿ ಮಾತ್ರ ಕೋಣೆಯಿಂದ ಹೊರಬರಲು ಒಪ್ಪಲಿಲ್ಲ. ಹೆಣ್ಣು ಬಹಳ ಸ್ವಾಭಿಮಾನಿ. ಯಾವುದನ್ನೂ ಬೇಗ ಮರೆಯಲಾರಳು.

ಸುಂದರುನ ಮಾತ್ರ ಪಾರ್ವತಮ್ಮ ಬಲವಂತ ಮಾಡಿ ಕರೆದುಕೊಂಡು ಹೋದರು. ಅವನು ಶಾಸ್ತ್ರಕ್ಕೆ ಮಾತ್ರ ಎಲೆ ಮುಂದು ಕೂತಿದ್ದು ಅವಮಾನ ಸಂಕಟದಿಂದ ಕುದ್ದುಹೋಗುತ್ತಿದ್ದ. ಕೋಣೆಗೆ ಬರುವವರೆಗೂ ತಲೆ ಎತ್ತಲಿಲ್ಲ.

ಹಿಂದಿನ ಕಾಲದ ಕಂಬಸಾಲೆಯ ಮನೆ. ಚಿಕ್ಕ ಪುಟ್ಟ ನಾಲ್ಕಾರು ಕೋಣೆಗಳಿದ್ದವು. ಮಾಧು ಅವಕ್ಕೆಲ್ಲ ಜೀವಕಳೆ ಕೊಟ್ಟಿದ್ದ. ಈಗ ಅದಕ್ಕೊಂದು ಸೊಬಗು. ಮುಂದಿನ ಎರಡು ಕೋಣೆಗಳು ಮಾಧು, ಶ್ಯಾಮುಗೆ ಮೀಸಲಾಗಿತ್ತು. ಮಾಧುವಿನ ಕೋಣೆಯನ್ನು ಸರಳ ಪೂರ್ಣವಾಗಿ ಆಕ್ರಮಿಸಿಬಿಟ್ಟಿದ್ದಳು. ಇನ್ನು ಶ್ಯಾಮನ ಕೋಣೆ ಎಲ್ಲರೂ ಉಪಯೋಗಿಸುತ್ತಿದ್ದರು. ಸುಂದರು ಬಂದ ಮೇಲೆ ಹಿಂದಿನ ಕೋಣೆ ಅವನದಾಗಿತ್ತು.

ಲಲಿತಮ್ಮ ಬಲವಂತ ಮಾಡಿ ಮಗಳಿಗೆ ಹಾಲು ಕುಡಿಸಿ ಹೋದರು.

ಅತ್ತಿದ್ದರಿಂದಲೋ ನೋವಿನಿಂದಲೋ ಸರಸ್ವತಿ ಬೇಗ ನಿದ್ದೆ ಹೋದಳು. ಎಷ್ಟು ಹೊತ್ತು ಹೊರಳಾಡಿದರೂ ಸುಂದರುಗೆ ನಿದ್ದೆ ಬರಲಿಲ್ಲ. ಈಗವನು ಸರಸ್ವತಿಗಿಂತ ಮಾಧುವಿನ ಬಗ್ಗೆ ಯೋಚಿಸುತ್ತಿದ್ದ. ಅವನ ದೊಡ್ಡ ಗುಣದ ಮುಂದೆ ತಾನೊಂದು ಕ್ರಿಮಿಯೆಂದುಕೊಂಡ. ಅಪರಾಧ... ಅಪರಾಧ... ಕ್ಷಮಿಸಲಾರದ ಅಪರಾಧ... ಮೈಯಿನ ನರಗಳೆಲ್ಲ ಸಿಡಿಯತೊಡಗಿತು. ಕಡೆಗೆ ಸೋತವನಂತೆ ನಿದ್ದೆ ಹೋದ.

ನರಳಾಟಕ್ಕೆ ತಟ್ಟನೆ ಎಚ್ಚರಗೊಂಡು ನೋಡಿದ. ಸರಸ್ವತಿಯ ಮೈ ಸುಡುತ್ತಿತ್ತು. ನರಳಿಕೆಯಲ್ಲಿ ಏನೇನೋ ಒದರುತ್ತಿದ್ದಳು. ಗಾಬರಿಯಾಯ್ತು. ಎದ್ದು ಹೋಗಿ ಪಾರ್ವತಮ್ಮನ್ನನ್ನು ಎಬ್ಬಿಸಿಕೊಂಡು ಬಂದ. ಹಾಲು ಕುಡಿಸಿ, ಮನೆಯಲ್ಲಿ ಶ್ಯಾಮ ತಂದಿಟ್ಟಿದ್ದ ಜ್ವರದ ಮಾತ್ರೆ ನುಂಗಿಸಿದರು. ಕಣ್ಣೀರು ಹಾಕುತ್ತ ಲಲಿತಮ್ಮ ಮಗಳ ಹಾಸಿಗೆಯ ಬಳಿ ಕುಳಿತುಬಿಟ್ಟರು. ಪಾರ್ವತಮ್ಮ ರೇಗಿ ನಾದಿನಿಯನ್ನು ಕರೆದೊಯ್ದರು. ರಾತ್ರಿಯೆಲ್ಲ ಸುಂದರು ಕೂತೇ ಕಾಲ ಕಳೆದ.

ಬೆಳಗಾಗೆದ್ದು ವಿಷಯ ತಿಳಿದ ಮಾಧು ಪಂಡಿತರನ್ನು ಕರೆತಂದ. ಅವರು ಪರೀಕ್ಷಿಸಿ ನಾಲ್ಕಾರು ಗುಳಿಗೆಗಳನ್ನು ಕೊಟ್ಟು ಹೋದರು.

ಇಷ್ಟು ಸಂಕಟದ ಮಧ್ಯೆ ಜಾನಕಿಗೆ ಸೀಮಂತ ಮಾಡಲು ಪಾರ್ವತಮ್ಮನ ಮನಸ್ಸು ಒಪ್ಪಲಿಲ್ಲ. ಯಾರ ಮನಸ್ಸಿಗೂ ನೆಮ್ಮದಿ ಇಲ್ಲ. ಇಂಥದ್ದರಲ್ಲಿ ಯಾಕೆ ಶುಭಕಾರ್ಯ ಮಾಡಬೇಕು? ತಮ್ಮ ಮನಸ್ಸಿನಲ್ಲಿದ್ದುದನ್ನು ಮಗನ ಮುಂದೆ ತೋಡಿಕೊಂಡರು.

"ಈಗ ನಿಲ್ಸಿದರೇ ಜಾನಕಿ ಮಾವ, ಗಂಡ ಏನನ್ಕೋತಾರೆ! ಕಮಲ, ಸುಬ್ರಮಣ್ಯ ಬರ್ತಾರೆ. ಅವ್ರಿಗೆಲ್ಲ ಏನು ಸಮಾಧಾನ ಹೇಳೋದು? ಎಲ್ಲರ ಮನಸ್ಸಿಗೂ ನೋವು, ನಿಲ್ಸೋದೇನು ಬೇಡ. ಸಾಯಂಕಾಲದ ಹೊತ್ಗೆ ಸರಸ್ವತಿ ಎದ್ದು ಓಡಾಡ್ತಾಳೆ" ಮಗನ ಮಾತು ತಾಯಿಗೆ ಸರಿಯೆನ್ನಿಸಿತು. ಆತುರಾತುರವಾಗಿಯೇ ಓಡಾಡಿದರು.

ಜಾನಕಿಗೆ ಎಣ್ಣೆ ನೀರು ಹಾಕಿ ಔತಣದ ಅಡಿಗೆ ಸಿದ್ಧವಾಗುವ ವೇಳೆಗೆ ಕಮಲ, ಸುಬ್ರಮಣ್ಯ ಬಂದಿಳಿದರು. ಎಲ್ಲ ಶಾಸ್ತ್ರಗಳು ಸಾಂಗವಾಗಿ ನೆರವೇರಿದವು.

ಸುಬ್ರಮಣ್ಯನನ್ನು ಕಂಡಕೂಡಲೇ ಮೊದಲು ಜೋಯಿಸರ ಆರೋಗ್ಯ ವಿಚಾರಿಸಿದರು ನಾರಾಯಣಪ್ಪ.

ಸುಬ್ರಮಣ್ಯನ ಮುಖ ಪೆಚ್ಚಾಯಿತು. ಅವನಿಗೆ ತಂದೆಯ ಬಗ್ಗೆ ಬಹಳ ಗೌರವಾಭಿಮಾನ.

"ಏನು ಮಾಡೋದು... ಯಾವ ಔಷ್ಧನೂ ತಗೊಳೋದಿಲ್ಲ. ತಣ್ಣೀರು ಸ್ನಾನ, ಪೂಜೆ, ಉಪವಾಸ ನಿಲ್ಲಿಸೋದಿಲ್ಲ..." ಅವನ ನೋವು ನಾರಾಯಣಪ್ಪನಿಗೆ ಅರ್ಥವಾಯಿತು. ಅವರು ಮೊದಲಿನಿಂದ ಜೋಯಿಸರನ್ನು ಬಲ್ಲವರು. ಖಡಾಖಂಡಿತವಾಗಿ ಮಾಧು, ಜಾನಕಿ ಜಾತಕ ಹೊಂದೋಲ್ಲ ಅಂದಾಗ ಆ

ವಿಷಯನೇ ಬಿಟ್ಟುಬಿಟ್ಟರು. ಅಷ್ಟಿತ್ತು ಅವರ ವಿದ್ವತ್ತಿನ ಮೇಲಿನ ನಂಬಿಕೆ. ಈಗ ತಾನೇ ಮಾಧು ಸುಖವಾಗಿದ್ದಾನಾ?" ನಿಟ್ಟುಸಿರು ಹೊರಚೆಲ್ಲಿದರು.

"ಅವ್ರು ಬಹಳ ದೊಡ್ಡವರು. ಅವರಿಗೆ ತಿಳಿವಳಿಕೆ ಹೇಳೋ ಶಕ್ತಿ ನಮಗಿಲ್ಲ. ಹೇಗೆ ಬೇಕೋ ಹಾಗಿರ್ಲಿ..."

ಜಾನಕಿಯ ಸೀಮಂತ ಚೆನ್ನಾಗಿಯೇ ನಡೆಯಿತು. ಜ್ವರ ಬಿಟ್ಟಿದ್ದರಿಂದ ಮಲಗಿರಲಾರದೇ ಸರಸ್ವತಿನೂ ಎದ್ದು ಸಂಜೆ ಓಡಾಡಿದಳು. ಈ ಸಂತೋಷದಲ್ಲಿ ಎಲ್ಲರ ಮನಸ್ಸಿನ ಗಾಯವೂ ಒಂದೆರಡು ಗಂಟೆಗಳಾದರೂ ಮರೆಯಾಯಿತು.

ಹಸೆಮಣೆಯಮೇಲೆ ಕೂತಿದ್ದ ಮಡದಿಯನ್ನು ಶ್ರೀಪಾದು ಮನದಣಿಯ ನೋಡಿದ. ತಾಯಿತನದ ಸೊಬಗು ಅಪಾರವೆಂದುಕೊಂಡ. ಆ ಸಂದರ್ಭದಲ್ಲಿ ಅವನಿಗೆ ತಾಯಿಯ ನೆನಪು ಬರದೇ ಹೋಗಲಿಲ್ಲ.

ಯಾವ ಪುಣ್ಯವೋ, ಸರಳ ತನ್ನ ಒಡವೆಗಳನ್ನೆಲ್ಲ ತೊಟ್ಟು ಮದುವೆಯ ಭಾರಿ ಸೀರೆಯುಟ್ಟು ಬಂದ ಮುತ್ತೈದೆಯರಿಗೆಲ್ಲ ಅರಿಶಿನ, ಕುಂಕುಮ ಕೊಟ್ಟಳು. ಎಲ್ಲರಿಗೂ ಇದೊಂದು ಅಪರೂಪದ ಸಂತೋಷ.

* * * *

ಒಂದೆರಡು ದಿನ ರಜ ಇದ್ದುದರಿಂದ ಶ್ಯಾಮ ಹಳ್ಳಿಗೆ ಬಂದ. ಅವನು ಬರುವಾಗ ಗೆಳೆಯ ಶ್ರೀಧರನನ್ನು ಕರೆತಂದಿದ್ದ. ಪಟ್ಟಣದವರ ಹಾಗೇ ಯಾರಾದರೂ ಬಂದರೆ ಮುದುರುವ ಸ್ವಭಾವದವರಲ್ಲದ ಮನೆಯವರು ಸಂತೋಷದಿಂದಲೇ ಸ್ವಾಗತಿಸಿದರು.

ಬಂದ ಕೂಡಲೇ ಗೆಳೆಯನಿಗೆ ಹೇಳಿದ.

"ಶ್ರೀಧರ, ನಮ್ಮನೆಯಲ್ಲಿ ಜನ ಜಾಸ್ತಿ. ಸಂಕೋಚ ಬೇಡ. ಮನೆ ದೊಡ್ಡದಾಗಿದೆ. ಏನೂ ತೊಂದ್ರೆ ಆಗೋಲ್ಲ." ಶ್ರೀಧರ ಮುಗುಳುನಕ್ಕ. ಶ್ಯಾಮನ ಬಗ್ಗೆ ಅವನಿಗೆ ಅಪಾರ ಅಕ್ಕರೆ, ದೃಢವಾದ ನಿಲುವು, ಮಾತುಗಾರಿಕೆ, ಧೈರ್ಯಕ್ಕೆ ಮೆಚ್ಚಿಕೊಂಡಿದ್ದ.

ದೊಡ್ಡ ಮನಸ್ಸಿನ ಪಾರ್ವತಮ್ಮ ಮಗನಂತೆ ಶ್ರೀಧರನನ್ನು ಆದರಿಸಿದರು. ಅದು ಅವರ ಸ್ವಭಾವ ಮಾನ್ಯ ಗುಣ. ಮನೆಯ ಹೆಸರು ಹರಡಲು ನಾರಾಯಣಪ್ಪನವರ ಶ್ರೀಮಂತಿಕೆಗಿಂತ ಈಕೆಯ ದೊಡ್ಡ ಗುಣವೇ ಕಾರಣ.

ಬೆಳಿಗ್ಗೆ ಮಾಧು ಜೊತೆ ಶ್ಯಾಮ ಸ್ನೇಹಿತನೊಂದಿಗೆ ಹೊರಟ. ತೋಟದ ಬಗ್ಗೆ ಅತಿಶಯವಾದ ಅಭಿಮಾನ. ದಾರಿಯುದ್ದಕ್ಕೂ ತೋಟದ ಸುದ್ದಿ ಹೇಳುತ್ತಲೇ ನಡೆದ.

ಮಧ್ಯಾಹ್ನದವರೆಗೂ ಗೆಳೆಯರಿಬ್ಬರು ತೋಟವನ್ನು ಸುತ್ತಿದರು. ಆಳಿನಂತೆ ಕೆಲಸ ಮಾಡುವ ಮಾಧು ಬಗ್ಗೆ ಅಭಿಮಾನವೆನ್ನಿಸಿತು ಶ್ರೀಧರನಿಗೆ. ವಿದ್ಯೆ ಕಲಿತವರೆಲ್ಲ ಸರಕಾರಿ ಕೆಲಸಕ್ಕೆ ಕಾಯದೇ ಕೆಸರಿಗೆ ಕೈ ಹಚ್ಚಿದರೆ ನಿರುದ್ಯೋಗದ ಜೊತೆ ಬಡತನವು ಓಡಿಬಿಡುತ್ತಿತ್ತು ಎಂದುಕೊಂಡ.

ಒಬ್ಬೊಬ್ಬರು ಎರಡೆರಡು ಎಳನೀರು ಕುಡಿದರು. ಸಿಹಿಯಾದ ಅಮೃತದಂಥ ನೀರು ಕ್ಷಣಕಾಲದಲ್ಲಿ ಬಿಸಿಲಿನ ದಣಿವನ್ನೆಲ್ಲ ನಿವಾರಿಸಿಬಿಟ್ಟಿತು.

"ನಿಮ್ಮ ತೋಟದ ಎಳನೀರು ಬಹಳ ಸಿಹಿ" ಎಂದು ಉದ್ಗರಿಸಿದ ಶ್ರೀಧರ.

"ಬರೀ ಎಳನೀರು ಮಾತ್ರ ಸಿಹಿಯಲ್ಲ. ನಮ್ಮ ಮಾಧಣ್ಣ ಬೇವಿನ ಕಾಯಿ ಮುಟ್ಟಿದರೂ ಸಿಹಿನೇ!" ಅಭಿಮಾನದಿಂದ ಅಣ್ಣನ ಕಡೆ ನೋಡಿದ. ಅವನು ಏನು ಬೇರೆತ್ತಲೋ ನೋಡುತ್ತಿದ್ದ. ಬಾಳಿನ ಕತ್ತಲಿನಿಂದ ಬೆಳಕಿಗೆ ಬರಲಾರನೇನೋ ಎಂದುಕೊಂಡು. ಈ ಕ್ಷಣದಲ್ಲಿ ಅವನೊಬ್ಬ ಹೇಡಿ ಎಂದು ಜರೆಯಲು ಅವನಿಂದಾಗಲಿಲ್ಲ.

ಮೂವರೂ ಮರದ ನೆರಳಿನಲ್ಲಿ ಕುಳಿತರು. ಮಾಧು ಸುತ್ತಲೂ ಕಣ್ಣಾಯಿಸಿದ. ಮನ ತುಂಬಿ ಬಂತು. ಮುಖದ ಮೇಲೆ ಸಂತಸ ತುಂಬಿ ಬಂತು. ಯಾರೂ ನೀಡಲಾಗದ ತೃಪ್ತಿ, ಸಂತೋಷ ತೋಟ ನೀಡುತ್ತಿತ್ತು. ಅದನ್ನು ಪ್ರಾಣಕ್ಕಿಂತ ಹೆಚ್ಚಾಗಿ ಪ್ರೀತಿಸುತ್ತಿದ್ದ.

ಬಿಸಿಲಿನಲ್ಲಿ ಸುತ್ತಾಡಿದ್ದು, ಎರಡು ಎಳನೀರು ಕುಡಿದಿದ್ದು-ಶ್ರೀಧರನ ಕಣ್ಣುಗಳು ನಿದ್ದೆಗಾಗಿ ತವಕಿಸಿದವು. ಅದನ್ನು ಅರಿತವನಂತೆ ಮಾಧು ತೋಟದ ಮನೆಗೆ ಕರೆದೊಯ್ದು ತನ್ನ ಹಾಸಿಗೆಯನ್ನೇ ಬಿಡಿಸಿಕೊಟ್ಟ.

ಅಣ್ಣ, ತಮ್ಮ ಇಬ್ಬರೂ ಹೊರಗೆ ಬಂದರು. ತಮ್ಮ ಬಂದಾಗಿನಿಂದ ಮಾಧು ಏಕಾಂತವಾಗಿ ಅವನೊಡನೇ ಮಾತಾಡಿರಲಿಲ್ಲ.

"ಹೇಗೆ ಸಾಗ್ತ ಇದೆ ಓದು?" ತಮ್ಮನ ಭುಜದ ಮೇಲೆ ಕೈ ಹಾಕಿ ಆತ್ಮೀಯತೆಯಿಂದ ಕೇಳಿದ. ಶ್ಯಾಮ ಅಣ್ಣನನ್ನು ದಿಟ್ಟಿಸಿದ. ದಿವ್ಯಕಾಂತಿಯಿಂದ ಪ್ರಜ್ವಲಿಸುವಂತೆ ಕಂಡವು ಅವನ ಕಣ್ಣುಗಳು. ಬಹಳಷ್ಟು ಹೊತ್ತು ನೋಡೇ ನೋಡಿದ.

"ಯಾಕೋ... ಶ್ಯಾಮ... ಹಾಗೇ... ನೋಡ್ತೀ...?"

ಶ್ಯಾಮ ಅಣ್ಣನನ್ನು ಬಲವಾಗಿ ಆಲಂಗಿಸಿಕೊಂಡ. ಅವನ ಬಲವಾದ ತೋಳಿನಲ್ಲಿ ಶ್ಯಾಮನಿಗೆ ಕರಗಿಹೋದ ಅನುಭವವಾಯಿತು. ಭ್ರಾತೃಪ್ರೇಮ ಎಲ್ಲಕ್ಕಿಂತ ಮಿಗಿಲೆನಿಸಿತು.

ಮಾಧು ತಮ್ಮನ ಮುಖವನ್ನು ಎರಡು ಕೈಯಲ್ಲೂ ಹಿಡಿದು ಹತ್ತಿರಕ್ಕೆ ಎಳೆದುಕೊಂಡು ಹಣೆಯನ್ನು ಪ್ರೀತಿಯಿಂದ ಚುಂಬಿಸಿದ. ಆ ಕ್ಷಣಕ್ಕೆ ಬೆಲೆಯೇ ಇಲ್ಲವೆನಿಸಿತು ಶ್ಯಾಮನಿಗೆ.

"ಈಗ್ಹೇಳು... ಏನು ಸಮಾಚಾರ?" ಮುಖ್ಯವಾಗಿ ಅಣ್ಣನಿಗೆ ತಾನು ಬಂದ ವಿಷಯ ತಿಳಿಸಬೇಕಾಗಿತ್ತು ಶ್ಯಾಮ.

"ಶ್ರೀಧರ ಹೇಗಿದ್ದಾನೆ?" ಮಾಧು ಯೋಚಿಸಿದ. ಶ್ರೀಧರ ಅವನ ಕಣ್ಣಿಗೆ ಬಹಳ ಚೆನ್ನಾಗಿ ಕಂಡಿದ್ದ.

"ಚೆನ್ನಾಗಿದ್ದಾನೆ..."

"ನಮ್ಮ ಸುಕನ್ಯನ ಯಾಕೆ ಕೊಡಬಾರ್ದು? ಅಮ್ಮ ಹೋದ ಸಲನೇ ಅವ್ಳ ಮದುವೆಯ ಪ್ರಸ್ತಾಪ ಎತ್ತಿದ್ದಳು. ಅದಕ್ಕಾಗಿಯೇ ಅವನನ್ನು ಕರ್ಕೊಂಡು

ಬಂದಿದ್ದು..." ತಮ್ಮನ ಜವಾಬ್ದಾರಿಯುತ ನಡತೆಯ ಬಗ್ಗೆ ಹೆಮ್ಮೆಎನ್ನಿಸಿತು ಮಾಧುಗೆ. ಅವನು ಕೂಡ ಅದೇ ಯೋಚನೆಯಲ್ಲಿದ್ದ.

"ಧಾರಾಳವಾಗಿ ಕೊಡಬಹುದ್ದು.... ಅಪ್ಪ, ಅಮ್ಮನೂ ಒಪ್ಪಬಹುದ್ದು. ನಮ್ಮ ಸುಕನ್ಯ ಓದಿರೋದು ಮಿಡ್ಲ್ ಸ್ಕೂಲ್—ಶ್ರೀಧರ ಒಪ್ಪಬೇಕಲ್ಲ!"

"ಶ್ರೀಧರನ ಸ್ವಭಾವ ನಿನ್ಗೆ ಗೊತ್ತಿಲ್ಲ. ಅವ್ನು ಎಲ್ಲ ಹುಡುಗ್ರ ಹಾಗಲ್ಲ. ನಿಮ್ಮಗ್ಳ ಒಪ್ಗೆ ತಿಳ್ಕೊಂಡು ಅವನನ್ನು ವಿಚಾರಿಸೋಣಾಂತ! ಮುದ್ದಾದ ಹುಡ್ಗಿ ನಮ್ಮ ಸುಕನ್ಯ...!" ತಂಗಿಯ ಚೆಲುವಿನ ಬಗ್ಗೆ ಅಭಿಮಾನದಿಂದ ಹೇಳಿಕೊಂಡ.

"ಅವ್ನ... ಅಪ್ಪ, ಅಮ್ಮ..." ಶ್ರೀಧರನ ಮುಖ ಗಂಭೀರವಾಯಿತು.

"ಸೋದರ ಮಾವ್ನ ನೆರವಿನಿಂದ ಬೆಳೆದ. ಹೋದ ವರ್ಷ ಅವ್ರು ತೀರ್ಕೊಂಡ್ರು, ಈಗ ಒಬ್ಬಂಟಿಗ. ಒಳ್ಳ ಸ್ಕಾಲರ್. ಕಷ್ಟಪಟ್ಟು ಓದ್ತಾನೆ. ಅಹಂಕಾರ ಇಲ್ಲ. ಸುಕನ್ಯ ಸುಖವಾಗಿರ್ತಾಳೆ. ಆಸ್ತಿ ಪಾಸ್ತಿ, ಬಂಧುಬಳಗ ಏನೊಂದೂ ಇಲ್ಲ" ಇದ್ದ ವಿಷಯವನ್ನೆಲ್ಲ ಅಣ್ಣನಿಗೆ ತಿಳಿಸಿದ ಮೇಲೆ ಶ್ಯಾಮ ಸಮಾಧಾನಗೊಂಡ. ಮತ್ತೆ ಪುನಃ ಹೇಳಿದ "ಅವನಿಗೆ ಜಾತಕನೇ ಇಲ್ಲ..." ಈಗ ಮಾಧು ಯೋಚಿಸುವಂತಾದ. ಸಂಪ್ರದಾಯವಾದಿಗಳಾದ ತಾಯಿ ತಂದೆಯವರು ಇಷ್ಟೆಲ್ಲ ಹೇಗೆ ಸೈರಿಸಿಯಾರು!?

"ನೋಡೋಣ ಶ್ಯಾಮ... ಅಪ್ಪ, ಅಮ್ಮನ ಹತ್ರ ಮಾತಾಡ್ತೀನಿ.." ಅಲ್ಲಿಗೆ ಆ ವಿಷಯ ನಿಲ್ಲಿಸಿ ಬೇರೆ ವಿಷ್ಯಗಳು, ಕಾಲೇಜು, ಅಲ್ಲಿನ ಪಠ್ಯಕ್ರಮ, ಸಮಸ್ಯೆಗಳು ಎಲ್ಲವನ್ನು ಹೇಳಿಕೊಂಡ. ನಿಧಾನವಾಗಿ ಕೇಳಿ ಹಾಗೊಂದು ಹೀಗೊಂದು ಸಲಹೆ ಕೊಡುತ್ತಿದ್ದ ಮಾಧು.

"ಶ್ಯಾಮ, ನೋಡಪ್ಪ, ಆಗ್ಲೇ ಊಟದ ಹೊತ್ತಾಯಿತು" ಎಂದು ತಮ್ಮನನ್ನು ತೋಟದ ಮನೆಗೆ ಅಟ್ಟಿದ.

ಮಾಧು, ಶ್ಯಾಮ, ಶ್ರೀಧರ ಮನೆಗೆ ಬಂದಾಗ ಪಾರ್ವತಮ್ಮ ಬಿಸಿಯಾಗಿ ಅಡಿಗೆ ಮಾಡಿ ಕಾದುಕೊಂಡಿದ್ದರು. ಕಾಲೇಜಿನ ಹುಡುಗನಾದರೂ ವಿನಯವಂತನಾದ ಶ್ರೀಧರನ ಬಗ್ಗೆ ಅಕ್ಕರೆ ಅಂತಹ ಒಳ್ಳೆಯ ಸ್ನೇಹಿತ ಸಿಕ್ಕಿರುವುದು ಮನಗ ಅದೃಷ್ಟವೆಂದು ಅವರ ಭಾವನೆ.

ಮೂರು ಜನರೂ ಹರಟುತ್ತ, ನಗುತ್ತ ಊಟ ಮಾಡಿದರು. ಆ ತಾಯಿಯ ಹೊಟ್ಟೆ ತಣ್ಣಗಾಯಿತು. ಮಂಕಾಗಿರುವ ಮಾಧು ಮುಖದಲ್ಲಿ ನಗು ಕಂಡರೆ ಸಾಕು ಅಂತ ಹಂಬಲಿಸುತ್ತಿದ್ದರು.

ಉಗ್ರಾಣದಲ್ಲಿದ್ದ ಡಬ್ಬದಿಂದ ನಾಲ್ಕಾರು ಹಿಡಿ ಹುರಿಗಾಳನ್ನು ತೆಗೆದು ಬಳಸುತ್ತಿದ್ದ ಬೆಳ್ಳಿ ತಟ್ಟೆಗೆ ಹಾಕಿ "ಸುಕನ್ಯ, ಇದ್ನ ತಗೊಂಡ್ಹೋಗಿ ಕೊಡು" ಎಂದರು.

ತಟ್ಟೆ ತಂದಿಟ್ಟ ಸುಕನ್ಯ ಹಿಂದಿರುಗುವುದರಲ್ಲಿದ್ದಳು. ಶ್ಯಾಮ ಅವಳ ಕೈಹಿಡಿದುಕೊಂಡ. ಕೊಸರಿಕೊಳ್ಳಲು ಹವಣಿಸಿದಳು. ಎಳೆದು ಪಕ್ಕದಲ್ಲೇ ಕೂಡಿಸಿಕೊಂಡ.

"ಬಂದಾಗಿನಿಂದ ನನ್ನತ್ರ ಮಾತೇ ಆಡ್ಲಿಲ್ಲ. ಯಾಕಿಷ್ಟು ನಾಚ್ಕೆ? ಇವ್ರು ಬೇರೆಯವರಲ್ಲ. ನನ್ನ ಸ್ನೇಹಿತ ಶ್ರೀಧರ. ಏನೋ ಶ್ರೀಧರ!" ಶ್ರೀಧರ ಮುಗುಳುನಗೆ ನಕ್ಕ.

ಹುಡುಗಿ ಬಹಳ ಮುದ್ದಾಗಿ ಕಂಡಳು. ಅಣ್ಣಂದಿರಂತೆ ಬಿಳುಪು ಮಿಶ್ರಿತ ಕೆಂಪು ಬಣ್ಣ, ಅಮ್ಮನ ಆಣತಿಯಂತೆ ಅರಿಶಿನ ಹಚ್ಚಿದ ಗಲ್ಲ. ಅಗಲವಾದ ಹಣೆಯ ಮೇಲೆ ದುಂಡು ಕುಂಕುಮದ ಬೊಟ್ಟು. ನೀಳವಾದ ಮೂಗು. ಅಸೂಯೆ, ಅಸಹನೆಯನ್ನೇ ಕಂಡರಿಯದ ತೃಪ್ತಿಕರವಾದ ಕಣ್ಣಿನ ಹೊಳಪು. ಶ್ರೀಧರನ ಕಣ್ಣುಗಳಲ್ಲಿ ಮೆಚ್ಚಿಗೆ ಮೂಡಿತು.

ಅಣ್ಣತಮ್ಮಂದಿರು ಕಣ್ಣುಗಳಲ್ಲೇ ಸಂಭಾಷಿಸಿದರು.

ಸುಕನ್ಯ ಅಣ್ಣನ ಕೈಯನ್ನು ಕೊಡವಿಕೊಂಡು ಒಳಗೆ ಹೋದಳು. ಅವಳ ಮನಸ್ಸಿನ ಸ್ಥಿತಿಯಲ್ಲೇನೂ ಏರುಪೇರಾಗಿರಲಿಲ್ಲ.

ತಮ್ಮನಿಗೆ ಕಣ್ಣುಗಳಲ್ಲೇ ಸನ್ನೆ ಮಾಡಿ ಮಾಧು ಅಡುಗೆಯ ಮನೆಗೆ ಹೋದ. ಪಾರ್ವತಮ್ಮ ಊಟಕ್ಕೆ ಕುಳಿತಿದ್ದರು. ಅವರ ಊಟವನ್ನು ಕಾಯುತ್ತ ಕುಳಿತ.

"ಒಂದು ಗಳಿಗೆ ಮಲ್ಕೊಳೋ ಮಾಧು. ಬಿಸಿಲಿನಲ್ಲಿ ಬೆಳಗಿನಿಂದ ಸಂಜೆವರ್ಗೂ ದುಡಿತೀಯಾ!" ಮಾಧು ತಾಯಿಯ ಮಾತಿಗೆ ಗಮನವನ್ನೇ ಕೊಡಲಿಲ್ಲ. ಹೇಗೆ ಪ್ರಾರಂಭಿಸಲು ವಿಷಯವನ್ನು ಎಂದು ಯೋಚಿಸುತ್ತಿದ್ದ.

"ಅಮ್ಮ.... ನಿನ್ನ ಹತ್ರ ಒಂದು ವಿಷ್ಯ ಮಾತಾಡ್ಬೇಕು" ಎಂದಾಗ ಪಾರ್ವತಮ್ಮನ ಎದೆ ಧಸಕ್ಕೆಂದಿತು. ಕೈಯ್ಯಲ್ಲಿದ್ದ ತುತ್ತು ಕೆಳಗೆ ಬಿತ್ತು.

"ಶ್ರೀಧರನಿಗೆ ನಮ್ಮ ಸುಕನ್ಯನ ಯಾಕೆ ಕೊಡಬಾರ್ದು? ವಿದ್ಯೆ ಇದೆ, ವಿನಯ ಇದೆ, ಹುಡ್ಗ ತಕ್ಕಮಟ್ಟಿಗೆ ಚೆನ್ನಾಗಿದ್ದಾನೆ." ಪಾರ್ವತಮ್ಮ ಊಟ ಮಾಡೋದು ಬಿಟ್ಟು ಮಗನ ಮುಖ ನೋಡಿದರು.

"ಇದರಲ್ಲಿ ಆಶ್ಚರ್ಯಪಡೋ ಅಂಥದ್ದು ಏನು? ನಂಗೇನೋ... ಒಪ್ಪಿಗೆ!"

"ಹುಡ್ಗ ಏನೋ ಚಿನ್ನದಂಥವನು. ಆದರೆ... ಹಿಂದೂ ಮುಂದೂ ಗೊತ್ತಿಲ್ಲ. ಜಾತಕಾನುಕೂಲ ನೋಡ್ಬೇಕು..." ರಾಗ ಎಳೆದರು ಪಾರ್ವತಮ್ಮ.

"ಗಂಡ ಹೆಂಡ್ತಿ ಸುಖವಾಗಿರಬೇಕಾದ್ರೆ ದೈವಕೃಪೆ ಬೇಕು. ನಾವೇನು ಮಾಡಲಾರೆವು... ಹಾಗಂದುಕೊಂಡಿದ್ರೆ ಮೂರ್ಖತನ..." ತನ್ನ ಜೀವನವನ್ನು ನೆನೆದು ನಿರಾಸೆಯಿಂದ ಹೇಳಿದ. ಎಲ್ಲ ವಿಷಯನೂ ಮುಚ್ಚಿಡದೇ ತಾಯಿಗೆ ತಿಳಿಸಿದ.

"ನಮ್ಮ ಸುಕನ್ಯ ತಿಳಿವಳಿಕೆಯಾದ ಹುಡ್ಗಿಯಲ್ಲ. ಹಳ್ಳಿಬಿಟ್ಟು ಹೊರ್ಗೆ ಹೋದದ್ದೆ ಇಲ್ಲ. ಅಂಥ ಹುಡ್ಗಿ ಒಂಟಿಯಾಗಿ ಹೋಗಿ ಪಟ್ಟಣದಲ್ಲಿ ಸಂಸಾರ ಮಾಡಬೇಕಂದ್ರೆ...?" ಮಾಧು ತಾಯಿ ಮಾತಿಗೆ ನಕ್ಕ. ಸುಕನ್ಯ ಪೆದ್ದು ಹುಡುಗಿಯಲ್ಲ. ವಿವೇಕಿ, ಜಾಣೆ ಅನ್ನೋ ಸಂಗತಿ ಅವನಿಗೆ ಗೊತ್ತಿತ್ತು. ಅದೊಂದು ದೊಡ್ಡ ಸಮಸ್ಯೆಯಾಗಿ ಕಾಣಲಿಲ್ಲ ಅವನಿಗೆ.

"ಅದೆಲ್ಲ ದೊಡ್ಡ ವಿಷ್ಯವಲ್ಲ. ಒಂದೆರಡು ತಿಂಗ್ಳು ಅಲ್ಲಿದ್ರೆ ಅಲ್ಲಿನ ಹುಡುಗಿಯರನ್ನೇ ಮೀರಿಸಿಬಿಡ್ತಾಳೆ!"

ತಂದೆ ತಾಯಿ ಜೊತೆ ಒಳಗಿನ ಕೋಣೆಯಲ್ಲಿ ಅಣ್ಣ ತಮ್ಮ ಕುಳಿತು ಗಂಟೆಗಟ್ಟಲೇ ಚರ್ಚೆ ಮಾಡಿದರು. ಇವರ ವಾದದ ಮುಂದೆ ಅವರು ಬಗ್ಗಲೇಬೇಕಾಯಿತು. ಕಡೆಗೆ ಹೆಸರು ಫಲದ ಮೇಲೆ ನೋಡುವುದೆಂದು ನಿಶ್ಚಯವಾಯಿತು.

ಕಡೆಯಲ್ಲಿ "ಶ್ಯಾಮ, ಸ್ನೇಹಕ್ಕೆ ಬೆಲೆ ಕೊಟ್ಟು ಮದ್ವೆಯಾಗೋದು ಬೇಡ, ಖಡಾಖಂಡಿತವಾಗಿ ವಿಚಾರ್ಸು. ಇರೋದೇ ಒಂದು ಹೆಣ್ಣು. ಅವರ ಗಂಟಲು ಗದ್ಗದವಾಯಿತು. ಅವರಿಗೆ ಈಗಾಗಲೇ ಮಗಳಿಗೆ ಮದುವೆ ಮಾಡಿ ಕಳುಹಿಸಿ ಕೊಟ್ಟಷ್ಟು ಸಂಕಟವಾಯಿತು.

"ನಿನ್ನ ತಂಗಿನ್ನೂ ಒಂದು ಮಾತು ವಿಚಾರ್ಸು..."

"ನಿನ್ಗೆ ಆ ಯೋಚ್ನೇನೇ ಬೇಡ. ಅವರಿಬ್ರೂ ಪರಸ್ಪರ ಒಪ್ಪಿಕೊಳ್ದೆ ಮದ್ವೆ ಸುದ್ದಿಗೇ ಹೋಗೋಲ್ಲ."

ಬಾಗಿಲವರೆಗೂ ಹೋಗಿದ್ದ ಶ್ಯಾಮ ಮತ್ತೆ ಹಿಂದಕ್ಕೆ ಬಂದ. ಮುಖ್ಯವಾದ ವಿಷಯ ತಿಳಿಸಬೇಕಾಗಿತ್ತು. ಅದಕ್ಕೆ ಯಾವ ವಿಧವಾದ ಅಡಚಣೆಯೂ ಇಲ್ಲವೆಂದು ಅವನಿಗೆ ಗೊತ್ತು. ಅದರಿಂದಲೇ ಕಡೆಯದಾಗಿ ಪ್ರಸ್ತಾಪಿಸಲು ಹೊರಟ.

"ಮದುವೆ ಮಾಡಿಕೊಟ್ರೂ ಈಗ ಅವನ ವ್ಯಾಸಂಗಕ್ಕೆ ಮುಂದೆ ಅವನಿಗೆ ಕೆಲ್ಸ ಸಿಕ್ಕೋವರೆಗೆ ಅವನ ಖರ್ಚು ವೆಚ್ಚಗಳನ್ನು ನಾವೇ ಪೂರೈಸಬೇಕಾಗುತ್ತೆ. ಇದಕ್ಕೆ ಮಾಧಣ್ಣ ಒಪ್ಪಿಕೊಂಡಿದ್ದಾನೆ" ಎಂದು ಅಣ್ಣನ ಮುಖ ನೋಡಿದ. ಮಾಧು ಹೌದೆಂದು ತಲೆಯಾಡಿಸಿದ.

"ಅವ್ನು... ಒಪ್ಪಿಕೊಂಡ್ರೆ ಇನ್ನು ನಮ್ಮದ್ದೇನಪ್ಪ! ಇನ್ನು ಎಲ್ಲ ಯಜಮಾನಿಕೆನೂ ಅವನದೇ" ಏನೋ ನೆನಪಿಸಿಕೊಂಡ ನಾರಾಯಣಪ್ಪ ತಟಸ್ಥರಾದರು. ದುಃಖ ನುಂಗಿಕೊಂಡು ಬಂತು. ಮಾಧು ಹೊರಗೆ ಹೊರಟುಬಿಟ್ಟ.

ನೋವಿನ ನಿಟ್ಟುಸಿರು ಬಿಟ್ಟರು ನಾರಾಯಣಪ್ಪ. ಅವರ ಆಣತಿಯಂತೆ ಮನೆ ಕಟ್ಟಡ ತೀವ್ರಗತಿಯಲ್ಲಿ ಪೂರ್ಣಗೊಳ್ಳುತ್ತಿತ್ತು. ಅದರ ಜವಾಬ್ದಾರಿನೂ ಮಗನಿಗೇ ವಹಿಸಿದ್ದರು.

"ಆಯ್ತು... ಮುಂದಿನದನ್ನು ಯೋಚಿಸೋಣ. ಮದ್ವೆಯಾದ್ರೂ ಶ್ರೀಧರನಿಗೆ ಕೆಲ್ಸ ಸಿಕ್ಕೋವರ್ಗೂ ಸುಕನ್ಯ ಇಲ್ಲೇ ಇರಲಿ" ಕಡೆಯದಾಗಿ ತೀರ್ಮಾನವಾಯಿತು.

ಇಷ್ಟೆಲ್ಲವನ್ನು ಶ್ಯಾಮ ನಡೆಸಿಬಿಟ್ಟಿದ್ದ. ಮುಖ್ಯವಾಗಿ ಶ್ರೀಧರನನ್ನೇ ವಿಚಾರಿಸಿರಲಿಲ್ಲ. ಸಂಜೆ ಹಳ್ಳಿ ಸುತ್ತುವ ನೆಪದಲ್ಲಿ ಅವನನ್ನು ಹೊರಗೆ ಕರೆದೊಯ್ದ.

ವಿಷಯವನ್ನೆಲ್ಲ ತಿಳಿಸಿದ. ಸ್ನೇಹದ ಸಂಕೋಲೆಗೆ ಒಳಗಾಗದೆ ನಿಜವಾದ ವಿಷಯವನ್ನು ತಿಳಿಸಬೇಕೆಂದು ಹೇಳಿಕೊಂಡ.

"ಶ್ಯಾಮ, ಸುಕನ್ಯ ನನ್ನ ಕೈ ಹಿಡಿದ್ರೆ ನನ್ನ ಅದೃಷ್ಟ ಅಂತ ಭಾವಿಸ್ತೀವಿ. ಪ್ರೀತಿಯನ್ನೇ

ಕಾಣದ ನನ್ಗೆ ಪ್ರೀತಿಯ ಅಮೃತವನ್ನು ಉಣಬಡಿಸಿದೆ. ಅದಕ್ಕೆ ನಾನು ಯಾವ ತ್ಯಾಗ ಮಾಡಿದ್ರೂ ಕಮ್ಮೀನೇ.... ಆದ್ರೆ..." ಶ್ಯಾಮನಿಗೆ ಆತಂಕವಾಯಿತು. ಇವನೇನೋ ಹೊಸ ಸವಾಲು ಒಡ್ಡುವನಲ್ಲ! ವಿಷಯನ ಒಂದು ಎಲ್ಲೆ ಕಟ್ಟೆಗೆ ಒಯ್ದದ್ದಾಗಿದೆ. ಪ್ರಶ್ನಾರ್ಥಕವಾಗಿ ಅವನ ಮುಖ ನೋಡಿದ.

"ನನ್ನ ವಿದ್ಯಾಭ್ಯಾಸ ಮುಗ್ದು ಕೆಲಸ ಸಿಕ್ಕಿದ್ಮೇಲೆ ಮದ್ವೆ ಆಗ್ತೀನಿ. ನನ್ನ ಪರಿಸ್ಥಿತಿ ನಿಂಗೆ ಗೊತ್ತಿದೆ. ಮದ್ವೆಯಾದ ಹೊಸದರಲ್ಲಿ ಎಷ್ಟೋ ಆಸೆಗಳಿರುತ್ತೆ. ಅದನ್ನೆಲ್ಲ ನಿರಾಶೆಗೊಳಿಸೋದು ಚೆನ್ನಲ್ಲ" ಶ್ಯಾಮ ಸಮಾಧಾನದ ಉಸಿರುಬಿಟ್ಟ. ಇದೊಂದು ದೊಡ್ಡ ಅಡಚಣೆಯಾಗಿ ಅವನಿಗೆ ಕಾಣಲಿಲ್ಲ.

"ಏನೋ ಅಂತ ಭಯವಾಯ್ತು. ನಮ್ಮ ಹುಡ್ಗಿ ಒಣ ಆಸೆಗಳಿಗೆ ಬಾಯಿ ಬಿಡೋಳಲ್ಲ. ನಿನ್ಗೇ ಕೆಲ್ಸ ಸಿಕ್ಕೋವರ್ಗೂ ಅವ್ಳು ಇಲ್ಲೇ ಇರ್ತಾಳೆ. ನಿಂಗೇನು ಹೊರೆ ಆಗೋಲ್ಲ." ಶ್ರೀಧರನಿಗೆ ಶ್ಯಾಮನ ಮಾತು ಒಪ್ಪಿಗೆಯಾಗಲಿಲ್ಲ.

"ಕೈ ಹಿಡಿದ ಮಡದಿ ಹೊರೆನೇ! ಅವ್ಳಿಗೆ ಆಸೆ ಇಲ್ಲದಿದ್ರೂ ನಂಗಾದ್ರೂ ಆಸೆ ಇರುತ್ತಲ್ಲ! ನನ್ನ ಆರ್ಥಿಕ ಸ್ಥಿತಿ..." ಶ್ಯಾಮ ಆತ್ಮೀಯತೆಯಿಂದ ಗೆಳೆಯನ ಕೈ ಹಿಡಿದುಕೊಂಡ.

"ಶ್ರೀಧರ, ನೀನು ಅಳಿಯನಾದ್ರೂ ಮನೆಯ ಮಗನಷ್ಟೇ ಅಧಿಕಾರವಿದೆ. ಮಾಧಣ್ಣ ಎಲ್ಲ ಜವಾಬ್ದಾರೀನೂ ವಹಿಸ್ಕೊಂಡಿದ್ದಾನೆ, ನೀನು ದುಡ್ಡಿನ ಬಗ್ಗೆ ಯೋಚನೆ ಮಾಡಬೇಕಾಗೇ ಇಲ್ಲ. ಮದ್ವೆ ಮುಂದೂಡೋದ್ಬೇಡ. ಮುಂದೆ ನಮ್ಮ ಮನಸ್ಸು ಬದಲಾಯಿಸಬಹ್ದು. ಇಲ್ಲ ಪರಿಸ್ಥಿತಿಗಳ ಒತ್ತಡದಿಂದ ನಿನ್ನ ಮನಸ್ಸು ಬದಲಾಯಿಸಬಹ್ದು. ನನ್ನ ತಂಗಿಗೆ ಗಂಡು ಸಿಗೋಲ್ಲಾಂತ ನಿನ್ನ ಒತ್ತಾಯ ಮಾಡ್ತಾ ಇಲ್ಲ. ಸ್ನೇಹ ಬಾಂಧವ್ಯದವರೆಗೂ ಬೆಳೆಯಲಿ ಅಂತ."

ಶ್ರೀಧರ ಕಣ್ಣು ತುಂಬಿ ಹೇಳಿದ.

"ನಾನು ಬಹ್ಳ ಲಕ್ಕಿ ಕಣೋ... ಶ್ಯಾಮ" ಗೆಳೆಯನನ್ನು ಆಲಂಗಿಸಿಕೊಂಡ.

* * * *

ಇರೋ ಒಬ್ಬ ಮಗಳ ಮದುವೆಯನ್ನು ನಾರಾಯಣಪ್ಪ ಅದ್ದೂರಿಯಿಂದ ಮಾಡಲು ನಿಶ್ಚಯಿಸಿದರು. ಮಗಳ ಒಡವೆಯನ್ನು ಮಾಡಿಸಲು ತಾವೇ ಚಿನ್ನಕೊಟ್ಟು ಬಂದರು. ಗೌಡರು ಎಲ್ಲ ವಿಷಯದಲ್ಲೂ ಬೆಂಗಾವಲಾಗಿ ನಿಂತರು.

ಈಗ ಲಲಿತಮ್ಮ ಕೂಡ ಮಗಳ ಹೆರಿಗೆಗಾಗಿ ಬಂದು ಜಾನಕಿಯ ಮನೆಯಲ್ಲೇ ಇದ್ದರು. ಹೆರಿಗೆ ದಿನಗಳನ್ನು ಕಳೆದುಕೊಂಡು ಲಗ್ನವಿಟ್ಟಿದ್ದರಿಂದ ಯಾರಿಗೂ ಆತಂಕವಿರಲಿಲ್ಲ.

ಮದುವೆಗೆ ಬೇಕಾದ ಬಟ್ಟೆ ಬರೆ ತೆಗೆಯಲು ಪಾರ್ವತಮ್ಮ ಸೊಸೆಯನ್ನು ಕರೆದೊಯ್ಯಲು ಕಾತುರ ತೋರಿದಾಗ ಮಾಧು ಅಡ್ಡ ಬಂದ.

"ಅಮ್ಮ ಯಾವ ಸುದ್ದೀನೂ ಅವಳತ್ರ ಎತ್ತಬೇಡ. ಅವ್ಳ ಸಲಹೆ ಕೇಳ್ಬೇಡ.

ಸುಕನ್ಯ, ಸರಸ್ವತಿನ ಕರ್ಕೊಂಡ್ಹೋಗು. ಸುಕನ್ಯ ಇಷ್ಟಪಟ್ಟಿದ್ದನ್ನು ತೆಗ್ದುಕೊಡು. ಯಾವುದಕ್ಕೂ ಕೈ ಹಿಡಿಯಬೇಡ." ಮಗನ ಮಾತು ಕೇಳಿ ಪಾರ್ವತಮ್ಮನ ಕಣ್ಣಲ್ಲಿ ನೀರು ಬಂತು.

"ಅವ್ಳು ಈ ಮನೆಗೆ ದೊಡ್ಡ ಸೊಸೆ, ಅವಳಿಗೆ ಬೇಕಾದ ಸೀರೆಗಳನ್ನು ತರಬೇಡ್ವೆ? ಬೆಂಗಳೂರಿನ ಹುಡ್ಗಿ, ನಮಗಿಂತ ಚೆನ್ನಾಗಿ ಸೀರೆಗಳ್ನ ಆಯ್ಕೆ ಮಾಡ್ತಾಳೆ."

"ದುಡ್ಡು ಕೊಟ್ಟುಬಿಟ್ರೆ ಅವ್ಳು ಬಟ್ಟೆಬರೆನ ಅವ್ಳೇ ತಗೊಳ್ತಾಳೆ. ತಾಪತ್ರಯ ಬೇಡ. ಹೆಣ್ಣು ಮಕ್ಳು ಕಣ್ಣೀರು ಹಾಕೋದು ಬೇಡ. ನಾನ್ ಯಾವುದಾದ್ರೂ ನೆವ ಹೇಳಿ ಬರ್ತೀನಿ" ಎಂದು ಹೇಳಿದವನೇ ಅಲ್ಲಿ ನಿಲ್ಲಲಾರದೇ ಹೊರಟುಬಿಟ್ಟ.

ಪಾರ್ವತಮ್ಮ ಮಗನ ನಿರ್ಧಾರ ಗಂಡನಿಗೆ ತಿಳಿಸಿದಾಗ ಸರಿಯೆಂದರು. ಮೇಲೆ ಒಪ್ಪಿಕೊಂಡರೂ ಮನಸ್ಸಿನ ತುಂಬ ದಾವಾನಿಲ. ಒಂದು ಹೆಣ್ಣು ಏನನ್ನು ಬೇಕಾದರೂ ಮಾಡಿಬಿಡಬಲ್ಲಳು ಎಂಬುದಕ್ಕೆ ಇದೊಂದು ಸಾಕ್ಷಿಯೆನ್ನಿಸಿತ್ತು.

ಇವರು ಬಸ್ಸು ಇಳಿದಾಗ ಶ್ಯಾಮ, ಶ್ರೀಧರ ಬಂದು ಎದುರುಗೊಂಡರು. ಶ್ಯಾಮ ಶ್ರೀಧರನ ಕಡೇ ನೋಡಿ ಕಣ್ಣು ಮಿಟುಕಿಸಿದ. ಶ್ರೀಧರನ ದೃಷ್ಟಿ ಸುಕನ್ಯಳ ಮೇಲಿತ್ತು.

"ನಮ್ಮ ಹೂ ಅಂಥದ್ದಲ್ಲ ಅಪರೂಪದ ಹೂ. ಹೆಚ್ಚು ಹೊತ್ತು ನೋಡ್ಬೇಡ."

ಎಂದು ಶ್ರೀಧರನ ಬೆನ್ನಿನ ಮೇಲೆ ಗುದ್ದಿದ. ಶ್ರೀಧರ ಬೆನ್ನು ಸವರಿಕೊಂಡ. ಅಂಗಡಿ ತಲುಪೋವರೆಗೂ ಸುಕನ್ಯ ಶ್ರೀಧರನತ್ತ ತಿರುಗಲಿಲ್ಲ.

ಹೆಂಗಸರ ಬಟ್ಟೆಯ ಖರೀದಿಯ ವೈವಿಧ್ಯತೆಯೇ ಬೇರೆ. ಕಲರ್ ಚೆನ್ನಾಗಿದ್ದರೆ ಬಾರ್ಡರ್ ಚೆನ್ನಾಗಿಲ್ಲ. ಅವೆರಡೂ ಚೆನ್ನಾಗಿದ್ದರೆ ನಮೂನೆ ಚೆನ್ನಾಗಿಲ್ಲ. ಅದು ಚೆನ್ನಾಗಿದ್ದರೆ ಬಟ್ಟೆ ಒಳ್ಳೆಯದಲ್ಲ. ಅಬ್ಬಬ್ಬ.... ಸಾಕಾಗಿ ಹೋಯಿತು. ಶ್ಯಾಮ ಪೇಪರು ಹಿಡಿದು ಕುಳಿತುಬಿಟ್ಟ. ರಾಜಕೀಯ ಸುದ್ದಿಯಿಂದ ಹಿಡಿದು ಕ್ರೀಡೆ. ಜಾಹಿರಾತು ಎಲ್ಲ ಓದಿ ಮುಗಿಸಿದ. ಜೀವಮಾನದಲ್ಲಿ ಪೇಪರಿನಲ್ಲಿರುವ ಎಲ್ಲ ಸುದ್ದಿಯನ್ನು ಓದಿ ಮುಗಿಸಿದ್ದು ಅಂದೇ. ನಿಂತ... ಕೂತ... ಆಕಳಿಸಿ... ಮೈ ಮುರಿದ. ಹೊರಗೆ ಹೋಗಿದ್ದ ಶ್ರೀಧರ ಕನಕಾಂಬರದ ದಂಡೆಗಳನ್ನು ಕಟ್ಟಿಸಿ ತಂದ. ಅದನ್ನು ಶ್ಯಾಮನ ಕೈಗಿತ್ತ.

"ನಾನೇನು ಹೂ ಮುಡಿಯೋಲ್ಲ. ಯಾರಿಗಾಗಿ ತಂದೆಯೋ ಅವ್ರಿಗೆ ಕೊಡು" ಎಂದು ತಂಗಿಯ ಭುಜ ತಿವಿದ. ಅವಳು ಬೇರೆ ಕಡೆ ತಿರುಗಿಸಿದ ಮುಖವನ್ನು ಇತ್ತ ತಿರುಗಿಸಲೇ ಇಲ್ಲ.

ಎಲ್ಲ ದೊಡ್ಡ ಬಂಡಲಾಯಿತು. ನಾರಾಯಣಪ್ಪನವರು ಮುಖದ ಮೇಲೆ ಮೂಡಿದ ಬೆವರನ್ನು ಒರೆಸಿಕೊಂಡರು.

ಸಾವಿರಾರು ರೂಪಾಯಿ ವ್ಯಾಪಾರ—ಅಂಗಡಿಯ ಮಾಲೀಕ ಸುಮ್ಮನಿದ್ದಾನೆಯೆ? ಬಾದಾಮಿ ಹಾಲು ತರಿಸಿದ. ಪಾರ್ವತಮ್ಮನವರ ವಿನಹ ಎಲ್ಲ ಕುಡಿದರು.

ಮಗನ ಕಡೇ ತಿರುಗಿದ ನಾರಾಯಣಪ್ಪ "ಶ್ರೀಧರನ ಬಟ್ಟೆ ಬರೆ ಜವಾಬ್ದಾರಿ ನಿನ್ನದೂ..."

"ಮಾಧಣ್ಣ ಇನ್ನೂ ಬರ್ಲಿಲ್ಲ. ಅವ್ನು ಬಂದ್ಮೇಲೆ ಅದನ್ನು ಖರೀದಿ ಮಾಡಿದ್ರಾಯ್ತು. ಬೀಗರ ಮನೆಗೆ ಹೋಗೋದಿಲ್ವೆ?" ನಾರಾಯಣಪ್ಪ ಹಿಂದೂಮುಂದೂ ನೋಡಿದರೂ—ಸಭ್ಯ ಜನ, ಅವರ ಬಗ್ಗೆ ಯಾವ ಕೋಪವೂ ಇರಲಿಲ್ಲ.

"ಹೋಗಿದ್ರೆ.... ಚೆನ್ನಾಗಿತ್ತು!"

"ಅವ್ರಿಗೆ ಮಗ್ಳ ಸ್ವಭಾವ ಗೊತ್ತು. ನೀವೆಲ್ಲ ಅಲ್ಲಿ ಹೋಗಿರೀ. ಮಾಧಣ್ಣ ಬಂದ್ಮೇಲೆ ನಾವ್ ಬರ್ತೀವಿ. ಸುಕನ್ಯ ನಮ್ಮ ಜೊತೇನೇ ಇರ್ಲಿ. ಬೇರೆ ಕಡೆ ಅವಳಿಗೆ ಬೇಕಾಗೋ ಒಂದೆರಡು ಸೀರೆ ತಗೋಬೇಕು. ಪಾರ್ವತಮ್ಮ ಮಗಳನ್ನು ಬಿಟ್ಟು ಹೋಗುವುದು ಸರಿಯೋ ತಪ್ಪೋ ಎಂದು ಅನುಮಾನಿಸಿದರು. ತಂಗಿ ಜೊತೆ ಅಣ್ಣ ಇರೋವಾಗ ಯಾಕೆ ಸಂಕೋಚ? ನಡೆದೇಬಿಟ್ಟರು.

ಶ್ಯಾಮ ಎರಡು ಆಟೋ ಮಾಡಿ ಅವರನ್ನು ಕಳಿಸಿಕೊಟ್ಟ. ಅವರು ಹೋದ ಕೂಡಲೇ ಮಾಧು ಎದುರಾದ.

"ಅಪ್ಪ, ಅಮ್ಮ.... ಎಲ್ಲೋ?"

"ಬೀಗರ ಮನೆಗೆ ಕಳ್ಸಿಕೊಟ್ಟೆ... ಸ್ವಲ್ಪ ಇರು..." ಎಂದು ಶ್ರೀಧರನ ಕಡೇ ತಿರುಗಿ "ನೀವಿಬ್ರೂ ಒಂದು ಮ್ಯಾಟ್ನಿ ಪಿಕ್ಚರ್ ನೋಡ್ಕೊಂಡು ಏಳು ಗಂಟೆಗೆ ಹೊತ್ತಿಗೆ ಹಾಸ್ಟೆಲ್ ಹತ್ರ ಬಂದ್ಬಿಡಿ" ಹಾಗೆಂದಾಗ ಸುಕನ್ಯಳಿಗೆ ಗೊತ್ತಾಗಲಿಲ್ಲ. ಆಟೋ ಬಂದು ನಿಂತಾಗ "ಬೇಗ ಹತ್ತು ಸುಕನ್ಯ" ಎಂದಾಗ ಶ್ಯಾಮ ಅವಳು ಮಾಧು ಕೈ ಹಿಡಿದು ಹಿಂದೆ ನಿಂತುಬಿಟ್ಟಳು.

ಅವಳ ಕೈ ಹಿಡಿದು ಹತ್ತಿಸಿ ಕೈ ಬೀಸೇಬಿಟ್ಟ.

"ಲೋ... ಶ್ಯಾಮ.... ಸುಕನ್ಯ ಅತ್ತೇಬಿಡ್ತಾಳೆ!" ಶ್ಯಾಮ ಜೋರಾಗಿ ನಕ್ಕ.

"ಸಮಾಧಾನ ಮಾಡ್ತಾನೆ ಬಿಡು!" ತಮ್ಮನ ಧೈರ್ಯಕ್ಕೆ ಮಾಧು ಬೆರಗುಗೊಂಡ.

"ಅಮ್ಮನಿಗೆ ತಿಳಿದ್ರೆ ಹಾರಾಡಿಬಿಡ್ತಾಳೆ. ನಿನ್ನ ಧೈರ್ಯವೇ ಧೈರ್ಯ." ವಿಷ್ಯ ತಿಳ್ದಮೇಲೆ ಸುಕನ್ಯ ಅವ್ನ ಎದುರಿನಲ್ಲೇ ಓಡಾಡ್ತಾ ಇರಲಿಲ್ಲ. "ಅವನಿಗೂ ಆಸೆ ಇರುತ್ತೆ, ನೋಡ್ಬೇಕು, ಏಕಾಂತವಾಗಿ ಮಾತಾಡಬೇಕೂಂತ. ಅದಕ್ಕೆ ನಾವು ಯಾಕೆ ಕಲ್ಲು ಹಾಕ್ಬೇಕು. ಈಗಲೇ ಎಲ್ಲ ಚೆನ್ನ..." ಎಂದು ಅಣ್ಣನ ಕಡೇ ತಿರುಗಿದವನೇ ನಾಲಿಗೆ ಕಚ್ಚಿಕೊಂಡ.

ಮಾಧು ತಮ್ಮನ ತಲೆಯ ಮೇಲೊಂದು ಮೊಟಕಿ "ನಿನ್ನ ಬಹ್ಳ ದಿನ ಗೂಳಿಯಾಗಿ ಬಿಡೋದು ತಪ್ಪು...." ತಪ್ಪು ಮಾಡಿದವನಂತೆ ಅಣ್ಣನ ಮುಂದೆ ಕೈಜೋಡಿಸಿ "ಸದ್ಯ—ಹಾಯಾಗಿರೋಕೆ ಬಿಡು" ಎಂದ.

ಗೆಲುವಾದ ಮಾಧುವಿನ ಮುಖ ಮಂಕಾಯಿತು. ಅವನು ಅನುಭವವೆಲ್ಲ

ಕಹಿಯೆ. ಸಿಹಿಯಾಗಿದ್ದು ಏಕಾದರೂ ಇದೆಯೇ ಎಂದು ಜ್ಞಾಪಿಸಿಕೊಂಡ. ಒಂದೆರಡು ಸಿಹಿ ಅನುಭವಗಳಿಗೂ ಕಹಿಯ ಲೇಪನ.

ತಿಂಡಿ ತಿಂದು ಅಂಗಡಿಗೆ ಹೋದರು. ಸೂಟು ಬಟ್ಟೆ ಆರಿಸುವಾಗ ಮಾಧು "ಶ್ರೀಧರ ಇದ್ದಿದ್ರೆ ಚೆನ್ನಾಗಿತ್ತು...!"

"ಅವ್ರ ಜವಾಬ್ದಾರಿ ನಮ್ಗೇ ಒಪ್ಪಿಸಿದ್ದಾನೆ."

ಮಾಧು ಅವನಿಗೆ ಮಾತ್ರವಲ್ಲದೇ ಸುಂದರು, ಶ್ಯಾಮನಿಗೂ ಅಂತಹ ಸೂಟುಪೀಸುಗಳನ್ನು ಕೊಂಡ. ಶ್ಯಾಮ ಇನ್ನೊಂದು ಸೂಟಿಗಾಗಿ ಬಟ್ಟೆ ಕೊಂಡ. ಏನು ಎತ್ತ ಎಂದು ವಿಚಾರಿಸದೇ ದುಡ್ಡು ಕೊಟ್ಟ.

ಆಟೋದಲ್ಲಿ ಕುಳಿತ ಸುಕನ್ಯಳ ಎದೆ ನಡುಗಿಹೋಯಿತು. ನಾಚಿಕೆಯಿಂದ ಅತ್ತ ಒತ್ತಿ ಕುಳಿತಳು. ಹಳ್ಳಿಯಲ್ಲಿ ಬೆಳೆದ ಅವಳಿಗೆ ಇದೆಲ್ಲ ಹೊಸದು. ಅಣ್ಣಂದಿರೊಡನೇನೋ ಬೇಕಾದಷ್ಟು ಹರಟುತ್ತಿದ್ದಳು. ಈಗ ಸುಂದರು ಕೂಡ ಸಹ ಮಾತಾಡುತ್ತಿದ್ದಳು. ಈಗ...!?

ಹೋಟಲಿನ ಮುಂದೆ ಆಟೋ ನಿಲ್ಲುವವರೆಗೂ ಶ್ರೀಧರ ಭಾವಿ ಮಡದಿಯನ್ನು ಮಾತನಾಡಿಸಲಿಲ್ಲ. ಅವನು ಕೂಡ ಕೆಲವು ವಿಷಯಗಳಲ್ಲಿ ಧೈರ್ಯಸ್ಥನಲ್ಲ.

ಈ ಅಪರೂಪದ ಹುಡುಗಿಯನ್ನು ಕರೆತಂದಿದ್ದು ಅವನಿಗೂ ಭಯವೇ. ಎಲ್ಲಾದರೂ ಕಳೆದುಹೋದರೆ ಅನ್ನೋ ಅಷ್ಟುಮಟ್ಟಿಗೆ ಅವನ ಜೀವ ನಡುಗುತ್ತಿತ್ತು.

ಜನಸಂದಣಿಯ ನಡುವೇ ಅವಳಿಗೆ ನುಂಗೇ ಗೊತ್ತಿಲ್ಲ. ವರ್ಷಕ್ಕೊಮ್ಮೆ ಹಳ್ಳಿಯಲ್ಲಿ ನಡೆಯುವ ಆಂಜನೇಯ ಸ್ವಾಮಿ ರಥೋತ್ಸವದ ಸಂದರ್ಭದಲ್ಲಿ ಬಾಳೆಹಣ್ಣಿಗೆ ದವನ ಚುಚ್ಚಿ ಜನಸಂದಣಿಯಲ್ಲೇ ನುಂಗೆ ಎಸೆಯುತ್ತಿದ್ದಳು. ಈಗ...?

ಮೆತ್ತಗೆ ಅವಳ ಭುಜವಿಡಿದೇ ಒಳಕ್ಕೆ ಕರೆದೊಯ್ದ. ಬೆಳಿಗ್ಗೆ ಅಲ್ಲಿ ಹೊರಡುವ ಮುನ್ನ ಸ್ನಾನ ಮಾಡಿ ಪೌಡರ್ ಹಾಕಿ ಇಟ್ಟ ಕಲೆಸಿದ ಕುಂಕುಮ ಬಿಸಿಲಿಗೆ ಕೆದರಿಕೊಂಡು ಹೋಗಿತ್ತು. ಮೊದಲನೇ ಸಲವೇ ತಿದ್ದುವುದು ಅವನಿಗೆ ಸರಿಯೆನ್ನಿಸಲಿಲ್ಲ. ಆ ಅಧಿಕಾರವೂ ಅವನ ಕೈಗೆ ಬಂದಿರಲಿಲ್ಲ.

ಫ್ಯಾಮಿಲಿ ರೂಂ ತುಂಬಿ ಭರ್ತಿಯಾಗಿತ್ತು. ದುಡ್ಡು ಕೊಟ್ಟರೂ ಹೋಟಲಿನಲ್ಲಿ ನಿಶ್ಚಿಂತೆಯಾಗಿ ಕೂತು ತಿಂಡಿ ತಿನ್ನುವಂತಿರಲಿಲ್ಲ. ಇವರು ಏಳೋದನ್ನೇ ಕಾದು ನಿಲ್ಲೋ—ಜನ ಇವರೂ ಕಾದು ನಿಲ್ಲಬೇಕಾಯಿತು. ಖಾಲಿಯಾದ ಕೂಡಲೇ ಸಮಾಧಾನದ ಉಸಿರು ಬಿಡಬೇಕು.

ಅಂತು-ಇಂತೂ ಯಾರೋ ಎದ್ದಾಗ ಅಲ್ಲಿ ಹೋಗಿ ಕೂತರು. ಬಿಸಿಲಿನ ಧಗೆ. ಫ್ಯಾನ್ ಕೆಟ್ಟುಹೋಗಿದೆಯೆಂಬ ಫಲಕ, ಹೋಟಲಿನವರು ಗಿರಾಕಿಗಳನ್ನು ವಂಚಿಸುವ ತಂತ್ರ.

ಕಿಸೆಯಲ್ಲಿದ್ದ ಕರ್ಚಿಫ್ ತಗೊಂಡು ಮುಖವನ್ನು ಒರೆಸಿಕೊಂಡ. ತೋಟದ ಪ್ರಶಾಂತ ವಾತಾವರಣ. ಎಳನೀರು ಜ್ಞಾಪಕ ಬಂತು. ನಿಟ್ಟುಸಿರುಬಿಟ್ಟ.

"ಸುಕನ್ಯ, ಏನು ತಗೊಳ್ಳೋಣ?" ಭಾವಿ ಮಡದಿಯನ್ನು ಪ್ರಥಮ ಭಾರಿ ಮಾತಾಡಿಸಿದ. ಅವಳ ಬಾಯಿಂದ ಉತ್ತರವೇ ಬರಲಿಲ್ಲ. ತಾನೇ ಜಿಲೇಬಿ, ದೋಸೆಗೆ ಆರ್ಡರ್ ಮಾಡಿದ. ಅವನಿಗೆ ಜಾಮೂನ್ ಇಷ್ಟ ಸ್ಪೂನ್ ಬಳಸಲು ಅರಿಯದ ಸುಕನ್ಯಳನ್ನು ಇಕ್ಕಟ್ಟಿಗೆ ಸಿಕ್ಕಿಸುವುದು ಅವನಿಗೆ ಬೇಡವಾಗಿತ್ತು.

ಶ್ಯಾಮು ತಿಳಿದಷ್ಟು ಸುಕನ್ಯ ಅರಿಯದವಳಲ್ಲ ಎಂದುಕೊಂಡ. ಅವಳ ನಡತೆಯನ್ನು ನೋಡಿ ಸ್ವಲ್ಪ ಹೊಸದು, ರೂಢಿಯಾದರೆ ಸರಿ ಹೋಗುತ್ತಾಳೆಂದುಕೊಂಡ.

ತಿಂಡಿ ಮುಗಿಸಿ ಹೊರಗೇನೋ ಬಂದರು. ಶ್ರೀಧರನಿಗೆ ಯೋಚನೆಯಾಯ್ತು. ಇವಳನ್ನು ಸಿನಿಮಾಗೆ ಕರೆದೊಯ್ಯುವುದಾ? ಇಲ್ಲ ನೇರವಾಗಿ ಶ್ರೀಕಂಠಯ್ಯನವರ ಮನೆಗೆ ಕರೆದೊಯ್ಯುವುದಾ? ಅವಳತ್ತ ದೃಷ್ಟಿ ಹರಿಸಿದ. ಆಟೋ ಹತ್ತಿದಾಗಿದ್ದ ಮಂಕುತನ ಮಾಯವಾಗಿತ್ತು. ಗೆಲುವಾಗಿ ಸುತ್ತಮುತ್ತಲೂ ಕಣ್ಣರಳಿಸಿ ನೋಡುತ್ತಿದ್ದಳು.

'ಪರ್ವಾಗಿಲ್ಲ....' ಎಂದುಕೊಂಡು ಹತ್ತಿರದಲ್ಲಿದ್ದ ಥಿಯೇಟರಿಗೆ ಕರೆದೊಯ್ದ. ಬಾಲ್ಕನಿಯಲ್ಲಿ ಹೋಗಿ ಕುಳಿತರು. ಹೆಚ್ಚು ಜನರೇನೂ ಇರಲಿಲ್ಲ. ಏರ್‌ಕಂಡೀಷನ್ ಥಿಯೇಟರ್. ಹಾಯಾಗಿ ಉಸಿರಾಡಿದರು.

"ಸುಕನ್ಯ, ನಾನು ಎಷ್ಟೋ ಆಸೆಯಿಂದ ಕರ್ಕೊಂಡು ಬಂದ್ರೆ ನೀನು ಮಾತೇ ಆಡೋಲ್ಲ. ನಿಂಗೆ ನನ್ನ ಮೇಲೆ ಇಷ್ಟ ಇಲ್ಲ ಅಂತ ಕಾಣಿಸುತ್ತೆ. ಮದ್ವೆ ನಿಲ್ಸಿಬಿಡು ಅಂತ ನಿಮ್ಮಣ್ಣನಿಗೆ ಹೇಳಿಬಿಡ್ತೀನಿ." ಸುಕನ್ಯ ಬೆಚ್ಚಿಬಿದ್ದಳು. ಅವನ ಪಿಸುಮಾತುಗಳಿಗೆ ಮುಖವನ್ನು ಅವನತ್ತ ತಿರುಗಿಸಿದಳು. ಅತಿ ಸಮೀಪದಲ್ಲಿ ಅವನು ಮುಖ... ಮುಖಕ್ಕೆ ರಂಗೇರಿತು. ಆ ನೋಟದಲ್ಲಿ ಆತಂಕವಿತ್ತು. ಹಾಗೆ ಮಾತ್ರ ಹೇಳಬೇಡಿ ಎಂದು ಹೇಳುವಂತಿತ್ತು. ಮೆಲ್ಲಗೆ ಅವಳ ಕೈಹಿಡಿದು ಸವರಿದ. ಕಂಪಿಸಿದ ಕೈ ಸಮಸ್ಥಿತಿಗೆ ಬಂತು.

ಸ್ವಲ್ಪ ಧೈರ್ಯವಾಗೇ ಮಾತಾಡಿದಳು, ತುಟಿ ಅರಳಿಸಿದಳು. ಕಣ್ಣಲ್ಲಿ ಹೂನಗೆ ತುಂಬಿಕೊಂಡಳು.

ಪಿಕ್ಚರ್ ಮುಗಿಯುವ ವೇಳೆಗೆ ಅವರ ಮಧ್ಯೆ ಇದ್ದ ತೆರೆ ಅಷ್ಟಿಷ್ಟು ಸರಿದುಹೋಗಿತ್ತು. ಕಾಲ ನಿರರ್ಥಕವಾಗದಿದ್ದಕ್ಕೆ ಶ್ರೀಧರ ಸಂತೋಷಗೊಂಡ. ಅವಳ ಮುಖವು ಅರಳಿದ ತಾವರೆಯಂತಾಗಿತ್ತು. ಈಗ ಅವರಿಬ್ಬರಿಗೆ ಲೋಕ ಬಲು ಸುಂದರ.

ಆಟೋ ಬಂದು ಹಾಸ್ಟಲ್ ಮುಂದೆ ನಿಂತಾಗ ಮಾಧು, ಶ್ಯಾಮ ಹೊರಗೆ ಕಾದಿದ್ದರು. ಶ್ಯಾಮನ ಮುಖದ ಮೇಲೆ ತುಂಟತನ ನಗು ಇತ್ತು.

"ಸುಕನ್ಯ, ಪಿಕ್ಚರ್ ಹೇಗಿತ್ತು?" ಎಂದು ಮಾಧು ತಮಾಷೆ ಮಾಡಿದ.

"ಅವ್ರೆಲ್ಲಿ ಪಿಕ್ಚರ್ ನೋಡಿದ್ರು! ಮುಂದೆ ತಾವು ಅಭಿನಯಿಸಬೇಕಾದ ಪಾತ್ರದ ಬಗ್ಗೆ ಕನಸು ಕಾಣುತ್ತಿದ್ದರು." ಶ್ಯಾಮ ಶ್ರೀಧರನಿಗೆ ಕಣ್ಣು ಹೊಡೆದ. ಮಾಧುವಿನ ಕಡೆಗೆ ಸನ್ನೆ ಮಾಡಿ ಶ್ರೀಧರ ಭಯ ನಟಿಸಿದ.

ಅಂತೂ ಇಂತೂ ಮನೆ ಸೇರುವ ವೇಳೆಗೆ ರಾತ್ರಿಯಾಗಿಬಿಟ್ಟಿತ್ತು. ನಾರಾಯಣಪ್ಪನವರು ಒಂದೇ ಸಮನೇ ರೇಗಾಡಿಬಿಟ್ಟರು.

"ಮನೆಯಲ್ಲಿ ಸರಳ ಒಬ್ಬೇ ಇದ್ದಾಳೆ. ಸಂಜೆ ಬರುತ್ತೀವಿ ಅಂತ ಹೇಳಿ ಬಂದಿದ್ದು. ಆ ಹುಡ್ಗಿ ಎಷ್ಟು ಆತಂಕಪಟ್ಟಕೊಂಡಿರ್ಬೇಕು?! ಶ್ಯಾಮ, ನೀನು ಕಡೇ ಬಸ್ಸಿನಲ್ಲಿ ಹೊರಟುಬಿಡು. ಮಾಧುಗೆ ಸ್ವಲ್ಪ ಕೆಲ್ಸವಿದೆ. ನಾವು ಬಂದ್ಮೇಲೆ ಹಿಂದಿರುಗುವೆಯಂತೆ" ಎಂದು ಮಗನನ್ನು ಅಟ್ಟಿದರು.

ಶ್ಯಾಮ ಕಡೇ ಬಸ್ಸಿನಲ್ಲಿ ಹಳ್ಳಿಗೆ ಬರುವ ವೇಳೆಗೆ ಹನ್ನೊಂದು ಗಂಟೆ ಆಗಿತ್ತು. ಬಸ್ಸು ಹೊರಟಿದ್ದೇ ಲೇಟು, ವಿಪರೀತ ಜನ, ಫರ್ಲಾಂಗ್‌ಗೆ ಒಂದು ಹಳ್ಳಿ, ಅಬ್ಬಬ್ಬ, ಬೇಸರವೆನ್ನಿಸಿಹೋಗಿತ್ತು. ಮಳೆ ತುಂತುರು ತುಂತುರಾಗಿ ಹನಿಯುತ್ತಿತ್ತು. ದಾಪುಗಾಲು ಹಾಕುತ್ತ ಬೇಗನೇ ಮನೆಗೆ ಬಂದ. ಚಿಲಕದ ಮೇಲೆ ಕೈ ಇಟ್ಟವನು ಹಿಂದಕ್ಕೆ ತೆಗೆದುಕೊಂಡ. ಮಾಧು-ಸರಳ ಕೋಣೆಯಲ್ಲಿ ದೀಪ ಉರಿಯುತ್ತಿತ್ತು. ನಗು, ಪಿಸುಮಾತು, ಕುತೂಹಲ ಕೆರಳಿತು. ಹೊರಗಿದ್ದ ಕಿಟಕಿಯ ಬಳಿ ನಿಂತ. ಮುಚ್ಚಿದ ಕಿಟಕಿಯ ಸಂದಿನಲ್ಲಿ ಇಣಕಿದ.... ನಿಂತಲ್ಲೇ ಕುಸಿದ. ಮೈ ಕಾವೇರಿತು. ಕಟಕಟನೇ ಹಲ್ಲು ಕಡಿದ. ಸುತ್ತಮುತ್ತಲೂ ದೃಷ್ಟಿ ಹರಿಸಿದ. ಸಂಪಿಗೆ ಮರದ ಬುಡದಲ್ಲಿ ಕೊಡಲಿ ಬಿದ್ದಿತ್ತು. ಸಂಜೆ ಸೀಳಿದ ಸೌದೆ ಪಾಳುಗಳು ಅಲ್ಲೇ ಬಿದ್ದಿತ್ತು. ಕೊಡಲಿಯನ್ನು ಕೈಗೆ ತೆಗೆದುಕೊಂಡ. ಕಾಲಿನಿಂದ ದಬದಬನೆ ಬಾಗಿಲನ್ನು ಒದ್ದ. ಸರಸ್ವತಿಯ ದೀನ ಮುಖ ಅವನ ಕಣ್ಮುಂದೆ ಸುಳಿಯಿತು. ಕೊಡಲಿಯನ್ನು ಎತ್ತಿ ಮೊದಲಿದ್ದ ಜಾಗಕ್ಕೆ ಎಸೆದ.

ಸುಂದರು ಬಂದು ಬಾಗಿಲು ತೆಗೆದ. ಶ್ಯಾಮ ಅವನನ್ನು ನುಂಗುವವನಂತೆ ನೋಡಿದ. ಶಕ್ತಿ ಇದ್ದಿದ್ದರೆ ಸುಂದರನನ್ನು ಕಣ್ಣಿನಲ್ಲೇ ಸುಟ್ಟು ಭಸ್ಮ ಮಾಡಿಬಿಡುತ್ತಿದ್ದನೇನೋ! ಮಾತಾಡದೇ ಒಳ ಹೋಗಿ ತೂಗು ಮಣೆಯ ಮೇಲೆ ಕುಳಿತ. ಮಳೆ ಜೋರಾಯಿತು. ಈ ಮನೆಗೆ ಸಿಡಿಲು ಬಡಿದು ಹಾಳಾಗಬಾರದೇ! ಪಾಪಿಗಳು ನನ್ನ ಕಣ್ಮುಂದೆಯೇ ಬೂದಿಯಾಗಬಾರದೆ? ಕೋಪದಿಂದ ಹಲ್ಲುಗಳು ಕಡಿಯುತ್ತಿತ್ತು.

ಮನೆಯಿಂದ ಹೋದ ಸುಂದರು ಬೆಳಗಿನವರೆಗೂ ಇತ್ತ ಬರುವ ಧೈರ್ಯ ಮಾಡಲಿಲ್ಲ. ಸರಳ ಲೋಹದ ಚುಂಬಕದಂತೆ ಸೆಳೆದುಬಿಟ್ಟಿದ್ದಳು. ಅವನೇನು ಅತೀತನಲ್ಲ, ನಪುಂಸಕನಲ್ಲ. ಆದರ್ಶಗಳನ್ನು ಗಂಟುಹಾಕಿಕೊಂಡಂಥ ಗಂಡು ಮೊದಲೇ ಇಲ್ಲ.

ತೂಗುಮಣೆಯ ಮೇಲೆ ಶ್ಯಾಮ ಕೂತೇ ಇದ್ದ. ಮಳೆಯ ಸದ್ದನ್ನು ಮೆಟ್ಟಿಕೊಂಡು ಹುಚ್ಚು ಗಣಪತಿಯ ಕೂಗು ಕೇಳಿಸುತ್ತಿತ್ತು. ಯಾರ ಪಾಪ ಯಾರಿಗೋ ಗಂಟು. ಅವಧಾನಿಗೆ ಇನ್ನೂ ಬುದ್ಧಿ ಬಂದಿಲ್ಲ. ಮೊಚ್ಚು ತಗೊಂಡು ಇವರೆಲ್ಲರ ತಲೆಗಳನ್ನು ತರಿದುಬಿಡುವ ಮನಸ್ಸಾಯಿತು. ಒಳಮನಸ್ಸು ಪ್ರಶ್ನಿಸಿತು. ಅಷ್ಟಕ್ಕೆ ಕಳಂಕ ಹೋದೀತೇ? ಭೂಮಿ ಇರೋವರೆಗೂ ಇಂಥ ಜನ ಹುಟ್ಟುತ್ತಲೇ ಇರ್ತಾರೆ.

ಇವರನ್ನೆಲ್ಲ ಕೊಲ್ಲುವುದು ನಿನ್ನಿಂದ ಸಾಧ್ಯವಿಲ್ಲ. ಅವಿವೇಕಿಯಾಗಬೇಡ; ಮುಂದೆ ಮಾಧು, ಸರಸ್ವತಿಯಂಥವರು ಜೀವನ ಪೂರ್ತಿ ದುಃಖ ಅನುಭವಿಸಬೇಕು.

ಕ್ರೋಧ, ದುಃಖದಿಂದ ತಪ್ತನಾದ ಶ್ಯಾಮನ ಕಣ್ಣಿಂದ ಅಶ್ರುಬಿಂದುಗಳು ತೊಟ್ಟಿಕ್ಕಿದ್ದವು. ಅದರಲ್ಲಿ ಮಾಧು ಕೊಚ್ಚಿಹೋದಂತೆ ಕನಸುಕಂಡು ಬೆಚ್ಚಿದ. ಎದ್ದು ಬಾಗಿಲನ್ನು ಮುಂದಕ್ಕೆಳೆದುಕೊಂಡವನೇ ಹೊರಟುಬಿಟ್ಟ. ದೂರದಲ್ಲಿ ನಿಂತು ನೋಡಿದ. ಪತಿತಳ ಸುಡುಬೆಂಕಿ ಹತ್ತಿ ಉರಿದಂತಾಯಿತು. ಇದನ್ನೆಲ್ಲ ಮೆಟ್ಟಿ ದೀನನಾಗಿ ನಿಂತ ಮಾಧುವನ್ನು ಕಂಡಂತಾಯಿತು. ಮತ್ತೆ ತಿರುಗಿ ನೋಡಲು ಮನಸ್ಸಾಗಲಿಲ್ಲ. ಸರಸರನೇ ಹೊರಟುಬಿಟ್ಟ.

ಸಂಜೆ ಹೊತ್ತಿಗೆ ನಾರಾಯಣಪ್ಪ ಎಲ್ಲರೊಡನೆ ಬಂದು ಇಳಿದಳು. ಶ್ಯಾಮನ ಪತ್ತೆಯೇ ಇಲ್ಲ.

"ಸರಳ, ಶ್ಯಾಮ ಬರಲಿಲ್ವೆ? ಎಲ್ಲಿಗೆ ಹೋದ?" ಎರಡಕ್ಕೂ ಒಂದೇ ಉತ್ತರ "ಗೊತ್ತಿಲ್ಲ". ಪ್ರಶ್ನಿಸಿ ಪ್ರಯೋಜನವಿಲ್ಲವೆಂದು ಸುಮ್ಮನಾದರು. ಆತಂಕವಂತೂ ಕಡಿಮೆಯಾಗಲಿಲ್ಲ. ಕಡೆಗೇ ಸುಂದರು ಶ್ಯಾಮ ಬಂದು ಹೋದ ಸಂಗತಿ ತಿಳಿಸಿದ ಮೇಲೆ ನಿಶ್ಚಿಂತೆಯಿಂದ ಉಸಿರಾಡಿದರು.

* * * *

ಶ್ರೀಧರ ಕೋಣೆಗೆ ಬಂದಾಗ ಶ್ಯಾಮ ಮಂಕಾಗಿ ಕೂತಿದ್ದ. ಅವನ ಮುಖದ ಮೇಲೆ ಚಿಂತೆ, ಬಾಧೆ, ನೋವು ಮೇಳೈಸಿದಂತೆ ಕಂಡುಬಂತು. ಗಾಬರಿಯಾದ.

"ಶ್ಯಾಮ, ಯಾಕೋ ಮಂಕಾಗಿದ್ದೀಯಾ?" ಶೂನ್ಯನೋಟ ಹರಿಸಿದ. ಶ್ಯಾಮ ಮತ್ತೆ ಮೊದಲಿನಂತೆ ಕುಳಿತ. ಶ್ರೀಧರ ತೋಳಿಡಿದು ಜಗ್ಗಿದ. ಪ್ರತಿಕ್ರಿಯೆ ಸೊನ್ನೆ.

"ಲೋ... ಬಾಯ್ಬಿಟ್ಟು ಏನಾದ್ರೂ ಹೇಳೋ! ಯಾವಾಗ್ಬಂದೆ...? ಏನಾಯ್ತು?" ಜೋರಾಗಿ ನಕ್ಕ ಶ್ಯಾಮ. ಅವನು ನಗುತ್ತಿದ್ದದ್ದೇ ಹಾಗೆ. ಆದರೆ ಇಂದಿನ ಭಯಂಕರ ನಗೆಯಲ್ಲ. ಆ ನಗೆ ಕಲ್ಮಷರಹಿತ, ಸುಂದರ. ಆಕರ್ಷಕ ನಗು. ಇಂದಿನ ನಗು ಭಯಂಕರ!

ಭದ್ರವಾಗಿ ಅವನ ಬಾಯಿ ಮುಚ್ಚಿದ ಶ್ರೀಧರ, "ನಿಂಗೇನಾದ್ರೂ... ಹುಚ್ಚಿಡಿದಿದೆಯೇನೋ! ಪಕ್ಕದ ರೂಮಿನವ್ರೆಲ್ಲ ಬಂದ್ಬಿಡ್ತಾರೆ." ಶ್ಯಾಮ ನಗು ಏನೋ ನಿಲ್ಲಿಸಿದ. ಕೈಗಳಿಂದ ಮುಖವನ್ನು ಮುಚ್ಚಿಕೊಂಡು ಅಳತೊಡಗಿದ. ಶ್ರೀಧರನ ಕೈಕಾಲುಗಳು ನಡುಗತೊಡಗಿತು. ಈ ಸುದ್ದಿ ಅಕ್ಕಪಕ್ಕದವರಿಗೆ ಹರಡುವುದು ಬೇಕಾಗಿರಲಿಲ್ಲ.

"ಶ್ಯಾಮ.... ಏನಾಯ್ತು ಮರಿ?" ಸಂತೈಸಿದ, ಮೆಲ್ಲಗೆ ಅವನ ಕಾಲಿನ ಷೂ ಕಳಚಿದ. ಎಂದೋ ತಂದಿಟ್ಟಿದ್ದ ನಿದ್ದೆ ಗುಳಿಗೆಯನ್ನು ಬಲವಂತದಿಂದ ನುಂಗಿಸಿ ಮಲಗಿಸಿದ. ಸುಸ್ತಾದವನಂತೆ ನಾಲ್ಕಾರು ಲೋಟ ನೀರು ಕುಡಿದು ಮಂಚದ ಮೇಲೆ ಕುಕ್ಕರಿಸಿದ.

'ಇವನಿಗೆ.... ಏನಾಗಿದೆ? ಏನಾಯ್ತು?' ಅವನ ಪ್ರಶ್ನೆಗೆ ಉತ್ತರ ಹೇಳುವವರಾರು? ಮಲಗಿ ಮುಸುಕೆಳೆದ. ನೂರೆಂಟು ಯೋಚನೆ. ನಿದ್ದೆ ಬರಲಿಲ್ಲ.

ನಾಲ್ಕಾರು ದಿನಗಳಾದರೂ ಶ್ಯಾಮ ಸರಿಹೋಗಲಿಲ್ಲ. ಕೋಣೆ ಬಿಟ್ಟು ಹೊರಗೆ ಕಾಲಿಡಲಿಲ್ಲ. ಶ್ರೀಧರ ಸಮಾಧಾನಕ್ಕೆ ಅಷ್ಟಿಷ್ಟು ತಿಂದು ಮಾಡುತ್ತಿದ್ದ. ಕಡೆಗೆ ಶ್ಯಾಮ ಹೆದರಿಸಿದ. ಎಲ್ಲಾದರೂ ಹೋಗುವುದಾಗಿ ಬೆದರಿಕೆ ಹಾಕಿದ.

ಆ ಘಟನೆ ಅವನನ್ನು ಜೀವಂತ ಕೊಲ್ಲುತ್ತಿತ್ತು. ಅದನ್ನು ಯಾರಿಗಾದರೂ ಹೇಳಿ ಸಮಾಧಾನ ಹೊಂದದಿದ್ದರೇ ಹುಚ್ಚು ಗಣಪತಿಯಂತೆ ತಾನೊಬ್ಬ ಹುಚ್ಚನಾಗ ಬಹುದೆಂದು ಹೆದರಿದ. ಮನ ಬಿಚ್ಚಿ ಎಲ್ಲ ಒದರಿ ಸಮಾಧಾನವಾಗುವವರೆಗೂ ಅತ್ತ.

ಶ್ಯಾಮ ದಿಗ್ಭ್ರಮೆಗೊಂಡ. ಮಾಧುವಂಥ ಸಭ್ಯನ ಹೆಂಡತಿ... ಗಡಗಡನೇ ನಡುಗಿಬಿಟ್ಟ. ಚೇತರಿಸಿಕೊಂಡ. ಈ ಘಟನೆ ಮುಂದಿನ ದುರಂತಕ್ಕೆ ಕಾರಣವಾಗಬಾರದೆಂದುಕೊಂಡ.

"ಶ್ಯಾಮ, ಯಾರ ಮುಂದೇನೂ ಹೇಳಿಲ್ಲ ತಾನೇ!" ಶ್ಯಾಮ ಇಲ್ಲವೆನ್ನುವಂತೆ ತಲೆಯಾಡಿಸಿದ.

"ದಯವಿಟ್ಟು ಯಾರ ಮುಂದೂ ಬಾಯ್ಬಿಡ್ಬೇಡ! ನಿಮ್ಮ ಅಣ್ಣ ಆತ್ಮಹತ್ಯೆ ಮಾಡಿಕೊಂಡಾನು! ದುಡುಕ್ಬೇಡ! ನಾಳೆ ಇದೊಂದು ಕೆಟ್ಟ ಪರಂಪರೆಗೆ ನಾಂದಿಯಾಗುತ್ತೆ!"

"ಎಂದಾದ್ರೂ ಗೊತ್ತಾಗುತ್ತೆ ಮಾಧು! ಎದುರಿಸ್ಬೇಕು. ಹೆಂಡತಿನ್ನಂತೂ ದಂಡಿಸಲಾರ! ಆತ್ಮಹತ್ಯೆ... ಏನೋ ಹೇಳಲಾರೆ. ಸರಸ್ವತಿಗೆ ತಿಳಿದ್ರೆ.... ಕಟಕಟನೇ ಹಲ್ಲು ಕಡಿದ "ಸುಂದರು ಮದ್ವೆಯಾಗಿ ಬದುಕಿಹೋದ. ಇಲ್ಲದಿದ್ರೆ ಇಬ್ರನ್ನೂ ಕೊಚ್ಚಿಹಾಕಿಬಿಡುತ್ತಿದ್ದೆ." ರೋಷದಿಂದ ಅವನ ಕಣ್ಣುಗಳು ಕೆಂಪಗಾದವು.

ಶ್ರೀಧರ ನಡುಗಿದ. ಖಂಡಿತ ಇವನು ದುಡುಕದೇ ಬಂದಿದ್ದು ಅವರ ತಾಯಿ ತಂದೆಯ ಪುಣ್ಯವೆಂದುಕೊಂಡ.

"ನಿಂಗಿನ್ನೂ ಸುಂದರು ಹೆದರ್ತಾನೆ. ಅವನನ್ನು ಬೇರೆ ಕಡೆ ಸಾಗಾಕೋ ಏರ್ಪಾಟು ಮಾಡೋಣ...."

ಶ್ರೀಧರ ತನ್ನೆಲ್ಲ ಬುದ್ಧಿಯನ್ನು ಖರ್ಚುಮಾಡಿ ಸಮಾಧಾನ ಮಾಡಿದ. ಒಳಗಡೆಯೇ ಹೊಗೆಯಾಡುವ ಬೆಂಕಿ ಯಾವತ್ತಿಗೂ ಒಳ್ಳೆಯದಲ್ಲವೆಂದು ಅವನಿಗೆ ಗೊತ್ತು.

ಶ್ಯಾಮು ಮಾಮೂಲಿ ಮನುಷ್ಯನಾಗಲು ಹತ್ತಾರು ದಿನಗಳೇ ಹಿಡಿಸಿದವು.

ಈಗ ಮಾಧು ಹೆಂಡತಿಯ ಕೈಗೆ ದುಡ್ಡು ಕೊಟ್ಟು, ಅವಳಿಗೆ ಬೇಕಾದ ಬಟ್ಟೆಬರೆಗಳನ್ನು ತರಲು ಸುಂದರು ಜೊತೆಗೆ ಕಳಿಸಬೇಕೆಂದು ನಿರ್ಧರಿಸಿದ.

ತೋಟಕ್ಕೆ ಹೋಗಿದ್ದಾಗ ಸುಂದರು ಮುಂದೆ ಈ ಸಲಹೆ ಇಟ್ಟ. ಅವನು ಬೆಚ್ಚಿಬಿದ್ದ, ಮುಖ ಬೆವರಿತು, ನಾಲಿಗೆ ಒಣಗಿಹೋಯಿತು.

"ಮಾಧು, ಇಲ್ಲಿನ ಕೆಲ್ಸ ನಾನು ನೋಡ್ಕೋತೀನಿ. ನೀವಿಬ್ರೇ ಹೋಗ್ಬನ್ನಿ..." ಜಾರಿಕೊಳ್ಳಲು ಯತ್ನಿಸಿದ.

"ನನಗಿನ್ನೂ ಬ್ರಹ್ಮಾಂಡದಷ್ಟು ಕೆಲ್ಸವಿದೆ. ಅನುಭವ ಇಲ್ಲದ ನಿನ್ನ ಮೇಲೆ ಹಾಕಿ ಹೋಗೋದಿಕ್ಕೆ ನಂಗೆ ಇಷ್ಟವಿಲ್ಲ. ಒಂದು ದಿನದ ಮಟ್ಟಿಗೆ ಹೋಗಿ ಬಂದ್ಬಿಡು" ಅವನ ಮಾತಿಗೆ ಖಂಡಿತ ಸುಂದರು ಒಪ್ಪುವ ಸ್ಥಿತಿಯಲ್ಲಿರಲಿಲ್ಲ.

"ನಂಗೆ ಅನುಭವವಿಲ್ಲದಿದ್ರೂ ದೊಡ್ಡಪ್ಪ ಇದ್ದಾರೆ. ಅವ್ರನ್ನು ಕೇಳಿ ಮಾಡ್ತೀನಿ. ನೀವೇ ಹೋಗಿ ಬಂದ್ಬಿಡಿ."

ಆತುರಾತುರವಾಗಿ ಮನೆಗೆ ಬಂದ ಮಾಧು ಮಡದಿಯನ್ನು ಆತುರಾತುರವಾಗಿ ಹೊರಡಿಸಿದ. ಇದೊಂದು ವಿಷಯದಲ್ಲಿ ಗಂಡನಿಗೆ ವಿಧೇಯಳು.

ಬಂದ ಮಾಧು ಮಡದಿಯನ್ನು ಮಾವನ ಮನೆಯಲ್ಲಿ ಬಿಟ್ಟು "ಸರಳ ಸುಮನೋ, ನಿಮ್ಮ ಚಿಕ್ಕಮ್ಮನ್ನೋ ಕರ್ಕೊಂಡ್ಹೋಗಿ ತಂದುಬಿಡು. ನಾನ್ಹೋಗಿ ಶ್ಯಾಮನ ನೋಡ್ಕೊಂಡು ಬಂದುಬಿಡ್ತೀನಿ" ಹೊರಟೇಬಿಟ್ಟ.

ಈಗ ಸರಳಳ ಹೃದಯ ಧಸಕ್ಕೆಂದಿತು. ತಕ್ಷಣ ಉದಾಸೀನದಿಂದ ಆ ವಿಷಯವನ್ನು ಪಾತಾಳಕ್ಕೆ ಎಸೆದಳು. ಮೊದಲಿನಿಂದಲೂ ಅವಳ ಧೈರ್ಯ ನೋಡಿ ಎಲ್ಲರೂ ಆಶ್ಚರ್ಯಪಡುವವರೇ. ಚಿಕ್ಕಂದಿನಲ್ಲಿ ಇವಳ ರಾಮಾಯಣ ನೋಡಿ ತಂದೆ ಹೊಡೆಯಲು ಬಂದರೆ ಕಾಳಿಯಾಗಿ ನಿಂತುಬಿಡುತ್ತಿದ್ದಳು. ಅಕ್ಕಪಕ್ಕದವರು ಕೂಡ ಹೆದರಿ ಮಾತಾಡುವುದನ್ನೇ ಬಿಟ್ಟಿದ್ದರು. ಅವರಿವರಿಂದ ವಿಷಯ ತಿಳಿದ ಜನರು ಹೆಣ್ಣು ಕೇಳಲೇ ಬರುತ್ತಿರಲಿಲ್ಲ. ಋಣಾನುಬಂಧ... ರೂಪೇನ... ಎಂಬಂತೆ ಮಾಧುವಿಗೆ ಗಂಟಾದಳು.

ಇಷ್ಟೊತ್ತಿನಲ್ಲಿ ಕೋಣೆಯಲ್ಲಿರುವುದಿಲ್ಲವೆಂದು ತಿಳಿದ ಮಾಧು ನೇರವಾಗಿ ಕಾಲೇಜಿನ ಹತ್ತಿರ ನಡೆದ. ಆಗತಾನೇ ಶ್ರೀಧರ, ಶ್ಯಾಮ ಕಾಲೇಜು ಕಾಂಪೌಂಡಿನಿಂದ ಹೊರಬರುತ್ತಿದ್ದರು.

ಶ್ರೀಧರ ಮಾತ್ರ ಮಾಧುನ ನೋಡಿ ಕೈಬೀಸಿದ. ನೋಡೀ ನೋಡದವನಂತೆ ಶ್ಯಾಮ ಮುಖ ಬೇರೆ ಕಡೇ ತಿರುಗಿಸಿದ. ಮಾಧು ಪೆಚ್ಚಾದ.

ಗಾಬರಿಯಿಂದ ಹೋಗಿ ತಮ್ಮನ ಹೆಗಲ ಮೇಲೆ ಕೈ ಹಾಕಿದ. ಆತಂಕದಿಂದ ಮಾತಾಡಿಸಿದ.

"ಶ್ಯಾಮ, ಹುಷಾರಿಲ್ವೇನೋ..." ಮಾತಿಲ್ಲ. ಇತ್ತ ತಿರುಗಲೇ ಇಲ್ಲ. ತನ್ನ ದೌರ್ಬಲ್ಯ ಎಲ್ಲಿ ಪ್ರದರ್ಶಿಸಿಬಿಡುತ್ತೇನೆಯೋ ಎಂಬುದೇ ಶ್ಯಾಮನಿಗೆ ಆತಂಕ, ವೇದನೆಯಿಂದ ಬೆಂದುಹೋದ.

ಸುಮ್ಮನಿದ್ದರೇ ಗಾಬರಿಗೆ ಕಾರಣವಾಗುತ್ತದೆಯೆಂದು ಅರಿತ ಶ್ರೀಧರ ನಗುತ್ತ "ಮೊನ್ನೆ ಸ್ವಲ್ಪ ಜ್ವರ ಬಂದಿತ್ತು. ನಿಮ್ಗೆ ತಿಳಿಸಲಿಲ್ಲಾಂದ. ರೇಗಾಡುತ್ತೀರಿ... ಅಂತ..."

ಈ ಮಾತಿನಿಂದ ಮಾಧುಗೆ ಸಮಾಧಾನವಾಗಲಿಲ್ಲ. ಅವನ ಎಲ್ಲ ಸ್ವಭಾವವನ್ನು ಬಲ್ಲ ಒಡಹುಟ್ಟಿದ ಅಣ್ಣ ಇದನ್ನು ಹೇಗೆ ನಂಬಬಲ್ಲ?

ಯೋಚಿಸಿದ. ಕಾಲೇಜಿನಲ್ಲಿ ಓದೋ ಹುಡುಗರನ್ನು ನಂಬೋಕೆ ಆಗೋಲ್ಲ. ಯಾವುದಾದ್ರೂ... ಪ್ರೇಮಪ್ರಕರಣದಲ್ಲಿ... ಮಾಧುವಿನ ಮುಖದ ಮೇಲೆ ನಗು ತೇಲಿತು.

"ಏನ್ಸಮಾಚಾರ.... ಏನಾದ್ರೂ ರೋಮಾನ್ಸ್ ನಡೆದಿದ್ಯೆ!" ಶ್ಯಾಮ ಬೆಚ್ಚಿಬಿದ್ದ. ಮುಖ ಎತ್ತಿ ಅಣ್ಣನ ಕಡೇ ನೋಡಿದ. ಹೆಚ್ಚು ಹೊತ್ತು ಅವನಿಂದ ನೋಡಲಾಗಲಿಲ್ಲ.

"ಸದ್ಯ... ಅದೆಲ್ಲ ಏನು ಇಲ್ಲ. ಮದ್ವೆಯಾಗೋ ಯೋಚ್ನೆ ಮೊದಲೇ ಇಲ್ಲ. ಸ್ವಲ್ಪ ಜ್ವರ ಬಂದಿತ್ತು ಅಷ್ಟೆ." ಧ್ವನಿ ಕೂಡ ಮೊದಲಿನಷ್ಟು ಮೃದುವಾಗಿಲ್ಲವೆನ್ನಿಸಿತು ಮಾಧುಗೆ. ಈಗ ಸುಮ್ಮನಿರುವುದೇ ಸರಿಯೆನ್ನಿಸಿತು ಮಾಧುಗೆ.

ಮೂರು ಜನಾನು ಮಾರ್ಕೆಟ್ ಮುಂತಾದ ಕಡೇ ಸುತ್ತಿದರು. ಹೊರಡುವ ಮುನ್ನ ಮಾಧು ನೋಟಿನ ಕಂತೆಯನ್ನು ಶ್ರೀಧರನ ಕೈಯಲ್ಲಿಟ್ಟು "ನನ್ಗೆ ನೀನು ಬೇರೆಯಲ್ಲ, ಶ್ಯಾಮು ಬೇರೆಯಲ್ಲ. ಸುಕನ್ಯಳಿಗೆ ಏನು ತರ್ಬೇಕೂ ಅನ್ನಿಸುತ್ತೋ ಅದನ್ನು ತಗೊಂಡ್ಬಾ... ಒಟ್ಟಿನಲ್ಲಿ ನನ್ನ ತಂಗಿ ಸುಖವಾಗಿದ್ರೆ ಸಾಕು." ಶ್ರೀಧರನಿಗೆ ತೀರಾ ಸಂಕೋಚವಾಯಿತು.

ಹಣ ಹಿಂದಿರುಗಿಸುತ್ತ "ಖಂಡಿತ ಬೇಡ. ಎಲ್ಲ ನೀವೇ ತಂದಿರೋವಾಗ, ನಾನು ತರೋದೇನಿದೆ?"

"ಬೇಡ ಶ್ರೀಧರ್.... ನೀನೀಗ ಹಣ ವಾಪಸು ಮಾಡಿದ್ರೆ ನಂಗೆ ಬೇಸರವಾಗುತ್ತೆ. ನಾವು ವರದಕ್ಷಿಣೆ ನೆವದಲ್ಲಾದ್ರೂ ಬೇರೆಯವರಿಗೆ ಸಾವಿರಾರು ರೂಪಾಯಿ ಸುರಿಬೇಕಾಗಿತ್ತು. ಸಾಲ ಸೋಲ ಮಾಡಿ ಕೊಡಬೇಕಾದ ಸ್ಥಿತಿ ಬಂದಿಲ್ಲ, ಸಂಕೋಚ ಬೇಡ. ತಗೋ....." ಆತ್ಮೀಯತೆಯ ಮುಂದೆ ಶ್ರೀಧರ ಸೋಲಲೇಬೇಕಾಯಿತು. ಸ್ವಾಭಿಮಾನಕ್ಕೆ ಹಾಗೆಂದರೂ ಅವನಿಗೆ ದುಡ್ಡಿನ ಅವಶ್ಯಕತೆ ಇತ್ತು. ಅವಶ್ಯಕತೆಯ ಮುಂದೆ ಕೆಲವೊಮ್ಮೆ ಸ್ವಾಭಿಮಾನ ಅಡ್ಡಬರಲಾರದೇನೋ!

ಚಿನಕುರುಳಿ ಉರಿದಂತೆ ಪ್ರತಿಯೊಂದಕ್ಕೂ ಬಾಯಿ ಹಾಕಿಕೊಂಡು ಬರೋ ತಮ್ಮ ಸುಮ್ಮನಿದ್ದದ್ದು ಅವನಿಗೆ ಸೋಜಿಗವೆನಿಸಿತು. ಅವನ ಮನಸ್ಸಿಗೆ ನೋವೂ ಆಯಿತು. ಈ ಬದಲಾವಣೆ ಮಂಕನ್ನೇ ಕವಿಸಿತು.

"ನಿನ್ನ ಅತ್ತೀಗೇನೂ ಬಂದಿದ್ದಾಳೆ. ಅವ್ಳು ಇದುವರ್ಗೆ ಷಾಪಿಂಗ್ ಮುಗಿಸಿರ್ಬೇಕು. ಹೇಗೂ ಭಾನುವಾರ, ನಾಳೆ ರಜ ಇದೆ. ಸೋಮವಾರ ಬಂದರಾಯ್ತು. ನೀನು, ಶ್ರೀಧರ ಹೊರಡಿ..." ಅವನು ಇರೋ ಸ್ಥಿತಿಯಲ್ಲಿ ಶ್ಯಾಮ ಖಂಡಿತ ಊರಿಗೆ ಹೋಗಲಾರ. ಸರಳಳ ಮುಖವನ್ನಂತೂ ಮೊದಲೇ ನೋಡಲಾರ. ಅವನ ಪಾಲಿಗೆ ಅವಳು ಅತ್ತಿಗೆಯಾಗಿ ಉಳಿದಿರಲಿಲ್ಲ.

"ನಾಳೆ ನನ್ನ ಫ್ರೆಂಡ್ ಮನೇಲಿ ಫಂಕ್ಷನ್ ಇದೆ. ಅವನ್ಗೆ ಬರುತ್ತೀನಿ ಅಂತ

ಪ್ರಾಮಿಸ್ ಮಾಡಿದ್ದೀನಿ. ನಾನು ಬರೋಕೆ ಸಾಧ್ಯವೇ ಇಲ್ಲ." ತಮ್ಮನ ಧೋರಣೆ ಮಾಧುವಿಗೆ ವಿಚಿತ್ರವಾಗಿ ಕಾಣಿಸಿತು.

ಎದುರು ನಿಲ್ಲಲಾರದೇ ಚಡಪಡಿಸಿದ ಶ್ಯಾಮ, ಅಣ್ಣನನ್ನು ಕಳುಹಿಸಿಕೊಟ್ಟ ಶ್ರೀಧರನೊಡನೇ ನಡೆದುಬಿಟ್ಟ.

ಮನೆಗೆ ಬಂದಾಗ ಸರಳ ಇರಲಿಲ್ಲ. ಅತ್ತೆ, ಸುಮ ಮನೆಯಲ್ಲೇ ಇದ್ದರು. ಅದಕ್ಕಾಗಿ ತಲೆ ಕೆಡಿಸಿಕೊಳ್ಳಲು ಹೋಗಲಿಲ್ಲ. ಅಪಸ್ವರದಲ್ಲೇ ಪ್ರಾರಂಭವಾಗಿತ್ತು. ಮುಂದೆ ಅಪಸ್ವರದಲ್ಲೇ ಮುಕ್ತಾಯವಾಗಬೇಕಾಗಿತ್ತು.

ಸುಮ ಷರಬತ್ತು ತಂದಿತ್ತಳು.

"ನಿಮ್ಮಕ್ಕನ ಜೊತೆಯಲ್ಲಿ ನೀನು ಹೋಗಲಿಲ್ವಾ?" ಸುಮ್ಮನೆ ಕೇಳಿದ.

"ಬಟ್ಟೆ ಬರೆ ಖರೀದಿ ವಿಷ್ಯದಲ್ಲಿ ನಮ್ಗೆ ಅನುಭವ ಕಡಿಮೆ. ಅವ್ಳು ಫ್ರೆಂಡ್ಸ್ ಜೊತೆ ಹೋಗಿದ್ದಾಳೆ."

"ಸುಕನ್ಯ, ನಿನ್ನ ಕರ್ಕೊಂಡು ಬಾ ಅಂತ ಹೇಳಿಕಳಿಸಿದ್ದಾಳೆ. ಬಟ್ಟೆ ಬರೆ ಜೋಡಿಸ್ಕೊ...." ಸುಮಳಿಗೆ ಖಂಡಿತ ಹೋಗಲು ಇಷ್ಟವಿರಲಿಲ್ಲ. ಆ ಘಟನೆ... ಸುಂದರು... ಸರಳ... ಅವೆಲ್ಲದರ ನೆನಪೇ ಭಯಂಕರ.

ಅಳಿಯನ ಒತ್ತಾಯದಿಂದ ಮಗಳನ್ನು ಬಲವಂತದಿಂದ ಹೊರಡಿಸಿದರು ಶ್ರೀಕಂಠಯ್ಯ. ಸರಳ ನಾಲ್ಕಾರು ಪ್ಯಾಕೆಟ್‌ಗಳನ್ನು ಹೊತ್ತು ತಂದಳು. ಅವಳನ್ನು ಯಾರೂ ವಿಚಾರಿಸಲು ಹೋಗಲಿಲ್ಲ.

ಹೊರಡುವುದಕ್ಕೆ ಮುನ್ನ ನಾಲ್ಕು ದಿನ ಮೊದಲೇ ಮದುವೆಗೆ ಬರಬೇಕೆಂದು ಒತ್ತಾಯ ಮಾಡುವುದನ್ನು ಮಾಧು ಮರೆಯಲಿಲ್ಲ. ಎಂದಿನ ಸರಳಳೇ—ಅವಳಿಂದ ಬೇರೆ ನಿರೀಕ್ಷಿಸುವುದು ಸಾಧ್ಯವೇ ಇಲ್ಲ.

ಬಳಲಿದ ಮಾಧುವಿಗೆ ಮನೆ ತಲುಪುವ ವೇಳೆಗೆ ಸಂತೋಷದ ಸುದ್ದಿ ಕಾದಿತ್ತು. ಜಾನಕಿ ಗಂಡು ಮಗುವಿನ ತಾಯಿಯಾಗಿದ್ದಳು. ಮಗು ದುಂಡು ದುಂಡಾಗಿತ್ತು.

ತಕ್ಷಣ ಓಡಿದ ಆ ಮನೆಗೆ ಮಾಧು. ಜಾನಕಿ ತೀರಾ ಸುಸ್ತಾಗಿದ್ದಳು. ಆದರೆ ತಾಯಿತನದ ಹೆಮ್ಮೆ ಅವಳ ಮುಖದ ಮೇಲೆ ಮಿನುಗುತ್ತಿತ್ತು. ಮಾಧು ಮಗುವಿನ ತೀರಾ ಹತ್ತಿರ ಹೋಗಿ ನಿಂತ.

"ಪಾರ್ವತಮ್ಮ ಮೈಲಿಗೆ ಆಗುತ್ತೋ!" ಎಂದರು.

"ಬಿಡಮ್ಮ..." ಎಂದವನೇ ಮಗುವಿನ ಕೆನ್ನೆಯನ್ನು ಮೃದುವಾಗಿ ಸವರಿದ.

"ಮಗುನ ಮುಟ್ಟಿಬಿಟ್ಯಾ! ಹುಚ್ಚು ಹುಡ್ಗ!"

ಸುಮ ಮಧ್ಯೆ ನುಗ್ಗಿದವಳೇ ಮಗುವನ್ನು ಸರ್ರನೇ ಎತ್ತಿಕೊಂಡು ತೊಡೆಯ ಮೇಲೆ ಮಲಗಿಸಿಕೊಂಡುಬಿಟ್ಟಳು. ಪಾರ್ವತಮ್ಮ ಬಿಟ್ಟ ಕಣ್ಣಿಂದ ನೋಡಿದರು. ಅಕ್ಕ-ತಂಗಿಯರ ಮಧ್ಯೆ ಎಷ್ಟೊಂದು ಅಂತರ. ಅವಳಿಗೆ ಮಕ್ಕಳಾಗುವುದು ಅವಿವೇಕದ ಲಕ್ಷಣ.

ಪಾರ್ವತಮ್ಮ ತಮಾಷೆ ಮಾಡಿ ನಕ್ಕರು. ಸರಳಳ ಬದಲು ಸುಮ ಮಾಧುಗೆ ಹೆಂಡತಿಯಾಗಿ ಬಂದಿದ್ದರೇ...? ದೂರದ ಆಸೆ ಮಸುಕು ಮಸಕಾಗಿ ಕಾಣಿಸಿಕೊಂಡಿತು.

"ಸುಕನ್ಯ, ಸರಸ್ವತಿ ಏನು ಮಾಡ್ತಾ ಇದ್ದಾರೋ? ನಾನು ಬೆಳಗಿನಿಂದ ಮನೆ ಕಡೆಗೆ ಹೋಗೇ ಇಲ್ಲ" ಪೇಚಾಡಿಕೊಂಡಳು. ಮಾಧುಗೆ ಅವರ ಪೇಚಾಟ ಕಿವಿಗೆ ಬೀಳಲೇ ಇಲ್ಲ. ಅವನು ಸುಮಳ ತೊಡೆಯ ಮೇಲೆ ಮಲಗಿದ್ದ ಮಗುವನ್ನ ದಿಟ್ಟಿಸುತ್ತಿದ್ದ. ಅಲ್ಲಿಂದ ಅವನ ದೃಷ್ಟಿ ಜಾನಕಿಯ ಕಡೆ ಹೊರಳಿತು. ಆ ನೋಟದಲ್ಲಿ ನೂರು ಭಾವನೆಗಳನ್ನು ಗುರ್ತಿಸಿ ತಮ್ಮನ್ನು ಅಗಲಿಸಿದ ಜಾತಕವನ್ನು ಮನದಲ್ಲೇ ಶಪಿಸಿದಳು.

"ಜಾನಕಿ, ಮಗು ಎಲ್ಲ ನಿನ್ನ ತರಹನೇ! ನಾನೇ ಹೆಸರಿಡೋದು ಈ ಭೂಪನಿಗೆ...!"

ಮನೆಗೆ ಬಂದ ಮಾಧುವಿನ ಮನಸ್ಸು ವ್ಯಾಕುಲಗೊಂಡಿತು. ತಂದೆಯಾಗುವ ಭಾಗ್ಯ ತನಗಿಲ್ಲವೇನೋ? ಸರಳಳಿಗೆ ಅತ್ತ ಲಕ್ಷ್ಯವೇ ಇಲ್ಲವಲ್ಲ. ನಿಜವಾಗಲೂ ಅವಳು ಹೆಣ್ಣೇನಾ? ಅವಳ ಬಾಯಲ್ಲಿ ಒಂದು ದಿನಕ್ಕಾದ್ರೂ ಮಗುವಿನ ಹಂಬಲ ಕೇಳಲಿಲ್ಲವಲ್ಲ. ಇದೇಕೆ... ಹೀಗೆ?

"ಭಾವ.... ಅತ್ತೆ ಕರೀತಾರೆ," ಸುಮಳ ಧ್ವನಿಯಿಂದ ಎಚ್ಚೆತ್ತ ಚಿಗರೆಯಂತೆ ಓಡಿದಾಗ ಮನದಲ್ಲೇ ನಕ್ಕ.

ಸರಸ್ವತಿ, ಸುಕನ್ಯ ಅಡಿಗೆ ಮಾಡಿದ್ದರು. ನೀರು ಹಾಕಿಕೊಂಡ ಪಾರ್ವತಮ್ಮ ತಾವೇ ಬಡಿಸಲು ನಿಂತರು. ಶ್ರೀಪಾದು ಕೂಡ ಇಲ್ಲಿಗೆ ಊಟಕ್ಕೆ ಬಂದಿದ್ದ. ಇಬ್ಬರೂ ಉಲ್ಲಾಸವಾಗಿ ಮಾತಾನಾಡುತ್ತ ಊಟ ಮಾಡಿದರು.

ಮಧ್ಯೆ ಮಧ್ಯೆ ಸುಮ ಜೋಕ್‌ಗಳನ್ನು ಹಾರಿಸುತ್ತ ಊಟಕ್ಕೆ ಕೂತಿದ್ದವರನ್ನೆಲ್ಲ ನಗಿಸುತ್ತಿದ್ದಳು. ಇವತ್ತಿನ ಊಟಕ್ಕೆ ವಿಶೇಷ ರುಚಿ ಇತ್ತು.

"ಸುಮ.... ನಿನಗೆ ಇಲ್ಲೇ ಒಂದು ಗಂಡು ನೋಡಿ ಮದ್ವೆ ಮಾಡಿಬಿಡ್ತೀನಿ. ಇಲ್ಲೇ ಇದ್ಬಿಡು" ಎಂದ ಮಾಧು ತಮಾಷೆಯಾಗಿ.

"ನಾನು ಮದ್ವೇನೇ ಆಗೋಲ್ಲ..." ನಾಚುತ್ತ ಹೇಳಿದಳು.

ಇಂದು ಅತ್ಯಂತ ಚೆಲುವೆಯಾಗಿ ಕಂಡಳು ಅವನ ಕಣ್ಣಿಗೆ. ಒಳ್ಳೆಯವರ ಮನೆ ಸೇರಿ ಸುಖವಾಗಿರಲಿ ಎಂದು ಮನಃಪೂರ್ವಕವಾಗಿ ಹಾರೈಸಿದ.

ಕೋಣೆ ಮಾಧು ಬಂದಾಗ ಸರಳ ತಾನು ತಂದ ಬಟ್ಟೆಗಳ ಚೆಲುವನ್ನು ನೋಡಲು ಮಗ್ನಳಾಗಿದ್ದಳು. ಬಂದು ಮಲಗಿದ ಗಂಡನ ಕಡೇ ದೃಷ್ಟಿ ಹರಿಸಲಿಲ್ಲ.

ಈಗ ಮಾಧು ಅವಳ ಬಗ್ಗೆ ಯೋಚಿಸಲು ಸಿದ್ಧನಾಗಲಿಲ್ಲ. ಬದಲಾದ ತಮ್ಮನ ಸ್ವಭಾವದ ಬಗ್ಗೆ ತಲೆ ಕೆಡಿಸಿಕೊಳ್ಳಬೇಕಾಗಿತ್ತು. ಏನು... ಕಾರಣ? ಅದಕ್ಕೆ ಯಾರು ಉತ್ತರ ಹೇಳಬೇಕು?

* * * *

ಮಾಧು ಹೇಳುವುದಕ್ಕೆ ಮುನ್ನವೇ ಸುಂದರ ತೋಟಕ್ಕೆ ಹೊರಟುಹೋಗಿದ್ದ. ಇತ್ತೀಚಿನ ಅವನ ಧೋರಣೆಯನ್ನು ನೋಡಿ ಮಾಧು ಮನದಲ್ಲಿಯೇ ನಮ್ಮ ತೋಟ ಎಂಥವರನ್ನಾದರೂ ಆಕರ್ಷಿಸುತ್ತೆ ಎಂದು ಹೆಮ್ಮೆಪಟ್ಟುಕೊಂಡ.

"ಮಾಧು... ಇಲ್ಬಾ" ಎಂದು ತೂಗುಮಣೆಯ ಮೇಲೆ ಕೂತ ಮಗನನ್ನು ಕೂಗಿಕೊಂಡರು. ಟವಲಿಡಿದುಕೊಂಡೇ ಬಂದು ನಿಂತ.

"ಸುಂದರನಿಗೆ ಎಲ್ಲೂ ಹೇಗೋ ಮನಸ್ಸಿದ್ದ ಹಾಗೆ ಕಾಣೋಲ್ಲ! ಬ್ಯಾಂಕ್‌ನಲ್ಲಿದ್ದ ಹಣನ ತಂದು ನಿಮ್ಮಮ್ಮನ ಕೈಗೆ ಕೊಟ್ಟಿದ್ದಾನೆ. ಮನೆನೂ ಮಾರಿಬಿಡ್ತೀನೀಂತ ಹೇಳ್ತಾ ಇದ್ದ ಸುದ್ದಿ ಕಿವಿಗೆ ಬಿತ್ತು. ವೆಂಕಟೇಗೌಡ ತೋಟನ ಮಾರಿಬಿಡ್ತಾನಂತ ತಿಳೀತು. ನೀನು ಮೊದ್ಲು ಯೋಚಿಸು."

"ನೀವ್ ಹೇಗೆ ಹೇಳಿದ್ರಾಗೆ. ನೀವೇ ಒಂದು ಸಲ ಸುಂದರನ ಹತ್ರ ಮಾತಾಡಿ ಅವ್ನ ಅಭಿಪ್ರಾಯ ತಿಳ್ಕೊಂಡ್ರೇ ವೆಂಕಟೇಗೌಡನ ಬಳಿ ಮಾತಾಡಬೌದು..." ಮಗನ ಮಾತೂ ತಂದೆಗೆ ಸರಿಯೆನ್ನಿಸಿತು.

"ಮನೆ ಕೆಲ್ಸ ಎಲ್ಲಿವರ್ಗೂ ಬಂತು? ಅದು ಬೇಗ ಮುಗಿಯೋ ಹಾಗೆ ನೋಡ್ಕೋ..." ಮಾಧು ಅಲ್ಲಿ ನಿಲ್ಲಲಾರದೇ ಒಳಗೆ ಹೋದ. ಅವನ ಹೃದಯ ಭಾರವಾಗಿತ್ತು.

ಬಾಳೆಯೆಲೆ ಮೇಲೆ ಉಪ್ಪಿಟ್ಟು ತಂದು ಬಡಿಸಿದಳು ಸುಮ. ಬಡಿಸುವ ಕೈ ಸರಳಳದಾಗಿದ್ದರೇ ನಾನೆಷ್ಟು ಸರಸವಾಡುತ್ತ ತಿಂಡಿ ತಿನ್ನಬಹುದಾಗಿತ್ತು? ತಾನು ಇನ್ನೂ ಈ ಭ್ರಾಂತಿಯಿಂದ ಮುಕ್ತನಾಗಲೇ ಇಲ್ಲವಲ್ಲ ಎಂದು ನಿರಾಸೆಯ ನಗು ನಕ್ಕ.

ಅಲ್ಲೇ ನಿಂತ ಸರಸ್ವತಿ "ಯಾಕೆ ಮಾವ ನಗ್ತಿ?" ಎಂದಳು. ಅವಳಿಗೆ ಗೊತ್ತಾಗಿಹೋಯಿತಲ್ಲ ಎಂದು ಕಸಿವಿಸಿಗೊಂಡ.

"ಸುಂದರನಿಗೆ ತೋಟದ ಗೀಳನ್ನು ಹತ್ತಿಸಿಬಿಟ್ಟಿದ್ದೀಯಲ್ಲ! ಅವನಲ್ಲಿ ಇಷ್ಟು ಬೇಗ ಇಷ್ಟೊಂದು ಬದಲಾವಣೆ.... ನಿನ್ನ ಕೈಯಲ್ಲೆಲ್ಲೋ ಮಂತ್ರದ ಕೋಲಿರಬೇಕು." ಸರಸ್ವತಿ ಜೋರಾಗಿ ನಕ್ಕು ಕಾಫೀ ತರಲು ಅಡಿಗೆಯ ಮನೆಗೆ ಹೋದಳು.

"ಅದೆಲ್ಲ ನಿಮ್ಮಿಂದಲೇ ಕಲಿತಿದ್ದು. ಸುಮ, ಸುಕನ್ಯ ಅಡಿಗೆ ಮಾಡ್ತಾರಂತೆ. ನಾನು ನಿನ್ನ ಜೊತೆ ತೋಟಕ್ಕೆ ಬರ್ಲಾ...?" ಮಾಧು ತಲೆ ಎತ್ತಿ ಅವಳ ಕಡೆ ನೋಡಿದ. ಅವಳಲ್ಲಿ ತವಕವಿತ್ತು. ಗಂಡನಿಗೆ ಚೇತನ ತುಂಬಿ ಅವನ ಜೊತೆ ದುಡಿಯಲು ಸಿದ್ಧವಾಗಿದ್ದಳು.

"ಪರ್ವಾಗಿಲ್ಲ... ಬಾ... ಬಾ..." ಸರಸ್ವತಿಯ ಮುಖ ಅರಳಿಹೋಯಿತು. ಮಾಧು ಬಗ್ಗೆ ಅವಳಿಗೆ ವಿಪರೀತವಾದ ಗೌರವ. ಅವನ ಸಹನೆ ಎಲ್ಲರಿಗೂ ಒಂದು ಸವಾಲಾಗಿತ್ತು. ಈಗಲೂ ತುಟಿ ಎರಡು ಮಾಡಿ ಮಡದಿಯನ್ನು ದೂಷಿಸಿದ್ದೇ ಇಲ್ಲ.

ಮಗನ ನೋಡಿ ಹೋಗುವ ಹಂಬಲ ಮಾಧುವಿಗೆ. ನೇರವಾಗಿ

ಸರಸ್ವತಿಯೊಂದಿಗೆ ಜಾನಕಿಯ ಮನೆಗೆ ನಡೆದ. ಪಾರ್ವತಮ್ಮ ಮನೆಗೆ ಬರುವ ಸಿದ್ಧತೆಯಲ್ಲಿದ್ದರು.

"ತಿಂಡಿ ಆಯ್ತಾ ಮಾಧು?" ಮಗನ ಮೇಲೆ ಅತಿಯಾದ ಅಕ್ಕರೆ, ಕೈ ಹಿಡಿದ ಹೆಂಡತಿ ಅವನಲ್ಲಿ ಅಕ್ಕರೆ ತೋರಿಸಿದ್ದರೆ ಇವರ ಮಮತೆ ಕಮ್ಮಿಯಾಗುತ್ತಿತ್ತೇನೋ!

ಜಾನಕಿ ಮಲಗಿದ್ದಳು. ಮಗು ಕೂಡ ನಿದ್ದಿಸುತ್ತಿತ್ತು. ನೋಡಿದ ಶಾಸ್ತ್ರ ಮಾಡಿ ಹೊರಬಂದ.

"ಇವಳನ್ನು ಹೊರಡಿಸ್ಕೊಂಡು ಹೊರಟಿದ್ದೀಯಲ್ಲ!" ಮಾಧು ತಟ್ಟನೇ ನಕ್ಕ.

"ಅಮ್ಮ, ನಾನೆಲ್ಲಿ ಅವಳನ್ನು ಹೊರಡಿಸ್ಕೊಂಡು ಹೊರಟಿದ್ದೀನಿ. ಗಂಡನನ್ನು ಬಿಟ್ಟಿರಲಾರದೇ ಹೊರಟಿದ್ದಾಳೆ ಅಷ್ಟೆ."

"ಹೋಗಿ... ಮಾವ." ಪಾರ್ವತಮ್ಮ ವಿಷಾದದ ನಗು ನಕ್ಕರು. ಎಲ್ಲರ ಜೀವನದ ರಸಗಳಿಗೆಯನ್ನು ದೂರದಲ್ಲೇ ನಿಂತು ನೋಡುವ ಭಾಗ್ಯ ಮಾತ್ರ ನನ್ನ ಮಗನದಾಯಿತಲ್ಲ— ತಾಯಿಯ ಕರುಳು ಮಮ್ಮಲ ಮರುಗಿತು.

ಇವರು ಬಂದಾಗ ಸುಂದರು ತಾನೇ ಅಡಿಕೆಯ ಸಸಿಗಳಿಗೆ ಪಾತಿ ಮಾಡುತ್ತಿದ್ದ. ಸೆಂಟ್ ಸಿಂಪರಿಸಿಕೊಂಡು ಷೋಕಾಗಿ ಓಡಾಡುತ್ತಿದ್ದವನು ಬಾಡಿ, ನಿಕ್ಕರ್‌ನಲ್ಲಿ ಕೆಲಸ ಮಾಡುತ್ತಿದ್ದ. ತಲೆಗೊಂದು ಟವಲು ಸುತ್ತಿದ್ದ. ಆ ಸುಂದರು ಇವನೇ ಎಂದರೆ ಯಾರೂ ನಂಬುವ ಹಾಗಿರಲಿಲ್ಲ.

ಅವನ ಕೈಯಲ್ಲಿದ್ದ ಗುದ್ದಲಿ ಕಸಿದುಕೊಂಡ ಮಾಧು ತೋಟದ ಮನೆಯ ಕಡೆ ಕೈ ತೋರಿಸಿದ. ಅಲ್ಲಿ ಸರಸ್ವತಿ ನಿಂತಿದ್ದಳು.

ತಲೆಗೆ ಸುತ್ತಿದ್ದ ಟವಲು ಕೈಗೆ ತೆಗೆದುಕೊಂಡು ಕೈಕಾಲು ತೊಳೆದು ಅತ್ತ ನಡೆದ. ಮಡದಿಯನ್ನು ಕಂಡು ಅವನ ಮನ ಮುದಗೊಂಡಿತು. ಸಾಧಾರಣ ರೂಪಿನ ಸರಸ್ವತಿಯು ವನಸಿರಿಯ ಮಧ್ಯೆ ಅತ್ಯಂತ ಚೆಲುವಾಗಿ ಕಂಡಳು. ತಾನೇ ಎರಡು ಬಾಳೆಎಲೆಗಳನ್ನು ಕಿತ್ತು ತಂದ. ತಿಂಡಿಯನ್ನು ನೋಡಿದ ಕೂಡಲೇ ಹೊಟ್ಟೆ ಹರತಾಳ ಪ್ರಾರಂಭಿಸಿತು.

ಸರಸ್ವತಿ ಎರಡು ಬಾಳೆ ಎಲೆಗಳಿಗೂ ಉಪ್ಪಿಟ್ಟು ಬಡಿಸಿದಳು. ಅಕ್ಕಿ ತರಿಯನ್ನು ಹದವಾಗಿ ಹುರಿದು ಮಾಡಿದ ಉಪ್ಪಿಟ್ಟು ಘಮಘಮವೆನ್ನುತ್ತಿತ್ತು.

"ಸರಸು, ಬರೀ ಹೊಟ್ಟೆಯಲ್ಲಿ ಅಷ್ಟು ದೂರ ನಡ್ದು ಬಂದ್ಯಾ! ತಿಂದು ಬಂದಿದ್ದರೆ ಏನಾಗುತ್ತಿತ್ತು?" ಸರಸ್ವತಿಯ ಮುಖದ ಮೇಲೆ ಮುಗುಳುನಗು ಹರಡಿತು.

"ನೀವಿಲ್ಲಿ ಬರೀ ಹೊಟ್ಟೇಲಿ ಕೆಲ್ಸ ಮಾಡ್ತಾ ಇದ್ರೆ ನಂಗೆ ಗಂಟಲಲ್ಲಿ ತುತ್ತು ಇಳೀಬೇಕಲ್ಲ...!" ಪ್ರೀತಿಯಿಂದ ಮಡದಿಯ ಕೆನ್ನೆ ಹಿಂಡಿದ.

ಬಾಯಿ ಹತ್ತಿರಕ್ಕೆ ಹೋದ ಕೈ ಹಾಗೇ ನಿಂತಿತು ಕೈಲಿದ್ದ ಉಪ್ಪಿಟ್ಟನ್ನು ಮತ್ತೆ ಎಲೆಗೆ ಹಾಕಿಬಿಟ್ಟು,

"ಮಾಧುನ ಕರ್ಕೊಂಡು ಬರ್ತೀನಿ. ಇನ್ನೊಂದು ಎಲೆಗೆ ಬಡ್ಸು" ಎಂದು ಎದ್ದು ಹೋಗಿಬಿಟ್ಟ.

ಮಾಧು ಬೇಡವೆಂದರೂ ಕೇಳದೇ ಕೈ ಹಿಡಿದು ಎಳೆದುಕೊಂಡು ಬಂದ. ಅಕ್ಷಮ್ಯ ಅಪರಾಧ ಮಾಡಿದ್ದ. ಅದರ ಬೇನೆ ಸದಾ ಅವನನ್ನು ಸುಡುತ್ತಲೇ ಇತ್ತು. ಪ್ರಾಯಶ್ಚಿತ್ತ ಮಾಡಿಕೊಳ್ಳಬೇಕಾಗಿತ್ತು.

"ನಂದು ತಿಂಡಿ ಆಯ್ತು ಅಂದರೆ ಕೇಳಲಿಲ್ಲ. ಇವನು ಎಳೆದುಕೊಂಡು ಬಂದ ರಭಸಕ್ಕೆ ಬೆಚ್ಚಿಬಿದ್ದೆ. ಸರಸ್ವತಿ ನಿನ್ನ ಜೊತೆ ನಗ್ತಾ ನಗ್ತಾ ತಿಂಡಿ ತಿನ್ನಬೇಕು ಅಂತ ಬಂದ್ರೆ..." ಇಬ್ಬರ ಮುಖಾನೂ ನೋಡಿದ. ಅವರಿಬ್ಬರ ಮುಖದಲ್ಲೂ ಬೇಸರದ ಛಾಯೆ ಇರಲಿಲ್ಲ.

ಸಲಿಗೆಯಿಂದ ಸರಸ್ವತಿಯೇ ಕೈ ಹಿಡಿದು ಕೂಡಿಸಿದಳು. ಹರಟುತ್ತ ನಗುತ್ತ ಉಪ್ಪಿಟ್ಟು ತಿಂದ. ಇಂತಹ ರಸಮಯ ಸಮಯ ಅವನ ಜೀವನದಲ್ಲಿ ಅಪರೂಪವೇ? ವ್ಯಥೆ... ಬೇಸರ... ಜಿಗುಪ್ಸೆ. ಇದೇ ಕೆಲವರ ಜೀವನ ಎಂಬುದೇ ಅವನ ಅಭಿಪ್ರಾಯ.

ಅಸುಖಿಯಾದ ಮಾಧುವನ್ನು ಸಂತೋಷವಾಗಿಡುವ ಎಲ್ಲ ಪ್ರಯತ್ನವನ್ನೂ ಸುಂದರು ಮಾಡುತ್ತಲೇ ಇದ್ದ. ಕೊಚ್ಚಿಹಾಕಿದರೂ ಪರವಾಗಿಲ್ಲ. ಚಿಕ್ಕವನಾದರೂ ಶ್ಯಾಮು ಕಾಲಿಡಿದು ಕ್ಷಮೆ ಬೇಡಬೇಕು ಎಂದು ಹಗಲು, ರಾತ್ರಿ ಹಂಬಲಿಸುತ್ತಿದ್ದ.

ಕೆಲಸ, ಮಾತು, ನಗು ಮಧ್ಯೆ ಸಮಯ ಸರಿದುಹೋಗಿದ್ದೇ ಯಾರಿಗೂ ಗೊತ್ತಾಗಲಿಲ್ಲ. ಕ್ಯಾತೇಗೌಡ ಅವನದೇ ಆದ ಧಾಟಿಯಲ್ಲಿ ಹಳ್ಳಿಯ ಪದಗಳನ್ನು ಹಾಡಿ ಮನರಂಜನೆ ಒದಗಿಸುತ್ತಿದ್ದ. ನಿತ್ಯಸುಂದರ ವನಸಿರಿ ಸಂತೋಷದಿಂದ ತಲೆ ತೂಗುತ್ತಿತ್ತು.

ತೋಟಕ್ಕೆ ಬರೋ ಯಾವ ಸಂದರ್ಭಾನು ಸುಮ ಕಳೆದುಕೊಳ್ಳಲು ಸಿದ್ಧಳಿರಲಿಲ್ಲ. ಇಂದು ಕೂಡ ಸುಕನ್ಯ ಜೊತೆ ಊಟ ಹೊತ್ತುಕೊಂಡು ಬಂದಳು. ಸುಂದರನನ್ನು ನೋಡಿದ ಕೂಡಲೇ ಜಿಗುಪ್ಸೆಯಿಂದ ಮುಖ ತಿರುಗಿಸಿದಳು. ಆ ಘಟನೆಯ ತರುವಾಯ ಅವನನ್ನು ಕಂಡರೇ ಹೇಸಿಗೆಪಡುತ್ತಿದ್ದಳು. ಅವನಿದ್ದ ಕಡೆ ಸುಳಿಯುತ್ತಿರಲಿಲ್ಲ. ಮಾತು ಮೊದಲೇ ಇಲ್ಲ. ಬಂದಾಗಿನಿಂದ ಅವಳು ಅಕ್ಕನನ್ನು ಮಾತನಾಡಿಸಿರಲೇ ಇಲ್ಲ. ಮನೆಯವಳು ಇವಳೇ ಆಗಿದ್ದಳು. ಅವಳೇ ಪರಕೀಯಳಂತೆ ಕಂಡಳು.

ದೂರದಲ್ಲಿ ನಿಂತೇ "ಭಾವ..." ಮಾಧು ಗಾಬರಿಯಿಂದಲೇ ಓಡಿದ.

"ಏನಮ್ಮ... ಸುಮ?" ಎಂದ ಸ್ವಲ್ಪ ಗಂಭೀರವಾಗಿ.

"ಊಟ..." ಈಗ ಮಾಧು ಕೂಡ ನಕ್ಕ. ದೂರದಲ್ಲಿ ನಿಂತ ಸರಸ್ವತಿ, ಸುಂದರು ಇತ್ತ ನೋಡಿದರು. ದೃಶ್ಯ ನೋಡುವಂಥಾದ್ದಾಗಿತ್ತು. ಮಾಧು ಮುಖದಲ್ಲಿ ಬೆಳದಿಂಗಳಿನಂಥ ನಗು, ಸುಮಳ ಮುಖ ಅರಳಿದ ತಾವರೆಯಂತೆ ನಗುತ್ತಿತ್ತು. ಇಬ್ಬರ ಜೋಡಿ ನೋಡುವಂಥದೂ ಆಗಿತ್ತು.

"ಮಾಧು, ಸುಮ ಕೈ ಯಾಕೆ ಹಿಡಿಯಬಾರದು? ಅವನ ನಡವಳಿಕೆಯನ್ನು ನೋಡಿದರೆ ಅವಳಿಗೆ ಅವನಲ್ಲಿ ಬಹಳ ಪ್ರೀತಿ ಇದೆ. ಈ ಪ್ರೀತಿ ಎಂಥದ್ದೋ? ವೈರಾಗ್ಯದ ಮಾತುಗಳನ್ನು ಆಡೋ ಮಾಧು ಇದಕ್ಕೆ ಒಪ್ಪಬಹುದೇ? ಸರಳಾ...?'

ಇವರಿಬ್ಬರೂ ಅತ್ತ ಹೋದ ಕೂಡಲೇ ಸುಂದರುವಿನ ಮುಖ ವಿವರ್ಣವಾಯಿತು. ಅವನು ಸುಮಳಿಗೆ ಮುಖವನ್ನೇ ತೋರಿಸಲಾರ. ಪಾದರಿ ಹೂಗಳನ್ನು ಬಾಳೆಎಲೆಗೆ ತುಂಬಿಕೊಂಡ ಸುಕನ್ಯ ಬಂದಳು. ಪಾದರಿ ಹೂ ಮೇಲೆ ಅವಳಿಗೆ ಬಹಳಷ್ಟು ಪ್ರೇಮ. ಆ ಹೂವಿನ ಕಾಲದಲ್ಲಿ ಪ್ರತಿದಿನ ತೋಟಕ್ಕೆ ಹಾಜರು. ಕ್ಯಾತೇಗೌಡ ಅಥವಾ ನಿಂಗ ಹೋಗಿ ಕಿತ್ತು ತರಲೇಬೇಕಾಗಿತ್ತು.

ಎಲೆ ಮುಂದೆ ಕೂಡುತ್ತ ಮಾಧು, ಸುಂದರು ಮುಖ ನೋಡಿ "ಮುಖ ಸಪ್ಪೆಯಾಗಿದೆ ನೋಡು, ಅಭ್ಯಾಸವಿಲ್ಲ. ತುಂಬ ಬಿಸಿಲು ನೋಡು, ಸ್ವಲ್ಪ ಹೊತ್ತು ಮಲಗು ಸರಿಹೋಗುತ್ತೆ. ನಂಗೂ ಮೊದಲು ತಲೆ ನೋವು ಷುರುವಾಗುತ್ತಿತ್ತು. ನಮ್ಮ ನಿಂಗ ಬಂದು ಎಳನೀರು ಕುಡ್ದು ಮಲ್ಗಿಬಿಡಿ ಅಂತ ಹೇಳ್ತಾ ಇದ್ದ. ಹಾಗೇ ಮಾಡ್ತ ಇದ್ದೆ. ಈಗೇನೂ... ಇಲ್ಲ." ಸುಂದರುಗೆ ಯಾವ ತಲೆ ನೋವೂ ಇರಲಿಲ್ಲ. ಸುಮಳದ್ದೇ ಅವನಿಗೆ ಭಯ. ಅದು ಅವನನ್ನು ಕಿತ್ತು ತಿನ್ನುತ್ತಿತ್ತು. ಅದು ಯಾವಾಗ ಬೃಹದಾಕಾರವಾಗಿ ಬೆಳೆದು ತನ್ನನ್ನು ನುಂಗುತ್ತೋ ಎಂದು ಹೆದರುತ್ತಿದ್ದ.

ಸುಮ, ಸುಕನ್ಯ ಬೇಡವೆಂದರೂ ಕೇಳದೇ ಎಳನೀರು ಕಿತ್ತಿಸಿ ಕುಡಿದರು. ಫಲವತ್ತಾದ ತೋಟ, ಮೂರು ನೂರು ತೆಂಗಿನ ಮರಗಳು, ಕಾಯಿಬಿಡುವ ಸ್ಥಿತಿ ತಲುಪಿರುವ ಇನ್ನೂರು ಗಿಡಗಳು. ಎಲ್ಲಿಯ ಕೊರತೆ?

"ನೀವುಗಳು ಹೊಟ್ಟೆ ತುಂಬ ಎಳನೀರೇ ಕುಡ್ದು ಮುಗ್ಸಿದ್ದೀರಿ! ಇನ್ನೆಲ್ಲಿ ಊಟ ಮಾಡ್ತೀರಿ!" ಎಂದು ಮಾಧು ತಮಾಷೆಯಾಗಿ ಹೇಳಿದ.

"ಭಾವ, ಊಟದ್ದೇನು! ದಿನ ಮಾಡ್ಲೇಬೇಕು. ಸುಂದರವಾದ ತೋಟದಲ್ಲಿ ನಿಮ್ಮೆದುರು ಕೂತು ಎಳನೀರು ಕುಡಿಯೋದು... ಅಂದ್ರೆ...!" ನಾಲಿಗೆ ಕಚ್ಚಿಕೊಂಡಳು. ಭಾವನ ಬಗ್ಗೆ ಅವಳಿಗಿರೋ ಮೆಚ್ಚಿಗೆ, ಪ್ರೀತಿ ಈ ಒಂದು ಮಾತಿನಿಂದಲೇ ವ್ಯಕ್ತವಾಗುತ್ತಿತ್ತು.

ಉದ್ವೇಗಗೊಳ್ಳದ ಮಾಧು ವಿಪರೀತ ಅರ್ಥ ಕಲ್ಪಿಸಿಕೊಳ್ಳದೇ ನಗುತ್ತ, "ಸುಂದರು, ಈ ಹುಡ್ಗಿಗೆ ಇಲ್ಲೇ ಒಂದು ಗಂಡು ನೋಡು, ಮದ್ವೆ ಮಾಡಿ ಇಲ್ಲೇ ಇಟ್ಕೋಳ್ಳೋಣ. ಆಗ ದಿನ ಗಂಡಹೆಂಡ್ತಿ ಬಂದು ಎಳನೀರು ಕುಡ್ಕೊಂಡು ಹೋಗ್ಲಿ...." ಸುಂದರು ಮೆಲ್ಲಗೆ ಎದ್ದು ಜಾರಿಕೊಂಡ. ಸುಮಳ ಮುಂದೆ ಕೂತಿರುವಷ್ಟು ಕಾಲ ಮುಳ್ಳಿನ ಮೇಲೆ ಕೂತವನಂತೆ ಚಡಪಡಿಸಿದ.

ಸುಮ, ಸುಕನ್ಯ ಅಲ್ಲೇ ಉಳಿದಿದ್ದರಿಂದ ಎಲ್ಲರೂ ಸಂಜೆ ಒಟ್ಟಿಗೆ ಮನೆಗೆ ಬಂದರು. ಮನೆಯಲ್ಲಿ ದೊಡ್ಡ ರಾದ್ಧಾಂತವೇ ನಡೆದುಹೋಗಿತ್ತು. ಕ್ಯಾತೇಗೌಡನ ಹೆಂಡತಿ ದೇವಮ್ಮ ಮತ್ತು ಲಿಂಗನ ಹೆಂಡತಿ ಚಿನ್ನಿ ಏನೋ ಹೇಳಿಕೊಂಡು ಅಳುತ್ತಿದ್ದರು.

ಸರಳ ದೊಡ್ಡ ಧ್ವನಿಯಲ್ಲಿ ಕೂಗಾಡುತ್ತಿದ್ದಳು. ಪಾರ್ವತಮ್ಮ ಸಮಾಧಾನ ಹೇಳಿ ಬೇಸತ್ತು ಹೋಗಿದ್ದರು.

ಒಳಗೆ ಬಂದ ಎಲ್ಲರೂ ಮೂಕಪ್ರೇಕ್ಷಕರಂತೆ ನಿಂತರು. ಮಾಧು ತಾಯಿಯನ್ನು ವಿಚಾರಿಸಿದ. ಅವರು ಸರಳನ ವಿಚಾರಿಸು ಎಂದು ಹೇಳಿದವರೇ ಒಳಗೆ ನಡೆದುಬಿಟ್ಟರು. ತೀರಾ ರೋಸಿಹೋಗಿದ್ದರು.

"ನನ್ನ ಫಾರಿನ್ ನೈಲೆಕ್ಸ್ ಸೀರೆ ಇಲ್ಲೇ ಕಂಬಿ ಮೇಲೆ ಹಾಕಿದ್ದೆ; ಮಲಗಿದ್ದು ಎದ್ದು ಬಂದು ನೋಡಿದ್ರೆ ಸೀರೇನೇ ಇಲ್ಲ. ಬೆಳಗಿನಿಂದ ಇವ್ರೇ ಅಕ್ಕಿ ಮಾಡ್ತ ಇದ್ದವರು. ಇನ್ಯಾರು ತಗೊಂಡು ಹೋಗ್ತಾರೆ? ಆ ಸೀರೆ ತಂದು ಕೊಡೋವರ್ಗೂ ಬಿಡೋದಿಲ್ಲ" ಮಡದಿಯ ಮಾತನ್ನು ಮಾಧು ನಂಬಲು ಸಿದ್ಧನಿಲ್ಲ. ಕ್ಯಾತೇಗೌಡನ ಸಂಸಾರವನ್ನು ಬಲ್ಲವನಾಗಿದ್ದ. ಅವನ ಪ್ರಾಮಾಣಿಕತೆಗೆ ಬೆರಗಾಗಿದ್ದೂ ಉಂಟು. ಅಂಥದ್ದರಲ್ಲಿ... ಅವನ ಸಂಸಾರದ ಮೇಲೆ ಕಳ್ಳತನದ ಆಪಾದನೆ... ಈಗೇನು ಮಾತಾಡಬೇಕೋ ಅವನಿಗೆ ತೋಚಲಿಲ್ಲ.

"ಮಾಧಪ್ಪನೋರೆ..." ಎಂದಾಗ ಮಾಧುಗೇ ತಡೆಯಲಾರದಾಯಿತು. ಎಷ್ಟೋ ದಿನ ಬಿಸಿ ಬಿಸಿ ಹಾಲು ಕಾಸಿ ಹುಡುಗನಾಗಿದ್ದಾಗ ಕುಡಿಸಿ ರಮಿಸಿದ ಕೈಗಳ ಮೇಲೆ ಕಳ್ಳತನದ ಅಪವಾದ?

"ನೀವು ಖಂಡಿತ ತಗೊಂಡಿಲ್ಲ, ನನ್ಗೆ ಗೊತ್ತು... ಸರಳ, ಅವರ ಸ್ವಭಾವ ನಿಂಗೆ ಗೊತ್ತಿಲ್ಲ... ಬಂಗಾರದಂಥ ತೋಟನೇ ಕೈಯಲ್ಲಿದೇ.... ನಿನ್ನ ಸೀರೆ ತಗೊಂಡು..."

"ಸಾಕು ನಿಲ್ಸಿ.... ಇಷ್ಟೊತ್ತು ನಿಮ್ಮ ತಾಯಿ ಅವರ ಚಿನ್ನದಂಥ ಗುಣದ ಬಗ್ಗೆ ಉಪನ್ಯಾಸ ಕೊಟ್ಟಾಯ್ತು! ಈಗ ನೀವು ಷುರು ಮಾಡಿದ್ರ! ನಿಮ್ಮ ಮಾತು ಕೇಳಿ ನೂರೈವತ್ತು ರೂಪಾಯಿ ಸೀರೆ ಕಳ್ದುಕೊಳ್ಲಾ...?"

"ನಾವು... ಹೊತ್ತಾರೆಯಿಂದ ಮನೆಕೂ ಹೋಗಿಲ್ಲ ಬುದ್ಧಿ. ಸೀರೆ ತಗೊಂಡಿದ್ರೆ ಎಲ್ಲಿ ಮಡ್ಗಿದ್ದೀವಿ..." ಅಪೀಲು ಹೋಗುವಂತೆ ಮಾಧುಗೆ ಹೇಳಿದಳು.

"ನೀಳು ಕಳ್ಳರಂಡೇರು. ನೀತಿ, ನಿಯತ್ತು ಇದ್ರೆ ನನ್ನ ಸೀರೆ ತಂದುಕೊಡಿ..."

ಮಾಧುವಿಗೆ ದಿಕ್ಕು ತೋಚದಂತಾಯಿತು. ಹೆಂಡತಿಗೆ ಹೇಳಿ ಬಾಯಿ ಮುಚ್ಚಿಸುವ ಧೈರ್ಯ ಅವನಿಗಿಲ್ಲ. ನಿರ್ಭಾಗ್ಯರಿಗೆ ಕಳ್ಳತನದ ಪಟ್ಟ ಕಟ್ಟಲು ಮೊದಲೇ ಸಿದ್ಧವಿಲ್ಲ. ಏನೂ ಹೇಳದೆ ಹೊರಗೆ ನಡೆದುಬಿಟ್ಟ.

"ನೀವಿಬ್ರೂ ಮನೆಗೆ ಹೋಗಿ.... ನಮ್ಮ ದೊಡ್ಡಪ್ಪ ಬಂದ್ಮೇಲೆ ಮಾತಾಡೋಣ." ಮೊದಲು ಅವರನ್ನು ಕಳುಹಿಸಲು ಪ್ರಯತ್ನಿಸಿದ ಸುಂದರು. ಈಗ ಅದು ಬಿಟ್ಟು ಬೇರೆ ದಾರಿ ಇರಲಿಲ್ಲ.

"ನನ್ನ ಸೀರೆ ತಂದು ಕೊಡೋವರ್ಗ್ಗೂ ಅವ್ರು ಇಲ್ಲಿಂದ ಹೋಗ್ಲೇ ಕೂಡ್ದು." ಸುಂದರನಿಗೆ ಕೋಪ ಉಕ್ಕಿತು. ಮಾಧುನ ಬಿಟ್ಟು ಬೇರೆ ಯಾವ ಗಂಡನಿದ್ದರೂ ಇಂಥ ಹೆಣ್ಣನ್ನು ಖೂನಿ ಮಾಡಿ ಜೈಲು ಸೇರುತ್ತ ಇದ್ದೆ ಎಂದುಕೊಂಡ.

"ನೀವು ದಯವಿಟ್ಟು ಒಳಗೋಗಿ..." ಮರ್ಯಾದೆಯಾಗಿ ಸರಳಾಗೆ ಹೇಳಿದ. ಅವಳು ಅಷ್ಟಕ್ಕೆಲ್ಲ ಜಗ್ಗೊಲ್ಲಾಂತ ಅವನಿಗೂ ಗೊತ್ತಿತ್ತು. ಮಾಧುವಿನ ತುಂಬು ವ್ಯಕ್ತಿತ್ವಕ್ಕೆ ಗೌರವ ಕೊಡಬೇಕಾಗಿತ್ತು. ಸರಳ ಜೋರು ಹೊಡೆಯುತ್ತಲೇ ಇದ್ದಳು. ಅವಳ ಕೋಣೆಯ ಬಾಗಿಲನ್ನು ಎಳೆದುಕೊಂಡು ಚಿಲಕ ಹಾಕಿದ.

"ಹೋಗಿ ದೇವಮ್ಮ, ನೀವು..." ಅವರು ಅಳುತ್ತಲೇ ಹೋದರು. ಸರಳ ಎಷ್ಟೋ ಹೊತ್ತಿನವರೆಗೂ ಕೂಗಾಡುತ್ತಲೇ ಇದ್ದಳು. ಇದೆಂಥ ಸ್ವಭಾವ ಎಂದು ಎಲ್ಲರೂ ಯೋಚಿಸುವಂತಾದರು.

ತಕ್ಷಣ ಮಾಧುವನ್ನು ಹುಡುಕಲು ಸುಂದರು ಹೊರಟ. ಎದುರಾದ ಸುಮ ಮುಖವನ್ನು ಪಕ್ಕಕ್ಕೆ ತಿರುಗಿಸಿಕೊಂಡಳು. ಭಾರವಾದ ಹೆಜ್ಜೆಗಳನ್ನು ಇಡುತ್ತ ಸರಿದುಹೋದ.

ಜಾನಕಿ ಮನೆಯಲ್ಲಿ ವಿಚಾರಿಸಿದ, ಮನೆ ಕಟ್ಟುತ್ತಿದ್ದ ಸ್ಥಳದಲ್ಲಿ ನೋಡಿ, ಲೋಕಾಭಿರಾಮವಾಗಿ ಗೌಡರ ಮನೆಗೆ ಹೋಗಿ ನೋಡಿ ಬಂದ. ಚಪ್ಪಲಿ ಕೂಡ ಮೆಟ್ಟಿರಲಿಲ್ಲ. ಕಲ್ಲು ಮುಳ್ಳು ಲೆಕ್ಕಿಸದೇ ಒಂದೇ ಉಸುರಿನಲ್ಲಿ ತೋಟದ ಕಡೇ ಓಡಿದ. ನಿಂಗ, ಕ್ಯಾತೇಗೌಡ ತೋಟವನ್ನೆಲ್ಲ ಆರಿಸಿಬಿಟ್ಟರು. ಮಾಧು ಪತ್ತೆಯೇ ಇಲ್ಲ. ಪೂರ್ಣ ಕತ್ತಲು ಮುಸುಕಿಹೋಗಿತ್ತು. ಭಯದಿಂದ ಸುಂದರನ ಉಸಿರುಕಟ್ಟಿತು. ಏನೇನೋ ಕಲ್ಪಿಸಿಕೊಂಡು ಧೈರ್ಯಗೆಟ್ಟ.

ಪೆಚ್ಚು ಮೋರೆ ಹೊತ್ತು ಬಂದ ಸುಂದರು ಮುಖ ನೋಡುತ್ತಲೇ ಪಾರ್ವತಮ್ಮ ಭೂಮಿಗಿಳಿದುಹೋದರು. ನಾರಾಯಣಪ್ಪ ತಲೆಯ ಮೇಲೆ ಕೈಹೊತ್ತು ಕುಳಿತುಬಿಟ್ಟಿದ್ದರು. ಹೆಣ್ಣು ಮಕ್ಕಳೆಲ್ಲ ಒಂದು ಕಡೆ ಕೂತು ಕಣ್ಣೀರು ಹಾಕುತ್ತಿದ್ದರು. ಸರಳ ಮಾತ್ರ ಬಡಿಸಿಕೊಂಡು ಊಟ ಮಾಡುತ್ತಿದ್ದಳು. ಕತ್ತು ಹಿಸುಕುವಷ್ಟು ಕೋಪ ಬಂತು ಸುಂದರುವಿಗೆ. ಕೋಪವನ್ನು ಅದುಮಿಡಿದು ಹೊರಗೆ ಬಂದ. ಟಾರ್ಚ್ ತಗೊಂಡು ಹೊರಟ. ಜಾನಕಿಯ ಮನೆಗೆ ಬಂದ. ಅವಳ ಕಿವಿಗೆ ಈ ಸುದ್ದಿ ಹೇಗೋ ಮುಟ್ಟಿಬಿಟ್ಟಿತ್ತು. ಅವಳ ಅಳುವಂತೂ ನೋಡುವುದಕ್ಕೆ ಸಾಧ್ಯವಾಗುತ್ತಿರಲಿಲ್ಲ.

"ಸುಂದರು, ನೀನಾದ್ರೂ ಹೇಳಪ್ಪ, ಹಸಿ ಬಾಣಂತಿ ಏನಾದ್ರೂ ಆದ್ರೇ ಏನ್ಗತಿ?" ಲಲಿತಮ್ಮ ಕಣ್ಣೀರು ಹಾಕಿಕೊಂಡರು. ಯಾರು ಹೇಳಿದರೂ ಅವಳು ಕೇಳುವ ಸ್ಥಿತಿಯಲ್ಲಿರಲಿಲ್ಲ. ಮೌನವಾಗಿ ಹೊರ ನಡೆದ. ಎಲ್ಲೆಲ್ಲೂ ಕತ್ತಲು. ನಾಯಿಗಳ ಬೊಗಳುವಿಕೆ. ಎಲ್ಲಿಗೆ ಎಂಬುದೇ ಗೊತ್ತಿರಲಿಲ್ಲ. ಸುಮ್ಮನೇ ನಡೆಯುತ್ತಲೇ ಇದ್ದ. ಊರ ಹೊರಗೆ ಹೊರಟ. ಪೂರ್ತಿ ದಣಿದು ಹೋದ. ಆಂಜನೇಯಸ್ವಾಮಿ ದೇವಸ್ಥಾನದ ಮೆಟ್ಟಿಲಿನ ಮೇಲೆ ಕುಳಿತ. ಜೀರುಂಡೆಗಳ ಸದ್ದು. ಗೂಬೆಗಳ ವಿಕಾರ ಧ್ವನಿ. ಅವನೇ ಬೆಚ್ಚಿಬೀಳುತ್ತಿದ್ದ. ಮಾಧುವನ್ನು ಕರೆದೊಯ್ಯದೆ ಮನೆಗೆ ಹೋಗುವುದು ಅವನಿಗೆ ಸುತರಾಂ ಇಷ್ಟವಿಲ್ಲ. ಕಂಬಕ್ಕೆ ಒರಗಿ ಕುಳಿತ.

ನೀರವತೆಯ ಮಧ್ಯೆ ನಿಟ್ಟುಸಿರಿನ ಸದ್ದು ಕೇಳಿ ಬೆಚ್ಚಿಬಿದ್ದ. ಶಬ್ದ ಬಂದ ಕಡೇ ಟಾರ್ಚ್ ಹಾಕಿದ. ಮಾಧು ತಲೆಯ ಮೇಲೆ ಕೈಹೊತ್ತು ಕಣ್ಣು ಮುಚ್ಚಿಕೂತಿದ್ದ.

ಸುಂದರನ ಕಣ್ಣುಗಳು ಸಂತೋಷದಿಂದ ಅರಳಿದವು. ಶ್ರಮ ಸಾರ್ಥಕವಾಯಿತೆಂದುಕೊಂಡ.

ಸುಂದರನ ಕೈ ಸ್ಪರ್ಶದಿಂದ ಮಾಧು ಎಚ್ಚರಗೊಂಡ, ದುಃಖ, ವೇದನೆಗಳ ಸಮ್ಮಿಳನವೇ ಮೂರ್ತರೂಪ ತಳೆದು ಕುಳಿತಿರುವಂತೆ ಕಂಡ.

"ಮಾಧು, ಏಳು ಮನೆಗೆ ಹೋಗೋಣ. ದೊಡ್ಡಪ್ಪ, ದೊಡ್ಡಮ್ಮ ಅರ್ಧ ಜೀವವಾಗಿಬಿಟ್ಟಿದ್ದಾರೆ."

ಮಾಧುವಿನಿಂದ ಯಾವ ಪ್ರತಿಕ್ರಿಯೆಯೂ ಬರಲಿಲ್ಲ. ಕೈ ಹಿಡಿದು ಎಬ್ಬಿಸಲು ಪ್ರಯತ್ನಪಟ್ಟ.

"ಬೇಡ ಸುಂದರು, ನನ್ನ ಒಂಟಿಯಾಗಿಬಿಟ್ಟುಬಿಡು" ಕೊಳದಾಳದಿಂದ ಬಂದಂತಿತ್ತು ಮಾತು.

"ಅಷ್ಟು ಸಣ್ಣ ವಿಷ್ಯನ ದೊಡ್ಡದಾಗಿ ಭಾವಿಸ್ಕೊಂಡು—ಏಳು ಮಾಧು" ಕೈ ಹಿಡಿದು ಜಗ್ಗಿದ.

"ನಾನು ಬಹಳ ದುರ್ಬಲ ವ್ಯಕ್ತಿ ಸುಂದರು! ಆ ನಿರ್ಭಾಗ್ಯ ಹೆಣ್ಣುಗಳು ಕಣ್ಣೀರು ಸುರಿಸುತ್ತ ನಿಂತಾಗ ಹೇಡಿಯಂತೆ ಓಡಿ ಬಂದ್ಬಿಟ್ಟೆ..."

ಸಮಾಧಾನ ಮಾಡಿ, ಹೇಳಿ, ಕಣ್ಣೀರು ಸುರಿಸಿ ಕಡೆಗೆ ಹೊತ್ತುಕೊಂಡು ಹೋಗ್ತೀನಿ ಎಂದು ಹೆದರಿಸಿ ಅವನನ್ನು ಮನೆಗೆ ಕರೆದುಕೊಂಡು ಬಂದ. ಗೌಡರ ಕಿವಿಗೆ ವಿಷಯ ಮುಟ್ಟಿತೇನೋ. ಅವರು ಸುತ್ತಮುತ್ತಲೂ ಆಳುಗಳನ್ನು ಅಟ್ಟಿ ನಾರಾಯಣಪ್ಪನವರಿಗೆ ಸಮಾಧಾನ ಹೇಳುತ್ತ ಕುಳಿತಿದ್ದರು.

ಮಗನನ್ನು ನೋಡಿದ ಕೂಡಲೇ ಹಾರಿ ಬಂದು ಅಪ್ಪಿಕೊಂಡರು. ಮಗುವಿನಂತೆ ಬಿಕ್ಕಳಿಸಿದರು. ಅವನನ್ನು ಕಳೆದುಕೊಂಡು ಅವರು ಬದುಕಲಾರರು. ಅವನ ಮೇಲಿನ ಪ್ರೀತಿಗಾಗಿ ಸೊಸೆಯನ್ನು ಇಷ್ಟು ದಿನದವರೆಗೂ ಸಹಿಸಿಕೊಂಡಿದ್ದರು.

ಎಲ್ಲೆಲ್ಲೋ ಹುಡುಕಾಡಲು ನಿಂಗನ ಜೊತೆ ಹೋಗಿದ್ದ ಶ್ರೀಪಾದು ಬಂದ. ಸಂತೋಷದಿಂದ ಅವನ ಕಣ್ಣುಗಳು ಅರಳಿದವು. ದುರಂತ ತಪ್ಪಿದ್ದಕ್ಕಾಗಿ ಊರ ಮುಂದಿನ ಆಂಜನೇಯನಿಗೆ ಮನದಲ್ಲೇ ನೂರು ನಮಸ್ಕಾರ ಹಾಕಿದ.

"ಮಾಧು, ಜಾನಕಿ ಒಂದೇ ಸಮ ಅಳ್ತಾ ಇದ್ದಾಳೆ. ವಿಷಯ ತಿಳ್ದಾಗಿನಿಂದ ಒಂದು ತೊಟ್ಟೂ ನೀರು ಕುಡ್ದಿಲ್ಲ. ನೀನು ಬಂದು ಮುಖ ತೋರ್ಸು." ಒತ್ತಾಯಕ್ಕೆ ಮಣಿದು ಶ್ರೀಪಾದು ಜೊತೆಯಲ್ಲಿ ಹೆಜ್ಜೆ ಹಾಕಿದ.

ಮಾಧುನ ನೋಡಿದ ತಕ್ಷಣ ಜಾನಕಿ ತಾನು ಬಾಣಂತಿ ಅನ್ನೋದನ್ನು ಮರೆತಳು. ತನ್ನ ಗಂಡ ಎದುರಿದ್ದಾನೆ ಅನ್ನೋದನ್ನೂ ಮರೆತಳು. ಓಡಿಬಂದು ಮಾಧುವಿನ ಭುಜಕ್ಕೆ ಮುಖವಾನಿಸಿ ಬಿಕ್ಕಿದಳು.

ತಲೆಯನ್ನು ಸವರಿದ ಮಾಧು "ಹುಚ್ಚು ಹುಡ್ಗಿ, ಯಾಕೆ ಅಳ್ತಿ? ನಿನ್ನ ಮಾಧಣ್ಣ ಏನು ಆಗಿಲ್ಲ." ಕಷ್ಟವಾಗಿಯೇ ಹೇಳಿದ ಮತ್ತೆ,

"ನಡೀ, ಹಸಿ ಬಾಣಂತಿ. ಏನಾದ್ರೂ ಹೆಚ್ಚು ಕಮ್ಮಿಯಾದ್ರೆ" ಮೃದುವಾಗಿ ಗದರಿಕೊಂಡ.

"ನೀನು ಯಾವೊತ್ತೂ ದುಡುಕಿ ಕೆಟ್ಟ ಯೋಚ್ನೇಗೆ ಮನಸ್ಸು ಕೊಡೋಲ್ಲಾಂತ ಭಾಷೆ ಕೊಡು" ಕೈಯನ್ನು ಮುಂದೆ ಚಾಚಿದಳು. ತಣ್ಣಗಿದ್ದ ತನ್ನ ಕೈಯನ್ನು ಬೆಚ್ಚಗಿದ್ದ ಅವಳ ಅಂಗೈನಲ್ಲಿಟ್ಟ ಭರವಸೆ ಕೊಡುವವನಂತೆ. ಇಷ್ಟು ಜನ ತನಗಾಗಿ ದುಃಖಪಡುವರಲ್ಲ ಎಂದು ವ್ಯಥೆಗೊಂಡ.

ನಿರಾಸೆಯ ನಗು ಅವನ ಮುಖದ ಮೇಲೆ ಪ್ರಸರಿಸಿತು. ತುಟಿಗಳು ಮಾತನಾಡಲು ಹವಣಿಸಿದವು.

"ನಿಮ್ಮ ಮಾವ ಆತ್ಮಹತ್ಯೇ ಮಾಡಿಕೊಳ್ಳೋ ಅಷ್ಟು ಧೈರ್ಯಶಾಲಿ ಅಲ್ಲ ಕಣಮ್ಮ."

ಶ್ರೀಪಾದು ಅವನನ್ನು ಅಲ್ಲೇ ಇರಿಸಿಕೊಂಡ. ದೊಡ್ಡ ದುರಂತ ತಪ್ಪಿದ್ದಕ್ಕಾಗಿ ಮನೆಯವರೆಲ್ಲ ಸಮಾಧಾನದ ಉಸಿರುಬಿಟ್ಟರು.

* * * *

ಮದುವೆಗೆ ನಾಲ್ಕೈದು ದಿನ ಉಳಿದಾಗ ಶ್ಯಾಮ ಬಂದ. ಮಾತಿಲ್ಲ, ಕತೆಯಿಲ್ಲ. ಸರಳಳ ಗಾಳಿ ಸೋಕಿದರೂ ಅಸಹ್ಯಪಟ್ಟುಕೊಳ್ಳುತ್ತಿದ್ದ. ಸುಂದರನ ಹತ್ತಿರ ಮಾತನಾಡುವುದನ್ನೇ ನಿಲ್ಲಿಸಿದ.

ಮಗ ಬಂದ ಕೂಡಲೇ ಪಾರ್ವತಮ್ಮ ಅಂದು ನಡೆದ ಹಗರಣ, ಸುಂದರು ಕತ್ತಲಲ್ಲಿ ಹುಡುಕಾಡಿಕೊಂಡು ಮಾಧನ ಕರೆ ತಂದ ವಿಷಯ ಹೇಳಿದ. ಅವನಿಂದ ಯಾವ ಪ್ರತಿಕ್ರಿಯೆಯೂ ಇಲ್ಲ. ಇದನ್ನೆಲ್ಲ ಮಾಧುವಿನ ಜೀವನದಲ್ಲಿ ಅವನು ನಿರೀಕ್ಷಿಸಿಯೇ ಇದ್ದ. ಇನ್ನು ಏನಾಗುವುದೋ ಕಾದು ನೋಡಬೇಕಾಗಿತ್ತು. ಇದೆಂದಿಗೂ ಇಷ್ಟಕ್ಕೇ ಮುಗಿಯುವ ಹಾಗೆ ಅವನಿಗೆ ಕಾಣಲಿಲ್ಲ.

ಎಷ್ಟೋ ಪ್ರಯತ್ನಪಡುತ್ತಿದ್ದ ಸುಂದರು ಶ್ಯಾಮನನ್ನು ಮಾತನಾಡಿಸಲು, ಆದರೆ ಕಣ್ಣುಗಳನ್ನು ನೋಡಿ ಹೆದರಿ ಅವನ ಪಕ್ಕಕ್ಕೆ ಸರಿಯುತ್ತಿದ್ದ. ತಲೆ ಎತ್ತಿ ಮಾತಾಡುವುದು ಹೇಗೆ ಸಾಧ್ಯ?

ತೆಂಗಿನಕಾಯಿನ ಸಿಪ್ಪೆ ಸುಲಿದು ಹಾಕುತ್ತಿದ್ದ ನಿಂಗನ ಬಳಿ ಬಂದು ನಿಂತ ಶ್ಯಾಮ. ಈಗ ಅವನು ಮನೆಯಲ್ಲಿರುತ್ತಿದ್ದುದೇ ಅಪರೂಪ. ಅಲ್ಲಿ ಇಲ್ಲಿ ಸುತ್ತಾಡುತ್ತಿದ್ದ. ತೋಟದಲ್ಲಿದ್ದು ಕಾಲ ಕಳೆಯುತ್ತಿದ್ದ. ಯಾವ ಕೆಲಸಕ್ಕೂ ಕೈ ಹಾಕುತ್ತಿರಲಿಲ್ಲ. ಅವನಲ್ಲಿನ ಉತ್ಸಾಹವೇ ಸತ್ತುಹೋಗಿತ್ತು.

ಆ ಕಡೆ ಸುಂದರು ಬಂದ ಕೂಡಲೇ ಎದ್ದುಹೋದ. ಸುಂದರು ಅವನನ್ನು ಹಿಂಬಾಲಿಸಿದ. ಸುಮ್ಮನೇ ನಡೆದುಬಿಟ್ಟ. ಬಂದವನೆ ಸುಂದರು ಶ್ಯಾಮು ಕೈಗಳನ್ನು ಹಿಡಿದುಕೊಂಡ. ಏನು ಎನ್ನುವಂತೆ ನೋಡಿದ. ಆ ಕಣ್ಣಿನಲ್ಲಿ ಅವನನ್ನು ಸುಟ್ಟುಬಿಡುವಷ್ಟು ತೀಕ್ಷ್ಣತೆ ಇತ್ತು. ಕಣ್ಣೀರು ಸುರಿಸುತ್ತ ಎಲ್ಲ ಹೇಳಿ ಕ್ಷಮಾಪಣೆ ಕೇಳಿದ.

"ನಾನು ನಿನಗಿಂತ ವಯಸ್ಸಿನಲ್ಲಿ ದೊಡ್ಡೋನು, ನೀನು ಏನು ಶಿಕ್ಷೆ ಕೊಟ್ರೂ ಅನುಭವಿಸ್ತೀನಿ. ಇಲ್ಲ ಒಂದೇ ಏಟಿಗೆ ನನ್ನ ಕೊಂದ್ಬಿಡು!"

ಕೈ ಕೊಸರಿಕಂಡ. ಕಡೆಗೆ ಸೋತ ನೋವಿನ ನಿಟ್ಟುಸಿರುಬಿಟ್ಟ. ಬಹಳ ಹೊತ್ತು ಸುಮ್ಮನೇ ನಿಂತ.

"ಒಟ್ಟಿನಲ್ಲಿ ನಮ್ಮ ಮಾಧಣ್ಣನ ಹಣೆಬರಹ ಸರಿ ಇಲ್ಲ. ಇನ್ನಾದ್ರೂ ದುಡುಕಿ ಸರಸ್ವತಿಗೆ ದ್ರೋಹ ಮಾಡ್ಬೇಡ..." ಅಷ್ಟೇ ಹೇಳಿದ್ದು, ಇನ್ನು ಅವನಿಗೆ ಯಾವ ಮಾತುಗಳೂ ಬೇಕಾಗಿರಲಿಲ್ಲ.

"ಖಂಡಿತ ಇನ್ಮುಂದೆ ಎಡವಲಾರೆ. ನನ್ನ ತಪ್ಪಿಗೆ."

"ಪಶ್ಚಾತ್ತಾಪಪಟ್ಟಿದ್ದೀಯಲ್ಲ, ಸಾಕು. ನಮ್ಮ ಮನೆಗೆ ಕಿಚ್ಚಿಟ್ಟ ಆ ಪಾಪಿನ ಏನು ಮಾಡ್ಲಿ....? ನನ್ನ ಮಾಧಣ್ಣನಿಗೆ..." ಅವನ ಮುಷ್ಟಿ ಬಿಗಿಯಿತು. ಮುಖ ಕೋಪದಿಂದ ಕೆಂಪಾಯಿತು. ಕಣ್ಣುಗಳು ಕೆಂಡಗಳನ್ನೇ ಉಗುಳಿದವು.

ಈಗ ಸುಂದರನ ಮನ ಹಗುರವಾಯಿತು. ಆದಷ್ಟು ಎಚ್ಚರಿಕೆಯಿಂದಿರಲು ತೀರ್ಮಾನಿಸಿದ. ಉತ್ಸಾಹದಿಂದ ಕೆಲಸಕ್ಕೆ ತೊಡಗಿದ.

ಮನೆಗೆ ಬಂದ ಮೇಲೆ ಸುಕನ್ಯ ಅಳುತ್ತ ಕೂತುಬಿಟ್ಟಳು. "ನೀನಿಷ್ಟು ಮಂಕಾಗಿದ್ರೆ ನಂಗೆ ಮದ್ವೆನೇ ಬೇಡ. ಈ ಸಂಪತ್ತಿಗೆ ಯಾಕೆ ಮಾಡ್ಬೇಕಾಗಿತ್ತು...?" ಶ್ಯಾಮ ಕರಗಿಹೋದ. ಯಾರದೋ ತಪ್ಪಿಗೆ ಮನೆಯವರನ್ನೆಲ್ಲ ಕಂಗೆಡಿಸುವುದು ಸರಿಯಾಗಿ ಕಾಣಲಿಲ್ಲ.

ಅವಳ ಜಡೆಯೆಳೆದು, ತಮಾಷೆ ಮಾಡಿ ಮೊದಲಿನ ಶ್ಯಾಮನಾಗಲು ಪ್ರಯತ್ನಿಸಿದ. ಒಳಗಿನ ಕಿಡಿಯಂತೂ ಆರಲು ಸಾಧ್ಯವಿರಲಿಲ್ಲ.

ಇತ್ತೀಚೆಗೆ ಸರಳಳ ಚಡಪಡಿಕೆ ಜಾಸ್ತಿಯಾಗಿತ್ತು. ಒರಟುತನದ ಸುಂದರನ ಅವಶ್ಯಕತೆ ಅವಳಿಗಿತ್ತು. ಇವಳ ಕಡೆಗೆ ದೃಷ್ಟಿಯನ್ನೇ ಅವನು ಹರಿಸುತ್ತಿರಲಿಲ್ಲ. ಏನು ಮಾಡಿದರೇ ಸರಿ ಹೋಗಬಹುದೆಂದು ಯೋಚಿಸುತ್ತಿದ್ದಳು.

ಬಾಗಿಲಿನಲ್ಲಿ ಸುಂದರನಿಗೆ ಕಾದಳು. ಬಂದವನನ್ನು ಮೆಲ್ಲಗೆ ಕೈ ಹಿಡಿದು ಉಗ್ರಾಣದ ಕಡೆಗೆ ಕರೆದೊಯ್ದಳು.

ಸುಂದರು ಕೈ ಕೊಡವಿಕೊಂಡು ಉಗ್ರಾಣಕ್ಕೆ ನಡೆದ. ಶ್ಯಾಮ, ಸರಸ್ವತಿ ಮಾತನಾಡುತ್ತ ಉಂಡೆಗಳನ್ನು ಡಬ್ಬಕ್ಕೆ ತುಂಬುತ್ತಿದ್ದರು. ಸರಳಳ ಮೇಲೆ ಅವನಿಗೆ ಸಿಟ್ಟುಬಂತು. ಸಮಾಧಾನಕರ ವಾತಾವರಣಕ್ಕಾಗಿ ಎಲ್ಲವನ್ನೂ ಸೈರಿಸಬೇಕಾಗಿತ್ತು.

"ಓಹೋ.... ನೀವೊಬ್ರು ಬಂದ್ರ! ಶ್ಯಾಮ ಮಾವ ಡಬ್ಬಕ್ಕೆ ತುಂಬೋ ನೆವದಲ್ಲಿ ಹೊಟ್ಟೆಗೆ ತುಂಬಿಕೊಳ್ಳುತ್ತಿದ್ದಾನೆ. ಇಬ್ಬರು ಸೇರಿದ ಮೇಲೆ ಡಬ್ಬಗಳ ಅವಶ್ಯಕತೇನೇ ಇಲ್ಲ" ಸುಂದರು ಮಡದಿಯ ತಲೆಯ ಮೇಲೆ ಮೊಟಕಿ ಉಂಡೆಗೆ ಕೈ ಹಾಕಿದ.

"ನಿನ್ನ ಹೆಂಡ್ತಿಗೆ ನಮ್ಮಿಬ್ಬರ ಹೊಟ್ಟೆ ಮೇಲೆ ಕಣ್ಣು. ಆಮೇಲೆ ವಿಚಾರಿಸ್ಕೊ" ಕಣ್ಣು ಹೊಡೆದ ಶ್ಯಾಮ.

ಒಂದು ಉಂಡೆ ಮುರಿದು ಅರ್ಧ ಮಡದಿಯ ಬಾಯಿಗೆ ತುರುಕಿ "ನಾವಿರೋದರಿಂದ ಅವಳ್ಗೆ ತಿನ್ನೋಕೆ ಅವಕಾಶವಾಗ್ತ ಇಲ್ಲ. ಅದಕ್ಕೆ ಈ ದೋಷಾರೋಪಣೆ. ನೀನು ಈಗ ದೊಡ್ಡಮ್ಮನ ಕರೀ ನಿಜಾಂಶ ಗೊತ್ತಾಗ್ಲಿ."

"ಅಮ್ಮ ಅಮ್ಮ..." ಮಗನ ಕೂಗಿಗೆ ಪಾರ್ವತಮ್ಮ ಓಡಿ ಬಂದರು. ಇದು ಸುಂದರನ ಕೆಲಸವೇ ಎಂದುಕೊಂಡ ಪಾರ್ವತಮ್ಮ ಜೋರಾಗಿ ನಕ್ಕರು.

"ಏನೋ... ಇದು! ಇಬ್ರೂ ಘಟಿಂಗರೇ! ಅವಳನ್ನು ಗೋಳು ಹೊಯ್ದುಕೊಳ್ಳೋದು...!"

ಶ್ಯಾಮ ಕೈ ಅಲ್ಲಾಡಿಸುತ್ತ "ಏನು ಪ್ರಯೋಜನವಾಗಲಿಲ್ಲವೋ.... ಅಮ್ಮನಿಗೆ ಯಾರ್‍ಯಾರ ಗುಣ ಹೇಗಂತ ಗೊತ್ತು. ಮಾಧಣ್ಣ... ಬಂದ" ಎಂದು ಏಣಿಯ ಮೇಲೆ ಹತ್ತಿದ ಶ್ಯಾಮ ದಢಾರನೇ ಕೆಳಕ್ಕೆ ಧುಮುಕಿದ.

ತಮ್ಮನ ಗೆಲುವಾದ ಮುಖ ನೋಡುತ್ತಲೇ ಮಾಧು ಸಂಭ್ರಮಗೊಂಡ. ನಗುವನ್ನು ಅರಳಿಸುತ್ತ "ಅಮ್ಮ ಉಗ್ರಾಣದ ಬೀಗದ ಕೈ ನಿನ್ನ ಸೊಂಟದಲ್ಲಿರ್ಲಿ. ಇಬ್ರೂ ಊಟನ ಬಿಟ್ಟು ಉಗ್ರಾಣದ ತಿಂಡಿಗೆ ಎದ್ದುಬಿಡ್ತಾರೆ. ಆಮೇಲೆ ರುಚಿಗಾದ್ರು ಶ್ರೀಧರನಿಗೆ ಸಿಕ್ಕುತ್ತೋ ಇಲ್ಲವೋ. ಬೇರೆ ಯಾರ ಕೈಯಲ್ಲಿದ್ರೂ ಉಗ್ರಾಣದ ಡಬ್ಬಗಳು ಖಾಲಿ. ಬೀಗದ ಕೈ ನಿನ್ನ ಸೊಂಟದಲ್ಲೇ ಇರ್ಲಿ."

ಕೈಯಲ್ಲಿದ್ದ ಉಂಡೇನ ಮುರಿದು ಅಣ್ಣನ ಬಾಯಿಗೆ ತುರುಕುತ್ತ "ನಿನ್ಗೆ ಯಾಕಪ್ಪ... ಹೊಟ್ಟೆಯುರಿ?" ಎಂದವನೇ ತಾಯ ಕಡೇ ತಿರುಗಿ "ಉಗ್ರಾಣದ ಬೀಗದ ಕೈ ಮಾಧಣ್ಣನ ಕೈಗೇ ಕೊಟ್ಬಿಡು" ಶ್ಯಾಮನ ಮಾತಿಗೆ ಎಲ್ಲರೂ ಜೋರಾಗಿ ನಕ್ಕರು.

ಸರಳಳ ನಿರೀಕ್ಷೆ ಸುಳ್ಳಾಯಿತು. ನಗು, ಸರಸ ಸಂಭಾಷಣೆ ಕೇಳಿ ಅವಳ ಹೊಟ್ಟೆ ಉರಿದುಹೋಯಿತು. ಕೋಣೆಯ ವಸ್ತುಗಳನ್ನೆಲ್ಲ ಚೆಲ್ಲಾಡಿದಳು. ಅದನ್ನ ನೋಡೋಕ್ಕಾದರೂ ಮಾಧು ಕೋಣೆಗೆ ಹೋಗಲಿಲ್ಲ. ಇಬ್ಬರ ಭೇಟಿಯೇ ಅಪರೂಪವಾಗಿಬಿಡುತ್ತಿತ್ತು. ಅದೂ ಇದೂ ಅಂತ ಓಡಾಡಿ ರಾತ್ರಿ ಹತ್ತರವರೆಗೆ ಮಾತನಾಡುತ್ತ ತಮ್ಮನ ಜೊತೆ ಅವನ ಕೋಣೆಯಲ್ಲೇ ಮಲಗಿಬಿಡುತ್ತಿದ್ದ. ಇದರಿಂದ ಶ್ಯಾಮುಗೆ ಕೆಡುಕೆನ್ನಿಸಲಿಲ್ಲ. ಆದಷ್ಟು ಆ ರಾಕ್ಷಸಿಯಿಂದ ದೂರವಾಗುವುದೇ ಸರಿಯೆನ್ನಿಸಿತ್ತು.

ಮದುವೆಗೆ ಬಂದಿದ್ದ ಕಮಲೆಯ ಮಗು ಚಂಡಿ ಹಿಡಿದುಬಿಡ್ತು. ಯಾರು ಸುಧಾರಿಸಿದರೂ ಅದರ ರಂಪ ಕಡಿಮೆಯಾಗಲಿಲ್ಲ. ಪಾರ್ವತಮ್ಮ ಕಡ್ಡಿ ಹಿಡಿದು ಬಂದರು ನಿವಾಳಿಸಲು.

ಸರಳೆಯ ಕೋಪವಿನ್ನೂ ತಣ್ಣಗಾಗಿರಲಿಲ್ಲ. ಮಗುವಿನ ಅಳುವಿನಿಂದ ಬೇಸತ್ತಿದ್ದಳು.

"ಮಧ್ಯಾಹ್ನ ಒಂದು ಗಳಿಗೆ ವಿಶ್ರಾಂತಿ ತಗೋಳೋಕೂ ಆಗೋಲ್ಲ. ಹಾಳು ಮನೆ. ಲಗ್ನದ ದಿನ ಬಂದರಾಯ್ತು. ಬಿಟ್ಟಿಕೂಳು... ಹಾಳಾದವ್ರು ಬಂದು ಸಾಯ್ತಾರೆ..."

ಕಮಲಳ ಕಣ್ಣಲ್ಲಿ ನೀರಾಡಿತು. ಅವಳಿಗೂ ಸಹ ಸರಳಳ ಸ್ವಭಾವ ಗೊತ್ತಿದ್ದುದೇ. ತನ್ನ ಮಗುವನ್ನು ವಿನಾಕಾರಣ ಅಂದಾಗ ಅವಳಿಗೆ ನೋವಾಯಿತು.

ಕಡ್ಡಿ ಹಿಡಿದ ಪಾರ್ವತಮ್ಮ ಸೊಸೆಯ ಮಾತಿನತ್ತ ಗಮನವನ್ನೇ ಕೊಡದೇ ತಮ್ಮ ಕೆಲಸ ಮಾಡಿ ಮುಗಿಸಿ ಮಗುವನ್ನು ಎತ್ತಿಕೊಂಡು ಲೊಚಲೊಚನೆ ಮುತ್ತಿಟ್ಟರು.

"ನಿಮ್ಮ ಸೋದರ ಸೊಸೆಗೆ ಹೇಳಿ ಮಗುನ ಕಟ್ಟಿಕೊಂಡ್ಹೋಗಿ ತಂಗಿಯ ಮನೆಯಲ್ಲಿ ಬಿದ್ದಿರಲಿ. ಇನ್ನೊಂದು ಸಲ ಆ ಮಗು ಅತ್ತರೆ..." ಹೆದರಿಸುವವಳಂತೆ ಕೈ ತಿರುಗಿಸ್ಕೊಂಡು ಹೇಳಿದಳು. ಕಮಲ ಹೆದರಿದರೇ, ಪಾರ್ವತಮ್ಮ ಬೆರಗಾಗಿ ನಿಂತಳು. ಇವಳು ಬಂದಾಗಿನಿಂದ ವಿಸ್ಮಯ ಸುದ್ದಿಗಳೇ!

ಜಾನಕಿಯ ಮನೆಯಿಂದ ಹಾಡು ಗುನುಗುತ್ತ ಬಂದ ಶ್ಯಾಮನ ಕಿವಿಗೆ ಸರಳೆಯ ಮಾತು ಬಿತ್ತು. ಇಷ್ಟು ದಿನ ತಡೆದಿಟ್ಟಿದ್ದ ಕೋಪ ಭುಗಿಲೆಂದಿತು.

"ಮರ್ಯಾದೆಯಾಗಿ ಒಳಗ್ಹೋಗು... ಕೆಟ್ಟ ಚಾಳಿ ಹೆಣ್ಣೆ! ಅವರು ನಮ್ಮಪ್ಪನ ತಂಗಿ ಮಕ್ಳು. ಹೋಗು ಅನ್ನೋಕೆ ನೀನ್ಯಾರು?" ಎದುರಿಸಿ ನಿಂತಾಗ ಸರಳ ಏನೋ ಗರುಡಕ್ಕೆ ಹೆದರಿದ ನಾಗರದಂತೆ ಕೋಣೆಯೊಳಕ್ಕೆ ಹೋದಳು. ಅಲ್ಲಿಂದಲೇ ಗೊಣಗಾಡಿದಳು.

"ಇಲ್ಲಿನ ಹಣವನ್ನೆಲ್ಲ ಬೆಂಗಳೂರಿನಲ್ಲಿ ಮಜ ಮಾಡ್ಕೊಂಡು ಇದ್ದಾನೆ. ಇಲ್ಲಿಗೆ... ಬಂದ..." ಶ್ಯಾಮ ಬಹಳ ಕಾಲ ಸಹಿಸಿದ. ಮಾತುಗಳು ಎಲ್ಲೆ ಮೀರಿ ಹೋಗತೊಡಗಿದವು.

ಬಾಗಿಲು ತಳ್ಳಿಕೊಂಡು ಒಳಗೋದವನೇ ಕೆನ್ನೆಗೆ ಪಟಪಟನೇ ಬಾರಿಸಿಬಿಟ್ಟ "ಹೀನ ಹೆಣ್ಣೆ... ಹಸುವಿನಂಥ ಜನರೆಂದು, ಜೋರು ಮಾಡ್ತೀಯಾ...?" ಸರಳ ಅವನ ಷರಟಿನ ಕಾಲರ್‌ಗೆ ಕೈ ಹಾಕಿದಳು. ಬಲವನ್ನೆಲ್ಲ ಬಿಟ್ಟು ದೂರ ತಳ್ಳಿದ.

ಪಾರ್ವತಮ್ಮ ಜೊತೆ ಮನೆಯವರೆಲ್ಲ ಓಡಿ ಬಂದು ಅವನನ್ನು ಹೊರಗೆ ಎಳೆದೊಯ್ದರು.

ಪಾರ್ವತಮ್ಮ ತಲೆ ಗಟ್ಟಿಸಿಕೊಂಡರು. "ಅವ್ಳು ನಿನ್ನ ಅತ್ತಿಗೆ ಕಣೋ... ತಾಯಿ ಸಮಾನ... ಅವಳ್ಮೇಲೆ ಕೈ ಮಾಡ್ತೀಯಲ್ಲೋ..."

ಹಣೆಯ ಮೇಲೆ ಬಿದ್ದ ಕ್ರಾಪಿನ ಕೂದಲನ್ನು ರಭಸದಿಂದ ಹಿಂದಕ್ಕೆ ತಳ್ಳುತ್ತ "ಇನ್ನೊಂದು ಸಲ ಅತ್ತಿಗೆ ಅಂತ ಮಾತ್ರ ಹೇಳ್ಬೇಡ. ನಾಯಿಕೂಡ ಕಲ್ಲು ಒಗೆದ್ರೆ ಬೊಗಳುತ್ತೆ. ಅದಕ್ಕಿಂತ ಹೀನವಾಗಿ ಬಾಳೋಕ್ಕಿಂತ ಸಾಯೋದ್ಮೇಲು. ಥೂ... ಈ ಮನೆಯಲ್ಲಿ ಒಂದು ನಿಮಿಷ ಇರೋಲ್ಲ..." ಸಿಕ್ಕಿದ ಬಟ್ಟೆಗಳು ಎಳೆದೆಳೆದು ಸೂಟುಕೇಸಿಗೆ ತುಂಬಿದ. ಅವನ ಮೈಮೇಲೆ ಆವೇಶ ತುಂಬಿ ಬಂದಿತ್ತು. ಸಮಾಧಾನ ಮಾಡೋಕೆ ಬಂದವರನ್ನೆಲ್ಲ ದೂರಕ್ಕೆ ತಳ್ಳುತ್ತಿದ್ದ. ಸುಕನ್ಯ ಓಡಿಹೋಗಿ ಗೌಡರ ಮನೆಯಲ್ಲಿದ್ದ ತಂದೆಯನ್ನು ಕರೆತಂದಳು.

ತಂದೆಯ ಬುದ್ಧಿವಾದ, ಜೋರು, ಸಮಾಧಾನ, ತಾಯಿಯ ಕಣ್ಣೀರು

ಯಾವುದೂ ಅವನನ್ನು ತಡೆದು ನಿಲ್ಲಿಸಲು ಅಸಮರ್ಥವಾಯಿತು. ಇವರೆಲ್ಲ ಮನುಷ್ಯರಾಗಿ ಕಾಣಲಿಲ್ಲ ಅವನ ಕಣ್ಣಿಗೆ.

ಸುಮಳ ತಲೆ ಗಿರ್ರೆಂದಿತು. ಈ ಘಟನೇ ಮುಂದಿನ ಅನೇಕ ದುರಂತಗಳಿಗೆ ನಾಂದಿಯಾಗುತ್ತೆ. ಅಯ್ಯಯ್ಯೋ.... ಹೃದಯ ಆರ್ತನಾದ ಮಾಡಿತು.

ಸೂಟುಕೇಸ್ ಹಿಡಿದು ಬಾಗಿಲ ಬಳಿ ಬಂದ ಶ್ಯಾಮನ ಕಾಲುಗಳನ್ನು ಗಟ್ಟಿಯಾಗಿ ಹಿಡಿದುಕೊಂಡುಬಿಟ್ಟಳು.

"ಸುಮ, ನನ್ನ ಕಾಲು ಬಿಡು. ಕೋಪದಲ್ಲಿ ನಾನು ಮನುಷ್ಯನೇ ಅಲ್ಲ." ಇದಕ್ಕೆ ಜಗ್ಗೋದಕ್ಕೆ ಸುಮ ಸಿದ್ಧವಾಗಿರಲಿಲ್ಲ.

"ಬೇಡಿ.... ನೀವು... ದುಡುಕ್ಬೇಡಿ...! ಮುಂದೆ ಅನರ್ಥಗಳ ಪರಂಪರೆಯನ್ನೇ ಎದುರಿಸಬೇಕಾಗುತ್ತೆ. ಭಾವ... ಏನಾಗ್ತಾರೋ. ಅವಳ ತಂಗಿಯಾಗಿ ಹುಟ್ಟಿದ ತಪ್ಪಿಗೆ ನಾನು ಕ್ಷಮೆ ಬೇಡ್ತೀನಿ" ಕಾಲುಗಳನ್ನು ಕೊಡವಿದ.

ಸುಮ ಎದ್ದು ಬಾಗಿಲಿಗೆ ಅಡ್ಡವಾಗಿ ನಿಂತಳು.

"ಸುಮ... ಇದು ನಿನ್ಗೆ ಸಂಬಂಧಿಸಿದ ವಿಷ್ಯವಲ್ಲ... ದಾರಿ ಬಿಡು."

ಸುಮ ಜಗ್ಗಲಿಲ್ಲ. ಶ್ಯಾಮ ಅವಳನ್ನು ಎಳೆದು ಪಕ್ಕಕ್ಕೆ ತಳ್ಳಿದ. ತಳ್ಳಿದ ರಭಸಕ್ಕೆ ಅಷ್ಟು ದೂರ ಹೋಗಿಬಿದ್ದಳು. ಅಲ್ಲಿದ್ದ ಸ್ಟೂಲಿಗೆ ತಲೆ ತಗುಲಿತು, ರಕ್ತ ಚಿಮ್ಮಿತು.

ಶ್ಯಾಮ ಸೂಟುಕೇಸನ್ನು ಎಸೆದು ಅವಳ ಬಳಿಗೆ ಧಾವಿಸಿದ. ಮೇಲಕ್ಕೆದ್ದ ಸುಮ ಸೂಟುಕೇಸನ್ನು ಒಯ್ದು ಕೋಣೆಯಲ್ಲಿಟ್ಟು ಬಂದಳು. ಪ್ಯಾಂಟಿನ ಕಿಸೆಯಿಂದ ಕರ್ಚೀಫನ್ನು ತೆಗೆದು ಹಣೆಯ ರಕ್ತವನ್ನು ಒರೆಸಿದವ ನಿಲ್ಲಲಾರದೇ ಹೊರಟುಬಿಟ್ಟ.

ದೊಡ್ಡ ಗಂಡಾಂತರವನ್ನೇ ತಪ್ಪಿಸಿದ ಸುಮಳ ಬಗ್ಗೆ ಪಾರ್ವತಮ್ಮನಿಗೆ ಪ್ರೀತಿ ಉಕ್ಕಿತು. ಗಾಯಕ್ಕೆ ಅರಿಶಿನದ ಪುಡಿಯನ್ನು ಮೆತ್ತಿದರು.

ಬೇರೊಬ್ಬರ ಮನೆಯ ಹುಡುಗಿಗೆ ದುಡುಕಿ ಪೆಟ್ಟು ಮಾಡುವಂತಾಯಿತಲ್ಲ ಎಂದು ಶ್ಯಾಮ ಮರುಗಿದ. ಸರಳ ಈ ಮನೆಯಿಂದ ಹೊರಗೆ ಹೋಗುವವರೆಗೂ ಮುಂದೆ ಬರಲೇಬಾರದೆಂದು ತೀರ್ಮಾನಿಸಿಕೊಂಡ.

ಈ ಹಗರಣ ಮಾಧುವಿನ ಕಿವಿಗೆ ಬೀಳದಂತೆ ಎಲ್ಲರೂ ಜಾಗ್ರತೆವಹಿಸಿದರು. ಸೊಸೆಯನ್ನು ಹೋಗಿ ಕೇಳಿಕೊಂಡರು. ಅವಳ ಬಗ್ಗೆ ಒಂದು ನಿರ್ಧಾರಕ್ಕೆ ಬರಲು ಎಲ್ಲರಿಗೂ ಸಂದೇಹವೇ.

ರಾತ್ರಿ ಊಟಕ್ಕೆ ಕೂತಿದ್ದ ಮಾಧು ಸುಮಳ ಹಣೆಯ ಮೇಲಿನ ಗಾಯ ನೋಡಿ ಆತಂಕಗೊಂಡ. ಆ ಹುಡುಗಿಯ ಮೇಲೆ ಅತಿಯಾದ ಪ್ರೀತಿ.

"ಸುಮ, ಏನಿದು ಪೆಟ್ಟು?" ಎಂದ.

"ಹಿತ್ತಲಲ್ಲಿ ಎಡವಿಬಿದ್ದ ಭಾವ. ಕಮಲಕ್ಕ ಅದಕ್ಕೆ ಅರಿಶಿನ ಮೆತ್ತಿದ್ದಾರೆ. ಸಣ್ಣ ಗಾಯ ದೊಡ್ಡದಾಗಿ ಕಾಣಿಸ್ತಾ ಇದೆ."

"ಒಳ್ಳೆ ಹುಡ್ಗಿ...! ನಾನೇ ಬಲವಂತ ಮಾಡಿ ಕರ್ಕೊಂಡು ಬಂದೆ. ಈ ಪೆಟ್ಟಿನ ಬಗ್ಗೆ ಅತ್ತೆ, ಮಾವನಿಗೆ ಏನು ಹೇಳ್ಲೀ, ಸದ್ಯ ಇಲ್ಲಿರೋವರ್ಗೂ ಜಾಗ್ರತೆಯಾಗಿರು."

ಸರಳ ಎಲ್ಲರ ಜೊತೆ ಊಟಕ್ಕೆ ಕೂಡುತ್ತಿದ್ದುದೇ ಅಪರೂಪ. ಆದ್ದರಿಂದ ಅವಳ ಬಗ್ಗೆ ಯೋಚಿಸದೆ ಊಟ ಮಾಡಿದ. ಮದುವೆಯ ಸಿದ್ಧತೆಯ ತರಾತುರಿಯಲ್ಲಿದ್ದುದರಿಂದ ಕೋಣೆಗೆ ಹೋಗಲೇ ಇಲ್ಲ.

ಬೇಗ ಮಲಗಿದ್ದ ತಮ್ಮನ ಮಗ್ಗುಲಲ್ಲಿ ಹೋಗಿ ಮಲಗಿಬಿಟ್ಟ.

ಮಾಧು ಏನೋ ದುಡಿದ ಆಯಾಸದಿಂದ ನಿದ್ದೆ ಹೋದ. ಶ್ಯಾಮನಿಗೆ ನಿದ್ದೆ ಬರಲಿಲ್ಲ. ಹೊರಳಾಡಿ ಎದ್ದು ಕುಳಿತ. ಕೋಣೆ ಪೂರ್ತಿ ಕತ್ತಲು. ತೆರೆದಿದ್ದ ಕಿಟಕಿ ಬೆಳಕಿನಲ್ಲಿ ಅಣ್ಣನ ಮುಖ ನೋಡಿದ.

ಮಗುವಿನಂಥ ಮುಗ್ಧ ಮುಖ, ಕೋಪವೇ ಗೊತ್ತಿಲ್ಲ. ಅನುಮಾನಪಡುವುದು ಅವನ ಸ್ವಭಾವವೇ ಅಲ್ಲ, ನಿಟ್ಟುಸಿರಿಟ್ಟ ಶ್ಯಾಮ. ತೀರಾ ಅವನ ಹತ್ತಿರ ಸರಿದು ಮಲಗಿದ.

* * * *

ಸುಕನ್ಯ, ಶ್ರೀಧರನ ಮದುವೆ ವೈಭವವಾಗಿಯೇ ಜರುಗಿತು. ಹಳ್ಳಿಯ ಜನವೆಲ್ಲ ತಮ್ಮ ಮನೆಯ ಮದುವೆ ಎನ್ನುವಷ್ಟರಮಟ್ಟಿಗೆ ಓಡಾಡಿದರು. ಗೌಡರು, ಅವರ ಮನೆಯವರು ಮೂರು ದಿನ ಇಲ್ಲೇ ಬಿಡಾರ ಹೂಡಿಬಿಟ್ಟಿದ್ದರು. ಸರಳ ನೀಟಾಗಿ ಅಲಂಕಾರ ಮಾಡಿಕೊಂಡು ಧಿಮಾಕಿನಿಂದ ಒಂದೆಡೆ ಕುಳಿತಿರುತ್ತಿದ್ದಳು. ಅವಳನ್ನು ಯಾರೂ ಮಾತನಾಡಿಸುವ ಗೋಜಿಗೆ ಹೋಗುತ್ತಿರಲಿಲ್ಲ. ಮದುವೆಯಲ್ಲಿ ಓಡಾಡಲು ಆಗಲಿಲ್ಲವಲ್ಲ ಎಂದು ಜಾನಕಿ ಮಾತ್ರ ಸಂಕಟಪಟ್ಟಳು. ಮಾಧು ಹುರುಪಿನಿಂದ ಓಡಾಡಿದ. ಧಾರೆ ಎರೆದು ಕೊಡುವಾಗ ಮಗುವಿನಂತೆ ಅತ್ತುಬಿಟ್ಟಿದ್ದ.

ಶ್ರೀಧರನ ಕಡೆಯ ಬಳಗವೆಲ್ಲ ಗೆಳೆಯರ ತಂಡವೇ. ನೆಪಮಾತ್ರಕ್ಕೆ ಸೋದರಮಾವನ ಮಕ್ಕಳು ಬಂದು ಹೋಗಿದ್ದರು. ಅವನ ಕಡೆಯವರಾಗಿ ಲಲಿತಮ್ಮ, ರಂಗಸ್ವಾಮಿಯೇ ಮಣೆಯ ಮೇಲೆ ಕೂತು ಧಾರೆಯರೆಸಿಕೊಂಡರು. ತಮ್ಮ ಹಳ್ಳಿಗೆ ಕರೆದೊಯ್ದು ತಕ್ಕಮಟ್ಟಿಗೆ ಆರತಕ್ಷತೆಯೂ ಮಾಡಿದರು. ಎಲ್ಲ ಶುಭಸ್ವಪ್ನದಂತೆ ನಡೆದುಹೋಯಿತು.

ಗೆಳೆಯರಿಬ್ಬರೂ ಊರಿಗೆ ಹೊರಟು ನಿಂತಾಗ, ಪಾರ್ವತಮ್ಮ ತಿಂಡಿಗಳನ್ನು ಬುಟ್ಟಿಗೆ ತುಂಬಿಸಿ ಕೊಂಡೊಯ್ಯಲು ಅಣಿ ಮಾಡಿದರು.

ತಂಗಿಯ ಬಳಿಗೆ ಬಂದ ಶ್ಯಾಮ ಬೆರಗಾಗಿ ನಿಂತ. ಸುಕನ್ಯ ಮಂಕಾಗಿ ಕೂತಿದ್ದಳು. ಕಣ್ಣಲ್ಲಿ ನೀರು ತುಂಬಿತ್ತು. ಐದಾರು ದಿನಗಳ ಹಿಂದೆ ಅಪರಿಚಿತರು. ಈಗ ಬಿಟ್ಟಿರಲಾರದಷ್ಟು ಸೆಳೆತ... ಪ್ರಕೃತಿಯ ಕಟ್ಟಪ್ಪಣೆ ಮೀರಿ ನಡೆಯುವುದು ಕಷ್ಟ. ಹೊರಗೆ ಬಂದುಬಿಟ್ಟ.

"ಶ್ರೀಧರ, ಸುಕನ್ಯಳಿಗೆ ಹೇಳ್ಬಾ..." ಅನುಮಾನಿಸುತ್ತಿದ್ದ ಶ್ರೀಧರ ನಿರಾತಂಕವಾಗಿ ಕೋಣೆಗೆ ಹೋದ. ಹೆಜ್ಜೆಯ ಸದ್ದಿಗೆ ಎದ್ದುನಿಂತಳು.

ಮಡದಿಯ ಬಾಗಿದ ಮುಖವನ್ನು ಎರಡು ಕೈಗಳಿಂದಲೂ ಎತ್ತಿದ್ದ. ಬಿಸಿಯಾದ ಕಂಬನಿ ತೊಟ್ಟಿಕ್ಕಿತು. ಕರ್ಚೀಫ್‌ನಿಂದ ಅವಳ ದುಂಡು ಕೆನ್ನೆಯ ಮೇಲೆ ಕಂಬನಿಯನ್ನು ಒರೆಸಿದ.

"ಸುಕನ್ಯ, ನೀನು ಅಳ್ತಾ ಕೂತ್ರೆ ನಾನು ಹೋಗೋದೇ ಇಲ್ಲ. ನಗ್ತಾ ಕಳ್ಸಿಕೊಡು. ನನ್ಗೆ ಮಾತ್ರ ನಿನ್ನನ್ನು ಬಿಟ್ಟು ಹೋಗೋಕೆ ಇಷ್ಟನಾ?" ಹತ್ತಿರಕ್ಕೆ ಎಳೆದುಕೊಂಡು ಪ್ರಥಮ ಪ್ರೇಮದ ಮುದ್ರೆಯನ್ನು ಅವಳ ಕೆನ್ನೆಗೆ ಒತ್ತಿದ. ಸುಕನ್ಯ ಮಾತು ಬರದ ಮೂಕಿಯಂತೆ ನಿಂತಳು.

"ಶ್ರೀಧರ..." ಎಂದು ಹೊರಗಿನಿಂದಲೇ ಕೂಗಿ ಎಚ್ಚರಿಸಿದ. ಅವನೊಬ್ಬನೇ ಹೊರಗೆ ಬಂದ. ಮತ್ತೆ ಹೋಗಿ ತಂಗಿಯನ್ನು ಹೊರಗೆ ಕರೆದುಕೊಂಡು ಬಂದ.

"ಬೆಂಗಳೂರೇನು ದೂರ ಇಲ್ಲ. ವಾರಕ್ಕೊಮ್ಮೆ ಖಂಡಿತ ಬರ್ತಾನೆ. ನೀನು ಬರಬೇಡ ಅಂದ್ರೂ ಕೇಳೋಲ್ಲ. ಮಾಧಣ್ಣನಿಗೆ ಹೇಳಿ ಹೋಗ್ತೀನಿ, ಬರೋವಾಗ ನಿನ್ನ ಕರ್ಕೊಂಡ್ಬಾಂತ." ಪಿಸುಗುಟ್ಟಿ ಕೆನ್ನ ಹಿಂಡಿದ.

ಮದುವೆಗೆ ಬಂದಿದ್ದ ನೆಂಟರೆಲ್ಲ ಹೊರಟುಹೋಗಿದ್ದರು. ತುಂಬಿದ ಮನೆ ಭಣ ಭಣ ಎನ್ನುತ್ತಿತ್ತು. ಪಾರ್ವತಮ್ಮ ಬೇಸರವಾದಾಗಲೆಲ್ಲ ಜಾನಕಿ ಮಗುವನ್ನು ಆಡಿಸುತ್ತ ಕುಳಿತುಬಿಡುತ್ತಿದ್ದರು.

* * * *

ಹೊಸ ಮನೆ ಕೆಲಸ ಪೂರ್ಣವಾಗಿತ್ತು. ಹಳ್ಳಿಯಲ್ಲೇ ಅಂಥ ಮನೆ ಇರಲಿಲ್ಲ. ಎಲ್ಲ ಜವಾಬ್ದಾರಿಯನ್ನು ಮಗನ ಮೇಲೆ ಹಾಕಿದ್ದರು. ದುಡ್ಡುಕಾಸಿಗೆ ಬಿಗಿ ಹಿಡಿಯಲಿಲ್ಲ. ಮದುವೇನೂ ಮಾಡಿ ಮನೇನೂ ಕಟ್ಟಿದ್ದರಿಂದ ಸ್ವಲ್ಪ ತೊಂದರೆ ಇತ್ತು. ಅದಕ್ಕಾಗಿ ಚಿಂತಿಸಬೇಕಾಗಿರಲಿಲ್ಲ. ಸದ್ಯದಲ್ಲಿ ಸೊಸೆ ಮನೆಯಿಂದ ಹೊರಗೆ ಹೋದರೆ ಸಾಕಾಗಿತ್ತು. ಉಪಟಳಕ್ಕೆ ಹೆದರಿ ಪ್ರತಿಯೊಬ್ಬರೂ ಆದಷ್ಟು ವೇಳೆ ಮನೆಯಿಂದ ಹೊರಗೆ ಉಳಿಯುತ್ತಿದ್ದರು. ಇದೊಂದು ಘೋರ!

ತೋಟಕ್ಕೆ ಹೋಗುತ್ತಿದ್ದ ಅಣ್ಣನ ಹಿಂದೆ ಹೊರಟಳು ಸುಕನ್ಯ. ಬಾಯಿ ಏನೋ ಕೇಳಲು ತವಕಿಸಿತು. ನಾಚಿಕೆ ಅಡ್ಡ ಬಂತು.

"ಮಾಧಣ್ಣ, ಯಾವಾಗ ಬೆಂಗಳೂರಿಗೆ ಹೋಗ್ತೀಯಾ? ಮಾಧು ಮುಖದ ಮೇಲೆ ಚೇಷ್ಟೆಯ ನಗು ಮಿನುಗಿತು. ಅರ್ಥವಾಗಿದ್ದರೂ ವಿಷಯ ತಿಳಿದವನಂತೆ ಹಿಂದಕ್ಕೆ ತಿರುಗಿ "ಏನಾದ್ರೂ ತರ್ಬೇಕಾಗಿತ್ತಾ?" ಎಂದ. ಇಲ್ಲವೆನ್ನುವಂತೆ ತಲೆಯಾಡಿಸಿದಳು.

"ಸದ್ಯಕ್ಕೆ ಏನು ಕೆಲ್ಸ ಇಲ್ಲ" ಸುಕನ್ಯಳ ಮುಖ ಮಂಕಾಯಿತು.

"ಈಗ ಅರ್ಥವಾಯ್ತು...! ಶ್ರೀಧರನನ್ನು ನೋಡೋ ಆಸೆ ಇದ್ರೆ ಹೇಳು. ನಾಳೇ

ಹೋಗೋಣ" ಸುಕನ್ಯಳಿಗೆ ನಾಚಿಕೆಯಾಯಿತು. ಶ್ಯಾಮಗೋಳು ಗುಟ್ಟಿಸಿಬಿಡುತ್ತಾನೆ. ಆದರೆ ಮಾಧಣ್ಣ ಹಾಗಲ್ಲವೆಂದೇ ಕೇಳಿದ್ದಳು.

"ಇಲ್ಲಪ್ಪ.... ಈ ನಡುವೆ ಬೆಂಗಳೂರಿಗೆ ಹೋಗಲಿಲ್ಲವಲ್ಲ. ಅದಕ್ಕೆ ಕೇಳಿದೆ ಅಷ್ಟೆ...." ಈಗ ಮಾಧುವಿಗೂ ತಂಗಿಯನ್ನು ಚೇಷ್ಟೆ ಮಾಡಬೇಕೆನ್ನಿಸಿತು.

"ಸರಿ... ಹಾಗಾದ್ರೆ ಬಿಡು" ಎಂದು ಮುಂದಕ್ಕೆ ಹೊರಟ.

"ಮಾಧಣ್ಣ..." ತಟ್ಟನೆ ಹಿಂದಕ್ಕೆ ಬಂದು ತಂಗಿಯ ಕೆನ್ನೆಯನ್ನು ಸವರಿ "ನಮ್ಮ ದೇವರ ಸತ್ಯ ನನ್ಗೆ ಗೊತ್ತಿಲ್ಲವೇ! ಅದಕ್ಕೇ ಅಣ್ಣ ಹಿಂದೆ ಬಂದಿದ್ದು. ನಾಳೆ ರೆಡಿಯಾಗು, ಮೊದಲ್ನೇ ಬಸ್ಸಿಗೆ ಹೋಗೋಣ, ಇಲ್ಲದಿದ್ರೆ ಅವರು ಕಾಲೇಜಿಗೆ ಹೋಗಿಬಿಡ್ತಾರೆ."

ಮಗನ ಜೊತೆ ಸುಕನ್ಯ ಹೊರಟಾಗ ಇದೇನೂ ಸರಿಯೆನ್ನಿಸಲಿಲ್ಲ. ಮಗನ ಮುಂದೆ ತಮ್ಮ ಬೇಸರವನ್ನು ವ್ಯಕ್ತಪಡಿಸಿದರು.

"ಅವ್ಳನ್ನ ನಾನೇ ಬಲವಂತ ಮಾಡಿ ಕರ್ಕೊಂಡು ಹೋಗ್ತಾ ಇದ್ದೀನಿ. ಅಲ್ಲಿನ ರೀತಿನೀತಿಗಳ ಹೊಸದು. ಇದ್ದಕ್ಕಿದ್ದ ಹಾಗೆ ಹೋಗಿ ನೆಲೆಸಿದರೆ ಕಷ್ಟವಾಗುತ್ತೆ. ಆಗಾಗ ಹೋಗ್ತಾ ಬರ್ತಾ ಇದ್ರೆ ಒಳ್ಳೇದು." ಪಾರ್ವತಮ್ಮ ಮತ್ತೆ ಮಾತಾಡಲಿಲ್ಲ. ಅದೂ ಸರಿಯೇನೋ ಎಂದುಕೊಂಡು ಸುಮ್ಮನಾದರು.

ಹಾಸ್ಟಲ್‌ಗಿಂತ ಸ್ವಲ್ಪ ದೂರದಲ್ಲೇ ಆಟೋ ನಿಲ್ಲಿಸಿ ಮಾಧು ಹೋಗಿ ಅವರಿಬ್ಬರನ್ನೂ ಕರೆದುಕೊಂಡು ಬಂದ. ಶ್ರೀಧರ ಮಡದಿಯನ್ನು ನೋಡಿ ಆಶ್ಚರ್ಯಗೊಂಡ.

"ಅವಳಿಗೋಸ್ಕರ ನಾನು ಬೆಂಗಳೂರಿಗೆ ಬರಬೇಕಾಯ್ತು." ಅರ್ಥಗರ್ಭಿತವಾಗಿ ಹೇಳಿದ್ದನ್ನು ಅರ್ಥಮಾಡಿಕೊಂಡ ಶ್ರೀಧರ. ಶ್ಯಾಮ ಆಟೋಗೆ ದುಡ್ಡು ಕೊಟ್ಟು ಕಳುಹಿಸಿದ.

"ಅಣ್ಣ, ನಾವಿನ್ನೂ ತಿಂಡಿ ತಿಂದಿಲ್ಲ—ಆಮೇಲೆ ಮಾತಾಡೋಣ." ಎಲ್ಲರೂ ಹತ್ತಿರದಲ್ಲಿದ್ದ ಹೋಟಲಿಗೆ ನಡೆದರು.

ಹೊರಗೆ ಬಂದ ಶ್ಯಾಮ ಪ್ರಶ್ನಾರ್ಥಕವಾಗಿ ಅಣ್ಣನ ಕಡೇ ನೋಡಿದ.

"ನೀವಿಬ್ರೂ ಕಾಲೇಜ್ಗೆ ಚಕ್ಕರ್ ಹೊಡ್ದುಬಿಡಿ. ಶ್ಯಾಮ ನೀನು ನನ್ನ ಜೊತೆ ಬಾ, ಸ್ವಲ್ಪ ಕೆಲ್ಸ ಇದೆ. ಶ್ರೀಧರ ಒಂದು ಸುತ್ತು ಹಾಕಿಸಿಕೊಂಡು ಅವಳಿಗೆ ಏನು ಬೇಕೋ ಅದನ್ನು ಕೊಡಿಸಿಕೊಂಡು ಬರ್ಲಿ." ಎಲ್ಲರೂ ಅವನ ಸಲಹೆಗೆ ಒಪ್ಪಿಕೊಂಡರು.

ಹೌದು ಶ್ರೀಧರ, ಸುಕನ್ಯಳನ್ನು ಆಟೋ ಹತ್ತಿಸಿ, "ಎರಡು ಗಂಟೆ ಹೊತ್ತಿಗೆ ಕೃಷ್ಣಭವನ್ ಹತ್ರ ಬಂದ್ಬಿಡಿ. ಅಲ್ಲೇ ಊಟ." ಶ್ಯಾಮನ ಮಾತಿಗೆ ಸರಿಯೆನ್ನುವಂತೆ ತಲೆಯಾಡಿಸಿದ.

ಹೊಸ ಮನೆಯ ಬಗ್ಗೆ ಮಾಧು ತಮ್ಮನಿಗೆ ಹೇಳಿದ್ದೂ ಹೇಳಿದ್ದೇ ಪ್ರತಿಕ್ರಿಯೆ ಮಾತ್ರ ಸೊನ್ನೆ. ಖರ್ಚಿನ ಬಾಬತ್ತು, ನಾವೀನ್ಯತೆ ಎಲ್ಲವನ್ನೂ ಹೇಳಿದ.

ಮೊದಲು ಶ್ರೀಧರ ಸ್ಟುಡಿಯೋಗೆ ಕರೆದೊಯ್ದು ನಾಲ್ಕಾರು ಬಗೆಯ ತಮ್ಮಿಬ್ಬರ

ಫೋಟೋ ತೆಗೆಸಿದ. ಸೀದಾ ಲಾಲ್‌ಬಾಗ್‌ಗೆ ಬಂದರು. ಜನಸಂದಣಿ ಕಡಿಮೆ ಇತ್ತು. ಒಂದು ಕಡೇ ಕೂತರು.

"ಸುಕನ್ಯ, ನಾನು ಎರಡು ಮೂರು ಸಲ ಹೊರಟೆ. ಶ್ಯಾಮ ಹೊರಡದಾದ. ಒಬ್ನೇ ಹೇಗೆ ಬರ್ಲಿ?" ಸುಕನ್ಯ ಅವನ ಪರಿಸ್ಥಿತಿಯನ್ನು ಅರ್ಥಮಾಡಿಕೊಂಡಳು. ಅದಕ್ಕೆ ಬೇಕಾಗೋ ಮಾರ್ಗದರ್ಶನ ಮಾಡೋ ಅಷ್ಟು ಚತುರಳಲ್ಲ.

"ಅವ್ರು ಅತ್ಗೆ ಮನೆ ಬಿಟ್ಟು ಹೋಗೋವರ್ಗೂ ಬರೋಲ್ಲಾಂದ. ಇನ್ನೇನು ಸುಣ್ಣ, ಬಣ್ಣ ಬಳಿಸಿದ್ರೆ ಮುಗಿದಂತೆ." ತಿಳಿದರೂ ತಿಳಿಯದವನಂತೆ ಇದ್ದುಬಿಟ್ಟ.

ಇವರಿಬ್ಬರೂ ಕೃಷ್ಣಭವನ್ ಹತ್ತಿರ ಬರುವ ವೇಳೆಗೆ ಅಣ್ಣ, ತಮ್ಮ ಕಾದು ನಿಂತಿದ್ದರು.

"ಸುಕನ್ಯ... ನೋಡಿದ್ದು ಸಾಕೋ? ಸಂಜೆವರ್ಗೂ ನೋಡ್ಬಿಡು. ಸದ್ಯಕ್ಕೆ ನಾನು ಬೆಂಗಳೂರಿಗೆ ಕರೆತರಲಾರೆ. ಅಣ್ಣನ ಮಾತಿಗೆ ಸುಕನ್ಯ ನಾಚಿ ನೀರಾದಳು.

"ಅಣ್ಣ ಸುಕನ್ಯನ ಏನೋ ಅಂತಿದ್ದೆ! ಘಾಟಿ ಹುಡ್ಗ. ಮೋಹ ಅನ್ನೋ ಮಿಂಚು ಬೂದಿನ ಎರಚಿ ಬುಟ್ಟಿಗೆ ಹಾಕ್ಕೊಂಡುಬಿಟ್ಟ" ಎಂದವನೇ ಶ್ಯಾಮ ಹುಬ್ಬು ಕುಣಿಸಿ ಶ್ರೀಧರನ ಬೆನ್ನ ಮೇಲೆ ಗುದ್ದಿದ.

ಹೋಗುವ ಮುನ್ನ ರಜ ಇದ್ದಾಗಲೆಲ್ಲ ಊರಿಗೆ ಬರಬೇಕೆಂದು ಇಬ್ಬರಿಗೂ ಒತ್ತಾಯ ಮಾಡಿ ಹೋದ ಮಾಧು. ಶ್ರೀಧರ ಉತ್ಸಾಹದಿಂದ ಹ್ಞೂ ಎಂದರೆ, ಶ್ಯಾಮ ವ್ಯಾಸಂಗದ ನೆಪವೊಡ್ಡಿ ತಲೆಯಾಡಿಸಿಬಿಟ್ಟ.

ಬಸ್ಸಿಗೆ ಹತ್ತಿದ ಮೇಲೆ ಮಾಧುಗೆ ಸುಮಳ ಜ್ಞಾಪಕ ಬಂತು. ಬಂದಿದ್ದು ತಿಳಿದ್ರೆ ನೊಂದ್ಕೋತಾಳೆ ಎಂದುಕೊಂಡು ಬಂದ ವಿಷಯ ತಿಳಿಸಬಾರದೆಂದ.

ಬಸ್ಸು ಹೋದ ಎಷ್ಟೋ ಹೊತ್ತಿನವರೆಗೂ ಮಂಕಾಗಿ ನಿಂತಿದ್ದ ಶ್ರೀಧರನನ್ನು ಶ್ಯಾಮನೇ ಎಚ್ಚರಿಸಬೇಕಾಯ್ತು! ಅವನ ಪರಿಸ್ಥಿತಿಗೆ ಮನಸ್ಸಿನಲ್ಲೇ ನಕ್ಕ.

ಕೋಣೆಗೆ ಬಂದ ಮೇಲೆ ಶ್ಯಾಮ ಪುಸ್ತಕ ಹಿಡಿದು ಕುಳಿತ. ಶ್ರೀಧರ ನಿಲ್ಲಲಾರದೇ ಕೂರಲಾರದೇ ಚಡಪಡಿಸುತ್ತಿದ್ದ. ನೋಡಿದರೂ ನೋಡದಂತಿದ್ದ.

ಮಲಗಿದರೂ ಹಗಲೆಲ್ಲ ಎದ್ದು ಲೈಟು ಹಾಕಿ ನೀರು ಕುಡಿದು ಮಲಗುತ್ತಿದ್ದ ಶ್ರೀಧರನನ್ನು ನೋಡಿ ಶ್ಯಾಮನಿಗೆ ನಗು ಬಂತು. ಒಳ್ಳೆ ಗ್ರಹಚಾರವಾಯಿತು ಎಂದುಕೊಂಡ.

"ಲೋ ಮಹರಾಯ! ಎದ್ದು ನೀರು ಯಾಕೆ ಕುಡೀತೀಯಾ!

ಆಮೇಲೆ ಹೊಟ್ಟೆ ಊದಿಕೊಂಡರೆ ಡಾಕ್ಟ್ರ ಹತ್ತಿರ ಓಡಬೇಕಾಗುತ್ತೆ. ತೆಪ್ಪಗೆ ಮಲ್ಗು!" ಮಲಗಿದ್ದ ಶ್ರೀಧರ ಹೊದ್ದಿಕೆಯನ್ನು ಎಸೆದು ಎದ್ದು ಕೂತ.

"ಇದೆಲ್ಲ ನಿನ್ನಿಂದಲೇ! ನಾನು ಪರೀಕ್ಷೆ ಆಗೋವರ್ಗೂ ಮದ್ವೆ ಬೇಡ ಅಂತ ಬಡ್ಕೊಂಡೇ. ನೀನು ಕೇಳಿದ್ರೆ ತಾನೇ? ಈಗ ನನ್ನ ಕಷ್ಟ ಯಾರ್ಗೂ ಬೇಡ."

ಮೇಲೆದ್ದ ಶ್ಯಾಮ ನಾಟಕೀಯವಾಗಿ "ಕೇವಲ ಇನ್ನು ಆರು ತಿಂಗಳು. ಆಮೇಲೆ

ನಿಮ್ಮ ಸುಖೀ ದಾಂಪತ್ಯಕ್ಕೆ ಯಾವ ಅಡಚಣೇನೂ ಇಲ್ಲ" ಎಂದವನೇ ಅವನನ್ನು ಬಲವಂತದಿಂದ ಮಲಗಿಸಿ ಹೊದ್ದಿಕೆ ಹೊದಿಸಿ "ಮೇಲಕ್ಕೆ ಎದ್ರೆ... ಹುಷಾರು...." ಎಂದು ಮುಷ್ಠಿ ಬಿಗಿದು ತೋರಿಸಿದ.

"ಆರು ತಿಂಗಳಂತೆ... ಆರು ತಿಂಗಳು..." ಪುನಃ ಎದ್ದು ಕೂತ. ಶ್ಯಾಮ ಅವನ ಪಕ್ಕದಲ್ಲಿ ಬಂದು ಕೂತು ಕಿವಿ ಹಿಂಡಿದ.

"ನೀನು ಹೀಗಾದ್ರೆ ಫಸ್ಟ್ ಕ್ಲಾಸಲ್ಲಿ ಪಾಸು ಕೂಡ ಆಗೋಲ್ಲ. ನಾನು ನಮ್ಮಪ್ಪ, ಅಮ್ಮನಿಗೆ ಹುಡ್ಗ ಸ್ಕಾಲರ್ ಅಂತ ಹೇಳಿದ್ದೀನಿ. ಆಮೇಲೆ ನನ್ನ ಮುಖಕ್ಕೇ ಮಂಗಳಾರತಿ ಎತ್ತುತ್ತಾರೆ" ದಬ್ಬಿ, ಹೊದೆಸಿ ಲೈಟು ಆರಿಸಿ ಮಲಗಿದ.

ಇದನ್ನು ಏನನ್ನಬೇಕು? ಪುಸ್ತಕದ ಹುಳುವಾಗಿದ್ದ ಶ್ರೀಧರನ ಮದುವೆಯಾದ ಕೂಡಲೇ ಎಷ್ಟೊಂದು ಬದಲಾವಣೆಯಾಗಿಬಿಟ್ಟ. ಒಳ್ಳೆ ಆಸಾಮಿಯಪ್ಪ! ಮುಸುಕೆಳೆದುಕೊಂಡು ನಿದ್ದೆ ಮಾಡಲು ಪ್ರಯತ್ನಿಸಿದ.

ನಿದ್ದೆ ಅಷ್ಟು ಸುಲಭವಾಗಿ ಹತ್ತಿರ ಬರಲೊಲ್ಲದು. ಎದ್ದು ಲೈಟು ಹಾಕಿ ಪುಸ್ತಕ ಹಿಡಿದು ಕುಳಿತುಬಿಟ್ಟ. ಏಕಾಗ್ರತೆ ಬರಲು ಸ್ವಲ್ಪ ಕಷ್ಟವಾದರೂ ಆಮೇಲೆ ವ್ಯಾಸಂಗದಲ್ಲಿ ಲೀನವಾಗಿಬಿಟ್ಟ.

ಕಡೇ ವರ್ಷ ಬಿ.ಇ. ಮುಗಿದ ಕೂಡಲೇ ಕೆಲಸದ ಬೇಟೆ ಆರಂಭಿಸಬೇಕು. ಬೀದಿಗೆ ಹತ್ತು ಬಿ.ಇ.ಗಳು ಇರುವಾಗ ಕೆಲಸ ಸಿಕ್ಕುವುದೇನು ಸುಲಭವಲ್ಲ. ಪ್ರಯತ್ನವಂತೂ ಮಾಡಬೇಕು. ಆಮೇಲೆ ಮದುವೆ... ಸರಳೆಯ ನೆನಪಿನಿಂದ ನಡುಗಿದ. ಪುಸ್ತಕ ಮುಚ್ಚಿಟ್ಟು ಲೈಟು ಆರಿಸಿ ಹೊದ್ದುಕೊಂಡು ಮಲಗಿದ. ಅವಳ ನೆನಪು ಕೂಡ ಅವನಿಗೆ ಭಯಂಕರವೇ!

ಹೊಸ ಮನೆಯ ಗೃಹಪ್ರವೇಶಕ್ಕೆ ಅದ್ದೂರಿಯ ಏರ್ಪಾಟೇ ಮಾಡಿದ್ದರು ನಾರಾಯಣಪ್ಪ. ಅತ್ತೆ, ಮಾವನ ಮನಸ್ಸು ನೋಯಿಸಲಾರದೇ ಕಮಲ ಸುಬ್ರಹ್ಮಣ್ಯನ ಜೊತೆ ಬಂದಿಳಿದಿದ್ದಳು. ಇನ್ನೂ ಹಸಿ ಬಾಣಂತಿಯಾದ ಜಾನಕಿ ಎದ್ದು ಓಡಾಡಲು ಪಾರ್ವತಮ್ಮನವರೇ ಒಪ್ಪಲಿಲ್ಲ.

ಗೌಡರು ಮನೆಯನ್ನೆಲ್ಲ ನೋಡಿ ಬಂದು "ಸ್ವಾಮಿ ದೊಡ್ಡವರು ಮದ್ವೆ ಮಾಡಿ ನೋಡು, ಮನೆ ಕಟ್ಟಿ ನೋಡು ಅಂತಾರೆ. ಆ ಎರಡನ್ನೂ ಸಾಧಿಸಿದ ಪುಣ್ಯಾತ್ಮರು." ನಾರಾಯಣಪ್ಪನವರು ಸಂತೋಷಪಡಲಿಲ್ಲ. ಸಂಕಟದಿಂದ ಮೂಕರಾದರು.

ಕಡೆಗೇ "ನಮ್ಮದೇನಿದೆ ಗೌಡ್ರೆ, ಎಲ್ಲ ದೈವೇಚ್ಛೆ."

ಮಾಧು ತಾನೇ ಹೋಗಿ ಮಾವನವರ ಮನೆಯವರಿಗೂ, ಶ್ಯಾಮ, ಶ್ರೀಧರನಿಗೂ ಹೇಳಿ ಬಂದಿದ್ದ. ಅವರು ಯಾರೂ ಬರದಾಗ ಮಾಧು ಮಣೆಯ ಮೇಲೆ ಕೂತೇ ಒದ್ದಾಡಿದ. ಈ ದಿನ ಅವನೇನು ಸಂತೋಷವಾಗಿರಲಿಲ್ಲ. ಕಡೆಗೆ ಶ್ರೀಕಂಠಯ್ಯ, ವಿಶಾಲಾಕ್ಷಮ್ಮ ಮಾತ್ರ ಬಂದರು. ನೆಪಮಾತ್ರಕ್ಕೆ ಬಂದಂತಿತ್ತು. ಊಟವಾದ ಕೂಡಲೇ ಕಮಲ, ಸುಬ್ರಹ್ಮಣ್ಯ ನಿಲ್ಲಲಿಲ್ಲ. ಮಾಧುಗೆ ಇದೆಲ್ಲ ನೋಡಿ ವ್ಯಥೆಯಾಯಿತು.

ಎಲ್ಲವನ್ನು ಕಳೆದುಕೊಂಡ ಅನುಭವವಾಯಿತು. ಗಂಡ ಬರದಿದ್ದರಿಂದ ಸುಕನ್ಯಳೂ ಗೆಲುವಾಗಿರಲಿಲ್ಲ. ಲಲಿತಮ್ಮ ಊಟ ಮುಗಿದ ಕೂಡಲೇ ಮಗಳ ಮನೆಗೆ ಹೋಗಿಬಿಟ್ಟರು. ರಾತ್ರಿ ಊಟ ಮುಗಿಸಿಕೊಂಡು ಹೊರಟು ನಿಂತ ನಾರಾಯಣಪ್ಪನವರ ಕರುಳೇ ಕಿತ್ತು ಬಂದಂತಾಯಿತು.

"ಸರಳಾ, ನಿನ್ನ ಸಂಸಾರಕ್ಕೆ ಏನೇನು ಬೇಕು ಅದನ್ನೆಲ್ಲ ತಂದುಕೋ... ಒಟ್ಟಿನಲ್ಲಿ ನೀನು, ಮಾಧು ಸುಖವಾಗಿದ್ರೆ ಸಾಕು." ಅವಳು ಏನು ಹೇಳಲೂ ಇಲ್ಲ, ಅದನ್ನು ಇವರು ನಿರೀಕ್ಷಿಸಿಯೂ ಇರಲಿಲ್ಲ.

ಸುಂದರ, ಸರಸ್ವತಿ, ಸುಕನ್ಯ, ನಾರಾಯಣಪ್ಪ ಪಾರ್ವತಮ್ಮನ ಜೊತೆಗೂಡಿ ಹೊರಟರು. ಮಾಧು ಎಷ್ಟು ಹೇಳಿದರೂ ಯಾರೂ ನಿಲ್ಲುವುದಕ್ಕೆ ಒಪ್ಪಲಿಲ್ಲ. ಬೆಪ್ಪಾಗಿ, ದಿಗ್ಭ್ರಮೆಗೊಂಡವನಂತೆ ಕುಳಿತುಬಿಟ್ಟ. ಏಕಾಂಗಿ... ಏಕಾಂಗಿ...!

ಮನೆಗೆ ಬಂದ ಕೂಡಲೇ ಪಾರ್ವತಮ್ಮ ಅಳಲು ಶುರುಮಾಡಿಬಿಟ್ಟರು. ಒಂದು ವರ್ಷದ ಪುಟ್ಟ ಮಾಧುವನ್ನು ತಬ್ಬಲಿಯಾಗಿ ಬಿಟ್ಟು ಬಂದ ಅನುಭವವಾಯಿತು. ಹೆತ್ತ ಕರುಳು ಅಗಲಿಕೆಯನ್ನು ತಡೆಯದಾಯಿತು.

ತಮ್ಮ ಸಂಕಟವನ್ನು ಅಡಗಿಸಿಟ್ಟು ಹೆಂಡತಿಗೆ ಸಮಾಧಾನ ಹೇಳಿದರು.

"ನಿಂಗೆ ಬುದ್ಧಿ ಇಲ್ವಾ... ಪಾತು? ಮಗ ಊರು ಬಿಟ್ಟು ಹೋದ್ನ? ಅವರಿಬ್ರೂ ಸುಖವಾಗಿದ್ರೆ ಸಾಕು. ಇಲ್ಲೇನು ಒಬ್ಬಂಟಿಗಳಲ್ಲವಲ್ಲ. ಶ್ಯಾಮ ಕೂಡ ಪರೀಕ್ಷೆ ಮುಗಿದ ಕೂಡ್ಲೆ ಬರ್ತಾನೆ."

ಎಲ್ಲವೂ ನೋವುಂಡ ಹೃದಯಗಳು. ಮಾತನಾಡಲು ಆಗದೇ ಸುಮ್ಮನೇ ಮಲಗಿದರು. ಪಾರ್ವತಮ್ಮ, ನಾರಾಯಣಪ್ಪ ಗಳಿಗೆ ಕಣ್ಣು ಮುಚ್ಚಿರಲಿಲ್ಲ. ಬಹಳ ಸಹನೆಯಿಂದ ಕಾದರು. ಅವರೆಂದೂ ಮಗ, ಸೊಸೆಯನ್ನು ಬೇರೆ ಕಳಿಸಬೇಕೆಂದು ಯೋಚಿಸಿದವರೇ ಅಲ್ಲ. ಈಗ ಮಗನ ಸುಖಕ್ಕಾಗಿ ಕಷ್ಟದಿಂದ ದೂರ ಮಾಡಿದ್ದರು.

ಬೆಳಕು ಹರಿಯುತ್ತೇನೋ ಎಂದು ಹಾಸಿಗೆಯ ಮೇಲೆ ಹೊರಳಾಡುತ್ತಲೇ ಇದ್ದರು. ಚಿಲಕದ ಸದ್ದು ಕೇಳಿ ಎದ್ದು ಹೋಗಿ ಬಾಗಿಲು ತೆಗೆದರು. ಎದುರಿಗೆ... ಮಾಧು... ಎಳೆಯ ಮಗುವನ್ನು ಅಪ್ಪಿಕೊಳ್ಳುವಂತೆ ಅಪ್ಪಿಕೊಂಡುಬಿಟ್ಟರು. ತಲೆ, ಮುಖ ಸವರಿದರು. ಒಂದು ರಾತ್ರಿಗೆ ಮಗ ಬಹಳ ಬಡವಾದ ಹಾಗೆ ಕಾಣಿಸಿದ.

ಬಾಗಿಲಿಗೆ ನೀರು ಹಾಕಲು ಎದ್ದು ಬಂದ. ಸರಸ್ವತಿ ಬಿಟ್ಟ ಕಣ್ಣಿಂದ ನೋಡುತ್ತ ನಿಂತುಬಿಟ್ಟಳು. ಅವಳ ಕಣ್ಣಿಂದ ನೀರು ತೊಟ್ಟಿಕ್ಕಿತು.

ಮಗನನ್ನು ಕರ್ಕೊಂಡ್ಹೋಗಿ ಅಡಿಗೆಯ ಮನೆಯಲ್ಲಿ ಕೂಡಿಸಿಕೊಂಡು ಕಾಫೀ ಮಾಡಿಕೊಟ್ಟರು. ಎಷ್ಟು ಮಾತನಾಡಿದರೂ ತೃಪ್ತಿ ಇಲ್ಲ. ಎಷ್ಟು ನೋಡಿದರೂ ತೃಪ್ತಿ ಇಲ್ಲ.

"ಸರಳ ಎದ್ದಿರಲಿಲ್ವೇನು?" ಎಂದಾಗ, ಆ ಮಾತಿಗೆ ಉತ್ತರವೇ ಹೇಳಲಿಲ್ಲ. ಸುಂದರು ಬಂದು ಕೂತ.

"ಮಾಧು, ಹೊಸ ಮನೆಯ ಓಡಾಟದಲ್ಲಿ ದಣಿದುಬಿಟ್ಟಿದ್ದೀಯಾ. ಸುಧಾರಿಸ್ಕೊ. ಏನು ಕೆಲ್ಸವಿದ್ರೂ ನಾನು ನೋಡ್ಕೋತೀನಿ" ಮಾಧು ಬೇಸರದಿಂದ ಮುಖ ಕಿವುಚಿಕೊಂಡ.

"ನನಗೆಂಥ... ದಣಿವು? ಶ್ಯಾಮ, ಶ್ರೀಧರ ಬರ್ಲೇ ಇಲ್ಲ" ಅವನ ಮನಸ್ಸಿನ ನೋವನ್ನು ಪಾರ್ವತಮ್ಮ, ಸುಂದರು ಅರ್ಥ ಮಾಡಿಕೊಳ್ಳದೆ ಇರಲಿಲ್ಲ.

"ಕಾಲೇಜಿಗೆ ರಜ ಇತ್ತೋ ಇಲ್ಲವೋ....!" ಮಾಧು ನಿಟ್ಟುಸಿರುಬಿಟ್ಟು ಎದ್ದು ಹೋಗಿ ಸ್ನಾನ ಮಾಡಿದ.

"ಸರಳ ತಿಂಡಿ ಮಾಡಿರಬೌದು. ಅಲ್ಲೇ ಹೋಗಿ ತಿನ್ನು" ಬಹು ಕಷ್ಟದಿಂದ ಹೇಳಿದರು ಪಾರ್ವತಮ್ಮ. ಮಾಧು ಮನೆಗೆ ಹೋಗಲು ಅಣಿಯಾದ. ಸುಂದರು ಬಿಡಲಿಲ್ಲ.

"ದೊಡ್ಡಮ್ಮ ಹೇಳಿದ ಕೂಡ್ಲೆ ಹೊರಟುಬಿಡೋದಾ? ಅವ್ರು ಎಷ್ಟು ಕಷ್ಟದಿಂದ ಆ ಮಾತು ಆಡಿರಬೋದು!" ಆ ಮಾತಿಗೆ ಮಾಧು ಏನು ಹೇಳಲೂ ಹೋಗಲಿಲ್ಲ."

ತಂದೆಯ ಜೊತೆ ಕೂತು ತಿಂಡಿ ತಿಂದ. ಇಬ್ಬರ ನಡುವೆ ಒಂದೆರಡು ಮಾತುಗಳು, ಭಾರವಾದ ಮನಸ್ಸುಗಳು ಮಾತುಗಳನ್ನು ಹೇಗೆ ಹೊರಹಾಕಿಯಾವು?

ಹೊರಟು ನಿಂತ ಮಾಧುಗೆ ನಾರಾಯಣಪ್ಪ ಹೇಳಿದರು—

"ಮಾಧು, ತೋಟ, ಗದ್ದೆ ಕಡೇ ಹೋಗ್ಬೇಡ. ನಿಮ್ಮ ಸಂಸಾರಕ್ಕೆ ಬೇಕಾಗೋ ಸಾಮಾನನ್ನು ತಗೊಂಡ್ಹೋಗು, ರಾತ್ರಿನೇ ಸರಳಾಗೆ ಹೇಳಿದ್ದೀನಿ. ನಿಂಗ ಬರ್ತಾನೆ. ನೀನು ಮನೆಗೆ ಹೋಗಿ ಸರಳನ ಕರ್ಕೊಂಡ್ಬಾ..." ತಂದೆಯ ಮಾತಿಗೆ ಎದುರಾಡಲಿಲ್ಲ.

"ಮಾಧು, ಪಾಪ ಅವಳೊಬ್ಬೇ ಏನು ಮಾಡಿಕೊಂಡಳೋ ಏನೋ! ತಿಮ್ಮಿಗೆ ಹೇಳಿದ್ದೀನಿ. ಹೊರಗಿನ ಕೆಲ್ಸ ಮಾಡಿಕೊಡ್ತಾಳೆ. ಇನ್ನೂ ಹೊಸ್ದು. ಸರಸ್ವತಿ, ಸುಕನ್ಯನ ಕರ್ಕೊಂಡ್ಹೋಗು, ಸಹಾಯ ಮಾಡ್ತಾರೆ" ತಿಂಡಿ ಕೊಟ್ಟು ಅವರಿಬ್ಬರನ್ನು ಮಾಧು ಜೊತೆ ಕಳಿಸಿದರು ಪಾರ್ವತಮ್ಮ. ಹಟ ಸಾಧನೇ, ದ್ವೇಷ ಅವರಿಗೆ ಬೇಕಿರಲಿಲ್ಲ.

ಮಾಧು ಜೊತೆ ಸರಸ್ವತಿ, ಸುಕನ್ಯ ಅಳುಕುತ್ತಲೇ ಬಂದರು.

ಹೊಸದಾಗಿ ತರಿಸಿದ್ದ ಬೆತ್ತದ ಛೇರಿನ ಮೇಲೆ ಕುಳಿತ ಸರಳ ಕಾಫೀ ಕುಡಿಯುತ್ತಿದ್ದಳು. ಇವರತ್ತ ನೋಡಲೇ ಇಲ್ಲ. ಉದಾಸೀನವಾಗಿ ಕುಳಿತೇ ಇದ್ದಳು.

"ಅಮ್ಮ ತಿಂಡಿ ಕಳ್ಸಿದ್ದಾರೆ. ಸ್ನಾನ ಮಾಡಿ ತಿಂಡಿ ತಿನ್ನು. ಆಮೇಲೆ ಬೇಕಾದ್ರೆ ನಿನ್ನ ಕೆಲಸಕ್ಕೆ ಸುಕನ್ಯ, ಸರಸ್ವತಿ ಸಹಾಯ ಮಾಡ್ತಾರೆ."

"ನೀರೊಲೆಗೆ ಉರಿ ಹಾಕಿಲ್ಲ..."

ಸುಕನ್ಯ, ಸರಸ್ವತಿ ನೀರೊಲೆಗೆ ಉರಿ ಹಾಕಿ ಅಡಿಗೆಯ ಮನೆಯಲ್ಲಿ ಅಲ್ಲಲ್ಲಿ ಬಿದ್ದಿದ್ದ ಸಾಮಾನುಗಳನ್ನು ಎತ್ತಿಡಲು ಮುಂದಾದರೂ, ಅವರಿಗೆ ಕಾವಲಾಗಿ ಬಂದು ನಿಂತಳು ಸರಳ.

ಅವಳು ಬಂದು ನಿಂತಿದ್ದರಿಂದ ಇಬ್ಬರಿಗೂ ಕಸಿವಿಸಿಯಾಯಿತು. ಛೆ, ನಾವು ಕದ್ದು

ಒಯ್ಯಲು ಬೇರೆಯವರೇ. ಅತ್ತೆ ಮಾತು ಕೇಳಿ ಇಲ್ಲಿಗೆ ಬರಲೇಬಾರದಾಗಿತ್ತು ಎಂದು ವೇದನೆಪಟ್ಟಳು ಸರಸ್ವತಿ.

"ನಿಮ್ಮ ಕೆಲ್ಸ ನನ್ಗೇ ಸರಿಬರೋದಿಲ್ಲ, ಜೋಡಿಸಿಟ್ಕೋತೀನಿ. ಅವ್ರು, ನಾನು ಆಮೇಲೆ ಬರ್ತೀವಿ" ಮರುಮಾತಾಡದೇ ಸರಸ್ವತಿ, ಸುಕನ್ಯ ಮನೆಯ ದಾರಿ ಹಿಡಿದರು.

ಎದುರಿಗೆ ಬಂದ ಮಾಧು "ಇದೇನು... ಹೊರಡುತ್ತ ಇದ್ದೀರೀ?"

"ಸರಳಕ್ಕ ಅಲ್ಲಿಗೇ ಬರ್ತಾರಂತೆ" ನಿಲ್ಲದೇ ನಡೆದುಬಿಟ್ಟರು. ಎಂದಿಗೂ ಸರಿಹೋಗಲು ಸಾಧ್ಯವಿಲ್ಲವೆಂದುಕೊಂಡ ಮಾಧು ಹೊರಗಡೆಯೇ ಮಂಕಾಗಿ ಕುಳಿತ.

ಸರಳ ಕುಸುರಿ ಕೆಲಸ ಮಾಡಿರುವ ಫಾರಿನ್ ನೈಲೆಕ್ಸ್ ಸೀರೆಯುಟ್ಟು, ಅದಕ್ಕೊಪ್ಪುವ ಬ್ಲೌಸ್ ತೊಟ್ಟು, ಚೋಟುದ್ದ ಜಡೆಗೆ ಕ್ಲಿಪ್ ಹಾಕಿ, ಸ್ನೋ ಪೌಡರ್ ಧಾರಾಳವಾಗಿ ಹಚ್ಚಿದಳು. ಸೆಂಟಿನ ಪರಿಮಳ ಪಸರಿಸಿತು. ಆ ಚೆಲುವಿಗೆ ಹುಚ್ಚನಾದ, ಎರಡು ಕ್ಷಣ ಮಾತ್ರ. ಮತ್ತೆ ವಿಮುಖನಾದ. ಏನು ಎನ್ನುವಂತೆ ಮಡದಿಯ ಕಡೆ ನೋಡಿದ.

"ಹೋಗೋಣ್ವಾ..." ಎಂದು ಅವನೆದೆಗೆ ಒರಗಿದ್ದಳು. ಅವಳಿಗೆ ನಿರಾಸೆ ಯುಂಟುಮಾಡುವುದು ಅವನಿಗಿಷ್ಟವಾಗಲಿಲ್ಲ. ಮುಂದೆ ಸರಿಹೋಗಬಹುದೇನೋ? ಪುನಃ ತಾಳ್ಮೆಗೆ ಶರಣಾದ.

ಬಲವಾಗಿ ಬಳಸಿ ಮುಖದ ಮೇಲೆಲ್ಲ ಮುತ್ತಿನ ಮಳೆ ಕರೆದ.

"ಬಿಡಿ, ಹಾಳಾಯ್ತು" ಕೊಸರಿಕೊಂಡಳು. ಅವನಿಗೆ ಅವಳ ಸ್ವಭಾವ ಅರ್ಥವಾಗಲಿಲ್ಲ.

"ನನ್ನ ಅಲಂಕಾರ ಕೆಟ್ಟುಹೋಯ್ತು" ಮುಖ ಉಮ್ಮಿಸಿದಳು. ಪುನಃ ರಾಜಿಗೆ ಬಂದ.

"ನಂಗೋಸ್ಕರ ಮಾಡಿಕೊಂಡಿದ್ದ ಅಲಂಕಾರ ತಾನೇ! ಅರ್ಪಣೆಯಾದ್ಮೇಲೆ ಏನಾದರೇನು?"

"ನಂಗಿದೆಲ್ಲ ಇಷ್ಟವಾಗೊಲ್ಲ. ತಮ್ಮ ಆಸೆಗೆ ಬಳಸಿಕೊಳ್ಳೋ ಸ್ವಾರ್ಥ ಗಂಡಸರು." ಯಾರ ಬಗ್ಗೆ ಈ ನಿಂದನೆಯೆಂದು ಯೋಚಿಸಿದ. ಗಂಡಹೆಂಡತಿಯನ್ನು ಬಯಸುವುದು ತಪ್ಪೇ? ಏನೂ ಇಲ್ಲದಿದ್ದ ಮೇಲೆ ದಾಂಪತ್ಯಕ್ಕೆ ಅರ್ಥವೇನು? ಅವಳಿಷ್ಟದಂತೆ ನಡೆದುಬಿಡೋಣವೆಂದುಕೊಂಡ.

ಮನೆಯಿಂದ ಸರಳ ಗಂಡನ ಜೊತೆ ಹೊರಟಾಗ ಸೆರಗು ಗಾಳಿಪಟದಂತೆ ಹಾರಾಡುತ್ತಿತ್ತು. ಅಹಂಭಾವದಿಂದ ಹೆಜ್ಜೆ ಹಾಕುತ್ತಿದ್ದಳು. ತನ್ನ ಸಮ ಯಾರು ಇಲ್ಲವೆಂಬ ಅಹಂಕಾರ ಬೆಳೆದು ನಿಂತಂತಿತ್ತು. ಹಳ್ಳಿ ಎನ್ನುವ ಪರಿವೆಯೇ ಇವಳಿಗಿಲ್ಲವಲ್ಲ. ಜನ ಏನಂದಾರು? ಹೊಸ ಮನೆಗೆ ಬಂದ ಮಾರನೆಯ ದಿನವೇ ಪಟ್ಟಣದ ಬೆಡಗನ್ನು ಪ್ರಾರಂಭಿಸಿಬಿಟ್ಟಳು.

ಬಾಗಿಲು ತಳ್ಳಿಕೊಂಡು ವರಾಂಡಕ್ಕೆ ಸಾಗಿದಳು. ಅಪರೂಪಕ್ಕೆ ಬಳಸುತ್ತಿದ್ದ ಸ್ಟೀಲು ಪಾತ್ರೆಗಳನ್ನು ಚೀಲಕ್ಕೆ ತುಂಬಿದಳು. ಇದಕ್ಕೆ ಯಾರ ಸಹಾಯವೂ ಬೇಕಾಗಲಿಲ್ಲ. ಸುಕನ್ಯಳಿಗಾಗಿ ತಂದಿದ್ದ ಸಾಮಾನುಗಳನ್ನು ಅದರ ಜೊತೆಗೆ ಸೇರಿಸಿದಳು.

ಅವಳ ನಡತೆಯೇ ಬೇಸರ. ತಂಗಿಗಾಗಿ ತಂದಿದ್ದ ಸಾಮಾನುಗಳನ್ನೂ ತೆಗೆದುಕೊಂಡಾಗ ಅವನ ಮನಸ್ಸಿಗೆ ನೋವಾಯಿತು. ಆಕ್ಷೇಪಿಸಲಾರದೇ ಆಕ್ಷೇಪಿಸಿದ.

"ಸರಳ, ಅವೆಲ್ಲ ಸುಕನ್ಯಳ ಸಾಮಾನು. ಹೊಸ ಸಂಸಾರ ಹೂಡಿದರೆ ಅವಳಿಗೆ ಬೇಕಾಗುತ್ತೆ."

"ಅದನ್ನೆಲ್ಲ ತಂದವ್ರು ಯಾರು? ಮದ್ರೆಗೆ ಎಷ್ಟು ಸಾವಿರ ರೂಪಾಯಿ ಖರ್ಚಾಗಿದೆ. ಇವತ್ತಿಗೂ ಅವಳ ಗಂಡನ ಫೀಜು, ಪುಸ್ತಕಕ್ಕೆ ನೀವು ದುಡ್ಡುಕೊಡ್ಬೇಕು" ಎಂದವಳೇ ಉಳಿದಿದ್ದು ಸಣ್ಣಪುಟ್ಟ ವಸ್ತುಗಳನ್ನೂ ಅದರ ಜೊತೆ ಸೇರಿಸಿದಳು.

ಅಡಿಗೆಯ ಮನೆಯಲ್ಲಿದ್ದ ಸುಕನ್ಯ ಕಣ್ಣೀರು ಹಾಕಿದಳು. ಗಂಡನ ಬಗ್ಗೆ ಹೀನಾಯವಾಗಿ ಮಾತನಾಡಿದ್ದು ಆಕೆಯಿಂದ ಸಹಿಸಲಾಗಲಿಲ್ಲ. ಮದುವೆಯಾದ ಕೂಡಲೇ ಗಂಡನ ಮೇಲೆ ಎಂತಹ ಅಭಿಮಾನ!

ಸೊಸೆ ಅರ್ಧ ಮನೇನ ಖಾಲಿ ಮಾಡಿದ್ದಾಳೆನ್ನಿಸಿತು ಪಾರ್ವತಮ್ಮನಿಗೆ. ಮಗನ ಮನೆಗೆ ತಾನೇ ಎಂದು ಸುಮ್ಮನಾದರು. ಸುಂದರನ ಗೆಳೆಯರು ಮದುವೆಯಲ್ಲಿ ಶ್ರೀಗಂಧದ ಕೃಷ್ಣನ ವಿಗ್ರಹ ಉಡುಗೊರೆಯಾಗಿ ಕೊಟ್ಟಿದ್ದರು. ಅದನ್ನು ತೆಗೆದಿಟ್ಟುಕೊಂಡಳು. ಇಂಥದೆಲ್ಲ ಬೇಕು ಅಂದಿದ್ರೆ ಮಾಧು ತಂದುಕೊಡುತ್ತಿರಲಿಲ್ಲವೇ? ಏನು ಹಾಳಾದ ಬುದ್ಧೀನೋ? ಮನದಲ್ಲೇ ಬೈದುಕೊಂಡರು.

ಸುಂದರು ಮುಂದು ಆಡಿಯೇಬಿಟ್ಟರು.

"ಬಿಡಿ ದೊಡ್ಡಮ್ಮ ಎಲ್ಲಾದ್ರೂ ಹೋಗ್ಲಿ. ಅದೇನು ಬೇರೆ ಮನೇನಾ, ಹೊಸ ಮನೆಗೆ ಇಂಥದೆಲ್ಲ ಹಾಕಿದರೆ ಶೋಭೆ."

"ನಿಮ್ಮಗಂಡ್ಸರ ಸ್ವಭಾವವೆಲ್ಲ ಒಂದೇ ಅಂತ ಕಾಣಿಸುತ್ತೆ. ಆ ವಸ್ತು ಮೇಲೆ ನಿನ್ಗೇ ಅಕ್ಕರೆ ಇಲ್ಲದಿದ್ರೆ, ಹೆಣ್ಣಾದ ಸರಸ್ವತಿಗೆ ಆಸೆ ಇರೋದಿಲ್ವೆ? ಮಾಧು ತಂದುಕೊಡ್ತಾ ಇರಲಿಲ್ವೆ? ಅವ್ನ ಕೈ ಹಿಡಿಯೋರು ಯಾರಿದ್ರು! ಏನು ದುರಾಸೆಯ ಹುಡುಗಿಯೋ!"

"ಇದನ್ನೆಲ್ಲ ಮನಸ್ಸಿಗೆ ಹಚ್ಚಿಕೊಳ್ಳಲೇಬೇಡಿ. ಮಾಧು ಸುಖವಾಗಿದ್ರೆ ಸಾಕು." ಅವನ ಅಕ್ಕರೆಗೆ ಪಾರ್ವತಮ್ಮ ಬೆರಗಾದರು. ಎಂದೋ ತಮ್ಮಿಂದ ದೂರ ಸರಿದುಹೋಗಿದ್ದ ಮೈದುನನ ಮಗನಿಗೆ ಮಾಧು ಬಗ್ಗೆ ಎಷ್ಟೊಂದು ಅಕ್ಕರೆ! ಇಬ್ಬರು ಗಂಡು ಮಕ್ಕಳಲ್ಲ, ಇನ್ನು ಮೇಲೆ ಮೂವರು!

ಸರಸ್ವತಿ ಮಾಧು ಬಗ್ಗೆ ಗಂಡನಲ್ಲಿ ವಿಚಾರಿಸಿದಳು. ಅವಳ ಊಟದ ಬಗ್ಗೆ ಅವಳಿಗೆ ಕಾಳಜಿ.

"ನಾನೇ ತೋಟಕ್ಕೂ ಬೇಡವೆಂದೆ. ಇವತ್ತೆಲ್ಲ ಸಾಮಾನು ಸರಿಪಡಿಸಿಕೊಳ್ಳುವ ಕೆಲ್ಸವೇ ಇರುತ್ತೆ. ಆ ಮಹಾತಾಯಿ ಸುಮುಖವಾಗಿ ನಡೆದುಕೊಂಡ್ರೆ ಸಾಕು.

ಇಲ್ಲಿಂದಲೇ ಊಟ, ತಿಂಡಿ ಕಳುಹಿಸಬಹುದು" ಗಂಡನ ಬಗ್ಗೆ ಸರಸ್ವತಿಗೆ ಹೆಮ್ಮೆಯೆನ್ನಿಸಿತು.

"ಈ ಸಲ ಬೆಂಗಳೂರಿಗೆ ಹೋದ್ರೆ ಸರಳಕ್ಕ, ಸುಕನ್ಯನ ಸಾಮಾನು ಏನೇನು ತೆಗೆದುಕೊಂಡು ಹೋಗಿದ್ದಾಳೋ ಅವೆಲ್ಲ ತಂದುಬಿಡಿ, ಇರೋ ಒಂದು ಹೆಣ್ಣು ಕಣ್ಣೀರು ಹಾಕೋದು ಬೇಡ. ಅಪ್ಪಿ, ತಪ್ಪಿ ಇವೆಲ್ಲ ಶ್ಯಾಮ ಮಾವನ ಕಿವಿಗೆ ಬೀಳೋದು ಬೇಡ." ಅವಳ ಮಾತಿನಲ್ಲಿದ್ದ ಭೀತಿ, ಆತಂಕವನ್ನು ಅರ್ಥ ಮಾಡಿಕೊಂಡ. ಶ್ಯಾಮ ಅತ್ತಿಗೆಯನ್ನು ಎಷ್ಟು ಬಗೆಯಲ್ಲಿ ದ್ವೇಷಿಸುತ್ತಾನೆ, ಸ್ವಂತ ಮಾಧುನೇ ಹೋಗಿ ಕರೆದು ಬಂದರೂ ಗೃಹಪ್ರವೇಶಕ್ಕೆ ಬರಲಿಲ್ಲ. ತನ್ನ ಬಗ್ಗೆಯೂ ಅವನಿಗೆ ಇನ್ನೂ ಒಳ್ಳೇ ಅಭಿಪ್ರಾಯ ಬಂದಿಲ್ಲ.

"ಅದೆಲ್ಲ ತರೋಣ. ಮೊದ್ಲು ಶಿವಮೊಗ್ಗದಲ್ಲಿರೋ ಮನೆ ಮಾರಿ ಸಾಮಾನು ತಂದ್ಬಿಡ್ಬೇಕು, ಇಲ್ಲದಿದ್ರೆ ಸಾಮಾನು ಹಾಳಾಗುತ್ತೆ. ಹಳ್ಳಿಬಿಟ್ಟು ಇನ್ನು ಎಲ್ಲೂ ಹೋಗೋಲ್ಲ. ನಿನ್ನ..."

"ಯಾಕೆ ಅರ್ಧದಲ್ಲೇ ನಿಲ್ಲಿಸಿಬಿಟ್ಟಿರಿ? ಶ್ಯಾಮ ಮಾವ ಓದಿದ್ದಾನೆ. ಅವನು ಇಲ್ಲಿರುತ್ತಾನೋ ಇಲ್ಲವೋ-ಸುಕನ್ಯ ಗಂಡನ ಜೊತೆ ಹೊರಟುಬಿಡ್ತಾಳೆ. ಅತ್ತೆ, ಮಾವ ಒಂಟಿಯಾಗಿಬಿಡ್ತಾರೆ-ನಿಮ್ಮ ಹಾಗೆ ಕಡೆವರ್ಗ್ಗೂ ನನಗೂ ಇಲ್ಲೇ ನೆಲೆಸೋ ಆಸೆ."

ಸುಂದರನ ಕಣ್ಣಲ್ಲಿ ಮಿಂಚಿದ ಆಸೆಯನ್ನು ಕಂಡು ಪಾರ್ವತಮ್ಮ ಒಳಗೆದ್ದು ಹೋದರು.

ಮಡದಿಯನ್ನು ಬಾಹುಗಳಲ್ಲಿ ಬಳಸಿ "ದೊಡ್ಡಮ್ಮ ಹೇಗೆ ಅರ್ಥಮಾಡಿಕೊಂಡ್ರು" ಮಡದಿಯೊಂದಿಗೆ ಕೋಣೆಗೆ ಹೋದ.

ಪಾರ್ವತಮ್ಮ ಸರಸ್ವತಿಗಾಗಿ ಕಾಯದೇ ಎಲ್ಲ ಕೆಲಸವನ್ನು ತಾವೇ ಮಾಡಿ ಮುಗಿಸಿದರು. ಸುಕನ್ಯಳಿಗಂತೂ ಕೆಲಸ ಹೇಳುತ್ತಿರಲಿಲ್ಲ. ಅತ್ತೆ, ಮಾವ ಇಲ್ಲದ ಮನೆ ಸೇರಿದ್ದಾಳೆ. ಆ ಮನೆ ಹೊಕ್ಕೊಡನೇ ಸಂಪೂರ್ಣ ಜವಾಬ್ದಾರಿ ಅವಳೇ ಹೊರಬೇಕು. ಇಲ್ಲಾದರೂ ಹಾಯಾಗಿರಲಿ ಎಂಬುದೇ ಅವರ ಅಭಿಪ್ರಾಯ.

* * * *

ಬಾಗಿಲಿನಲ್ಲಿದ್ದ ಸುಕನ್ಯ ಅಣ್ಣನನ್ನೂ, ಗಂಡನನ್ನೂ ನೋಡಿ ತಾಯಿಗೆ ಸುದ್ದಿ ಮುಟ್ಟಿಸಲು ಓಡಿದಳು. ಸಂಭ್ರಮದಿಂದ ಪಾರ್ವತಮ್ಮ ಹೊರಗೆ ಬಂದರು. ಮದುವೆ ಮುಗಿಸಿಕೊಂಡು ಹೋದ ಶ್ಯಾಮ ಇಂದೇ ಊರಿಗೆ ಬರುತ್ತಿರುವುದು.

"ಅಮ್ಮನಿಗೆ ಸಮಾಚಾರ ಮುಟ್ಟಿಸಿಬಿಟ್ಟು ಏನೂ ತಿಳಿಯದವಳ ಹಾಗೆ ಕೋಣೆ ಸೇರಿಬಿಟ್ಲು!" ಎಂದುಕೊಂಡೇ ಶ್ಯಾಮ, ಶ್ರೀಧರನೊಂದಿಗೆ ಒಳಗೆ ಬಂದ.

ಕಾಫಿ, ತಿಂಡಿ ಮಾತುಕತೆಯೆಲ್ಲ ಮುಗಿಯಿತು. ಸುಕನ್ಯ ಅಡಿಗೆಯ ಮನೆಯಿಂದ ಹೊರಗೆ ಬರಲೇ ಇಲ್ಲ. ಶ್ರೀಧರನ ಮುಖದ ಮೇಲೆ ಅಸಮಾಧಾನದ ಛಾಯೆ

ಮಿನುಗಿತು. ಬೇಸರದಿಂದ ಎದ್ದು ಹೋದ ಶ್ಯಾಮ ಅಡುಗೆಯ ಮನೆಯಲ್ಲಿದ್ದ ತಂಗಿಯನ್ನು ಜಡೆ ಹಿಡಿದು ಎಳೆದು ತಂದ.

"ಅಲ್ವೆ ಹುಡ್ಗಿ, ಅವನು ಅಲ್ಲಿಂದ ಬಂದಿದ್ದಾನೆ. ಅವ್ನ ಯೋಗಕ್ಷೇಮ ವಿಚಾರಿಸೋದು ಬಿಟ್ಟು ಅಡುಗೆಯ ಮನೆ ಸೇರಿಬಿಟ್ಟಿದ್ದೀಯಲ್ಲ?" ನಾಚಿಕೆಯಿಂದ ಸುಕನ್ಯಳ ಮುಖವೆಲ್ಲ ಕೆಂಪೇರಿಹೋಯಿತು. ಅವಳು ಅಣ್ಣನ ಕೈಯಿಂದ ಕೊಸರಿಕೊಳ್ಳಲು ಪ್ರಯತ್ನಿಸಿದಳು. ಶ್ಯಾಮ ಅವರಿಬ್ಬರನ್ನು ಅಲ್ಲೇ ಬಿಟ್ಟು ತಾಯಿಯ ಬಳಿ ಮಾತನಾಡಲು ಹೋದ.

ಶ್ರೀಧರ ಮಡದಿಯನ್ನು ಎಳೆದು ಪಕ್ಕದಲ್ಲಿ ಕೂಡಿಸಿಕೊಂಡು ಅಸಮಾಧಾನದಿಂದ ಅವಳ ಕೆನ್ನೆ ಹಿಂಡುತ್ತ "ನಾನು ಅಲ್ಲಿಂದ ನಿನಗೋಸ್ಕರ ಓಡಿ ಬಂದ್ರೆ... ವಿಚಾರಿಸೋದು ಬಿಟ್ಟು..." ಅವಳ ಗಲ್ಲವನ್ನು ಹಿಡಿದು ಮೇಲಕ್ಕೆತ್ತಿದ.

ಅವಳ ಅರಳುಗಣ್ಣಿನ ಕಂಬನಿ ತುಂಬಿತ್ತು.

"ಯಾಕೆ... ಕಣ್ಣೀರು? ನಿನ್ನ ಹೃದಯ ಗೊತ್ತಿಲ್ವೆ? ತಮಾಷೆಗೆ ಹಾಗಂದಿದ್ದು. ಅಳುತ್ತ ಕೂತರೇ ಹೊರಟೇಬಿಡ್ತೀನಿ." ಗಂಡನ ಹುಸಿಕೋಪಕ್ಕೆ ಹೆದರಿದಳು.

"ನೀವು ಬಂದ ಸಂತೋಷದಲ್ಲಿ ನನಗೆ ಕೈಕಾಲೇ ಆಡಲಿಲ್ಲ. ನೀವು ಗೃಹಪ್ರವೇಶಕ್ಕೆ ಬರದಿದ್ದಕ್ಕೆ ಮಾಧಣ್ಣ ನೊಂದುಕೊಂಡ!" ಆ ವಿಷಯನ ದೊಡ್ಡದು ಮಾಡುವುದು ಶ್ರೀಧರನಿಗೆ ಬೇಕಾಗಿರಲಿಲ್ಲ. ಶ್ಯಾಮ ಹೊರಟಿದ್ದರೇ ಅವನು ಬರುತ್ತಿದ್ದ. ಶ್ಯಾಮ ಆ ಮನೆ ಹೊಸಲೇ ಮೆಟ್ಟೋಲ್ಲ ಎಂದುಬಿಟ್ಟಿದ್ದ.

"ಕಾಲೇಜಿಗೆ ರಜ ಇರಲಿಲ್ಲ. ಬರೀ ಮಾತೇನಾ!" ಅಪ್ಪಿ ತುಟಿಗೆ ತುಟಿ ಸೇರಿಸಿದ. ತನ್ಮಯತೆಗೇ ಭಂಗ ತರುವಂತೆ ಶ್ಯಾಮ ಜೋರಾಗಿ ಹಿಂದೀ ಚಿತ್ರಗೀತೆ ಹಾಡಿದ.

ಸುಕನ್ಯ ಹೊರಬಂದಳು. ಕಣ್ಣು ಕುಣಿಸಿ, ಹುಬ್ಬು ಹಾರಿಸಿ ನಕ್ಕ. 'ಶ್ಯಾಮಣ್ಣ ಈಗ ಮೊದಲಿನಷ್ಟು ಸಭ್ಯನಲ್ಲ. ತೀರಾ ತುಂಟನಾಗಿದ್ದಾನೆ'ದು ಸುಕನ್ಯ ಅಂದುಕೊಂಡಳು.

"ಅಮ್ಮ, ಜಾನಕಿ ಮನ್ಗೆ ಹೋಗಿಬರ್ತೀವಿ." ಮಗನ ಕೂಗಿಗೆ ಹೊರಬಂದ ಪಾರ್ವತಮ್ಮ ಸಮಾಧಾನದಿಂದ ಮಗನನ್ನು ರಮಿಸುವ ರೀತಿಯಲ್ಲಿ ಹೇಳಿದರು.

"ಶ್ಯಾಮು... ನೀನು ಒಳ್ಳೆಯವನಲ್ವೆ? ಹಾಗೇ ಮಾಧು ಮನೆಗೂ ಹೋಗ್ಬನ್ನಿ..." ಹೋಗೋದಿಲ್ಲವೆಂದು ತಲೆಯಾಡಿಸಿದ. ಪಾರ್ವತಮ್ಮನಿಗೆ ಕೋಪ ಬಂತು. ಆ ಹಗರಣವನ್ನೇ ಮನಸ್ಸಿನಲ್ಲಿಟ್ಟುಕೊಂಡು ಹೋಗದಿರುವುದು ಚೆನ್ನಲ್ಲವೆನ್ನಿಸಿತು. ಇದರಿಂದ ಮಾಧುಗೆ ಎಷ್ಟು ಸಂಕಟವಾಗುತ್ತೆ ಅಂತ ಅವರು ಬಲ್ಲರು.

"ಆ ಮನೆ ನಮ್ಮದಲ್ಲವೇನು?"

ಯಾರು ಹಾಗಂದವ್ರು...?"

"ಮತ್ಯಾಕೆ... ಹೋಗೋದಿಲ್ಲ?" ಮುಖ ಗಂಟಾಯಿತು.

"ಆ ರಾಕ್ಷಸಿ ಇರೋ ಕಡೇ ಕಾಲು ಇಡೋದಿಲ್ಲ."

"ಶ್ಯಾಮು..." ಜೋರಾಗಿ ಕಿರುಚಿದರು ಪಾರ್ವತಮ್ಮ. ಮಗನ ಒರಟುತನ ಅವರಿಗೆ ಸರಿಹೋಗಲಿಲ್ಲ.

"ನೀನು... ಇನ್ನಷ್ಟು ಜೋರಾಗಿ ಅರಚಿದರೂ ಸರಿ ನಾನು ಹೋಗೋಲ್ಲ. ಅವಳಿಗೂ ನನಗೂ ಯಾವ ಸಂಬಂಧವೂ ಇಲ್ಲ. ಇದನ್ನು ಬೇಕಾದ್ರೆ ಪಂಚಾಯಿತಿ ಕಟ್ಟೆಯಲ್ಲಿ ಹೇಳ್ತೀನಿ." ಇವನು ಹೇಳೋ ಅಂಥ ಆಸಾಮಿಯೇ ಅಂದುಕೊಂಡ ಶ್ರೀಧರ. ಈಗ ಸುಮ್ಮನಿದ್ದರೆ ಕೆಲಸ ಕೆಡುತ್ತದೆಯೆಂದು ಅವನನ್ನು ಎಳೆದುಕೊಂಡು ಹೊರಟುಬಿಟ್ಟ.

ಮೂವರೂ ಜಾನಕಿಯ ಮನೆಗೆ ಬಂದರು. ಅವಳ ಮಗುವನ್ನು ಎತ್ತಿ ಶ್ಯಾಮ ಆಟವಾಡಿಸಿದ. ಆಗ ಪಾರ್ವತಮ್ಮನವರು ಬಂದರು. ಅವರು ಯಾಕೆ ಬಂದರೆಂದು ಶ್ಯಾಮ ಅರಿತ. ಅವನಿಗೆ ಸರಳೆಯ ಮುಖ ಜ್ಞಾಪಕಕ್ಕೆ ಬಂತು. ಕಟಕಟನೇ ಹಲ್ಲು ಕಡಿದ. ಮೆಲ್ಲಗೆ ಜಾಗ ಖಾಲಿ ಮಾಡಿ ಎದ್ದು ಹೋದ. ಶ್ರೀಧರ ಕೂಡ ಅವನ ಹಿಂದೆ ಹೊರಟ.

ಪಾರ್ವತಮ್ಮ ಕಣ್ಣಲ್ಲಿ ನೀರು ಹಾಕ್ಕೊಂಡು ಹೇಳಿಕೊಂಡರು. ಮಾಧು ನೊಂದುಕೊಳ್ಳುವುದು ಅವರಿಗೆ ಬೇಡವಾಗಿತ್ತು. ಈ ಹಟದ ಮುದ್ದೆ ಮುಂದೆ ಏನು ಮಾಡಿಯಾರು?

"ಜಾನಕಿ, ಗೃಹಪ್ರವೇಶ ಆದ್ಮೇಲೆ ನಿಮ್ಮ ಮಾವ ಆ ಕಡೆ ಹೋಗೇ ಇಲ್ಲವಂತೆ. ಹೊಸ ಮನೆ ಗೌಡ್ರ ಮನೆ ಪಕ್ಕದಲ್ಲಿರೋದರಿಂದ ಅವರ ಮನೆಗೂ ಹೋಗಿಲ್ವಂತೆ. ಮಗ ಮನೆ ಬಿಟ್ಟು ಹೋಗಿರೋದು ಅವರಿಗೆ ಅತ್ಯಂತ ಸಂಕಟದ ವಿಷಯ. ಬೆಳಗಿನಿಂದ ಸಂಜೆವರ್ಗೂ ತೋಟದಲ್ಲೇ ಇದ್ದುಬಿಡ್ತಾರೆ. ಮಗ ಎದುರಿನಲ್ಲಿ ಇರ್ತಾನಲ್ಲ. ಅವ್ರಿಗೆ ಅಷ್ಟೇ ಸಾಕು!"

ಅಲ್ಲಲ್ಲಿ ತಿರುಗಿ ಶ್ಯಾಮ, ಶ್ರೀಧರ ಮನೆಗೆ ಬಂದರು. ಸರಸ್ವತಿ ಶ್ಯಾಮನನ್ನು ಒಳಗೆ ಕರೆದಳು.

"ನಿನ್ನ ಹಠದಿಂದ..." ಸರಸ್ವತಿ ಷುರು ಮಾಡೋಕೆ ಮುನ್ನವೇ ಶ್ಯಾಮ "ಮಾಧಣ್ಣ ನೊಂದ್ಕೋತಾನೆ. ಅಷ್ಟೆ ಅಲ್ವೇ, ನೊಂದುಕೊಳ್ಳಲಿ. ಅಷ್ಟನ್ನು ಬಿಟ್ಟು ಅವನಿಗೆ ಬೇರೇನಿದೆ. ಅನುಭವಿಸಲಿ. ಆ ಕರ್ಮ ನೋಡಿ ಸಂಕಟ ಅನುಭವಿಸೋಕೆ ನೀವೆಲ್ಲ ಇದ್ದೀರಲ್ಲ. ನಂಗೆ ಇಲ್ಲಿಗೆ ಬರೋಕೆ ಇಷ್ಟವಿಲ್ಲ. ದೂರ ಓಡಿಬಿಡ್ಬೇಕೂ" ನೋವಿನಿಂದ ಮುಖ ಕಿವುಚಿಕೊಂಡ. ಸರಸ್ವತಿಗೆ ಮತ್ತೇನು ಹೇಳಲೂ ಧೈರ್ಯ ಬರಲಿಲ್ಲ.

ಬಂದಾಗಿನಿಂದ ಮಾಧುನ ನೋಡಬೇಕೆಂದು ಅವನ ಮನಸ್ಸು ತಳಮಳಿಸುತ್ತಿತ್ತು. ಬಹಳ ಕಷ್ಟದಿಂದ ಬಿಗಿಹಿಡಿದಿದ್ದ. ಸರಳೆ ಮುಖ ನೋಡೋಕೆ ಮಾತ್ರ ಅವನು ಸಿದ್ಧವಿಲ್ಲ. ಕೋಪದ ಕೈಗೆ ಸಿಕ್ಕಿ ಯಾವಾಗ ಏನು ಅನಾಹುತ ಮಾಡಿಬಿಡುತ್ತಾನೆಯೋ ಅವನಿಗೆ ಗೊತ್ತಿಲ್ಲ. ಅದಕ್ಕಾಗಿಯೇ ಆ ಮನೆ ಕಡೇ ತಲೆಹಾಕಲು ಸಿದ್ಧನಿಲ್ಲ. ಅದಕ್ಕಾಗಿ

ಭಾತೃಪ್ರೇಮವನ್ನೇ ಬಲಿ ಕೊಡೋಕೂ ಸಿದ್ಧನಿದ್ದ. ಹೊರಗೆ ಬಂದು ಕುಕ್ಕರಿಸಿದ. ಶ್ರೀಧರ ನೆನ್ನೆಯ ಪೇಪರು ಹಿಡಿದು ಕುಳಿತಿದ್ದ.

ಅಲ್ಪಸ್ವಲ್ಪ ಕತ್ತಲಾದ ಮೇಲೆ ಸುಂದರು ಬಂದ. ಅವನು ಬಹಳಷ್ಟು ಬದಲಾಯಿಸಿಹೋಗಿದ್ದ. ಪ್ಯಾಂಟ್, ಬುಶ್‌ಷರಟು ಹಾಕ್ಕೊಂಡು ನೀಟಾಗಿರುತ್ತಿದ್ದವನು ಸಾಧಾರಣ ರೈತನಂತೆ ಕಂಡ. ಸುಗಂಧದ ಎಣ್ಣೆಯಿಂದ ಒಪ್ಪವಾಗಿರುತ್ತಿದ್ದ ಅವನ ತಲೆ ಕೂದಲು ಎಣ್ಣೆ ಕಾಣದಂತೆ ಹಾರಾಡುತ್ತಿತ್ತು. ಪಕ್ಕಾ ರೈತನಾಗಿಬಿಟ್ಟಿದ್ದ.

"ಸುಂದರ, ಇದೇನೋ ನಿನ್ನ ಅವತಾರ? ಹಿಪ್ಪಿ ಕಟ್, ಸ್ನೋ, ಕ್ರೀಮ್ ಎಲ್ಲಿ ಎಲ್ಲಿ ಹೋಯಿತು?" ಸುಂದರ ಬರೀ ಮುಗುಳುನಕ್ಕು ಯೋಗಕ್ಷೇಮ ವಿಚಾರಿಸಿದನೇ ವಿನಹ ಅವನ ಪ್ರಶ್ನೆಗಳಿಗೆ ಉತ್ತರಿಸುವ ಗೊಡವೆಗೆ ಹೋಗಲಿಲ್ಲ.

ಕೈಕಾಲು ಮುಖ ತೊಳೆದುಕೊಂಡು ಬಂದು ಶ್ಯಾಮನ ಎದುರಿಗೆ ಮಂದಲಿಗೆಯ ಮೇಲೆ ಕೂತು ದೀರ್ಘವಾಗಿ ಶ್ಯಾಮನನ್ನು ನೋಡಿದ. ಯಾವ ಬದಲಾವಣೆಯೂ ಇಲ್ಲ.

"ಹೇಗೆ ನಡಿತಾ ಇದೆ ನಿನ್ನ ವ್ಯಾಸಂಗ? ನಿಮ್ಮಣ್ಣನಿಗೆ ನಿನ್ನ ಮೇಲೆ ಬಹಳ ನಂಬಿಕೆ. ಇಷ್ಟೊತ್ತೂ ಅದೇ ಮಾತಾಡುತ್ತ ಇದ್ದಿವೀ. ನಿನ್ನ ಭವಿಷ್ಯದ ಬಗ್ಗೆ ಮಾತ್ರ ಉತ್ಸಾಹದಿಂದ ಮಾತಾಡ್ತಾನೆ. ಇಷ್ಟಪಟ್ರೆ ಕೆಲಸಕ್ಕೆ ಸೇರ್ಕೋ, ಇಲ್ಲದಿದ್ರೆ ಇಲ್ಲೇ ಇರು. ಇದು ಆರಾಮಿನ ಬದುಕು. ಅಲ್ಲೇನಿದೆ ಮಣ್ಣು" ಶ್ಯಾಮ ಹುಬ್ಬೇರಿಸಿದ. ಪರವಾಗಿಲ್ಲ, ಸರಸ್ವತಿಗೆ ದಾರಿಗೆ ತಂದಿದ್ದಾಳೆಂದುಕೊಂಡ.

ಬೇಸಾಯ, ತೋಟ, ಗದ್ದೆ, ಹಳ್ಳಿಯ ರಾಜಕೀಯ ಬಹಳಷ್ಟು ವಿಷಯ ಹೇಳಿ ಮುಗಿಸಿದ ಸುಂದರು ಎಷ್ಟು ಕಠೋರನಾದರೇನು ವಾತ್ಸಲ್ಯದ ಕೂಗಿಗೇ ಓಗೊಡಲೇಬೇಕು.

"ಮಾಧಣ್ಣ ಬರ್ತಾನಾ?"

"ಬರದೇ ಎಲ್ಲಿ ಹೋಗ್ತಾನೆ. ಇನ್ನು ಸ್ವಲ್ಪ ಹೊತ್ತಿಗೆ ಬರ್ತಾನೆ. ನೀನು ಬಂದಿರೋ ವಿಷ್ಯ ತಿಳಿದಿದ್ರೆ ತೋಟದಿಂದ ಇಲ್ಲಿಗೆ ಹಾರಿಬಿಡುತ್ತಿದ್ದ." ಬೇಸರದಿಂದ ಶ್ಯಾಮ ಒಳಗೆದ್ದು ಹೋಗಿ ಮಲಗಿದ.

ದಾಪುಗಾಲು ಹಾಕಿಕೊಂಡು ಬಂದ ಮಾಧು ಶ್ರೀಧರನನ್ನು ನೋಡಿ ಮಂಕಾದ. ಹೊಲೇರ ಮಾರ ಹೇಳಿದ್ದು ಸುಳ್ಳೇನೋ? ನೋವಿನ ಎಳೆ ಎದೆಯನ್ನು ಹೊಕ್ಕಂತಾಯಿತು.

"ಶ್ಯಾಮ.... ಬರಲಿಲ್ವೆ?" ಅವನಿಗಾದ ನಿರಾಸೆಯನ್ನು ಶ್ರೀಧರ ಗುರ್ತಿಸಿದ. ಮಾಧುವಿನ ಪರಿಸ್ಥಿತಿಯನ್ನು ನೆನೆದು ಅಯ್ಯೋ ಎನ್ನಿಸಿತು.

"ಬಂದಿದ್ದಾನೆ.... ಅವ್ನೇ, ಮಾಧಣ್ಣ ಯಾವಾಗ ಬರ್ತಾನೆ ಅಂತ ಕೇಳಿದ. ನೆನೆದವರ ಮನದಲ್ಲಿ ಅಂತ ಪ್ರತ್ಯಕ್ಷನಾಗಿಬಿಟ್ಟೆ."

ಮಿಕ್ಕೆಲ್ಲ ಬದಿಗೊತ್ತಿ ಕೋಣೆಗೆ ನುಗ್ಗಿದ. ಎದುರಿಗೆ ತಮ್ಮ ಶ್ಯಾಮ ಕೂತಿದ್ದ. ಕಣ್ಣು ಮಂಜಾಯಿತು. ಚಿತ್ರ ಅಸ್ಪಷ್ಟವಾಯಿತು. ರೆಪ್ಪೆಗಳನ್ನು ಪಟಪಟನೇ ಹೊಡೆದ. ಒಂದೇ ಏಟಿಗೆ ತಮ್ಮನನ್ನು ಅಪ್ಪಿದ. ತಾಯಿ ಹಸು ಕರುವನ್ನು ಮುದ್ದಾಡುವಂತಿತ್ತು. ಭುಜ ಒದ್ದೆಯಾದುದನ್ನು ಅರಿತು ತಮ್ಮನ ಮುಖ ನೋಡಿದ. ಅವನ ಕಣ್ಣಲ್ಲಿ ನೀರು. ಅದನ್ನು ಮಾತ್ರ ಅವನು ಸೈರಿಸಲಾರ. ಬೇಕಾದರೆ ರೇಗಾಡಲಿ, ಕೂಗಾಡಲಿ, ಹಟ ಮಾಡಲಿ-ಆ ಸ್ವಭಾವವೇ ಅವನಿಗಿಷ್ಟ.

"ಶ್ಯಾಮ್... ಬೇಡಮ್ಮ... ಇದ್ನ ಮಾತ್ರ ಸೈರಿಸಲಾರೆ" ಶ್ಯಾಮ-ತನ್ನ ದೌರ್ಬಲ್ಯಕ್ಕೆ ನಾಚಿದ. ಮೊದಲಿನ ಶ್ಯಾಮನಂತೆ ನಕ್ಕ. ಎಲ್ಲ ಮರೆತು ಮಾತಾಡಿದರು. ಗೃಹಪ್ರವೇಶಕ್ಕಾಗಿಯಾಗಲಿ ತನ್ನ ಮನೆಗಾಗಲಿ ಏಕೆ ಬರಲಿಲ್ಲವೆಂದು ಮಾಧು ಪ್ರಶ್ನಿಸಲಿಲ್ಲ. ತಮ್ಮನ ಮನಸ್ಸನ್ನು ಚೆನ್ನಾಗಿ ಅರ್ಥ ಮಾಡಿಕೊಂಡಿದ್ದ.

ರಾತ್ರಿ ಊಟ ಮುಗಿಸಿಕೊಂಡೇ ಮಾಧು ಮನೆಗೆ ಹೋಗಿದ್ದು. ಸರಳ ಕೆರಳಿದ ಸರ್ಪದಂತೆ ಭುಸುಗುಟ್ಟುತ್ತಿದ್ದಳು. ರೇಗಾಟವನ್ನು ಪ್ರಶ್ನಿಸದೇ ಮೌನವಾಗಿ ಹೋಗಿ ಮಲಗಿದ.

"ಅವನ್ಗೇ ಅಷ್ಟು ಅಹಂಕಾರ ಇರೋವಾಗ, ನೀವೇಕೆ ಅಲ್ಲೀವರ್ಗೂ ಹೋಗಿದ್ದು? ಅವ್ರು ಬರಲಿಲ್ಲಾಂತ ಯಾರೂ ಅಳ್ತಾ ಇರಲಿಲ್ಲ. ಪೀಡೇನೇ ಕಳ್ದುಹೋಯಿತು." ಮಾಧು ಬಹಳ ಹೊತ್ತು ಸುಮ್ಮನಿದ್ದ. ಅವಳ ಬಾಯಿ ನಿಲ್ಲುವ ಸೂಚನೆಯೇ ಕಾಣಲಿಲ್ಲ.

ನಿಟ್ಟುಸಿರುಬಿಟ್ಟು ಎದ್ದು ಕೂತ.

"ಸರಳ, ಸಣ್ಣ ವಿಷ್ಯನ ಯಾಕೆ ದೊಡ್ಡು ಮಾಡ್ತೀಯಾ? ಏನೇ ಆದ್ರೂ ಆ ಮನೆಗೆ ಹೋಗ್ದೇ ಬದುಕಲಾರೆ. ಶ್ಯಾಮ, ಶ್ರೀಧರ ನಾಳೆ ಬರಬಹ್ದು. ಪ್ರಯಾಣದ ಆಯಾಸ" ಗಂಡ ಬಾಯಿ ತೆರೆಯಲಿ ಎಂದೇ ಕಾದುಕೊಂಡಿದ್ದ ಅವಳಿಗೆ ಅಸಮಾಧಾನ ಕಕ್ಕಲು ದಾರಿಯಾಯಿತು.

"ನನ್ಗೆ ಎಲ್ಲಾ ಗೊತ್ತು. ಹಗಲೆಲ್ಲ ಯಾಕೆ ಹೋಗ್ತೀರಿ. ನೀವೂ ಸುಂದರು ತೋಟದಲ್ಲಿ ಕಷ್ಟಪಟ್ಟು ದುಡೀತೀರಿ. ಬಂದವರೆಲ್ಲ ಮಜವಾಗಿ ತಿಂದ್ಕೊಂಡು ಇರ್ಲೀ! ಮೊದ್ಲು ಸುಕನ್ಯನ ಸಾಗಾಕಿ ಕೈ ತೊಳ್ದುಕೊಳ್ಳಿ." ಮಾಧುಗೆ ತಲೆ ಚಚ್ಚಿಕೊಳ್ಳಬೇಕೆನ್ನಿಸಿತು. ಸ್ವಲ್ಪ ಏನಾದರೂ ಮಾತಾಡಿದರೂ, ಹಾದಿರಂಪ ಬೀದಿರಂಪ ಮಾಡೋಕೆ ಸಿದ್ಧವಾಗಿದ್ದಳು. ಇವನು ಹೆದರೋ ವಿಷಯಗಳನ್ನೇ ಅವಳು ಕ್ಷುಲ್ಲಕವಾಗಿ ಕಾಣುತ್ತಿದ್ದಳು.

ಸುಕನ್ಯಳ ಮೇಲೇಕೆ ಇವಳಿಗೆ ದ್ವೇಷ? ಈ ಮನೆಗೆ ಬರೋದೆ ಇಲ್ಲ. ಅಂಥದ್ದರಲ್ಲಿ ಆಕ್ರೋಶಕ್ಕೆ ಅವಳು ಗುರಿ. ಗೌಡರ ಕೆಮ್ಮುವ ಧ್ವನಿ ಕೇಳಿ ಉಸುರೆತ್ತದೆ ಮಗ್ಗುಲಾದ.

ಬಾಗಿಲ ಸದ್ದು ಕೇಳಿ ಹೋಗಿ ಬಾಗಿಲು ತೆಗೆದ. ಸುಂದರು ನಿಂತಿದ್ದ, ಜೋಯಿಸರ ಮರಣದ ಸುದ್ದಿ ಹೇಳಿದ. ಅವನ ಜೊತೆಯಲ್ಲಿದ್ದ ಶ್ರೀಧರನ ಮುಖ ಮಂಕಾಗಿತ್ತು. ಸುಂದರ ಪ್ರೀತಿಯಿಂದ ಕೈ ಅದುಮಿದ.

ಸರಳೆಗೆ ಬಾಗಿಲು ಹಾಕಿಕೊಳ್ಳುವಂತೆ ಹೇಳಿ ಮಾಧು ಅವರಿಬ್ಬರ ಜೊತೆ ಹೊರಟ. ನಾರಾಯಣಪ್ಪ ಶತಪಥ ಸುತ್ತುತ್ತಿದ್ದರು. ಮನೆಯವರೆಲ್ಲ ಎದ್ದೇ ಇದ್ದರು. ಹಿರಿಯ ಜೋಯಿಸರ ಬಗ್ಗೆ ಅವರಿಗೆ ಗೌರವಾದರಗಳು.

"ವಿಷ್ಯ ತಿಳೀತಲ್ಲ. ಗಾಡಿ ಕಟ್ಟೋದಿಕ್ಕೆ ನಿಂಗನಿಗೆ ಹೇಳಿ ಕಳ್ಸಿದ್ದೀನಿ. ಹಿರಿಯ ಜೀವ. ಶ್ರೀಪಾದು ಹೋಗ್ತೀನಿ ಅಂದ. ನಾನು ಅವ್ನ ಜೊತೆ ಹೋಗ್ತೀನಿ. ಅಲ್ಲಿ ಯಾರಾದ್ರೂ ಹೋಗಿರೀ." ಬಂದ ಗಾಡಿ ಏರಿ ಹೊರಟೇಬಿಟ್ಟರು.

ಸುಕನ್ಯ ಶ್ರೀಧರನನ್ನು ಕರೆದುಕೊಂಡು ಜಾನಕಿಯ ಮನೆಗೆ ಬಂದ. ಅವಳು ಮಂಕಾಗಿ ಮಗುವನ್ನು ತೊಡೆಯ ಮೇಲೆ ಹಾಕಿಕೊಂಡು ಕೂತಿದ್ದಳು. ಈಗ ಜೋಯಿಸರ ಮರಣಕ್ಕಿಂತ ಮಡದಿಯಾಡಿದ ಮಾತು ಶ್ರೀಧರನ ಕಿವಿಗೆ ಏನಾದರೂ ಬಿತ್ತೇನೋ ಎಂದು ಯೋಚಿಸುತ್ತಿದ್ದ.

ಸಂಜೆಯ ವೇಳೆಗೆ ಎಲ್ಲ ಮುಗಿಸಿಕೊಂಡು ನಾರಾಯಣಪ್ಪ ಮನೆಗೆ ಬಂದರು. ಮಾಧು ತೋಟದಲ್ಲೇ ಉಳಿದುಬಿಟ್ಟಿದ್ದ. ಅವನಿಗೆ ಮನೆಯ ಜ್ಞಾಪಕವೇ ಬಂದಂತಿರಲಿಲ್ಲ. ನಿಂಗನ ಜೊತೆ ಮಾತನಾಡುತ್ತಿದ್ದವನು, ಶ್ರೀಧರನ ಧ್ವನಿ ಕೇಳಿ ಪಕ್ಕಕ್ಕೆ ತಿರುಗಿದ.

"ದಾರಿ ಇನ್ನೂ ಹೊಸ್ದು! ಶ್ಯಾಮನನ್ನೋ ಸುಕನ್ಯಳನ್ನೋ ಕರ್ಕೊಂಡು ಬರಬೇಕಾಗಿತ್ತು!" ಶ್ರೀಧರ ಏನೂ ಹೇಳಲಿಲ್ಲ. ಅವರಿಗೆ ತಿಳಿಯದಂತೆಯೇ ತೋಟಕ್ಕೆ ಬಂದಿದ್ದ. ಸರಳೆಯ ಮಾತು ಅವನನ್ನು ಕುಟುಕುತ್ತಿತ್ತು.

"ಸ್ವಲ್ಪ ನಿಮ್ಹತ್ರ ಮಾತಾಡ್ಬೇಕಿತ್ತು..."

ನೇರವಾಗಿ ಶ್ರೀಧರನನ್ನು ದೃಷ್ಟಿಸಿದ ಮಾಧು. ಮುಖದಲ್ಲಿ ನೋವಿನ ಛಾಯೆ ಇತ್ತು. ತಾನು ಊಹಿಸಿದಂತೆಯೇ ಆಗಿದೆ. ಶ್ರೀಧರ ಏನು ಹೇಳಬಹುದು. ತಾನಾಗೇ ಅವನನ್ನು ಸಮಾಧಾನ ಮಾಡುವುದೆಂದು ಯೋಚಿಸಿದ.

"ಬಾ ಹೋಗೋಣ..." ಇಬ್ಬರೂ ಮನೆಯ ಕಡೆಗೆ ಹೆಜ್ಜೆ ಹಾಕಿದರು.

"ಪರೀಕ್ಷೆಯಾದ ಕೂಡ್ಲೆ ಸುಕನ್ಯನ ಕಳ್ಸಿಕೊಡಿ. ಕೆಲಸಕ್ಕಾಗಿ ಕಾದ್ರೆ ತಿಂಗಳು ವರ್ಷಗಳೇ ಉರುಳಬಹುದು. ಟೆಂಪರರಿ ಕೆಲ್ಸಕ್ಕಾಗಿ ಪ್ರಯತ್ನ ಮಾಡಿದ್ದೀನಿ; ಸಿಗೋ ಅವಕಾಶವಿದೆ. ಪರೀಕ್ಷೆ ಮುಗಿದ ಕೂಡ್ಲೇ ಬರ್ತೀನಿ." ಕಳ್ಸಿಕೊಟ್ಬುಬಿಡಿ. ದೊಡ್ಡಪ್ಪ ಇಲ್ಲದಿದ್ದರಿಂದ ನಾನು ಪ್ರಸ್ತಾಪಿಸಬೇಕಾಯ್ತು."

"ಶ್ರೀಧರ್..."

"ಬೇಡ, ಏನೂ ಹೇಳ್ಬೇಡಿ. ಅವ್ಳು ನಿಮ್ಮ ಮುದ್ದಿನ ತಂಗಿ ಇರಬಹ್ದು. ನನ್ನ ಹಿಂದೆ ಬರೋದು ತಪ್ಪೇನಲ್ಲವಲ್ಲ? ನಿರೀಕ್ಷೆಗಿಂತ ಮೊದ್ಲು ಕರ್ಕೊಂಡು ಹೋಗ್ತೀನಿ. ಶ್ಯಾಮನಿಗೆ ಅನುಭವವಿಲ್ಲ. ನೀವು ಮದ್ವೆಯಾದವರು... ಎಷ್ಟು ದಿನ ಮಡದಿಯನ್ನು ತೌರುಮನೆಯಲ್ಲಿ ಬಿಡಲು ಸಾಧ್ಯ!?"

ಶ್ರೀಧರನ ಮಾತುಗಳು ಚಾಟಿಯೇಟಿನಂತಿತ್ತು. ಮಾತಾಡಲು ತಡವರಿಸಿದೆ.

ಏನಾದರೂ ಹೇಳಬೇಕು. ಶ್ರೀಧರನ ಅಸಮಾಧಾನವನ್ನು ತೊಡೆದು ಹಾಕಬೇಕು. ಹೇಗೆ...?

"ಬನ್ನಿ, ಮನೆಗೆ ಹೋಗೋಣ. ಶ್ಯಾಮ ಹುಡುಕಿಕೊಂಡು ಬಂದ್ಬಿಟ್ಟಾನು. ನಾನು ಇಲ್ಲಿಗೆ ಬರೋ ಸಮಾಚಾರಾನ ಸುಕನ್ಯಳಿಗೂ ಹೇಳಿ ಬರ್ಲಿಲ್ಲ..." ಮುಂದಿನದನ್ನು ಅವನ ಮುಖವೇ ಹೇಳಿತು. 'ಮಡದಿ ನನಗಾಗಿ ಆತಂಕದಿಂದ ನಿರೀಕ್ಷಿಸುತ್ತಿರುತ್ತಾಳೆ.'

ಅವನ ಮಾತು ನಿಜವೆನ್ನುವಂತೆ ಸುಕನ್ಯ ಬಾಗಿಲಿನಲ್ಲೇ ನಿಂತಿದ್ದಳು. ಮಾಧು ಮುಖ ಅರಳಿದರೂ ಮಂಕಾಯಿತು. ಒಂದು ದಿನವಾದರೂ ಸರಳ ತನಗಾಗಿ ಕಾದವಳಲ್ಲ. ಪ್ರೀತಿ ಇದೆಯೇ? ಪ್ರೀತಿ ಅಂದರೆ ಏನು ಅಂತಾದರೂ ಸರಳಾಗೆ ತಿಳಿದಿದೆಯೋ ಇಲ್ಲವೋ? ಯೋಚಿಸುವುದು ಮೂರ್ಖತನವೆಂದುಕೊಂಡ.

ಕ್ರಾಪ್‌ನಲ್ಲಿ ಕೈಯಾಡಿಸುತ್ತ ಹೊರಗೆ ಬಂದ ಶ್ಯಾಮ "ಎಲ್ಲಿ ಹೋಗಿದ್ಯೋ ಮಹರಾಯ! ಸುಕನ್ಯ ಇಷ್ಟೊತ್ತು ಮೂಲೆ, ಸಂದು, ಗೊಂದು ಕೋಣೆಯೆಲ್ಲ ಹುಡುಕಾಡಿಬಿಟ್ಟಳು."

"ಅಂತು ಸಂದು, ಗೊಂದುನಲ್ಲಿರೋ ಅಂಥ ಪ್ರಾಣೀನಾ ನಾನು?" ಅವನ ಬಾಣವನ್ನು ಅವನಿಗೇ ಹಿಂದಿರುಗಿಸಿದ.

ಮಾತು... ಮಾತು... ಮಾತು... ಕಡೆಗೆ ನಾರಾಯಣಪ್ಪನವರೇ—

"ಶ್ಯಾಮ, ಮೊದಲ್ನೇ ಬಸ್ಸಿಗೆ ಹೋಗಬೇಕೆಂದೆಯಲ್ಲ— ಹನ್ನೊಂದು ಗಂಟೆಯಾಯ್ತು ಮಲ್ಕೋ. ಸಾಧ್ಯವಾದ್ರೆ ನಾಳೆ ಒಂದು ದಿನ ಇದ್ದು ಹೋಗಿ."

"ಸಾಧ್ಯವೇ ಇಲ್ಲ... ನಡೀ ಮಾಧಣ್ಣ, ನಿನ್ನ ಮನೆವರ್ಗೂ ಬಿಟ್ಟು ಬರುತ್ತೀವಿ." ಮಾಧು ಅಕ್ಕರೆಯಿಂದ ತಮ್ಮನ ಕಡೇ ನೋಡಿದ.

"ನಾನೇನು ಹೆದ್ರಿಕೊಳ್ಳೋಕೆ ಮಗುನೇ, ನೀವು ಮಲಗಿಕೊಳ್ಳಿ, ಬಸ್ಸು ವೇಳೆಗೆ ಬರುತ್ತೀನಿ..." ಕತ್ತಲಿನಲ್ಲಿ ಕರಗಿಹೋದ.

ಸುಂದರು ಕೂದಲಿನಲ್ಲಿ ಬೆರಳು ತೂರಿಸಿ ಕಿತ್ತ. ಮಾಧು ಮನೆಯಲ್ಲಿ ಎಂಥ ನರಕ ಅನುಭವಿಸುತ್ತಿದ್ದಾನೆಂದು ಅವನಿಗೆ ಗೊತ್ತು. ಸಮಾಧಾನಕರವಾಗಿ ಪರಿಹಾರ ವಾಗುವಂಥದಲ್ಲವೆನಿಸಿತು. ಮಡದಿಯ ಮುಂದೆ ತೋಡಿಕೊಂಡ.

"ಆ ಮನೆಗೆ ಹೋಗಿ ಮಾಧು ಸುಖವಾಗಿಲ್ಲ. ಇಲ್ಲಿದ್ದಾಗಲೇ ಎಷ್ಟೋ ಗೆಲುವಾಗಿದ್ದ. ಈಗ ಅರ್ಧವಾಗಿಬಿಟ್ಟಿದ್ದಾನೆ. ತೋಟವೊಂದು ಇಲ್ಲದಿದ್ರೆ ಹುಚ್ಚನಾಗಿಬಿಡುತ್ತಿದ್ದನೇನೋ...! ಮನೆಯಲ್ಲಿದ್ರೆ ಸುಖವಾಗಿರುತ್ತಾರೇಂತ ಹೊರ್ಗೆ ಕಳಿಸಿದ್ರು. ಅದ್ರಿಂದ ಏನೂ ಒಳ್ಳೆಯದಾಗಲಿಲ್ಲ."

"ನಮ್ಮ ಮಾಧು ಮಾಮ ತುಂಬ ಒಳ್ಳೆಯವ್ನು. ಅವನ ಒಳ್ಳೆಯತನವೇ ಅವನಿಗೆ ಕೆಡುಕಾಯಿತು. ಯಾರಾದ್ರು ಘಟಿಂಗರಾಗಿದ್ರೆ ನಮ್ಮ ಶ್ಯಾಮು ಅಂಥವ್ರು ಆಗಿದ್ರೆ ಕೈಕಾಲು ಮುರ್ದು ಅವಳ್ಗೆ ಬುದ್ಧಿ ಕಲಿಸ್ತಾ ಇದ್ದರು..."

"ಶ್ಯಾಮನಿಗಿಂತ ನೀನೇನು ಕಡಿಮೆ ಇಲ್ಲ. ನನ್ನಂಥ ಘಟಿಂಗನನ್ನೇ ದಾರಿಗೆ ತಂದ್ಬಿಟ್ಟೆ..." ಮಡದಿಯನ್ನು ಹತ್ತಿರಕ್ಕೆ ಎಳೆದುಕೊಂಡ.

ಇವರುಗಳು ಹೊರಡುವ ಮುನ್ನವೇ ಮಾಧು ಬಂದ. ರಾತ್ರಿಯೆಲ್ಲ ನಿದ್ದೆ ಮಾಡಿಲ್ಲವೆಂದು ಅವನ ಕಣ್ಣುಗಳೇ ಹೇಳುತ್ತಿದ್ದವು. ಎಲ್ಲರೂ ಅವನ ಭವಿಷ್ಯದ ವಿಷಯದಲ್ಲಿ ನಿಸ್ಸಹಾಯಕರು. ಮನುಷ್ಯರೇ ನಿಸ್ಸಹಾಯಕರು. ವಿಧಿ ಎಲ್ಲವನ್ನೂ ನಿಯಂತ್ರಿಸುತ್ತದೆ.

ಕಾಫೀ ಕುಡಿದು ಶ್ಯಾಮ, ಶ್ರೀಧರನನ್ನು ಬಸ್ಸು ಹತ್ತಿಸಲು ಕರೆದೊಯ್ದ. ಮನಸ್ಸು ತುಯ್ದಾಡುತ್ತಿತ್ತು. ದಿನದಿನಕ್ಕೂ ಶ್ಯಾಮ ದೂರವಾಗುತ್ತಿದ್ದಾನೆನ್ನಿಸಿತು. ಕೆಲಸ ಸಿಕ್ಕಿ ಮದುವೆಯಾದರೇ ಪೂರ್ಣ ದೂರವಾಗಿಬಿಡುತ್ತಾನೇನೋ. ತನ್ನಿಂದ ಅವರೆಲ್ಲ ಬಹಳ ಅನುಭವಿಸಿಬಿಟ್ಟಿದ್ದಾರೆ. ಪುನಃ ಪುನಃ ಅದನ್ನು ರುಚಿ ನೋಡಲು ಧಾವಿಸಲು ಅವರೇನು ದಡ್ಡರೇ?

"ಶ್ಯಾಮ, ಪರೀಕ್ಷೆ ಮುಗಿದ ಮೇಲೆ ಊರಿಗೆ ಬರ್ತೀತಾನೇ?" ಇನ್ನೆಲ್ಲಿಗೆ ಹೋಗಲಿ ಎನ್ನುವಂತೆ ಶ್ಯಾಮ ಅಣ್ಣನ ಮುಖ ನೋಡಿದ.

"ಪರೀಕ್ಷೆ ಮುಗಿದ ದಿನವೇ ಬಂದುಬಿಡೋ..." ಶ್ಯಾಮ ಬೆಚ್ಚಿ ಅಣ್ಣನ ಮುಖ ನೋಡಿದ. ದೀನನಾಗಿ ಪ್ರಾರ್ಥಿಸುವಂತಿದ್ದ. ತುಂಬ ಕೆಡುಕೆನ್ನಿಸಿತು. ಅಣ್ಣನ ಕೈಯಲ್ಲಿ ಕೈ ಇಟ್ಟು, "ಮಾಧಣ್ಣ, ನಾನು ನಿನ್ನನ್ನು ಬಿಟ್ಟು ಎಲ್ಲಿ ಹೋಗಲಿ? ಪರೀಕ್ಷೆ ಮುಗಿದ ದಿನವೇ ಬಂದುಬಿಡ್ತೀನಿ." ಮಾಧುವಿನ ಕಣ್ಣಲ್ಲಿ ಹರ್ಷ ಮಿಂಚಿತು.

ಶ್ರೀಧರನ ಕಡೆಗೆ ತಿರುಗಿದ. ಮುಖದ ಭಾವನೆಗಳು ಹತ್ತಾರು ಸಮಾಧಾನಗಳನ್ನೇ ಹೇಳಿತು. ಬಾಯಿ ಹೇಳದ ಎಷ್ಟೋ ವಿಷಯಗಳನ್ನು ಕಣ್ಣುಗಳೇ ಹೇಳಿದವು. ಶ್ಯಾಮ ಕರಗಿಹೋದ. ಮಾಧು ಕೈಯಲ್ಲಿ ಕೈ ಇಟ್ಟು ಭರವಸೆ, ಆತ್ಮೀಯತೆಯಿಂದ ಅಮುಕಿದ.

ಬಸ್ಸಿಗೆ ಅವರನ್ನು ಹತ್ತಿಸಿ ಹಿಂದಕ್ಕೆ ಬಂದಾಗ ಅವನಿಗೆ ಎಲ್ಲವೂ ಬರಿದಾದಂತೆ ಕಂಡಿತು. ಕಾಲುಗಳು ಇತ್ತಲೇ ಎಳೆದು ತಂದವು. ರಾತ್ರಿಯೆಲ್ಲ ನಿದ್ದೆಯಿಲ್ಲದ್ದರಿಂದ ಹೊಟ್ಟೆ ಹಸಿಯುತ್ತಿತ್ತು.

ಮಣೆಯ ಮೇಲೆ ಕೂತು, "ಸರಸ್ವತಿ ತಿಂಡಿ ಕೊಡಮ್ಮ." ಅವಳು ಕಾದಿದ್ದವಳಂತೆ ದೋಸೆ ತಟ್ಟೆಯನ್ನು ಅವನ ಮುಂದಿಟ್ಟಳು. ನಿಂಬೆಗಾತ್ರದ ಬೆಣ್ಣೆಯೊಂದಿಗೆ ಚಟ್ನಿ ಹಾಕಿದಳು.

ಬೆಣ್ಣೆ ನೋಡಿದ ಕೂಡಲೇ ಅವನಿಗೆ ಮಡದಿಯಾಡಿದ್ದ ಮಾತುಗಳು ಜ್ಞಾಪಕಕ್ಕೆ ಬಂದವು. ಮೊದಲಿನಿಂದಲೂ ಮನೆಯ ಕರಾವು ಬೆಣ್ಣೆ ತುಪ್ಪದಲ್ಲೇ ಬೆಳೆದಿದ್ದ. ಊಟ, ತಿಂಡಿ ಎಲ್ಲಕ್ಕೂ ಬಯಸುತ್ತಿದ್ದ. ಹೊಸ ಮನೆಗೆ ಹೋದ ಮೇಲೆ ತಡೆ ಹಾಕಿದಳು ಸರಳ.

"ಬೆಣ್ಣೆ, ತುಪ್ಪದಲ್ಲಿ ಕೊಬ್ಬಿನ ಅಂಶ ಜಾಸ್ತಿಯಾಗಿರುತ್ತೆ. ಹೆಚ್ಚಾಗಿ ತಿಂದ್ರೆ ಮೈ ಬರುತ್ತೆ. ಈಗ ಇರೋ ಮೈ ಸಾಕು" ಎಂದು ತುಪ್ಪ, ಬೆಣ್ಣೆಯನ್ನು ಹಾಕುವುದನ್ನೇ ನಿಲ್ಲಿಸಿದಳು. ಪಾರ್ವತಮ್ಮ ಕಳಿಸಿಕೊಡೋ ತುಪ್ಪ, ಬೆಣ್ಣೆಗಳು ಏನಾಗುತ್ತಿತ್ತೋ, ಅದರ

ಸುಳಿವೂ ಕೂಡ ಅವನಿಗೆ ಸಿಕ್ಕಿರಲಿಲ್ಲ. ಪರೀಕ್ಷೆ ಮಾಡೋ ಸಣ್ಣತನವಾಗಲಿ, ಪ್ರಶ್ನಿಸುವ ಸಣ್ಣ ಬುದ್ಧಿಯಾಗಲಿ ಅವನಿಗಿರಲಿಲ್ಲ.

ದೋಸೆ ತಂದು ಹಾಕಿ ಪುನಃ ಬೆಣ್ಣೆ ತಂದಾಗ ಮಾಧು "ಸರಸು, ಜಾಸ್ತಿ ಬೆಣ್ಣೆ, ತುಪ್ಪ ಬಳಸಿದ್ರೆ ಬೊಜ್ಜು ಬರುತ್ತಂತೆ. ಈಪಾಟಿ ಬೆಣ್ಣೆ ಹಾಕಿದ್ರೆ ಗತಿಯೇನು?"

"ಹೋಗಿ ಮಾವ ನೀವೊಬ್ಬರು...! ಬೆಳಗಿನಿಂದ ಸಂಜೆವರ್ಗೂ ಕೂತ ಕಡೆನೇ ಇರೋವ್ರಿಗೆ ಬೊಜ್ಜು ಬರೋದು. ತೋಟದಲ್ಲಿ ಕೆಲ್ಸ ಮಾಡಿ ಮಾಡಿ ದಣಿದು ಬರೋ ನಿಮ್ಗೆ ಇದು ಏನೇನೂ ಸಾಲ್ದು. ಜಾಸ್ತಿ ಫಸಲನ್ನು ನಿರೀಕ್ಷಿಸಿ ತಾನೇ ರಸಗೊಬ್ಬರ ಹಾಕೋದು? ಗಿಡ ಕೊಬ್ಬಿಹೋಗುತ್ತೆ ಅಂತ ಅದೆಲ್ಲ ನಿಲ್ಸೋಕಾಗುತ್ತಾ!" ಪಟ್ಟಣದ ಹುಡುಗಿ ಸರಳಳ ಮಾತಿಗಿಂತ ಸರಸುವಿನ ಮಾತೇ ನಿಜವೆನ್ನಿಸಿತು.

ಹೊಟ್ಟೆತುಂಬ ತಿಂದು ಹೊರಗೆ ಬಂದ. ತಾಯಿ ತಂದೆ ಇಬ್ಬರೂ ಕೂತು ಮಾತನಾಡುತ್ತಿದ್ದರು. ಅಲ್ಲೇ ಹೋಗಿ ಕುಳಿತ. ಅವರೊಡನೆ ಮಾತನಾಡಿದರೇ ಅವನಿಗೊಂದು ಬಗೆಯ ತೃಪ್ತಿ.

"ಮಾಧು, ಅಡಿಕೆ ಧಾರಣೆ ಬಹಳ ಇಳಿದುಹೋಗಿದೆ. ಮಾರಾಟ ಮಾಡೋದೇ ಬೇಡ. ನಮ್ಮ ಹತ್ರ ಮೊದಲಿನ ದುಡ್ಡು ಇಲ್ಲ. ಒಂದೂ ತೋಚೋದಿಲ್ಲ."

ಕೋಣೆಯಲ್ಲಿದ್ದ ಸುಂದರು ಹೊರಗೆ ಬಂದ. ತೋಟದಲ್ಲಿ ಹೆಚ್ಚಿನ ಕೆಲಸವೇನು ಇಲ್ಲದಿದ್ದರಿಂದ ಇದುವರೆಗೂ ಮನೆಯಲ್ಲೇ ಉಳಿದಿದ್ದ. ಇವರ ಸಂಭಾಷಣೆಯನ್ನೆಲ್ಲ ಕೇಳಿದ್ದ.

"ದೊಡ್ಡಮ್ಮ, ನನ್ನ ದುಡ್ಡು ಖರ್ಚು ಮಾಡಿಕೊಳ್ಳೋಕೆ ಸಂಕೋಚವೇಕೆ? ನಾನು ನಿಮ್ಮಗನಲ್ವಾ! ನೀವು ಹೀಗೆ ಮಾಡಿದ್ರೆ ನಾನು ಎಲ್ಲಾದ್ರೂ ಹೊರಟುಬಿಡ್ತೀನಿ" ಇದು ಬರೀ ಮಾತು ಮಾತ್ರವಲ್ಲವೆನ್ನುವುದು ಎಲ್ಲರಿಗೂ ತಿಳಿದಿದ್ದೇ. ಅವನು ಮನೆಯ ಮಗನೇ ಆಗಿದ್ದ. ಬೇರೆಯೆಂದು ಭಾವಿಸಲು ಯಾರೂ ಸಿದ್ಧವಿಲ್ಲ.

"ಆಗ್ಲಿ... ಕಣೋ! ನೀನಿನ್ನೆಂದೂ ಹೋಗೋ ಮಾತು ಆಡ್ಬೇಡ." ಪಾರ್ವತಮ್ಮ ಅಭಿಮಾನದಿಂದ ನೋಡಿದರು.

"ಅಮ್ಮ, ಸುಕನ್ಯಳಿಗೆ ಏನೇನು ಕೊಡ್ಬೇಕೋ ಅದನ್ನೆಲ್ಲ ಪಟ್ಟಿ ಮಾಡು. ಅವ್ಳ ಹೊಸ ಸಂಸಾರಕ್ಕೆ ಏನೇನು ಬೇಕೋ ಎಲ್ಲ ಕೊಡ್ಲೇಬೇಕು. ಅದರಲ್ಲಿ ಮಾತ್ರ ಕೈ ಹಿಡಿತ ಮಾಡೋದ್ಬೇಡ." ಮಾಧು ಹೇಳಿದಾಗ ಈಗೇನು ಅವುಗಳಿಗೆ ಆತುರವೆನ್ನಿಸಿತು.

"ಏನಪ್ಪ ಈಗ್ಲೇ ಅವಕ್ಕೆ ಆತ್ರ? ಪರೀಕ್ಷೆ ಮುಗಿದು, ಪಾಸಾಗಿ, ಕೆಲ್ಸ ಸಿಕ್ಕಿ ಕರ್ಕೊಂಡ್ಹೋಗೋದು ಅಂದ್ರೆ ಒಂದೆರಡು ವರ್ಷದ ಮಾತು." ತಾಯಿಗೆ ಹೇಗೆ ಹೇಳಬೇಕೋ ಮಾಧುಗೆ ಅರ್ಥವಾಗಲಿಲ್ಲ. ದೃಢವಾದ ತನ್ನ ನಿರ್ಧಾರ ತಿಳಿಸಿ ಹೋಗಿದ್ದ ಶ್ರೀಧರ. ಅಲ್ಲೊಬ್ಬರು, ಇಲ್ಲೊಬ್ಬರು ಇರೋ ಬದಲು ಒಂದೆಡೆ ಸಂತೋಷವಾಗಿರುವುದೇ ಮಾಧುಗೆ ಚೆನ್ನೆನಿಸಿತು.

"ಅಷ್ಟು ದಿನ ಸುಕನ್ಯ ನಮ್ಮ ಮನೆಯಲ್ಲಿ ಇರೋಲ್ಲ. ಶ್ರೀಧರ ತೋಟಕ್ಕೆ ಬಂದು

ಹೇಳಿ ಹೋದ. ಪರೀಕ್ಷೆ ಮುಗಿದ ಕೂಡಲೇ ಹೆಂಡತಿಯನ್ನು ಕರೆದುಕೊಂಡು ಹೋಗ್ತಾನಂತೆ." ಇದು ಸುತರಾಂ ಪಾರ್ವತಮ್ಮನಿಗೆ ಸರಿಹೋಗಲಿಲ್ಲ. ಮಗಳಿನ್ನೂ ಅವರ ಪಾಲಿಗೆ ಸಣ್ಣ ಹುಡುಗಿಯೇ. ಅವಳನ್ನು ಹೊಸ ಸಂಸಾರಕ್ಕೆ ಕಳಿಸಲೇ ಹೆದರುತ್ತಿದ್ದರು.

"ಅವನೇನೋ ಹುಡುಗುತನದಿಂದ ಹೇಳಿರಬಹುದು. ನಮಗಾದ್ರೂ ಬುದ್ಧಿ ಬೇಡ್ವೆ? ಪಟ್ಟಣದ ಸಂಸಾರ ಅಂದ್ರೆ ಸುಲಭವೇ! ಕೆಲ್ಸ ಸಿಕ್ಕಿದ್ಮೇಲೆ ನಿಧಾನವಾಗಿ ಕಳಿಸಿಕೊಟ್ರೆ ಆಯಿತು."

"ಹೌದಪ್ಪ ಮಾಧು.. ಹಾಗೆ ಮಾಡೋಣ..." ನಾರಾಯಣಪ್ಪ ಹೆಂಡತಿಯ ಮಾತಿಗೆ ಧ್ವನಿ ಕೂಡಿಸಿದರು.

"ಅವ್ನು ಒಪ್ಪೋಲ್ಲ. ಖಡಾಖಂಡಿತವಾಗಿ ಹೇಳಿ ಹೋಗಿದ್ದಾನೆ. ಚಿಕ್ಕಪುಟ್ಟ ವಯಸ್ಸು. ಹಾಯಾಗಿ ಸಂಸಾರ ಮಾಡಿಕೊಂಡಿರ್ರಿ. ನಾವೇಕೆ ಅವ್ರ ಸಂತೋಷ ಹಾಳುಮಾಡ್ಬೇಕೂ!"

"ಮಾಧು ಮಾತು ಸರಿ ದೊಡ್ಡಮ್ಮ. ಅವ್ರಿಗೆ ಬೇಕಾದ ಸೌಕರ್ಯ ಮಾಡಿಕೊಡೋಣ. ಗಂಡ, ಹೆಂಡತಿ ಆರಾಮಾಗಿರ್ಲಿ. ಇದಕ್ಕೆ ಅಡ್ಡ ಹೋಗೋದ್ಬೇಡ."

ಕಡೆಗೆ ನಾರಾಯಣಪ್ಪ, ಪಾರ್ವತಮ್ಮ ಅಸ್ತು ಎನ್ನಲೇಬೇಕಾಯಿತು.

ಸುಂದರು, ಮಾಧು ನಿಧಾನವಾಗಿ ಮಾತನಾಡುತ್ತ ತೋಟದ ಕಡೆಗೆ ಹೊರಟರು. ಮಾಧು ಹೊಸ ಮನೆಯ ಕಡೆ ಹೆಜ್ಜೆ ಹಾಕಿದಾಗ ಸುಂದರು ತಲೆ ಕೆರೆದುಕೊಂಡ. ಆದಷ್ಟು ಆ ಮನೆಗೆ ಹೋಗುವ ಎಲ್ಲ ಅವಕಾಶಗಳನ್ನೂ ತಪ್ಪಿಸಿಕೊಳ್ಳುತ್ತಿದ್ದ. ಈಗ ಅನಿವಾರ್ಯವೇನೋ ಎಂದುಕೊಂಡ.

"ಸುಂದರು ಒಂದ್ನಿಮಿಷ... ಹೋಗೋಣ್ಬಾ" ಎಂದು ಒಳನಡೆದಾಗ ಸುಂದರು ವಿಧಿ ಇಲ್ಲದೇ ಹಿಂಬಾಲಿಸಬೇಕಾಯ್ತು. ವರಾಂಡದಲ್ಲಿದ್ದ ಬೆತ್ತದ ಕುರ್ಚಿಯ ಮೇಲೆ ಕೂತು ಕಣ್ಣಾಡಿಸಿದ. ಶ್ರೀಧರನ ಗೆಳೆಯರು ಉಡುಗೊರೆಯಾಗಿ ಕೊಟ್ಟಿದ್ದ ಅಲಂಕರಣ ವಸ್ತುಗಳು ವಿರಾಜಿಸುತ್ತಿದ್ದವು. ಜಿಗುಪ್ಸೆಯಿಂದ ಬೇರೆಡೆ ನೋಡಿದ.

ಸರಳಳ ನೆರಳು ಬಿದ್ದ ಕೂಡಲೇ ವೀಕ್ಲಿಯಲ್ಲಿ ತಲೆದೂರಿಸಲು ಪ್ರಯತ್ನಪಟ್ಟ. ಖಂಡಿತ ಅವಳ ಮುಖದರ್ಶನ ಮಾಡುವುದು ಸಹ ಅವನಿಗೆ ಬೇಕಾಗಿರಲಿಲ್ಲ.

ವೀಕ್ಲಿ ಕಿತ್ತು ಎಸೆದು, ಮಾದಕ ನಗುನಗುತ್ತ ಅವನ ಮುಂದೆ ಕಾಫೀ ಹಿಡಿದಳು. ಅವಳ ಬಯಕೆಯ ಗಂಡಾಗಿದ್ದ ಸುಂದರು. ಯಾರಿಗೂ ಮಾಡದಿದ್ದ ಉಪಚಾರ ಅವನಿಗೆ.

ತಲೆ ತಗ್ಗಿಸಿ ಕೂಡುವುದು ಗಂಡಾದ ಅವನಿಗೆ ನಾಚಿಕೆಯೆನ್ನಿಸಿತು. ದಿಟ್ಟತನದಿಂದಲೇ ತಲೆ ಎತ್ತಿದ. ಗಂಭೀರತೆಗೆ ಪ್ರತಿರೂಪವೇ ಎನ್ನುವಂತೆ ಕೂತ. ನಿನ್ನ ಬಲೆಯಲ್ಲಿ ಇನ್ನು ಬೀಳಲಾರೆ ಹೆಣ್ಣೆ ಎಂದು ಹೇಳುವಂತಿತ್ತು ಅವನ ಕಣ್ಣುಗಳು.

ಬಾಳಿಗೆ ಮನರಂಜನೆ ಅವಶ್ಯಕವಾಗಿತ್ತು. ಸುಂದರನನ್ನು ಬಲೆಯಲ್ಲಿ

ಕೆಡವಿಕೊಳ್ಳುವ ಹವಣಿಕೆ. ಎದೆಯ ಮೇಲಿದ್ದ ಸೆರಗನ್ನು ಜಾರಿಸಿ ಸರಿಪಡಿಸಿಕೊಂಡಳು. ತೃಪ್ತಿಯಿಂದ ಇದ್ದವನಿಗೆ ಹಸಿವೆಂತು? ಮೃಷ್ಟಾನ್ನ ಇತ್ತರೂ ತಿನ್ನಲಾರ. ಇನ್ನು ಹಳಸಿದ ರೊಟ್ಟಿಗೆ ಕೈ ಚಾಚಿಯಾನೇ!

"ನಾಳೆ.... ನಾನು ತೋಟಕ್ಕೆ ಬರ್ತೀನಿ" ಎಲ್ಲೋ ಕೇಳಿದಂತಾಯಿತು ಸರಳೆಯ ಧ್ವನಿ. ಕೇಳದವನಂತೆ ಕುಳಿತ. ಸರಸ್ವತಿಯ ಮುಖವನ್ನು ನೆನಪಿಗೆ ತಂದುಕೊಂಡ. ಯಾರಿಗೂ ಮೋಸ ಮಾಡುವುದು ಅವನಿಗೆ ಬೇಕಿರಲಿಲ್ಲ. ದೇವರಂಥ ಮಾಧು ಮೋಸ ಮಾಡಲು ಅವನಿಂದ ಸಾಧ್ಯವೇ ಇರಲಿಲ್ಲ. ಅಂದಿನ ತಪ್ಪಿಗೆ ಇಂದಿಗೂ ಕೊರಗುತ್ತಲೇ ಇದ್ದ.

ಹೊರಗೆ ಬಂದ ಮಾಧು ಜೊತೆ ಹೊರಟುಬಿಟ್ಟ. ಮಾತಾಡದೇ ಮೌನವಾಗಿ ನಡೆದ. ಅಂದೆಲ್ಲ ಅವನ ಮನಸ್ಸೇ ಸಮಾಧಾನದಿಂದ ಇರಲಿಲ್ಲ.

ಇದ್ದಕ್ಕಿದ್ದಂತೆ ಮಾಧು ಬೆಂಗಳೂರಿಗೆ ಹೊರಟಾಗ ಸರಳೆಯ ತಂತ್ರವನ್ನು ಅರಿತ. ಇಂದು ಜೊತೆಯಲ್ಲಿ ಸರಸ್ವತಿಯನ್ನು ಕರೆದೊಯ್ಯಲು ನಿರ್ಧರಿಸಿದ. ಅವನು ಸಾಮಾನ್ಯ ಮನುಷ್ಯ. ಪುನಃ ಎಡವೋದು ಅವನಿಗೆ ಬೇಕಾಗಿರಲಿಲ್ಲ.

ಪಾರ್ವತಮ್ಮನ ಮುಂದೆ ನಿಂತು ತಲೆ ಕೆರೆದುಕೊಳ್ಳುತ್ತ "ದೊಡ್ಡಮ್ಮ ಸರಸುವನ್ನೂ ತೋಟಕ್ಕೆ ಕರ್ಕೊಂಡ್ಹೋಗ್ತೀನಿ. ಇವತ್ತು ಮಾಧುನೂ... ಇಲ್ಲ."

"ಮಾರಾಯ... ಕರ್ಕೊಂಡ್ಹೋಗು..."

ಅವರ ಒಪ್ಪಿಗೆ ಸಿಕ್ಕುತ್ತಲೇ ನಲಿಯುತ್ತಲೇ ತೋಟದ ಹಾದಿ ಹಿಡಿದರು. ಮಾತುಕತೆಯಲ್ಲಿ ದಾರಿ ಸರಿದಿದ್ದೇ ಅವರಿಗೆ ಗೊತ್ತಾಗಲಿಲ್ಲ. ತೋಟದಲ್ಲಿ ಮಡದಿಯೊಂದಿಗೆ ನಲಿಯುತ್ತ ಸಂಜೆಯವರೆಗೂ ಕೆಲಸ ಮಾಡಿದ. ಒಂದೆರಡು ಸಲ ಸರಸ್ವತಿ ಮನೆ ಹೊರಗಿನ ಕೆಲಸ ಮಾಡೋ ತಿಮ್ಮಿ ನೋಡಿಕೊಂಡು ಹಿಂದಿರುಗಿದಳು. ಸುಂದರು ಮನಸ್ಸಿನಲ್ಲೇ ನಕ್ಕ.

* * * *

ಹಿಂದಿನ ದಿನವಷ್ಟೇ ಶ್ಯಾಮ, ಶ್ರೀಧರನನ್ನು ಕಳುಹಿಸಿಕೊಟ್ಟಿದ್ದ. ಆದರೆ ಅವರನ್ನು ನೋಡದೇ ಹಿಂದಿರುಗಲಾಗಲಿಲ್ಲ. ಸರಳ ಹೇಳಿದ ಟಾನಿಕ್ ತಗೊಂಡು ಹಾಸ್ಟೆಲ್ ಬಳಿ ಹೋದ. ಅವರಿಬ್ಬರೂ ಕಾಲೇಜಿಗೆ ಹೊರಟುಹೋಗಿದ್ದರು. ಆಟೋ ಹಿಡಿದು ಮಾವನವರ ಮನೆಗೆ ಬಂದ. ಸುಮ ಒಬ್ಬಳೇ ಮನೇಲಿ ಕೆಲಸ ಮಾಡುತ್ತಿದ್ದಳು.

"ಸುಮ.... ಯಾರೂ ಕಾಣೋದಿಲ್ಲವಲ್ಲ!" ಮಾಧುನ ನೋಡಿದ ಕೂಡಲೇ ಸುಮಳ ಮುಖ ಅರಳಿತು.

"ಅಪ್ಪ ಆಫೀಸ್‌ಗೆ ಹೋಗಿದ್ದಾರೆ. ಅಮ್ಮ ರಾಜಿನ ಆಸ್ಪತ್ರೆಗೆ ಕರ್ಕೊಂಡ್ಹೋಗಿದ್ದಾರೆ. ಎಲ್ಲರೂ ಚೆನ್ನಾಗಿದ್ದಾರಾ?" ಅವಳ ಕಣ್ಣಿನಲ್ಲಿ ಮಿನುಗಿದ ಆತ್ಮೀಯತೆಗೆ ಬೆರಗಾದ.

"ಎಲ್ಲ ಚೆನ್ನಾಗಿದ್ದಾರೆ. ನೀನು ಯಾಕೆ ಗೃಹಪ್ರವೇಶಕ್ಕೆ ಬರಲಿಲ್ಲ?" ಆ ಮಾತು

ಸುಳ್ಳೆಂದು ಇಬ್ಬರಿಗೂ ಗೊತ್ತು. ಭಾವ ಕೂಡ ಸೊಗಸಾಗಿ ಸುಳ್ಳು ಹೇಳಬಲ್ಲರು ಎಂದುಕೊಂಡಳು ಸುಮ. ಮಾತನ್ನು ಸುಕನ್ಯಳ ಕಡೆಗೆ ಹೊರಳಿಸಿದಳು. ಅವಳ ಜಾಣತನಕ್ಕೆ ಮಾಧು ದಂಗಾದ.

"ಅಡಿಗೆ ಆಗಿದೆ. ಊಟ ಮಾಡ್ಬಿಡಿ. ಅಮ್ಮನಿಗೆ ಕಾದ್ರೆ ಪ್ರಯೋಜನವಿಲ್ಲ." ಅವಳ ಒತ್ತಾಯಕ್ಕೆ ಮಣಿದು ಮಾಧು ಊಟಕ್ಕೆ ಕೂತ. ಆತ್ಮೀಯತೆಯಿಂದ ನಗುನಗುತ್ತ ಬಡಿಸಿದ ಸಾರು ಅನ್ನವೇ ಅವನಿಗೆ ಮೃಷ್ಟಾನ್ನವೆನ್ನಿಸಿತು.

ಅಲ್ಲಿನ ಅಡಿಗೆಗೂ ಇಲ್ಲಿನ ಅಡಿಗೆಗೂ ಬಹಳ ವ್ಯತ್ಯಾಸವಿತ್ತು. ಅಲ್ಲಿ ಪದಾರ್ಥಗಳನ್ನು ಧಾರಾಳವಾಗಿ ಬಳಸಿ ಅಡಿಗೆ ಮಾಡುತ್ತಿದ್ದರು. ಇಲ್ಲಿ ನಿಗದಿಯಾಗಿ ಮಾಡಿದ ಅಡಿಗೆ ಸಪ್ಪೆಯೇ.... ಹೊಟ್ಟೆಯ ತುಂಬ ಊಟ ಮಾಡಿದ. ಮೃದು ಮಧುರವಾದ ಸುಮಳ ನಡತೆ ಅವನಿಗೆ ಯಾವಾಗಲೂ ಮೆಚ್ಚಿಕೆಯೇ. ಸುಮಳ ಸ್ವಭಾವ ಸರಳೆಗಿದ್ದಿದ್ದರೇ ಜೋಡಿ ಹಕ್ಕಿಗಳಂತೆ ತೋಟದಲ್ಲಿ ವಿಹರಿಸಬಹುದಾಗಿತ್ತು... ಅಜ್ಞಾನಕ್ಕೆ ನಕ್ಕು ಬೇರೆಡೆ ಹೊರಳಿಸಿದ ಮನಸ್ಸನ್ನು.

ಆಸ್ಪತ್ರೆಯಿಂದ ಬಂದ ವಿಶಾಲಾಕ್ಷಮ್ಮ ಆತ್ಮೀಯತೆಯಿಂದ ಅಳಿಯನನ್ನು ಮಾತನಾಡಿಸಿ ಬೀಗರ, ಮಗಳ ಯೋಗಕ್ಷೇಮ ವಿಚಾರಿಸಿದರು. ಅಳಿಯನ ಬಗ್ಗೆ ಅವರಿಗೆ ಗೌರವವೇ.

ಜೇಬಿನಲ್ಲಿ ಕೈ ಇಟ್ಟ ಮಾಧು ಚೀಟಿಯನ್ನು ಹೊರಗೆ ತೆಗೆದ. ಸರಳ ತನಗೆ ಬೇಕಾದ ವಸ್ತುಗಳ ದೊಡ್ಡ ಪಟ್ಟಿಯನ್ನೇ ಕೊಟ್ಟಿದ್ದಳು. ಅದನ್ನು ತರಲು ಸುಮಳನ್ನು ಕರೆದೊಯ್ಯುವುದೇ ಮಾಧುಗೆ ಸರಿಯೆನ್ನಿಸಿತು.

"ಸುಮ, ನಿಮ್ಮಕ್ಕ ದೊಡ್ಡ ಪಟ್ಟಿಯನ್ನೇ ಕೊಟ್ಟಿದ್ದಾರೆ. ಅದೆಲ್ಲ ತರಬೇಕಾದ್ರೆ ಖಂಡಿತ ನಿನ್ನ ಸಹಾಯ ಬೇಕು ಬರ್ತೀಯಾ...? ಎಂದ. ಸುಮ ಕೂಡಲೇ ರೆಡಿಯಾಗಿ ಬಂದಳು. ಗಂಟೆಗಟ್ಟಲೇ ಕನ್ನಡಿಯ ಮುಂದೆ ನಿಲ್ಲೋ ಸರಳೆಗೂ ಸುಮಗೂ ಬಹಳ ವ್ಯತ್ಯಾಸವಿದೆಯೆನ್ನಿಸಿತು, ಅಲಂಕಾರದ ವಿಷಯದಲ್ಲೂ.

ಮನೆಯಿಂದ ಒಂದಷ್ಟು ದೂರ ನಡೆದೇ ಹೋದರು. ಆಟೋ ಸಿಕ್ಕಾಗ ಹತ್ತಿಕೊಂಡರು. ಪಟ್ಟಿಯನ್ನು ಕೈಗೆ ತೆಗೆದುಕೊಂಡು ನೋಡಿದಳು. ಅದರಲ್ಲಿದ್ದ ಕ್ರೀಮ್, ಸೆಂಟ್‌ಗಳ ಹೆಸರುಗಳನ್ನೇ ಕೇಳಿರಲಿಲ್ಲ. ಅನವಶ್ಯಕವಾಗಿ ದುಡ್ಡು ಹಾಳು ಮಾಡುತ್ತಾಳೆ. ಇದು ಭಾವನಿಗೂ ಇಷ್ಟವಿರಬಹುದು. ನನಗೇಕೆ? ಸುಮ್ಮನಾದಳು.

ಅಂಗಡಿಯಲ್ಲಿ ಪಟ್ಟಿ ಹಿಡಿದು ಪ್ರತಿಯೊಂದನ್ನು ಪ್ಯಾಕ್ ಮಾಡಿಸಿದಳು. ಮಾಧು ದುಡ್ಡು ತೆತ್ತು ಹೊರಗೆ ಬಂದ. ಸುಮನಿಗೆ ಹೇಳಲಾರದೇ ಹೇಳಿದ. ಇವೆಲ್ಲ ಅವಳ ಸ್ವಭಾವಕ್ಕೆ ವ್ಯತಿರಿಕ್ತವೆಂದು ತಿಳಿದಿದ್ದ.

"ಸುಮ.... ನೀನೂ ತಗೊ..."

"ಬೇಡ ಭಾವ... ಅವೆಲ್ಲ ನಾನು ಬಳ್ಸೋದಿಲ್ಲ. ಸುಮ್ನೇ ದುಡ್ಡು ದಂಡವಾಗುತ್ತೆ ಅಷ್ಟೇ!" ಸಂಕೋಚದ ಸ್ವಭಾವದ ಮಾಧು ಮತ್ತೇನೂ ಹೇಳದೇ ರೋಡಿಗಿಳಿದ.

ಅನ್ನಪೂರ್ಣ ಸಿಲ್ಕ್ ಹೌಸ್‌ನೊಳಕ್ಕೆ ನಡೆದರು. ಮಾಧು ಒಂದೇ ತರಹದ ನಾಲ್ಕು ಸೀರೆ, ಅದಕ್ಕೆ ಒಪ್ಪುವ ಬ್ಲೌಸ್ ಪೀಸುಗಳನ್ನು ಕೊಂಡ. ಒಂದು ಸೀರೆ, ಬ್ಲೌಸ್ ಪೀಸನ್ನು ಬೇರೆ ಪ್ಯಾಕ್ ಮಾಡಿಸಿದ. ಎದುರಿಗಿದ್ದ ರೆಡಿಮೇಡ್ ಕ್ಲಾತ್ ಸೆಂಟರ್‌ನಲ್ಲಿ ಜಾನಕಿ ಮಗುಗಾಗಿ ಒಂದೆರಡು ಅಂಗಿ ಪ್ಯಾಕ್ ಮಾಡಿಸಿದ. ಸುಮ ತನ್ನಲ್ಲಿದ್ದ ದುಡ್ಡಿನಿಂದ ಒಂದು ಪುಟ್ಟ ಅಂಗಿಯನ್ನು ಕೊಂಡು ಮಾಧು ಬ್ಯಾಗಿನಲ್ಲಿ ತೂರಿಸಿದಳು.

ಮನೆಗೆ ಬಂದ ಮಾಧು ಬೇರೆ ಪ್ಯಾಕ್ ಮಾಡಿಸಿದ್ದ ಸೀರೆ ಬ್ಲೌಸ್ ಪೀಸನ್ನು ಸುಮಳಿಗೆ ಕೊಟ್ಟು "ನಿಮ್ಮಕ್ಕನ ಉಡುಗೊರೆ" ಸುಮಳಿಗೆ ನಿರಾಕರಿಸಬೇಕೆಂದರೂ ಸಾಧ್ಯವಿಲ್ಲದೇ ಹೋಯಿತು.

ಮಾಧು ಪ್ರೀತಿಯಿಂದ ರಾಜಿನ ಕರೆದು ಮಾತನಾಡಿಸಿದ. ತಂದಿದ್ದ ಬಿಸ್ಕತ್ತು ಪೊಟ್ಟಣವನ್ನು ಅವಳ ಕೈಯಲ್ಲಿತ್ತ.

"ಅವ್ರು ಬಂದೇ ಇಲ್ಲ, ಬೆಳಿಗ್ಗೆ ಹೋಗಬಹುದಾಗಿತ್ತು. ಬೇಸರ ಮಾಡಿಕೊಳ್ಳುತ್ತಾರೆ" ಅತ್ತೆಯವರು ಪೇಚಾಡಿಕೊಂಡಾಗ ಮಾಧು ಸಮಾಧಾನ ಹೇಳಬೇಕಾಯಿತು.

"ಪರ್ವಾಗಿಲ್ಲ. ಇನ್ನೊಂದು ಸಲ ಬಂದಾಗ ನೋಡ್ತೀನಿ; ಹಾಸ್ಟೆಲ್ ಹತ್ರ ಹೋಗಿ ಶ್ಯಾಮ ಶ್ರೀಧರನನ್ನು ನೋಡೇ ಹೋಗ್ಬೇಕು. ಹೋಗದಿದ್ರೆ ಮನೆಯಲ್ಲಿ ಸರಳ ಒಬ್ಬೇ ಹೆದರಿಕೊಂಡುಬಿಡ್ತಾಳೆ!" ಸುಮ ಬಿದ್ದು ಬಿದ್ದು ನಕ್ಕಳು. ಎಷ್ಟು ತಡೆದುಕೊಂಡರೂ ನಗು ನಿಲ್ಲಲಿಲ್ಲ.

"ಭಾವ, ಇನ್ನು ನೀವು ಅಕ್ಕನನ್ನು ಸರಿಯಾಗಿ ಸ್ಟಡಿ ಮಾಡಿಲ್ಲ. ಭಯ ಅನ್ನೋದೇ ಅವಳ್ಗೆ ಗೊತ್ತಿಲ್ಲ. ಅವಳಿದ್ದ ಕಡೇ ಭೂತಪ್ರೇತಗಳು ಸುಳಿಯೋಲ್ಲ." ವಿಶಾಲಾಕ್ಷಮ್ಮ ಕೋಪಗೊಂಡರು. ಮಗಳ ದುಡುಕು ಮಾತು ಬೇಸರ ತರಿಸಿತ್ತು. ಮಗಳ ಕಡೇ ದುರುಗುಟ್ಟಿಕೊಂಡು ನೋಡಿದರು.

ಇದ್ದ ವಿಷಯನೇ ಸುಮ ಹೇಳಿದ್ದು. ಇದರಿಂದ ತಾಯಿ ಮನಸ್ಸಿಗೆ ಬೇಸರ, ಭಾವನಿಗೆ ನೋವುಂಟುಮಾಡಬೇಕಾಯಿತಲ್ಲ ಎಂದು ತಲೆ ತಗ್ಗಿಸಿದಳು. ಹೆಚ್ಚು ಹೊತ್ತು ಇರದ ಮಾಧು ವಾತಾವರಣವನ್ನು ಸ್ವಲ್ಪ ಹಗುರ ಮಾಡಿ ಹೊರಟ.

ಹಾಸ್ಟೆಲ್ ಬಳಿ ಶ್ಯಾಮ, ಶ್ರೀಧರ ಸಿಕ್ಕದಿದ್ದಾಗ ಬೇಸರದಿಂದಲೇ ಬಸ್‌ಸ್ಟಾಂಡಿಗೆ ನಡೆದ. ಬಸ್‌ನಲ್ಲಿ ಸಾಮಾನು ಇಟ್ಟು ಮಾಧು ಕೆಳಗಿಳಿದು ಬಂದ. ಶ್ರೀಧರ ಶ್ಯಾಮನನ್ನು ನೋಡದೇ ಹೋಗುತ್ತಿರುವುದು ದೊಡ್ಡ ಕೊರತೆಯಾಗಿ ಕಾಣಿಸಿತು. ಆಟೋ ಇಳಿದು ಶ್ಯಾಮ, ಶ್ರೀಧರ ಬರುತ್ತಿರುವುದು ಕಾಣಿಸಿತು. ಮನ ಹಗುರವಾಯಿತು.

"ಅಣ್ಣ, ನಾವು ಕಾಫೀ ಕುಡಿಯೋಕೆ ಹೋಗಿದ್ವಿ. ನೀನು ಬಂದಿದ್ದ ವಿಷಯ ಗುರು ಹೇಳ್ದ" ಬಸ್ಸು ಹೊರಡುವ ಸಮಯವಾದದ್ದರಿಂದ ಹೆಚ್ಚು ಮಾತನಾಡಲು ಅವಕಾಶವಾಗಲಿಲ್ಲ.

ಮಾಧು ತಮ್ಮನ ಕೈಗೆ ಏನೋ ಕೊಟ್ಟು ಶ್ರೀಧರನ ಬಗ್ಗೆ ಏನೋ ಹೇಳಿದ. ಡ್ರೈವರ್ ಬಂದು ಕೂತಿದ್ದರಿಂದ ಬೀಳ್ಕೊಟ್ಟು ಹೊರಟ.

ಇವನು ಬಂದು ಇಳಿದಾಗ ಪೂರ್ಣ ಕತ್ತಲಾಗಿಬಿಟ್ಟಿತು. ಸುಂದರು ಟಾರ್ಚ್ ಹಿಡಿದುಕೊಂಡು ಕಾದು ನಿಂತಿದ್ದ. ಕೈಯಲ್ಲಿದ್ದ ಬ್ಯಾಗ್‌ಗಳನ್ನು ತೆಗೆದುಕೊಂಡು ಸುಂದರ ಅವನೊಡನೇ ಹೆಜ್ಜೆ ಹಾಕಿದ.

"ಮಾಧು..." ಎಂದಾಗ ಸುಂದರು ಅವನ ಕೈಯಲ್ಲಿದ್ದ ಬ್ಯಾಗ್ ತೆಗೆದುಕೊಂಡು ತನ್ನ ಕೈಯಲ್ಲಿದ್ದ ಬ್ಯಾಗನ್ನು ಅವನ ಕೈಗೆ ಕೊಟ್ಟು ಮನೆಯ ಕಡೆ ಹೆಜ್ಜೆ ಹಾಕಿದ.

ಪಟ್ಟಿಯ ಪ್ರಕಾರ ಎಲ್ಲ ಸಾಮಾನುಗಳನ್ನು ತಂದಿದ್ದು ನೋಡಿ ಸರಳ ಪ್ರಸನ್ನಳಾದಳು. ಇದೇ ಒಳ್ಳೆಯ ಸಮಯವೆಂದು ಅರಿತು ಮಗುವಿನ ಬಯಕೆಯನ್ನು ಮಡದಿಯ ಮುಂದೆ ಬಹಿರಂಗಪಡಿಸಿದ. ತಕ್ಷಣ ಸರಳ ಸಿಡಿದೆದ್ದಳು.

"ಮಗುನ ಹೆತ್ತು ಬೇಗ ಮುದುಕಿಯಾಗೋಕೆ ನಂಗೆ ಇಷ್ಟವಿಲ್ಲ. ನಾನೊಂದು ಹೆರಿಗೆ ಯಂತ್ರವಾಗಲಾರೆ. ನಿಮ್ಮ ಆಸೆಗೆ ಹಾಳಾಗೋರು ನಾವು." ಮಾಧು ತೆಪ್ಪಗಾದ. ಅವಿವೇಕದ ಪರಮಾವಧಿ ಎನ್ನಿಸಿತು.

ಒಂದೆರಡು ಮಾತುಗಳನ್ನು ಹೇಳಬೇಕೆನ್ನಿಸಿತು—ಮನಸ್ಸಿನ ಆಸೆಯನ್ನೇ ಕಿತ್ತು ಹಾಕಿಬಿಡಬೇಕೆಂದು. ಇದು ಯಾವುದೂ ನಿರ್ಧಾರವಾಗುವುದು ಸರಿಯೆನ್ನಿಸಿತು.

"ಸರಳ, ತಪ್ಪು ತಿಳ್ಕೊಂಡಿದ್ದೀಯಾ! ನಿನ್ನನ್ನೆಂದೂ ನಾನು ಹೆರಿಗೆ ಯಂತ್ರ ಮಾಡೋಕೆ ಇಷ್ಟಪಡೋಲ್ಲ. ಪುಟ್ಟ ಮಗುವಿದ್ದರೇ ಮನೆಗೆ ಶೋಭೆ, ನಮ್ಮದಾದ ಒಂದು ಮಗು ಇರ್ಲಿ...."

"ಇಲ್ಲ... ಇಲ್ಲ... ಇಲ್ಲ... ಮಕ್ಕಳನ್ನು ಹೆತ್ತು ಯೌವನನ ಬಲಿ ಕೊಡೋಕೆ ನಾನು ಸಿದ್ಧಳಿಲ್ಲ!"

ಗರಬಡಿದವನಂತೆ ನಿಂತ. ಸುಮ ಹೇಳಿದ ಹಾಗೆ ಇನ್ನು ನಾನು ಸರಿಯಾಗಿ ಸರಳನ ಸ್ಟಡಿ ಮಾಡಿಲ್ಲ. ನನ್ನಿಂದ ಸಾಧ್ಯವೂ ಇಲ್ಲ. ಇಷ್ಟು ದಿನ ಮನಸ್ಸಿನಲ್ಲಿದ್ದ ದೂರದ ಆಸೆ ಸತ್ತುಹೋಯಿತು.

ಬೆಳಿಗ್ಗೆ ಮಾಧು ಸ್ನಾನಕ್ಕೆ ಹೋಗಿದ್ದಾಗ, ಸರಳ ಲೆದರ್ ಬ್ಯಾಗ್ ತಡಕಿದಳು. ಜಾನಕಿಯ ಮಗುವಿಗಾಗಿ ಸುಮ ಕೊಂಡು ಇಟ್ಟಿದ್ದ ಅಂಗಿಯ ಪ್ಯಾಕೆಟ್ ಅವಳ ಕಣ್ಣಿಗೆ ಬಿತ್ತು. ಅವಳಲ್ಲಿದ್ದ ಕೋಪ ಭುಗಿಲೆಂದಿತು ಎರಡು ಅಂಗಿಗಳ ದುಡ್ಡಿನಲ್ಲಿ ಬೇರೇನಾದರೂ ಕೊಳ್ಳಬಹುದಾಗಿತ್ತು. ಮಗುವನ್ನು ಮನಸ್ಸಿನಲ್ಲೇ ಶಪಿಸಿದಳು. ಕೋಪ ಅಡಗಲಿಲ್ಲ. ಅದನ್ನು ಎತ್ತಿ ಒಯ್ದು ಗಂಡನ ಮುಂದೆಯೇ ಅಗ್ನಿದೇವನಿಗೆ ಸಮರ್ಪಿಸಿಬಿಟ್ಟಳು.

ನಿರ್ಲಿಪ್ತನಂತೆ ನಿಂತುಬಿಟ್ಟ ಮಾಧು ಬಹಳ ಹೊತ್ತು.

"ಸರಳ, ಎಂಥ ಕೆಲ್ಸ ಮಾಡಿಬಿಟ್ಟೆ? ಸುಮ ಆಸೆಯಿಂದ ಜಾನಕಿಯ

ಮಗುವಿಗಾಗಿ ಕೊಂಡುಕಳಿಸಿದ್ದಳು. ನಿನ್ನ ಕೋಪಕ್ಕೆ ಅವಳ ಪ್ರೀತಿಯನ್ನು ಆಹುತಿ ಕೊಡಬಾರದಾಗಿತ್ತು."

ಬಹಳ ಹೊತ್ತು ಒದರಿದಳು. ಅದಕ್ಕೆಲ್ಲ ಅರ್ಥವೇ ಇಲ್ಲ ಅಲ್ಲಿರೋ ಸುಮಾನು, ಇಲ್ಲಿರೋ ಜಾನಕಿಯ ಮಗುವನ್ನು ಮನ ಬಂದಂತೆ ಶಪಿಸಿದಳು.

ಮಾತಾಡಿ ಪ್ರಯೋಜನವಿಲ್ಲವೆಂದುಕೊಂಡು ಆ ಮನೆಯ ಕಡೆಗೆ ಹೆಜ್ಜೆ ಹಾಕಿದ. ಇದುವರೆಗೂ ಅವನಿಗೆ ಅವಳ ಬಗ್ಗೆ ಏನೇನೂ ಅರ್ಥವಾಗಿರಲಿಲ್ಲ. ಇಡೀ ಕಾಲವನ್ನೇ ವ್ಯಯ ಮಾಡಿದರೂ ಅರ್ಥಮಾಡಿಕೊಳ್ಳುವುದು ಸಾಧ್ಯವಾಗುತ್ತಿರಲಿಲ್ಲ.

ವ್ಯಾಜ್ಯ ತೀರ್ಮಾನಕ್ಕಾಗಿ ನಾರಾಯಣಪ್ಪ ಗೌಡರೊಂದಿಗೆ ಪಕ್ಕದ ಹಳ್ಳಿಗೆ ಹೋಗಿದ್ದರು. ಬಂದ ಕೂಡಲೇ ಪಾರ್ವತಮ್ಮ ಅವಧಾನಿಗಳು ತೀರಿಕೊಂಡ ಸುದ್ದಿ ತಿಳಿಸಿದರು. ಊರವರೆಲ್ಲ ಪೀಡೆ ಕಳೆದುಹೋಯಿತೆಂದು ಸಂತೋಷಿಸಿದ್ದನ್ನು ತಿಳಿದರು. ಸರಳೆಯ ಬಗ್ಗೆ ನೆನೆದು ನಿಟ್ಟುಸಿರಿಟ್ಟ.

"ಹಾಳಾದೋನು ಸತ್ತಿದ್ದೇ ಒಳ್ಳೇದು! ಎಷ್ಟು ಜನ ಇವನಿಂದ ಹಾಳಾದರು." ಹೆಚ್ಚಿನ ವಿಷಯವನ್ನೇ ಅರಿಯದ ಸುಂದರುನೇ ಹಾಗಂದ.

"ನೆನ್ನೆಯೆಲ್ಲ ಜಾನಕಿ ನಿನ್ನನ್ನೇ ನೆನೆಸಿಕೊಳ್ತಾ ಇದ್ದಳು. ಈ ಅಂಗಿಗಳನ್ನು ಕೊಟ್ಟುಬಿಟ್ಟು ಮಾತಾಡಿಸ್ಕೊಂಡ್ಬಾ." ಮಾಧುಗೂ ಮಗುವನ್ನು ನೋಡಬೇಕೆನ್ನಿಸಿತು. ಅಂಗಿಗಳನ್ನು ಕೈಯಲ್ಲಿ ಹಿಡಿದು ಹೊರಟ. ಮಗುವಿನ ಜ್ಞಾಪಕ ಬಂದ ಕೂಡಲೇ ಉಲ್ಲಾಸಗೊಂಡ.

ಹಾಲು ಕುಡಿಸುತ್ತಿದ್ದ ಜಾನಕಿ ನಾಚಿ ಸಂಭ್ರಮದಿಂದ ಮಗುವನ್ನು ಎತ್ತಿ ಮಾಧುವಿನ ಕೈಗೆ ಕೊಟ್ಟಳು. ಮಾಧು ಜಾನಕಿಯನ್ನೇ ನೋಡಿದ. ರಾತ್ರಿ ಸರಳ ಹೇಳಿದಂಗೆ ಜಾನಕಿ ಏನಾದರೂ ಮುದುಕಿಯಾಗಿಬಿಟ್ಟಿದ್ದಾಳೇನೋ ಅಂತ.

"ಯಾಕೆ ಮಾವ ಹಾಗೆ ನೋಡ್ತಿ!" ನಾಚಿ ಕೇಳಿದಳು.

"ಸುಮ್ನೇ... ಕಣಮ್ಮ." ಮಗುವಿನ ಕೆನ್ನೆಯನ್ನು ತನ್ನ ಕೆನ್ನೆಗೆ ಒತ್ತಿಕೊಂಡ. ಹಾಯೆನಿಸಿತು. ಈ ಪುಟ್ಟ ಜೀವಕ್ಕೆ ಎಷ್ಟು ಚೇತನವೀಯುವ ಶಕ್ತಿ ಇದೆಯೆಂದು ಆಶ್ಚರ್ಯಗೊಂಡ. ಅಪ್ಪಿ ಮುದ್ದಿಸಿದ. ತಾನೇ ಅಂಗಿಯನ್ನು ತೊಡಿಸಿ ಆನಂದಿಸಿದ.

"ಜಾನಕಿ, ಈ ಪುಟ್ಟ ಮರಿಯೆಲ್ಲ ನಿನ್ನ ಹಾಗೇನೇ. ಗಂಡು ಮಕ್ಕಳು ತಾಯಿಯ ಹಾಗಿದ್ರೆ ಅದೃಷ್ಟವಂತೆ." ಮಗುವಿನ ಕೆನ್ನೆಗೆ ಮುತ್ತಿಟ್ಟ. ಬಹಳ ಹೊತ್ತು ಮಗುವಿನ ಜೊತೆಯಲ್ಲೇ ಕಳೆದ. ಈ ಆನಂದಕ್ಕೂ ಎರವಾಗುತ್ತೇನೆ ಎನ್ನಿಸಲಿಲ್ಲ ಆ ಕ್ಷಣದಲ್ಲಿ.

ಪಕ್ಕದ ಮನೆಗೆ ಬಂದಿದ್ದ ತಿಮ್ಮಿ ಉಪ್ಪು, ಖಾರ ಹಚ್ಚಿ ಸರಳೆಯ ಮುಂದೆ ಬಿತ್ತರಿಸಿದಳು. ಅವಳ ಮನಸ್ಥಿತಿಯೇ ಕೆಟ್ಟುಹೋಯಿತು. ದುಷ್ಟ ಸರಳೆಗೆ ಕೆಟ್ಟ ತಿಮ್ಮಿ ಜೊತೆಯಾಗಿದ್ದಳು. ಕೂತು ಯೋಚಿಸಿದಳು. ತಾಳ್ಮೆಯಿಂದ ಇರಲು ಅವಳಿಗೆ ಸಾಧ್ಯವಾಗಲಿಲ್ಲ. ಉಟ್ಟ ಬಟ್ಟೆಯಲ್ಲಿಯೇ ಜಾನಕಿಯ ಮನೆಗೆ ನಡೆದಳು.

ಅಪರೂಪಕ್ಕೆ ಬಂದ ಸರಳೆಯನ್ನು ನೋಡಿ ಜಾನಕಿಗೆ ಆಶ್ಚರ್ಯವಾಯಿತು. ಮಾಧು ಮಗುವನ್ನು ಕರೆದೊಯ್ದಿದ್ದರಿಂದ ಗಲಾಟೆ ಇರಲಿಲ್ಲ.

"ಬನ್ನಿ... ಸರಳಕ್ಕ... ಬನ್ನಿ."

"ನಿನ್ನ ಆತಿಥ್ಯ ಸ್ವೀಕರಿಸೋಕೆ ನಾನು ಬಂದಿಲ್ಲ. ಬಡಮೇಷ್ಟ್ರರು ಬೇಜಾರಾದನೇನೋ. ಮಾವ ಬಂದು ಮುದ್ದಾಡಿ ಹೋಗಿರಬೇಕಲ್ಲ. ಆ ಮಗು ಯಾರದೂ ಅಂತ ನನಗೆ ಗೊತ್ತಿಲ್ವ? ಪಾಪ ಬೆಂಗಳೂರಿನಿಂದ ಮುಚ್ಚಿಟ್ಟುಕೊಂಡು ತಗೊಂಡು ಬರ್ತಾರೆ ಅಂಗಿಗಳನ್ನ. ಇನ್ನು ಮೇಲೆ ಇದೆಲ್ಲ ನಿಲ್ಲದಿದ್ರೆ ಬೀದಿಗೆ ಎಳೆದು ಮಾನ ಕಳೀತೀನಿ..."

ಸರಳಳ ಮಾತುಗಳನ್ನು ಕೇಳಿ ಮುಖ ತೊಳೆಯುತ್ತಿದ್ದ ಶ್ರೀಪಾದು ಓಡಿ ಬಂದ ಸಭ್ಯ ಜೀವಿ. ಅನುಮಾನ ಅವನ ಸ್ವಭಾವಕ್ಕೆ ಬಂದಿದ್ದಲ್ಲ. ಬೆಪ್ಪು ಬೆಪ್ಪಾಗಿ ಮಡದಿಯ ಮುಖ ನೋಡಿದ. ಅವಳು ಮುಖ ಮುಚ್ಚಿಕೊಂಡು ಅಳುತ್ತಿದ್ದಳು.

ಅವಳು ಹೋದ ಎಷ್ಟೋ ಹೊತ್ತಿನವರೆಗೂ ಜಾನಕಿ ಅಳುತ್ತಲೇ ಇದ್ದಳು. ಶ್ರೀಪಾದು ಬೆಪ್ಪಾಗಿ ನಿಂತಿದ್ದ. ಒಂದು ವಿಧವಾದ ಷಾಕ್ ತಿಂದಿದ್ದ. ಅದರಿಂದ ಹೊರಬರಲೇ ಕಷ್ಟವಾಯಿತು.

ಮೊದಲು ಜಾನಕಿಯೇ ಚೇತರಿಸಿಕೊಂಡಳು. ಗಂಡನ ಬಳಿಗೆ ಬಂದಳು. ಶ್ರೀಮಂತಿಕೆ ಇಲ್ಲದಿದ್ದರೂ ಬಾಳಿಗೆ ಭದ್ರವಾದ ಆಸರೆಯನ್ನು ನೀಡಿದ್ದ ಜೀವಿ. ಮಾಧುನ ಮೊದಲು ಬಯಸಿದ್ದರೂ ಮದುವೆಯಾದ ಮೇಲೆ ಎಂದೂ ಶ್ರೀಪಾದುವನ್ನು ವಂಚಿಸಬೇಕೆಂದುಕೊಂಡಿರಲಿಲ್ಲ. ಅದು ದೇವರಂಥ ಮಾಧು... ವೇದನೆಯೆಲ್ಲ ಉಕ್ಕಿಬಂತು. ಗಂಡನ ಕಾಲ ಬಳಿ ಕುಸಿದಳು.

"ಜಾನಕಿ... ಸರಳ ಹೇಳಿದ್ದೆಲ್ಲ..."

"ಸುಳ್ಳು... ಸುಳ್ಳು... ಸುಳ್ಳು.... ಆ ಮನೇನ ಹಾಳು ಮಾಡಿದ್ದು ಆಯಿತು. ಈಗ ನನ್ನ ಸಂಸಾರದಲ್ಲಿ ಹುಳಿ ಹಿಂಡೋಕೆ ಹೊರಟಿದ್ದಾಳೆ." ಬಿಕ್ಕಳಿಕೆಯ ನಡುವೆ ಮಾತುಗಳು ಬಂತು. ಕೆಟ್ಟ ಸ್ವಭಾವದ ಸರಳೆಯ ಮಾತುಗಳನ್ನು ನಂಬಬಾರದೆಂದು ತೀರ್ಮಾನಿಸಿದ.

"ನನ್ನ ಮುಖ ನೋಡಿ ಹೇಳಿ... ಅವ್ರು ಹೇಳಿದ್ದು ನಿಜಾನಾ...?"

ಶ್ರೀಪಾದು ಮಡದಿಯನ್ನು ಎದೆಗೆ ಒರಗಿಸಿಕೊಂಡು ಕೂದಲಲ್ಲಿ ಕೈಯಾಡಿಸಿದ.

"ನಮ್ಮ ಸಂಸಾರದ್ಮೇಲೆ ಅವಳಿಗೇಕೆ ಕಣ್ಣು? ಸ್ವಲ್ಪ ದುಡುಕಿದ್ರೂ ಸಂಸಾರಗಳು ಹಾಳಾಗಿಹೋಗುತ್ತಲ್ಲ. ಮಗುನ ಕರ್ಕೊಂಡು ಬರೋಣ ನಡೀ" ಎಂದ.

ಜಾನಕಿ ಮುಖ ತೊಳೆದು ಹಣೆಗಿಟ್ಟುಕೊಂಡು ಗಂಡನ ಜೊತೆ ನಡೆದಳು. ಭಯಂಕರ ಕನಸನ್ನು ಕಂಡವಳಂತೆ ಭಯಪಡುತ್ತಿದ್ದಳು.

ಮಗು ಮಾಧು ತೊಡೆಯ ಮೇಲೆ ಆಡುತ್ತಿತ್ತು. ಶ್ರೀಪಾದು ಎತ್ತಿಕೊಂಡ. ಮಡದಿಯ ಪ್ರತಿರೂಪದಂತಿದ್ದ ಮಗುವನ್ನು ಮುತ್ತಿಟ್ಟು ಮಾಧು ಕೈಗೆ ಕೊಟ್ಟ.

ಮಾಧುವಂಥ ವ್ಯಕ್ತಿಯನ್ನು ಸಂದೇಹಿಸುವಷ್ಟು ಅವಿವೇಕ ಬೇರಾವುದೂ ಇಲ್ಲವೆಂದುಕೊಂಡ.

* * * *

ಬೆಳಗಾಗುತ್ತಲೇ ಗೌಡರು ಬಂದರು. ಅವರು ಎಂದಿನಂತಿರಲಿಲ್ಲ. ರೇಗಾಡಿ ಕೂಗಾಡಿ ಬಂದವರಂತೆ ಕಾಣುತ್ತಿದ್ದರು. ತಾವಾಗಿ ಒಬ್ಬರ ತಂಟೆಗೆ ಹೋಗದಂಥ ಮನುಷ್ಯ. ಅನ್ಯಾಯನ ಮಾತ್ರ ಸಹಿಸೋಲ್ಲ. ಯಾರಾದರೂ ಸರಿ ಹೆದರೋಲ್ಲ. ಗೌಡರಾದರಿಂದ ಹಳ್ಳಿಯಲ್ಲಿ ನೂರೆಂಟು ವ್ಯಾಜ್ಯಗಳು ಇರುತ್ತಿದ್ದವು. ರೇಗಾಡಿ, ಕೂಗಾಡಿ ಅವರಿಗೆ ಅಭ್ಯಾಸವೇ.

"ನಾರಾಯಣಪ್ಪನೋರೆ, ವಸಿ ಇಲ್ಲಿ ಬರ್‍ರಿ. ನಮ್ಮ ಪಕ್ಕ ಜಮೀನು ಕೊಡ್ಸೋ ಮೊದ್ಲು ಬಾವಿ ಬಗ್ಗೆ ಮಾತಾಡಿರಲಿಲ್ಲ. ಹೆಣ್ಣು ಮಕ್ಕಳಿಗೆ ಕುಡಿಯೋ ನೀರ್ಗೆ ಹತ್ರ ಇರೋದು ಆ ಬಾವಿ; ನಿಮ್ಮ ಮುದ್ದು ಸೊಸೆ ಬಾವಿಗೆ ಬರೋ ಹೆಣ್ಣು ಮಕ್ಳನ್ನ ಅಡ್ಡಾಡದಂಗೆ ಮಾಡಿಬಿಟ್ಟವ್ಳೆ. ವತ್ತಾರಿನಿಂದ ನಾವು ಕೂಡ ಸೇದಕೂಡ್ದು ಅಂತಾಳಲ್ಲ, ನ್ಯಾಯಾನಾ?" ಎಂದು ಸೊಸೆಯ ನಡತೆಯನ್ನು ವಿವರಿಸಿದರು.

ಹೊರಗೆ ಬಂದ ನಾರಾಯಣಪ್ಪ "ನಮ್ಮಿಬ್ಬರದು ಬೇರೆ ಜಾತಿಯಾದ್ರೂ ಅಣ್ಣ ತಮ್ಮಂದಿರಂತಿದ್ವೀ. ಇದುವರೆಗೂ ನಮ್ಮ ನಿಮ್ಮಲ್ಲಿ ಭಿನ್ನಾಭಿಪ್ರಾಯಗಳೇ ಇರಲಿಲ್ಲ. ಈ ಸಣ್ಣ ವಿಷಯಕ್ಕೆ ವೈಮನಸ್ಯ ಬಂದ್ರೆ ಸುತ್ತಮುತ್ತಲ ಹಳ್ಳಿಗಳಲ್ಲಿ ನಗೆಪಾಟಲಾಗುತ್ತೆ. ಆ ಹುಡ್ಗಿಗೆ ಬುದ್ಧಿ ಇಲ್ಲ. ನಾನು ಹೇಳ್ತೀನಿ ನಡೆಯಿರಿ." ಎಂದು ಅವರನ್ನು ಹೊರಡಿಸಿಕೊಂಡು ಹೊರಟರು.

ಪಾರ್ವತಮ್ಮನ ಕೈಕಾಲುಗಳಲ್ಲಿ ಜೀವ ಉಡುಗಿಹೋಯಿತು. ಸೊಸೆ ಸಾಧಾರಣಕ್ಕೆ ಯಾರ ಮಾತೂ ಕೇಳೋಲ್ಲ. ಇಷ್ಟು ದಿನ ಅವಳ ಕಾಟವೆಲ್ಲ ತೆಗೆದುಕೊಂಡು ಬಾಯಿ ಮುಚ್ಚಿಕೊಂಡು ಕಾಪಾಡಿಕೊಂಡಿದ್ದ ಮರ್ಯಾದೆ ಇವತ್ತು ನೀರುಪಾಲಾಗುತ್ತೆ, ಏನು ಮಾಡೋದು? ಎಂದು ಅಳುತ್ತ ಕುಳಿತುಬಿಟ್ಟರು. ಅವರ ಜೀವ ತಣ್ಣಗಾಗಿಹೋಗಿತ್ತು.

ಮಗನ ಮನೆಯೊಳಕ್ಕೆ ಹೋಗಲು ಮನಸ್ಸಾಗದ ನಾರಾಯಣಪ್ಪ ಗೌಡರ ಮನೆಯೊಳಗಿಂದ ಹಾದು ಹಿತ್ತಲಿಗೆ ನಡೆದರು. ಕೆಲಸದ ತಿಮ್ಮಿ ಬಾವಿ ಹತ್ತಿರ ಕೂತಿದ್ದಳು. ಅವಳನ್ನು ಕರೆದು ಸೊಸೆಯನ್ನು ಕರೆಯಲು ಕಳಿಸಿದಳು.

ಹೊರಗೆ ಬಂದ ಸರಳೆ ಏನು ಎನ್ನುವಂತೆ ನೋಡಿದಳು. ಅವಳ ನೋಟದಲ್ಲಿ ಲವಲೇಶವಾದರೂ ಗೌರವಾದರಗಳು ಇರಲಿಲ್ಲ. ಈಗ ನಾರಾಯಣಪ್ಪ ಮಾತಾಡಲೇಬೇಕಾಗಿತ್ತು.

"ಮನೆ ಕಟ್ಟಿಸಿರೋ ಜಾಗ ನಮ್ಮ ಗೌಡ್ರ ತಮ್ಮನದು. ಅದನ್ನು ಕೊಡಿಸಿದವರು ಗೌಡ್ರು. ಬಾವಿ ಎರಡು ಮನೆಗೆ ಮಾತ್ರ ಅಲ್ಲ ಹಳ್ಳಿಯವರದೂ ಕೂಡ ಬೇಸಿಗೆಯಲ್ಲಿ ಎಲ್ಲ ಬಾವಿಗಳೂ ಬತ್ತಿದರೂ ಈ ಬಾವಿಯಲ್ಲಿ ನೀರು ಇರುತ್ತೆ. ಅನಾದಿ

ಕಾಲದಿಂದಲೂ ಊರಿನ ಹೆಣ್ಣು ಮಕ್ಕಳೆಲ್ಲ ಇಲ್ಲೇ ನೀರು ಸೇದ್ದೋದು. ನೀನು ಈಗ ಬೇಡ ಅಂದ್ರೆ...." ಆ ಮಾತುಗಳಲ್ಲಿ ಭಯ. ನೋವು ಇತ್ತು. ಸೊಸೆ ಒಂದೇ ಹೇಳಿಕೆಯಲ್ಲಿ ತಮ್ಮ ಮಾತು ತಿರಸ್ಕರಿಸಿಬಿಟ್ಟರೆ ಇಷ್ಟು ಜನರ ಎದುರು ನನ್ನ ಮರ್ಯಾದೆಯ ಗತಿ!?

"ಯಾವ್ದೋ ಕಾಲದ ವಿಷ್ಯ ಬೇಡ. ಹಳ್ಳಿಯವರಿಗೂ ಬಾವಿಗೂ ಗೌಡರಿಗೂ ಯಾವ ಸಂಬಂಧ? ಇನ್ಮೇಲೆ ಯಾರೂ ಈ ಬಾವಿ ಹತ್ರ ಸುಳಿಯಬಾರ್ದು."

ಇಷ್ಟೊತ್ತು ಸಮಾಧಾನದಿಂದಿದ್ದ ಕಲಿತ ಗೌಡರ ಮಗ ಸಹನೇ ಕಳೆದುಕೊಂಡ. ನಾರಾಯಣಪ್ಪನವರ ಮಾತು ಕೂಡ ಲೆಕ್ಕಿಸದೆ ಸೊಕ್ಕಿದ ಹೆಣ್ಣಿಗೆ ಬುದ್ಧಿ ಕಲಿಸಬೇಕೆಂದುಕೊಂಡ.

"ಸ್ವಾಮಿ ನಾರಾಯಣಪ್ಪನವರೇ, ನೀವು ನಮ್ಮ ತಂದೆ ಸಮಾನ. ಇಷ್ಟು ದಿನ ನಿಮ್ಮ ಮುಖ ನೋಡ್ಕೊಂಡು ಸುಮ್ಮನಿದ್ದುದಾಯಿತು. ಇನ್ಮೇಲೆ ಸಾಧ್ಯವಿಲ್ಲ. ಸುಮ್ಮಸುಮ್ಮನೇ ಮನೆ ಹುಡುಗ್ರ ಮೇಲೆಲ್ಲ ರೇಗಾಡುತ್ತಾ ಇರ್ತಾರೆ. ಹಳ್ಳಿ ಜನ ಅಂದ್ರೆ ನಾಯಿಗಳ ಸಮಾನ ನಿಮ್ಮ ಸೊಸೆಗೆ. ನಿಮ್ಮ ಮಾತಿಗೆ ಬೆಲೆ ಕೋಡೋಲ್ಲ. ಇನ್ನು ನಾವು ಎಷ್ಟರವ್ರು....!"

ಪುನಃ ನಾರಾಯಣಪ್ಪನವರು ಸಮಾಧಾನದಿಂದ ಸೊಸೆಗೆ ಬುದ್ಧಿ ಹೇಳಿದರು. ಅವಳು ಜಗ್ಗದಿದ್ದಾಗ ದರ್ಪ ತೋರಿಸಿದರು.

"ನಾನು ಈ ಮನೆ ಯಜಮಾನ. ಇನ್ನೂ ಬದುಕೇ ಇದ್ದೀನಿ. ನಿನ್ಗೆ ಈ ಮನೆಯಲ್ಲಿರೋ ಸ್ವತಂತ್ರ ಮಾತ್ರ ಇದೆ. ಯಾವುದಕ್ಕೂ ತಲೆ ಹಾಕ್ಕೊಂಡು ಬರ್ಬೇಡ!"

ಗೌಡರ ಮನೆಯ ಹೆಣ್ಣು ಮಕ್ಕಳ ಕಡೇ ನೋಡಿ "ನೀವು ನೀರು ಸೇದಿಕೊಳ್ಳಿ. ಅವ್ಳು ಏನು ಮಾಡ್ತಾಳೋ ನೋಡೇಬಿಡ್ತೀನಿ." ಅವರ ಕಣ್ಣುಗಳಲ್ಲಿ ಕಾರುತ್ತಿದ್ದ ಕೋಪದ ಕಿಡಿಗಳನ್ನು ನೋಡಿ ಗೌಡರೇ ಹೆದರಿದರು. ಅವರಿಗೆ ಅಷ್ಟೊಂದು ಕೋಪ ಬಂದಿದ್ದು ಅವರು ಕಂಡಿರಲೇ ಇಲ್ಲ.

"ನಿಮ್ಮ ದರ್ಪ ಏನಿದ್ರೂ ಹಳೆ ಮನೆಯಲ್ಲಿ ತೋರ್ಸಿ. ಈ ಮನೆಗೆ ನೀವು ಯಜಮಾನರಲ್ಲ. ನಾನೇ ಯಜಮಾನಿ, ನನ್ನ ಮಾತೇ ನಡೀಬೇಕು. ಅವರೇನಾದ್ರೂ ನೀರು ಸೇದೋಕೆ ಬಂದ್ರೆ ಕಾಲು ಮುರೀತೀನಿ" ದಢಾರನೇ ಬಾಗಿಲು ಹಾಕಿಕೊಂಡು ನಡೆದುಬಿಟ್ಟಳು.

ನಾರಾಯಣಪ್ಪ ಅಲ್ಲೇ ಕುಸಿದು ಕುಳಿತರು. ಇಷ್ಟು ಜನರ ಎದುರಿನಲ್ಲಿ ಸೊಸೆಯಿಂದ ಅವಮಾನ ಅನುಭವಿಸಿದ್ದರು. ಚೇತರಿಸಿಕೊಳ್ಳಲೇ ಕಷ್ಟವಾಯಿತು.

ಸಹೃದಯ ಗೌಡರು ನೊಂದರು. ಅವರ ಮನೆಯ ಪರಿಸ್ಥಿತಿಯೇನು ಅವರಿಗೆ ತಿಳಿಯದ್ದಲ್ಲ. ಸುತ್ತಮುತ್ತಲೂ, ಜೀವಮಾನದಲ್ಲಿ ಇಂಥ ಹೆಣ್ಣನ್ನು ಕಂಡಿರಲಿಲ್ಲ.

ನಾರಾಯಣಪ್ಪನವರ ಭುಜ ಹಿಡಿದು ಎಬ್ಬಿಸಿದ ಗೌಡರು "ಎಲ್ಲಕ್ಕಿಂತ ನಮ್ಮ ನಿಮ್ಮ ವಿಶ್ವಾಸ ಮುಖ್ಯ. ಇನ್ನೊಂದು ಬಾವಿ ತೋಡ್ಸೇಬಿಡೋಣ!" ಗೌಡರ ಕಡೆ

ದೈನ್ಯದಿಂದ ನೋಡಿ ತಲೆ ತಗ್ಗಿಸಿಕೊಂಡು ಹೊರಟುಬಿಟ್ಟರು. ಇಡೀ ಹಳ್ಳಿಯೇ ತಮ್ಮ ಕಡೆಗೆ ಬೆಟ್ಟು ಮಾಡಿ ನಗುತ್ತಿರುವಂತೆ ಭಾಸವಾಯಿತು. ಕೋಣೆಗೆ ಹೋದವರೇ ಮುಸುಕು ಬೀರಿ ಮಲಗಿಬಿಟ್ಟರು.

ವಿಷಯ ತಿಳಿದ ಮಾಧು ಓಡಿ ಬಂದ. ಇಡೀ ಹಳ್ಳಿಯಲ್ಲೆಲ್ಲ ಇದೇ ಮಾತು. ಚಾವಡಿಯಲ್ಲಿ ಕೂತ ಹುಡುಗರ ಪಾಳ್ಯ ಮಾಧು ನೋಡಿ ಜೋರಾಗಿ ನಕ್ಕಂತಾಯಿತು. ಅವನ ಜೊತೆ ಸುಂದರು ಇದ್ದುದರಿಂದ ಮನೆಗೆ ಬಂದ.

ತಾಯಿ ಹತ್ತಿರ ಕೂತು ಮಗುವಿನಂತೆ ಬಿಕ್ಕಿ ಬಿಕ್ಕಿ ಅತ್ತುಬಿಟ್ಟ. ಈಗ ಅದನ್ನು ಬಿಟ್ಟು ಅವನು ಏನೂ ಮಾಡುವ ಹಾಗಿರಲಿಲ್ಲ.

ಪಾರ್ವತಮ್ಮ ವೈರಾಗ್ಯದಿಂದ "ಮಾಧು, ಗಂಡು ಹುಡ್ಗ ಆಗಿ ಅಳ್ತಿಯಲ್ಲೋ! ಇದೆಲ್ಲ ನಮ್ಮ ಗ್ರಹಚಾರ. ಯಾರನ್ನು ನಿಂದಿಸಿಯೂ ಪ್ರಯೋಜನವಿಲ್ಲ."

ಹಿತ್ತಲ ಕಡೆಯಿಂದ ಮಾಧು ತೋಟದ ದಾರಿ ಹಿಡಿದ. ಎಲ್ಲ ಚಿಂತೆಗಳಿಗೂ ಅದು ಚೇತೋಹಾರಿಯಾಗಿತ್ತು. ವನದೇವತೆಯ ಹಸಿರು ಸಂಪತ್ತನ್ನು ನೋಡಿ ಮನದ ಬೇಗುದಿ ಮರೆಯಲು ಪ್ರಯತ್ನಿಸಿದ.

ನಿಂಗ ಹುಣಿಸೇ ಬರಲು ತಗೊಂಡು ಹೆಂಡತಿಗೆ ಬಾರು ತೇಯುತ್ತಿದ್ದ. ಚೆನ್ನಿಯ ಪ್ರಲಾಪ ನೋಡಲಾರದೆ ಮಾಧು ನಿಂಗನನ್ನು ಗದರಿಸಿದ.

ಹಿಂದಕ್ಕೆ ಸರಿದ ನಿಂಗ. ತಲೆ ತಗ್ಗಿಸಿದ ಮಾಧು ಬಗ್ಗೆ ಅವನಿಗೆ ಅಪಾರ ಗೌರವ, ವಯಸ್ಸಿಗೆ ಮೀರಿದ ಗಾಂಭೀರ್ಯ, ಸಹನೆ ಮಾಧುವಿನ ದೊಡ್ಡತನದ ಕುರುಹಾಗಿತ್ತು.

ಮನೆ ಸಂಸಾರದ ಹಗರಣ ಹಳ್ಳಿಯವರೆಲ್ಲ ನೋಡಿ ನಗುವಂತಾಗಿದೆ. ಇನ್ನು ಇವರದನ್ನು ಪ್ರಶ್ನಿಸಲು ತನಗೇನು ಅಧಿಕಾರವಿದೆಯೆಂದು ಸುಮ್ಮನಾದ.

"ನಿಂಗ, ಅಮ್ಮನಿಗೆ ಹೋಗಿ ಹೇಳು. ನಾನು ಇಲ್ಲೇ ಮಲಗುತ್ತೀನಿ. ಹೊಸ ಮನೆಗೂ ಹೋಗ್ಬೇಳು" ಎಂದವನೇ ಸರಸರನೇ ನಡೆದುಬಿಟ್ಟ.

ನಿಂಗ ತಮ್ಮ ವಿರಸ ಮರೆತು ಮಾಧು ಬಗ್ಗೆ ಯೋಚಿಸಿ ನಿಟ್ಟುಸಿರುಬಿಟ್ಟ. "ಎಂಥ ಚಂಡಾಲ ಹೆಣ್ಣಪ್ಪ" ಉದ್ಗರಿಸಿದ. ಚೆನ್ನಿ ಹೋಗಿ ಗುಡಿಸಲು ಸೇರಿದ್ದಳು.

ಸುಂದರು ಊಟ ತಗೊಂಡು ಬಂದ. ಮಾಧು ಸೇರಿದಷ್ಟು ಊಟ ಮಾಡಿ ಮಲಗಿದ. ಮಾತು ಯಾರಿಗೂ ಬೇಕಾಗಿರಲಿಲ್ಲ. ಮಾಧು ಪಕ್ಕ ಸುಂದರು ಮಲಗಿದ.

ತಂದೆಯ ಎದುರಿಗೆ ಹೇಗೆ ಮುಖ ಎತ್ತಿ ನಿಲ್ಲಲಿ? ಅವರ ಹೃದಯ ನೋವು, ಅವಮಾನಗಳಿಂದ ಎಷ್ಟು ಚಿಂತಿಸಿರಬೇಕು? ಯಾರು ಸಾಂತ್ವನ ನೀಡಬಲ್ಲರು? ಇಂದು ಅವರ ವ್ಯಕ್ತಿತ್ವವನ್ನೇ ಕೊಂದುಬಿಟ್ಟೆ.

ಈ ಘಟನೆಯ ನಂತರ ಮಾಧು ಹಳ್ಳಿಯಲ್ಲಿ ತಲೆ ಎತ್ತಿ ತಿರುಗಲೇ ಇಲ್ಲ. ಮನೆಯಲ್ಲಂತೂ ಇರುತ್ತಿರಲೇ ಇಲ್ಲ. ಸದಾ ತೋಟ... ತೋಟ. ಅದನ್ನು ಬಟ್ಟು ಜೀವನದಲ್ಲಿ ಏನೂ ಇರಲಿಲ್ಲ. ಹಳ್ಳಿಯ ಜನರನ್ನು ಕಂಡರೆ ಮುಖ ಮರೆಸಿಕೊಂಡು

ಓಡಾಡುತ್ತಿದ್ದ. ಹಳ್ಳಿಯ ಜನವೆಲ್ಲ ಅವನ ಒಳ್ಳೆಯತನವನ್ನು ಹೊಗಳಿ ಸಹಾನುಭೂತಿಯಿಂದ ಮಾತನಾಡಿಕೊಳ್ಳುತ್ತಿದ್ದರು. ಕೆಲವು ಬಿಸಿ ರಕ್ತದ ತರುಣರು ಎದೆ ತಟ್ಟಿಕೊಂಡು ಹೇಡಿ, ನಪುಂಸಕ ಎಂದು ನಗೆಯಾಡುತ್ತಿದ್ದರು. ಇಷ್ಟು ದಿನ ಮರ್ಯಾದೆಯಿಂದ ಇದ್ದ ನಾರಾಯಣಪ್ಪನ ಸಂಸಾರ ಹಾದಿಗೆ ಬಂದಿತ್ತು.

ಈ ಪೆಟ್ಟಿನಿಂದ ಚೇತರಿಸಿಕೊಳ್ಳಲೇ ನಾರಾಯಣಪ್ಪನವರಿಂದ ಸಾಧ್ಯವಾಗಲೇ ಇಲ್ಲ. ಅಂದು ಬಂದವರು ಗೌಡರ ಮನೆ ಕಡೆಗೆ ತಲೆ ಹಾಕಲಿಲ್ಲ. ಅವಮಾನದಿಂದ ಕುದಿದುಹೋಗುತ್ತಿದ್ದರು.

ಪರೀಕ್ಷೆ ಮುಗಿದ ಕೂಡಲೇ ನಾರಾಯಣಪ್ಪನವರೇ ಮಗಳನ್ನು ಕಳಿಸಿಕೊಡಲು ಮುಂದಾದರು. ಹಳ್ಳಿಯಿಂದ ಆದಷ್ಟು ದೂರವಿರಲು ಅವರ ಮನಸ್ಸು ಬಯಸುತ್ತಿತ್ತು.

ಮಾಧುನೇ ಹೋಗಿ ಮಾವನವರ ಸಹಾಯದಿಂದ ಬಾಡಿಗೆಯ ಮನೆ ಹಿಡಿದು ಅಡ್ವಾನ್ಸ್ ತೆತ್ತು ಮನೆಗೆ ಬೇಕಾದ ಸಾಮಾನುಗಳನ್ನು ಕೊಂಡು ತುಂಬಿದ.

ಯಾವೊಂದು ಸಮಾರಂಭವೂ ಬೇಡವೆಂದುಬಿಟ್ಟಿದ್ದ ಶ್ರೀಧರ. ಇದರಿಂದ ಪಾರ್ವತಮ್ಮನಿಗೆ ಬಹಳ ನೋವಾಯಿತು. ಸಂಪ್ರದಾಯ, ಶಾಸ್ತ್ರಗಳನ್ನು ಬಿಡುವುದು ಅವರಿಗೆ ಸುತರಾಂ ಸಮ್ಮತವಲ್ಲ. ಕಣ್ಣಲ್ಲಿ ನೀರು ಹಾಕಿಕೊಂಡು ಕೂತುಬಿಟ್ಟರು.

"ಅತ್ತೆ, ನೀವು ಯಾಕೆ ಕಣ್ಣೀರು ಹಾಕ್ತೀರಿ? ನಮ್ಗೆ ಸುಕನ್ಯ ಸುಖವಾಗಿರಬೇಕಷ್ಟೆ. ಮಿಕ್ಕೆಲ್ಲ ಕಟ್ಟಿಕೊಂಡು ಏನಾಗ್ಬೇಕು? ಜನ ಈಗ ಬೇಕಾದಷ್ಟು ಅನ್ಕೋತಾ ಇದ್ದಾರೆ. ಅದಕ್ಕೆಲ್ಲ ಏನು ಮಾಡೋಕೆ ಆಗುತ್ತೆ!" ಅವಳ ಮಾತಿನಿಂದ ಸಮಾಧಾನವಾಗದಿದ್ದರೂ ಸಮಾಧಾನಗೊಳ್ಳಲೇಬೇಕಾಗಿತ್ತು.

ಲಲಿತಮ್ಮ, ಜಾನಕಿ ಎಲ್ಲರೂ ಬಂದರು. ಸಂಭ್ರಮವಾಗೇ ಇತ್ತು ಮನೆ. ಸರಸ್ವತಿ ತಾನೇ ಎರಡು ಸಲ ಹೋಗಿ ಬಂದಳು ಸರಳನ ಕರಿಯೋಕೆ. ಅವಳು ಬರಲಿಲ್ಲ. ಪೀಡೆ ಕಳೆಯಿತು ಎಂದುಕೊಂಡರು.

ಎಣ್ಣೆ ನೀರು ಹಾಕಿದರು ಸುಕನ್ಯ, ಶ್ರೀಧರನಿಗೆ. ಅಂದು ಅಪರೂಪ ಶೋಭೆಯಿಂದ ಮಿನುಗಿದಳು ಸುಕನ್ಯ. ಯೌವನದ ಸಾಫಲ್ಯತೆ ಪಡೆಯುವ ದಿನ.

ಎಲ್ಲ ಮರೆತವನಂತೆ ಮಾಧು, ತಂಗಿ ಶ್ರೀಧರನನ್ನು ತಮಾಷೆ ಮಾಡುತ್ತ ಓಡಾಡುತ್ತಿದ್ದ. ಹೃದಯದ ದಾವಾನಲವನ್ನು ಬಚ್ಚಿಟ್ಟುಕೊಂಡು ನಗುನಗುತ್ತ ನಟಿಸುವುದು ಅವನಿಗೆ ಅಭ್ಯಾಸವಾಗಿಹೋಗಿತ್ತು.

ಸುಕನ್ಯಳನ್ನು ಅಲಂಕರಿಸಿ ಕೋಣೆಗೆ ದೂಡಿದಾಗ, ಅವಳ ಚೆಲುವನ್ನು ಕಂಡು ಬೆರಗಾದ. ಈ ದಿನಕ್ಕಾಗಿ ಕಾದಿರಿಸಿದ ಚೆಲುವಂತಿತ್ತು. ಹೊಸ ರಾತ್ರಿಯ ಹೊಸ ಅನುಭವ ತೃಪ್ತಿಯೆನ್ನಿಸಿತು. ಮೈಮನಗಳು ಒಂದಾದವು.

ಅತ್ತೆಯ ಮನೆಯಲ್ಲಿ ಮೂರು ರಾತ್ರಿ ಕಳೆದ ಶ್ರೀಧರ ಹೊರಟು ನಿಂತ.

ಪಾರ್ವತಮ್ಮ, ನಾರಾಯಣಪ್ಪ ಮಗಳೊಂದಿಗೆ ಹೊರಟರು. ಮಾಧು ಅಂತು

ಕೂತು ಅತ್ತುಬಿಟ್ಟ. ಸುಕನ್ಯ ಆ ಮನೆಯ ಮುದ್ದಿನ ಕಣ್ಮಣಿಯಾಗಿದ್ದಳು. ಅವಳನ್ನು ಬಿಟ್ಟಿರುವುದೆಂದರೆ...!

"ಶ್ರೀಧರ, ನನ್ನ ತಂಗಿಯನ್ನು ನಿಶ್ಚಿಂತೆಯಾಗಿ ನಿನ್ನ ಕೈಯಲ್ಲಿ ಇಟ್ಟಿದ್ದೇವೆ. ಪಟ್ಟಣದ ತಳುಕಿನ ಜೀವನದ ಅನುಭವವಿಲ್ಲ ಅವಳಿಗೆ. ನೀನು ವಿದ್ಯಾವಂತ ನಿನ್ನ ಸಹಜವಾದ ಆಸೆ, ಆಕಾಂಕ್ಷೆಗಳಿಗೆ ಅವಳ ನಾಚಿಕೆ, ಸಂಕೋಚ ತಡೆ ಹಾಕಬಹುದು. ತಾಳ್ಮೆವಹಿಸಿ ನಿನಗೆ ಹೇಗೆ ಬೇಕೋ ಹಾಗೆ ತಿದ್ದಿಕೋ" ಮಾಧು ಮನಸ್ಸಿನ ನೋವು ಶ್ರೀಧರನಿಗೆ ಅರ್ಥವಾಯಿತು. ಎರಡು ಕೈಗಳನ್ನು ಹಿಡಿದುಕೊಂಡ. ಜೀವನದಲ್ಲಿ ಪ್ರೀತಿಯನ್ನೇ ಕಾಣದಿದ್ದಾಗ ಪ್ರೀತಿಯನ್ನು ಎರೆದ ಕಲ್ಪವೃಕ್ಷ. ಶ್ರೀಧರನ ಕಣ್ಣಲ್ಲಿ ನೀರಾಡಿತು.

"ನಿಮ್ಗೆ ಹೇಗೆ ಹೇಳ್ಬೇಕೋ ನನ್ಗೆ ತೋರೋಲ್ಲ. ನಿಮ್ಮ ಋಣಾನ ಈ ಜನ್ಮದಲ್ಲಿ ತೀರಿಸಲಾರೆ. ಸುಕನ್ಯಳನ್ನು ನನ್ನ ಜೀವಕ್ಕಿಂತ ಹೆಚ್ಚಾಗಿ ನೋಡ್ಕೋತೀನಿ–ಹೆಚ್ಚಿನ ಶ್ರೀಮಂತಿಕೆಯನ್ನು ನೀಡಲಾರೆ." ಮಾಧುವಿನ ಮುಖ ಸಂತೋಷದಿಂದ ಮಿನುಗಿತು. ತಂಗಿ ಸುಖವಾಗಿರಬಲ್ಲಳೆಂಬ ಭರವಸೆ ಸಿಕ್ಕಿತು. ನಿರಾತಂಕದಿಂದ ಉಸಿರಾಡಿದ.

ಸ್ವಲ್ಪ ದಿನ ಇದ್ದ ಪಾರ್ವತಮ್ಮ, ನಾರಾಯಣಪ್ಪ ಹಳ್ಳಿಗೆ ಹಿಂದಿರುಗಿದರು. ಮಗಳನ್ನು ಬಿಟ್ಟು ಬಂದ ಮೇಲೆ ಎಲ್ಲ ಕಳೆದುಕೊಂಡು ನಿರ್ಗತಿಕರಂತೆ ವೇದನೆಪಟ್ಟರು.

ಪ್ರೈವೇಟ್ ಕಂಪನಿಯಲ್ಲಿ ಟೆಂಪರರಿ ಕೆಲಸ ಸಿಕ್ಕಿತು ಶ್ರೀಧರನಿಗೆ. ಸಂಬಳ ಮಾತ್ರ ಬಹಳ ಕಡಿಮೆ ಇದರ ಸಹಾಯವಿಲ್ಲದಿದ್ದರೆ ಬೆಂಗಳೂರಿನಲ್ಲಿ ವಾಸಿಸಲೇ ಸಾಧ್ಯವಿರಲಿಲ್ಲ.

ಸುಕನ್ಯ ಸಂಜೆ ತಿಂಡಿ ಮಾಡಿಟ್ಟು ಗಂಡನಿಗಾಗಿ ಕಾಯುತ್ತಿದ್ದಳು. ಸುಮಳನ್ನು ನೋಡಿದ ಕೂಡಲೇ ಅವಳ ಮುಖ ಅರಳಿತು. ಗೆಳತಿಯರಂತೆ ಶ್ರೀಧರ ಬರುವವರೆಗೂ ಏನೆಲ್ಲ ಹರಟಿದರು. ಶ್ರೀಧರ ಬಂದ ಮೇಲೆ ಸುಮ ಇಬ್ಬರನ್ನೂ ಜೊತೆಯಲ್ಲೇ ಎಳೆದೊಯ್ದಳು.

ವಿಶಾಲಾಕ್ಷಮ್ಮ, ಶ್ರೀಕಂಠಯ್ಯನವರಂತೂ ಆತ್ಮೀಯವಾಗಿ ಸ್ವಾಗತಿಸಿ ಉಪಚರಿಸಿದರು. ಸರಳೆಯ ಮೂರ್ಖತನವನ್ನು ಕಂಡು ರೋಸಿದ್ದ ಶ್ರೀಧರ ಒಳ್ಳೆಯತನಕ್ಕೆ ಬೆರಗಾದ. ತಮ್ಮ ಮನೆಗೆ ಆಮಂತ್ರಣವೀಯಲು ಬಯಸಿದ.

"ನಮ್ದು ಹೊಸ ಸಂಸಾರ. ನಿಮ್ಮಂಥ ಹಿರಿಯರು ಬಂದು ಮಾರ್ಗದರ್ಶನ ಮಾಡ್ಬೇಕು. ನಿಮ್ಮ ಸೂಚನೆಗಳು, ಸಲಹೆಗಳು ಅತ್ಯಗತ್ಯ" ಸುಮ ಘೊಳ್ಳನೆ ನಕ್ಕಳು.

"ನಿಮ್ಮ ಸಂಸಾರದಲ್ಲಿ ನ್ಯೂನತೆ ಹುಡುಕಿ ಮಾರ್ಗದರ್ಶನ ಮಾಡುವುದಕ್ಕಿಂತ, ನಿಮ್ಮನ್ನು ನೋಡಿ ನಮ್ಮಲ್ಲಿರೋ ನ್ಯೂನತೆಗಳನ್ನು ತಿದ್ದಿಕೊಳ್ಳಬೇಕು. ಸುಕನ್ಯಳ ಅಚ್ಚುಕಟ್ಟನ್ನು ನಾವು ಕಲಿಯಬೇಕಾದ್ರೆ ಬಹಳ ಕಷ್ಟ." ಅಭಿಮಾನದಿಂದ ಸುಕನ್ಯಳ ಕಡೆ ನೋಡಿದಳು. ಮಾಧುವಿನ ತಂಗಿಯೆಂದರೆ ಅವಳಿಗೆ ಅಚ್ಚುಮೆಚ್ಚು.

ಸುಮ ನಿಜವಾಗಿ ಮಾಧುವನ್ನು ಬಯಸಬಾರದು. ಆದರೂ ಅವಳ ಹೃದಯ

ಅವನಿಗೆ ಮಾರುಹೋಗಿತ್ತು. ಉನ್ನತ ಸ್ಥಾನದಲ್ಲಿಟ್ಟು ಪೂಜಿಸುತ್ತಿದ್ದಳು. ಪೂಜೆಗೆ ಅರ್ಹವಾದ ವ್ಯಕ್ತಿ ಮಾಧು ಎಂಬ ನಂಬಿಕೆ ಅವಳಿಗೆ.

ಮನೆಗೆ ಬಂದ ಶ್ರೀಧರ ಹೆಂಡತಿಯನ್ನು ಬಳಸಿ ಕೆನ್ನೆಯನ್ನು ಸವರುತ್ತ "ಸುಮ ಏನು ಹೇಳಿದ್ದು ಗೊತ್ತಾ? ಬಹಳ ಅಚ್ಚುಕಟ್ಟು. ಎಲ್ಲದರಲ್ಲೂ ಅಷ್ಟೆ." ಕೊಸರಿಕೊಳ್ಳುತ್ತ ಸುಕನ್ಯ ಮೂತಿ ಉದ್ದ ಮಾಡಿದಳು.

"ನೀವು ಏನೇನೋ ಹೇಳ್ತೀರಪ್ಪ...." ಮಡದಿಯ ಕಿವಿ ಹಿಂಡಿದ. ಸ್ವಲ್ಪ ದಿನದ ಒಡನಾಟದಲ್ಲಿಯೇ ಅವಳ ಚುರುಕುತನದ ಪರಿಚಯವಾಗಿತ್ತು ಅವನಿಗೆ. ಸಹಜವಾಗಿ ಬೆಂಗಳೂರಿನ ಜೀವನಕ್ಕೆ ಹೊಂದುಕೊಂಡುಬಿಟ್ಟಿದ್ದಳು. ಉಡುಪು, ಅಲಂಕಾರ ಎಲ್ಲದರಲ್ಲಿಯೂ ಅಪಾರ ಮಾರ್ಪಾಟು. ಅದರಲ್ಲೂ ಅಚ್ಚುಕಟ್ಟು. ತೃಪ್ತಿಕರ ಜೀವನವೆನ್ನಿಸಿತು.

* * * *

ಸೊಸೆಗೆ ಅನಾರೋಗ್ಯವೆಂದು ತಿಳಿದ ಪಾರ್ವತಮ್ಮ ಸಿಟ್ಟು, ಅಸಮಾಧಾನ ಮರೆತು ತಾವೇ ಹೋದರು. ಮಗನ ಸುಖಕ್ಕಾಗಿ ಸ್ವಾಭಿಮಾನವನ್ನೇ ಮರೆತರು.

ಮಂಚದ ಮೇಲೆ ಮಲಗಿದ್ದ ಸರಳ ಸೂರನ್ನು ದಿಟ್ಟಿಸುತ್ತಿದ್ದಳು. ಅಸಮಾಧಾನದಿಂದ ಹೊಯ್ದಾಡುವಂತಿತ್ತು. ಆತುರದಿಂದ ಆದ ಅವಿವೇಕಕ್ಕೆ ಮರುಗುತ್ತಿದ್ದಳು.

"ಸರಳಾ ಹುಷಾರಿಲ್ವಾ..." ಸರಳ ಮುಖವನ್ನು ಬೇರೆಡೆ ತಿರುಗಿಸಿದಳು. ಅವರು ಬರುವುದು ಅವಳಿಗೆ ಬೇಡವಾಗಿತ್ತು.

ಕೆಲಸದ ತಿಮ್ಮಿ ಬಂದವಳೇ ಕೈ ಬಾಯಿ ಆಡಿಸುತ್ತ, "ಮುಟ್ಟು ನಿಂತೈತೆ. ಬಯಕೆ ಸಂಕ್ಟ." ಪಾರ್ವತಮ್ಮನಿಗೆ ಸಂತೋಷದಿಂದ ತಬ್ಬಿಬ್ಬು ಆಯಿತು, ಹರೆಯದ ಹುಡುಗಿಯಂತೆ ಓಡಾಡಿದರು. ಎಲ್ಲ ಕೆಲಸವನ್ನು ತಾವೇ ವಹಿಸಿಕೊಂಡರು.

"ಸರಳಾ... ಸಂಕ್ಟ ಆಗುತ್ತಾ... ಏನು ಮಾಡಿಕೊಡ್ಲಿ?" ಅವಳ ಉಪಚಾರದಲ್ಲಿ ಎಲ್ಲ ಮರೆತಳು. ಮಗನಿಗೆ ಮಗುವಾದರೆ ಸೊಸೆ ಸರಿಹೋಗುತ್ತಾಳೆಂದು ಅವರ ನಂಬಿಕೆ.

ಹುಳಿಯನ್ನು ಕಲೆಸಿಕೊಂಡು ಹೋಗಿ ಸೊಸೆಯ ಮುಂದಿಟ್ಟ ಪಾರ್ವತಮ್ಮ "ಬಿಸಿಬಿಸಿಯಾಗಿ ಸ್ವಲ್ಪ ತಿನ್ನಮ್ಮ. ಹುಳಿ ಜಾಸ್ತಿ ಹಾಕಿದ್ದೀನಿ, ಸೇರುತ್ತೆ" ಎಂದರು ಸರಳೆ ಸಿಡಿಮಿಡಿಗುಟ್ಟಿದಳು.

"ನೀವಿಲ್ಲಿ ಇದ್ರೆ ಅಲ್ಲಿ ತೊಂದರೆಯಾಗುತ್ತೆ. ನಿಮ್ಮ ಕೈ ಅಡಿಗೆ ನಂಗೆ ಸರಿಹೋಗೋಲ್ಲ" ಪಾರ್ವತಮ್ಮ ಪೆಚ್ಚುಮುಖ ಹಾಕಿಕೊಂಡು ತಮ್ಮ ಮನೆಗೆ ಹಿಂದಿರುಗಿದರು.

ಮಡದಿ ಬಸುರಿ ಎಂದು ತಿಳಿದ ಮೇಲೆ ಮಾಧುವಿಗೆ ಸ್ವರ್ಗ ಮೂರೇ ಗೇಣು

ಉಳಿದಿತ್ತು. ಒಂದು ಮಗುವಿಗಾಗಿ ಏನು ಬೇಕಾದರೂ ಸಹಿಸಬಲ್ಲವನಾಗಿದ್ದ. ಆಸೆಗಳನ್ನು ಪೂರ್ತಿ ಮಾಡಲು ತುದಿಗಾಲಿನಲ್ಲಿ ನಿಂತ. ಸಂತೋಷವಾಗಿಡಲು ಸದಾ ಪ್ರಯತ್ನಿಸುತ್ತಿದ್ದ.

ಸರಳಳ ಸಿಡಿಮುಡಿ ಗೊಣಗಾಟ ಜಾಸ್ತಿಯಾಯಿತು ಗಂಡನನ್ನು ಪ್ರತ್ಯಕ್ಷವಾಗಿ ದ್ವೇಷಿಸತೊಡಗಿದಳು. ಅವಳ ಪಾಲಿಗೆ ಅವನು ಅಪರಾಧಿಯ ಸ್ಥಾನದಲ್ಲಿ ನಿಂತಿದ್ದ.

ಸಿಟ್ಟು, ಸೆಡವನ್ನು ತಾಳ್ಮೆಯಿಂದಲೇ ಸಹಿಸಿದ. ಬೆಂಗಳೂರಿಗೆ ಕರೆದೊಯ್ದು ಲೇಡಿ ಡಾಕ್ಟರ ಬಳಿ ತಪಾಸಣೆ ಮಾಡಿಸಲು ಇಚ್ಛಿಸಿದ. ಆದರೆ ಸರಳ ಹೊರಡಲು ಒಪ್ಪಲೇ ಇಲ್ಲ.

ಅಡಿಕೆ ಕಾಯಿಗಳನ್ನು ಸುಲಿಸಲು ರಾಶಿ ಹಾಕಿಸುತ್ತಿದ್ದ ಮಾಧುಗೆ ಗೌಡರ ಮನೆಗೆ ಹುಡುಗ ಓಡಿ ಬಂದು ಸುದ್ದಿ ಮುಟ್ಟಿಸಿದ. ಮನೆಗೆ ಓಡಿದ. ತಿಮ್ಮಿ ಮಾತ್ರ ಸರಳಳ ಬಳಿ ಕೂತಿದ್ದಳು. ಅವಳ ನರಳಾಟ ಕೇಳುವುದಕ್ಕೆ ಸಾಧ್ಯವಿರಲಿಲ್ಲ. ಇಂಥ ಸಂದಿಗ್ಧ ಸಮಯದಲ್ಲಿ ಏನು ಮಾಡಬೇಕೋ ಮಾಧುಗೆ ತಿಳಿಯಲಿಲ್ಲ.

ಗಲಾಟೆ ಕೇಳಿ ಗೌಡರ ಮನೆಯವರೆಲ್ಲ ಬಂದು ಸೇರಿದರು. ಆ ಕ್ಷಣದಲ್ಲಿ ದ್ವೇಷ ಮರೆತುಬಿಟ್ಟಿದ್ದರು.

ಹಳ್ಳಿಯಲ್ಲಿದ್ದ ಮಿಡ್‌ವೈಫನ್ನು ಜೊತೆಯಲ್ಲೇ ಕರ್ಕೊಂಡು ಸುಂದರು ಓಡಿಬಂದ. ಪಕ್ಕದ ಊರಿನಲ್ಲಿದ್ದ ಲೇಡಿ ಡಾಕ್ಟರಿಗೆ ಕರೆಹೋಗಿತ್ತು. ವಿಪರೀತ ರಕ್ತಸ್ರಾವದಿಂದ ಸರಳ ಕಣ್ಣು ಮುಚ್ಚಿದಳು.

ಜಗತ್ತೇ ಗಾಡಾಂಧಕಾರವೆನ್ನಿಸಿತು ಮಾಧುಗೆ. ಬೆಂಗಳೂರಿನಿಂದ ಎಲ್ಲರೂ ಬಂದರು. ಒಂಟಿಯಾಗಿರಲು ಬಯಸುತ್ತಿದ್ದ ಮನೆಯ ತುಂಬಾ ನೆಂಟರು.

ಎಲ್ಲ ಮರೆತು ಸರಸ್ವತಿ, ಸುಕನ್ಯ ಅತ್ತರು. ಜಾನಕಿನೂ ಕಣ್ಣೀರು ಸುರಿಸಿದಳು. ಶ್ಯಾಮು ಮಾತ್ರ ನಿರ್ದಯನಂತೆ ನಿಂತಿದ್ದ. ಎಲ್ಲ ಕೆಲಸಗಳು ನಡೆದುಹೋದವು.

ಗಡ್ಡ ಬೆಳೆಸಿ, ಊಟ ತಿಂಡಿಯ ಪರಿವೆಯೇ ಇಲ್ಲದೇ ಮಾಧು ತೋಟದಲ್ಲೇ ಇದ್ದುಬಿಟ್ಟ. ಸುಮ ಅವನನ್ನು ಅರಸಿಕೊಂಡು ಹೋದಳು.

ಸಂಜೆಯ ಸೊಬಗು ತೋಟದಲ್ಲೆಲ್ಲ ಪಸರಿಸಿತ್ತು.

"ಭಾವ...." ಮಧುರ ಧ್ವನಿ. ತಲೆ ಎತ್ತಿ ದೃಷ್ಟಿ ಅತ್ತ ಹೊರಳಿಸಿದ. ತೀರಾ ಸನಿಹದಲ್ಲಿ ಬಂದು ಕೂತಳು. ಕಣ್ಣಲ್ಲಿ ಆರಾಧನೆ.

"ಭಾವ... ನನ್ಗೆ ಅವಕಾಶ ಕೊಡಿ. ಸರಳ ಮಾಡಿದ ತಪ್ಪಿಗೆ ಶಿಕ್ಷೆ ಅನುಭವಿಸಿದಳು. ಅದಕ್ಕಾಗಿ ದುಃಖಪಡಬೇಕಾಗಿಲ್ಲ. ನಿಮ್ಮ ಜೀವನದಲ್ಲಿ ನನ್ಗೂ ಒಂದು ಪಾಲು ಕೊಡಿ." ಮಾಧು ನಿರಾಸೆಯ ನಗು ನಕ್ಕ. ಅವನೆಂದೋ ಅವಳೆದೆಯ ಪ್ರೀತಿಯನ್ನು ಗುರ್ತಿಸಿದ್ದ. ಆದಕ್ಕೆ ಅರ್ಹ ವ್ಯಕ್ತಿ ತಾನಲ್ಲವೆಂದು ನಿಶ್ಚಯಿಸಿಕೊಂಡಿದ್ದ.

ಸುಮಳ ಕಡೆಗೆ ತಿರುಗಿದ್ದ. ಪ್ರೀತಿಯಿಂದ ಅವಳ ಕೂದಲಲ್ಲಿ ಕೈಯಾಡಿಸಿದ. ಫಕ್ಕನೇ ಕಣ್ಣಲ್ಲಿ ನೀರು ಮಿಂಚಿತು.

"ಸುಮ, ನೀನು ಸುಖವಾಗಿರ್ಬೇಕು. ಅದೇ ನನ್ನ ಹಾರೈಕೆ. ನನ್ನ ಸುಮ ಎಲ್ಲಾದ್ರೂ ಸುಖವಾಗಿರ್ಲಿ. ಅಷ್ಟನ್ನೇ ಬಯಸೋದು ಹುಚ್ಚಿ, ಏನೇನೋ ಯೋಚಿಸ್ಬೇಡ. ನೀನಿನ್ನೂ ಉದಯದ ಸಮೀಪದಲ್ಲಿದ್ದೀಯಾ. ನನ್ನ ಜೀವನ ಮುಗಿದುಹೋಗಿದೆ. ನಾನೀಗ ಸಂಧ್ಯೆಯ ಅಂಚಿನಲ್ಲಿದ್ದೀನಿ. ಹುಚ್ಚು ಯೋಚನೆಗಳನ್ನು ಮಾಡ್ದೆ ಮದ್ವೆ ಮಾಡ್ಕೊಂಡು ಸುಖವಾಗಿರು..."

ಕಣ್ಣು ಮುಚ್ಚಿ ಎರಡು ಕೈಯನ್ನೂ ಅವಳ ತಲೆಯ ಮೇಲಿಟ್ಟು ಎದ್ದು ನಡೆದುಬಿಟ್ಟ.

ಜಗತ್ತನ್ನು ಕತ್ತಲೆಯ ಅಡಿಗೆ ತಳ್ಳುತ್ತ ಸೂರ್ಯ ಮರೆಯಾಗುತ್ತಿದ್ದ.

—0—